# സന്ന്യാസിയോട് ചോദിക്കൂ

മുംബൈയിലെ ശ്രീ ശ്രീ രാധാ ഗോപിനാഥ് ക്ഷേത്രത്തിൽ – ഇസ്കോൺ ചൗപാട്ടി – ഒരു പരിശീലക സന്ന്യാസിയാണ് നിത്യാനന്ദ് ചരൺ ദാസ്, കൂടാതെ ലക്ഷ്യത്തിന്റെയും പൂർത്തീകരണത്തിന്റെയും സംതൃപ്തിയുടെയും ജീവിതം നയിക്കാൻ ആളുകളെ സഹായിച്ചുകൊണ്ട് നിലവിലെ നഗരസാഹചര്യത്തിൽ വിപ്ലവം സൃഷ്ടിക്കാൻ ആഗ്രഹിക്കുന്ന ഒരു ദർശകൻ കൂടിയാണ് അദ്ദേഹം. കുട്ടികളും കൗമാരക്കാരും ഉൾപ്പെടെയുള്ള ഇന്നത്തെ യുവാക്കളെ അവരുടെ വേരുകളുമായി വീണ്ടും ബന്ധിപ്പിക്കുന്നതിനും ലളിതവും സന്തുഷ്ടവുമായ ജീവിതം നയിക്കുന്നതിലേക്ക് വഴികാട്ടുന്നതിലും അദ്ദേഹം വൈദഗ്ദ്ധ്യം നേടിയിട്ടുണ്ട്.

ഇരുപത്തിയൊന്നാം വയസ്സിൽ കോളേജിൽ പഠിക്കുമ്പോഴാണ് അദ്ദേഹം ആദ്യമായി ഇസ്കോണിലേക്ക് എത്തുന്നത്. ഇരുപത്തിനാലാം വയസ്സിൽ എഞ്ചിനീയറിംഗ് ബിരുദം പൂർത്തിയാക്കിയ ശേഷം അദ്ദേഹം മുഴുവൻ സമയവും സന്ന്യാസിയായി തുടർന്നു. ഭൗതികമായും ആത്മീയമായും മുന്നേറുന്നതിനെക്കുറിച്ച് ചിന്തിക്കുന്ന സമതുലിതമായ ജീവിതം നയിക്കുന്നതിൽ അദ്ദേഹം ശ്രദ്ധ കേന്ദ്രീകരിക്കുന്നു.

പാവനമായ അനുശാസനം ലളിതമാക്കുന്നതിൽ അദ്ദേഹം വൈദഗ്ദ്ധ്യം നേടിയിട്ടുണ്ട്, അതിനാൽ അവ എല്ലാവരിലും പ്രതിധ്വനിക്കുന്നു, അദ്ദേഹത്തിന്റെ സന്ദേശം ലളിതമാണ് :

**ആത്മീയ ജീവിതം എന്നത് ഒരിക്കലും തിരസ്കരണത്തിന്റെ ജീവിതമല്ല. അത് പരസ്പര ബന്ധത്തിന്റെ ജീവിതമാണ്.**

നമ്മൾ ഒന്നും ഉപേക്ഷിക്കേണ്ടതില്ല, ഈ വിലപ്പെട്ട മാനങ്ങളെ നമ്മുടെ ജീവിതത്തിലേക്ക് ചേർത്തു വയ്ക്കുക മാത്രം ചെയ്യുക.

ഇതിന് പൂരകമായി, ആത്മീയതയുടെ പ്രായോഗിക അനുഭവങ്ങൾ നൽകുന്നതിനായി അദ്ദേഹം വിശുദ്ധ സ്ഥലങ്ങളിലേക്കുള്ള യാത്രകൾ സുഗമമാക്കുന്നു. അദ്ദേഹത്തിന്റെ

ദിവ്യ തേജസ്സ് ദൂരവ്യാപകമായി അനുഭവിക്കാൻ കഴിയും – ഇന്ത്യയിലെ എല്ലാ പ്രധാന നഗരങ്ങളിലും ലോകമെമ്പാടുമുള്ള അമ്പതിലധികം രാജ്യങ്ങളിലും അദ്ദേഹത്തിന്റെ പ്രഭാഷണങ്ങൾ മുഴങ്ങുന്നു. രാജ്യമൊട്ടാകെ ഏറ്റവുമധികം വിറ്റഴിഞ്ഞിട്ടുള്ള *ഐക്കൺസ് ഓഫ് ഗ്രേസ്സ് : ട്വന്റിവൺ ലൈവ്സ് ദാറ്റ് ഡിഫൈൻഡ് ഇൻഡ്യൻ സ്പരിച്വാലിറ്റി ആൻഡ് ബൌണ്ട് ബൈ ലവ്* എന്നതിന്റെ രചയിതാവ് കൂടിയാണ് അദ്ദേഹം.

# സന്ന്യാസിയോട്

# ചോദിക്കു

ജീവിതത്തിലെ ഏറ്റവും
കൗതുകകരമായ
ചോദ്യങ്ങൾക്കുള്ള ഉത്തരങ്ങൾ

## നിത്യാനന്ദ്
## ചരൺ ദാസ്

MANJUL

**മഞ്ജുൾ പബ്ലിഷിങ് ഹൗസ്**

*First published in India by*

MANJUL

**Manjul Publishing House**

*Corporate and Editorial Office*

•2nd Floor, Usha Preet Complex, 42 Malviya Nagar,
Bhopal 462 003 - India

*Sales and Marketing Office*

•C-16, Sector 3, Noida, Uttar Pradesh 201301, India
Website: www.manjulindia.com

*Distribution Centres*

Ahmedabad, Bengaluru, Kochi, Kolkata, Chennai,
Hyderabad, Mumbai, New Delhi, Pune

Malayalam translation of *Ask The Monk* by Nityanand Charan Das



This edition first published in 2025

**ISBN 978-93-7317-948-3**

Cover photograph by Ria Saraf
Cover design by Antra K

Printed and bound in India by Repro India Limited

ബ്രഹ്മാ-മാധവ-ഗൗഡിയ-ഗുരു-ശിഷ്യപരമ്പര,
അഗാധമായ അറിവിലൂടെയും പരിഷ്കൃതമായ
യുക്തിയിലൂടെയും മിഥ്യാധാരണയുടെ മൂടുപടം
നീക്കം ചെയ്യുകയും നമ്മുടെ ചിന്താ ശേഷിക്ക്
അപാരമായ വ്യക്തത നൽകുകയും ചെയ്യുന്നവന്.

# ഉള്ളടക്കം

# ആമുഖം

*ഞാൻ ആറ് സത്യസന്ധരായ സേവകരെ നിലനിർത്തുന്നു*
*(എനിക്കറിയാവുന്നതെല്ലാം അവർ എന്നെ പഠിപ്പിച്ചതാണ്);*
*എന്ത്, എന്തുകൊണ്ട്, എപ്പോൾ, എങ്ങനെ, എവിടെ, ആര്*
*എന്നിങ്ങനെയാണ് അവരുടെ പേരുകൾ.*

**—റുഡ്യാർഡ് കിപ്ലിംഗ്**

ചോദ്യങ്ങൾ ചോദിക്കുക എന്നത് ബുദ്ധിയുടെ ലക്ഷണമാണ്.

ജോലിയിലും വ്യക്തിജീവിതത്തിലും ചോദ്യങ്ങൾ ചോദിക്കാനുള്ള നമ്മുടെ ശക്തി ഒരിക്കലും അനാവശ്യമാണെന്ന് പറയാനാവില്ല, അത് നമ്മുടെ ജീവിതത്തിന്റെ എല്ലാ മേഖലകളെയും സ്വാധീനിക്കും.സത്യത്തിൽ,പിന്നോട്ട്നോക്കുമ്പോൾ,നമുക്കുണ്ടായിട്ടുള്ള എല്ലാ അറിവുകളും നാം ചോദ്യങ്ങൾ ചോദിക്കുന്നതിലൂടെ നേടിയെടുത്തതാണെന്ന് നമുക്ക് കാണാൻ കഴിയും.

നമ്മുടെ കുട്ടിക്കാലത്ത്, ചോദ്യങ്ങളും ജിജ്ഞാസയും എന്നത് പുറംലോകവുമായുള്ള നമ്മുടെ ഇടപെടലിന്റെ സ്വാഭാവിക ഭാഗമാണ്. മുതിർന്നവരെ അമ്പരപ്പിക്കുന്ന തരത്തിൽ അത്ഭുതകരമായ 'എന്തുകൊണ്ട്'' എന്നും അന്വേഷണാത്മകമായ 'എങ്ങനെ' എന്നുമുള്ള ചോദ്യങ്ങൾ എപ്പോഴും ഉണ്ടാകും. നമ്മൾ വളരുമ്പോൾ കാലക്രമേണ, നമ്മളിലെ ഈ ജിജ്ഞാസ കുറയുന്നു. പരീക്ഷകളിലും അഭിമുഖങ്ങളിലും മറ്റു സംഭാഷണ വേളകളിലും ഉത്തരങ്ങൾ നൽകുക എന്നത് മാത്രമാണ് പ്രാധാന്യമെന്ന് സമൂഹം നമ്മിലേക്ക് അടിച്ചേൽപ്പിക്കുന്നു. ഒടുവിൽ മുതിർന്ന ഒരു വ്യക്തി എന്ന നിലയിൽ നമ്മൾ ചോദ്യങ്ങൾ ചോദിക്കുന്നത് നിർത്തി ഒരു ദിനചര്യപോലെ ചുറ്റുപാടുമായി പൊരുത്തപ്പെടുന്നു.

കുട്ടികൾ അവരുടെ ചുറ്റുമുള്ള ലോകത്തിലെ നിഷ്കളങ്കമായ വിസ്മയങ്ങളെ മനസ്സിലാക്കാൻ അവർക്ക് സംതൃപ്തമായ മറുപടി കിട്ടുന്നതുവരെ 'എന്തുകൊണ്ട്' എന്ന് ചോദിക്കാൻ അപൂർവ്വമായി മാത്രമേ മടി കാണിക്കാറുള്ളൂ.

അവരിൽ നിന്ന് ഈ ഒരു ഗുണം ലളിതമായി ഉൾക്കൊണ്ട്, അതേ വിമർശനാത്മകമായ ചോദ്യാവലി നമ്മുടെ ജീവിതത്തിലും പ്രയോഗിച്ചുകൊണ്ട്, നമ്മുടെ ജീവിതത്തെ പരിവർത്തനം ചെയ്യാനും വിപ്ലവകരമായി മാറ്റാനുമുള്ള ശക്തിയുണ്ട്. നമ്മുടെ 'എന്തുകൊണ്ട്' എന്ന ചോദ്യം നിർവ്വചിക്കുന്നത് വളരെ പ്രധാനമാണ്. 'എന്തുകൊണ്ട്' എന്ന് നമ്മൾ വീണ്ടും വീണ്ടും ചോദിച്ചില്ലെങ്കിൽ, 'എന്ത്' എന്നതിൽ നമ്മൾ ഒരിക്കലും വിജയിക്കുകയില്ല.

വേദഗ്രന്ഥങ്ങൾ, മാനവികതയ്ക്കുള്ള മാർഗ്ഗദർശന ഗ്രന്ഥം, തുടങ്ങിയവ മനുഷ്യജീവിതത്തിന്റെ തുടക്കം മുതൽ തന്നെ കാര്യങ്ങൾ ചോദ്യം ചെയ്യാൻ നമ്മെ പ്രോത്സാഹിപ്പിക്കുന്നു.

എന്നാൽ എന്ത് തരത്തിലുള്ള ചോദ്യങ്ങളാണ് നമ്മൾ ചോദിക്കേണ്ടത്?

വേദാന്ത സൂത്രം (1.1.1) ഉത്തരം നൽകുന്നു :

*അതതോ ബ്രഹ്മ ജിജ്ഞാസ*

'[നിങ്ങൾക്ക് ഈ മനുഷ്യജീവിതം ലഭിച്ചതിനാൽ]
പരമമായ സത്യത്തെക്കുറിച്ച് അന്വേഷിക്കാനുള്ള
സമയമാണിത്.

ഭക്ഷണം, ഉറക്കം, വിശ്രമം, തുടങ്ങിയ നമ്മുടെ അടിസ്ഥാന ശാരീരിക ആവശ്യങ്ങളെക്കുറിച്ച് അന്വേഷിക്കുന്നത് അസാധാരണമായ ഒന്നല്ല. മൃഗങ്ങൾ പോലും അത് ചെയ്യുന്നു. ഒരു പക്ഷി അതിരാവിലെ എഴുന്നേറ്റ്, 'ഭക്ഷണം എവിടെ?' എന്ന് ചോദിക്കാൻ തുടങ്ങുന്നു.

യഥാർത്ഥത്തിൽ ഉയർന്ന അന്വേഷണങ്ങൾ നടത്താനുള്ള പ്രത്യേക കഴിവാണ് നമ്മെ മറ്റ് ജീവി വർഗ്ഗങ്ങളിൽ നിന്നും വേർതിരിക്കുന്നത്.

അതുകൊണ്ട് നമ്മുടെ അടിസ്ഥാന ആവശ്യങ്ങൾക്കപ്പുറം ചോദ്യങ്ങൾ ചോദിക്കുക എന്നത് നമ്മുടെ ധാർമ്മിക കടമയായി മാറുന്നു; ചോദ്യങ്ങൾ എന്നാൽ :

'ഞാൻ ആരാണ്?'
'ഞാൻ എവിടെ നിന്നാണ് വരുന്നത്?'
'ഞാൻ എവിടേക്ക് പോകുന്നു?'
'ജീവിതലക്ഷ്യം എന്താണ്?'
'ആരാണ് ദൈവം?'
'അദ്ദേഹവുമായുള്ള എന്റെ ബന്ധം എന്താണ്?'
'ഞാൻ എങ്ങനെയാണ് ആ ബന്ധം പുനരുജ്ജീവിപ്പിക്കുക?'
'എനിക്ക് ഇഷ്ടമില്ലെങ്കിലും എന്തിനാണ് ഞാൻ കഷ്ടതകൾ അനുഭവിക്കുന്നത്?'

...അങ്ങനെ പലതും.

താഴെപ്പറയുന്ന വേദവാക്യം ഇത് സ്ഥിരീകരിക്കുന്നു :

*ആഹാര നിദ്രാ ഭയ മൈഥുനം ച*
*സാമാന്യം ഏതത് പശുഭിർ നരനാം*
*ധർമ്മോഹിതേഷാമധികോ വിശേഷോ*
*ധർമ്മേണ ഹീനാഃ പശുഭിഃ സമാനാ*

"ഭക്ഷണം, ഉറക്കം, ഇണചേരൽ, പ്രതിരോധം എന്നിവ മനുഷ്യനും മൃഗങ്ങൾക്കുമിടയിൽ പൊതുവായ ഒന്നാണ്. എന്നാൽ മനുഷ്യരുടെ പ്രത്യേകത എന്തെന്നാൽ അവർക്ക് ആത്മീയ ജീവിതത്തിൽ ഏർപ്പെടാൻ കഴിയും എന്നതാണ്. അതിനാൽ, ആത്മീയ ജീവിതം ഇല്ലാതെ മനുഷ്യൻ എന്നാൽ മൃഗങ്ങളുടെ തലത്തിലാണെന്നാണ്."

[ഹിതോപദേശം 25]

ആയതിനാലാണ് ഈ പുസ്തകം.

സ്വയംകണ്ടെത്തലിന്റെയുംസ്വയംതിരിച്ചറിവിന്റെയുംയാത്ര ആരംഭിക്കുന്നതിന് നിർണ്ണായകമായ, ഉയർന്ന സ്വഭാവമുള്ള എഴുപതിലധികം സാധാരണ ചോദ്യങ്ങൾക്ക് ഉത്തരം നൽകാനുള്ള ഒരു സന്ന്യാസിയുടെ എളിയ ശ്രമമാണ് *സന്ന്യാസിയോട് ചോദിക്കൂ* എന്ന ഈ പുസ്തകം.

ഒമ്പത് വയസ്സുകാരനും എൺപത് വയസ്സുകാരനും ഈ ചോദ്യങ്ങൾ വർഷങ്ങളായി എന്നോട് ചോദിക്കുന്നു. അതിനാൽ, ഈ പുസ്തകം കുട്ടികൾക്കും, കൗമാരക്കാർക്കും, ചെറുപ്പക്കാർക്കും,

മധ്യവയസ്കർക്കും, 1980-നും 1990-നും, 1996-നും 2000-നും ഇടയിൽ ജനിച്ചവർക്കും അല്ലെങ്കിൽ ഏതെങ്കിലും ആത്മാന്വേഷിക്കും വേണ്ടിയുള്ളതാണ്.

മഹാഭാരതം, രാമായണം തുടങ്ങിയ ഗ്രന്ഥങ്ങളിലെ വിവാദ പരാമർശങ്ങൾ, ആചാരങ്ങൾ, വിധി, കർമ്മം മുതൽ മനസ്സ് വരെയുള്ള വിവിധ വിഷയങ്ങൾ യാഥാർത്ഥ്യത്തിൽ നിന്ന് നമ്മെ തടയുന്നതും നമ്മുടെ പുരോഗതിയെ തടസ്സപ്പെടുത്തുന്നതുമായ മറ്റെന്തെങ്കിലും പൊതുവായ തെറ്റിദ്ധാരണകളിൽ നിന്ന് ഉയർന്നു വരുന്ന ആശയക്കുഴപ്പങ്ങളും സംശയങ്ങളും പരിഹരിക്കാൻ ഈ പുസ്തകത്തിലൂടെ ശ്രമിക്കുന്നു.

ഇത് പൂർത്തീകരിക്കുന്നതിന്, ഒരു ആശയം തെളിയിക്കാൻ ആവശ്യമായ മൂന്ന് കാഴ്ചപ്പാടുകളുടെ സഹായം ഞങ്ങൾ സ്വീകരിച്ചിട്ടുണ്ട്; ശാസ്ത്രം, യുക്തി, വേദഗ്രന്ഥം എന്നിവയുടെ കൂടിച്ചേരലുകളാണത്.

ആത്മാർത്ഥതയുള്ള വായനക്കാർക്ക് സ്വയം കണ്ടെത്താനും ഈ ലോകത്തെ കണ്ടെത്താനുമുള്ള അവരുടെ യാത്രയിൽ ഈ പുസ്തകം ഒരു സഹായമാകുമെന്ന് ഞങ്ങൾ പ്രതീക്ഷിക്കുന്നു, വിവിധങ്ങളായ സുപ്രധാന വിഷയങ്ങളിൽ വളരെയധികം വ്യക്തത നൽകുകയും വായനക്കാരന്റെ മനസ്സിലെ സംശയത്തിന്റെ രാക്ഷസന്മാരെ നശിപ്പിക്കുകയും ചെയ്യുന്നു.

കാരണം നമ്മൾ അവയെ നശിപ്പിച്ചില്ലെങ്കിൽ അവ നമ്മെ നശിപ്പിക്കും.

സന്തോഷകരമായ വായന ആശംസിക്കുന്നു, ഒപ്പം ചോദ്യം ചോദിക്കുന്നത് തുടരുക!

## ചോദ്യം 1

# എല്ലാം മുൻനിയോഗിക്കപ്പെട്ടതാണോ? ഹസ്തരേഖ, ജ്യോതിഷം, സംഖ്യാജ്യോതിഷം തുടങ്ങിയ ശാസ്ത്രങ്ങൾ സഹായിക്കുമോ?

ആളുകൾ അവരുടെ ഭാവി അറിയുന്നതിൽ വളരെ ആവേശ ഭരിതരാണ്.ഹസ്തരേഖാശാസ്ത്രം,സംഖ്യാജ്യോതിഷം,ജ്യോതിഷം തുടങ്ങിയ വേദ ശാസ്ത്രങ്ങൾ ഒരാൾക്ക് ഭാവി എന്താണ് കരുതിയിരിക്കുന്നതെന്ന് പ്രവചിച്ചുകൊണ്ട് ആവേശം വർദ്ധിപ്പിക്കുന്നു. ഈ പ്രവചനങ്ങൾ സന്തോഷം നൽകും, എന്നാൽ നമ്മൾ പ്രതീക്ഷിക്കുന്നതോ ആഗ്രഹിക്കുന്നതോ അല്ല പ്രവചനം എങ്കിൽ അത് ദുരിതവും നൽകും. ഇത് ഒന്നുകിൽ നമ്മെ വളരെയധികം പ്രതീക്ഷയുള്ളവരാക്കാം അല്ലെങ്കിൽ അത് നമ്മെ നിരാശരാക്കും, കാരണം പ്രവചിക്കപ്പെട്ട കാര്യങ്ങൾക്ക് നമ്മൾ സ്വയം വഴങ്ങുന്നു. എങ്ങനെയായാലും, നമുക്ക് ഒരു വാർത്തയുണ്ട്!

നമ്മൾ ആസൂത്രിതമായ യന്ത്രമനുഷ്യരല്ല! വരണസ്വാതന്ത്ര്യം കൊണ്ട് അനുഗ്രഹീതരായ മനുഷ്യരാണ് .

എല്ലാം മുൻകൂട്ടി എഴുതിയതാണെങ്കിൽ, പിന്നെ എന്തിനാണ് അതിനുവേണ്ടി പ്രവർത്തിക്കുന്നത്? നമുക്ക് എല്ലായ്പ്പോഴും ഇച്ഛാസ്വാതന്ത്ര്യമുണ്ട്, ദൈവംപോലും ഒരിക്കലും അതിലിട പെടില്ല. നമുക്ക് എന്ത് സംഭവിക്കുന്നു എന്നത് വിധിയാണ്, എന്നാൽ അതിനോട് നാം എങ്ങനെ പ്രതികരിക്കുന്നു എന്നത് പൂർണ്ണമായും നമ്മുടെ തീരുമാനമാണ്, ആ തിരഞ്ഞെടുപ്പുകൾ വഴി നമുക്ക് നമ്മുടെ ഭാവി ശോഭനമാക്കുകയോ ഇരുളടക്കുകയോ ചെയ്യാം.

അടിസ്ഥാനപരമായി, ഭാവിയെക്കുറിച്ച് പഠിക്കുന്നതിനുള്ള ഏത് രീതിയും കാലാവസ്ഥാ പ്രവചനം പോലെയാണ്. നാളെ മഴ പെയ്യുമെന്ന് കാലാവസ്ഥാ പ്രവചനം പറഞ്ഞേക്കാം, പക്ഷേ ആ മഴ നനയണോ എന്നത് നമ്മുടെ തീരുമാനമാണ്. നമ്മൾ പുറത്തുപോകാൻ തീരുമാനിച്ചാലും, ഒരു കുടയോ മഴക്കോട്ടോ ഉപയോഗിക്കുന്നത് നനയുന്നത് ഒഴിവാക്കും.

വേദവിജ്ഞാനത്തിന്റെ പല ശാഖകളും ഭാവിയെക്കുറിച്ച് അറിയാൻ ബന്ധിപ്പിക്കുന്ന വൈദിക വിജ്ഞാനത്തിന്റെ വിവിധ ഘടനകൾ നമ്മുടെ ശരീര സ്വഭാവങ്ങളിൽ ഒന്നുകിൽ ഭാവിയുടെ അടയാളങ്ങളുണ്ടെന്നധാരണയുടെഅടിസ്ഥാനത്തിൽഅല്ലെങ്കിൽ നമ്മുടെ ജനന നിമിഷം, ജനനത്തീയതി, സമയം എന്നിവയിലെ ഗ്രഹ വിന്യാസങ്ങൾ എന്നിവയെ അടിസ്ഥാനമാക്കിയുള്ളതാണ്. എന്നാൽ ഇതെല്ലാം ഉണ്ടാകണം എന്ന് നിർബന്ധമില്ല, ഇതെല്ലം വെറും അടയാളങ്ങൾ മാത്രമാണ്. പ്രവചനത്തിന്റെ ഏത് രൂപത്തിനും പ്രാഥമികമായി നമുക്ക് എന്ത് സംഭവിക്കുമെന്ന് നിർണ്ണയിക്കാനാകും, പക്ഷേ അത് നമ്മുടെ പ്രതികരണത്തെ നിർണ്ണയിക്കുന്നില്ല. അതിനാൽ, വിധി പ്രധാനമായും 'നമുക്ക് എന്ത് സംഭവിക്കുന്നു' എന്നതിനെ സൂചിപ്പിക്കുന്നു, സ്വതന്ത്ര ഇച്ഛാശക്തി പ്രധാനമായും സൂചിപ്പിക്കുന്നത് 'നമ്മൾ അതിനോട് എങ്ങനെ പ്രതികരിക്കുന്നു' എന്നാണ്.

ജ്യോതിഷികൾ, സംഖ്യാശാസ്ത്രജ്ഞർ, കൈനോട്ടക്കാർ തുടങ്ങിയവർ പോലും ചില കല്ലുകൾ ധരിക്കുകയും ആചാരങ്ങൾ അനുഷ്ഠിക്കുകയും ചെയ്യുന്ന പോലുള്ള പരിഹാരങ്ങൾ പറഞ്ഞു തരുന്നു. ഇതൊക്കെ ശരിയായ രീതിയിൽ ചെയ്തു പോന്നാൽ കാര്യങ്ങൾ മാറ്റാൻ കഴിയുമെന്ന് അവർ വിശ്വസിക്കുന്നു. എന്നാൽ നല്ല പരിജ്ഞാനമുള്ള പരിശീലകന്റെ അടുത്ത് നമ്മൾ എത്തുക എന്നുള്ളത് തികച്ചും ഒരു ഭാഗ്യം മാത്രമാണ്, പക്ഷേ കാര്യങ്ങൾ മാറാം എന്നതാണ്.

വിധി എന്നത് ശക്തമാണ്, കാലാവസ്ഥാ പ്രവചനം അറിഞ്ഞിട്ടും മഴ പെയ്യുമ്പോൾ പുറത്തുപോകാനുള്ള പ്രേരണ സ്വാധീനം നമുക്ക് നൽകിയേക്കാം, പക്ഷേ, ആ പ്രലോഭനത്തെ ചെറുക്കാനുള്ള തീരുമാനം നമ്മുടേതാണ്. ആത്യന്തികമായ തിരഞ്ഞെടുപ്പ് നമ്മുടേതാണ്, നമ്മുടെ വ്യക്തിപരമായ വളർച്ചയ്ക്ക് വേണ്ടിയുള്ള പ്രവർത്തനങ്ങൾ നമുക്ക് എപ്പോഴും തിരഞ്ഞെടുക്കാൻ കഴിയും. ആത്മീയമായി പുരോഗമിച്ചവരുമായി നമുക്ക് ശരിയായ കൂട്ടുകെട്ട് ഉണ്ടെങ്കിൽ, നമ്മളിൽ ആ കഴിവ് കൂടുതൽ കൂടുതൽ പ്രകടമാകും.

ബ്രഹ്മ സംഹിതയിൽ (5.27) ബ്രഹ്മാവ് പറയുന്നു :

*കർമ്മാണി നിർദഹതി കിന്തു ച ഭക്തി-ഭാജം*
*ഗോവിന്ദം ആദി-പുരുഷം തം അഹം ഭജാമി*

'ഭക്തിയാൽ മയങ്ങിയിരിക്കുന്നവരുടെ എല്ലാ
കർമ്മങ്ങളുടെയും ഫലമായി അവരുടെ വേരുകൾ
വരെയും ദഹിപ്പിക്കുന്ന ആദിമ ഭഗവാൻ ഗോവിന്ദനെ
ഞാൻ ആരാധിക്കുന്നു.'

ഭഗവാൻ കൃഷ്ണൻ തന്നെ ഭഗവദ് ഗീതയിൽ പറയുന്നു (18.66):

*സർവ-ധർമ്മൻ പരിത്യജി*
*മാം ഏകം ശരണം വ്രജ*
*അഹം ത്വം സർവ-പാപേഭ്യോ*
*മോക്ഷയിഷ്യാമി മാ സൂചഃ*

'എല്ലാതരം മതങ്ങളും ഉപേക്ഷിച്ച് എന്നിലേക്ക് കീഴടങ്ങുക.
എല്ലാ പാപകരമായ പ്രതികരണങ്ങളിൽ നിന്നും
ഞാൻ നിങ്ങളെ മോചിപ്പിക്കും, ഭയപ്പെടേണ്ടതില്ല.'

ഗുരുതരമായ കുറ്റകൃത്യം ചെയ്യുകയും നിയമപ്രകാരം ശിക്ഷ വിധിക്കപ്പെടുകയും ചെയ്ത ഒരു വ്യക്തിയെ, അയാൾ ആ കുറ്റകൃത്യം ചെയ്യാനുണ്ടായ യഥാർത്ഥ സാഹചര്യത്തെ മനസ്സിലാക്കി ഒരു രാജ്യത്തിന്റെ രാജാവിനോ പ്രസിഡന്റിനോ മാപ്പ് നൽകാം. ഒരു മനുഷ്യന് അത്തരത്തിലുള്ള അധികാരമുണ്ടെങ്കിൽ, നാം ആത്മാർത്ഥമായി പശ്ചാത്തപിക്കുകയും നമ്മുടെ തെറ്റായ പെരുമാറ്റം തിരുത്താൻ തീരുമാനിക്കുകയും ചെയ്താൽ, പരമാത്മാവിന് നമ്മോട് ക്ഷമിക്കാൻ കഴിയില്ലെന്ന് നാം കരുതുന്നത് എന്തുകൊണ്ട്?

ഭഗവാന്റെ ഭക്തിനിർഭരമായ സേവനത്തിൽ ഏർപ്പെടുന്ന ഏതൊരാൾക്കും എപ്പോൾ വേണമെങ്കിലും അവരുടെ വിധി മാറിയേക്കാം. നമുക്ക് അത് മാറ്റാൻ കഴിയില്ല, പക്ഷേ നമ്മുടെ തിരഞ്ഞെടുപ്പുകളിലൂടെ അദ്ദേഹത്തിന് നമുക്കായി അത് ചെയ്യുവാനും നമുക്ക് അദ്ദേഹത്തിന്റെ കൃപ ആകർഷിക്കുവാനും കഴിയും.

അതിനാൽ ഭഗവാന്റെ വിശുദ്ധ നാമങ്ങൾ ജപിച്ചും (ഹരേ കൃഷ്ണ ഹരേ കൃഷ്ണ കൃഷ്ണ കൃഷ്ണ ഹരേ ഹരേ, ഹരേ രാമ ഹരേ രാമ

രാമ രാമ ഹരേ ഹരേ) ഭഗവദ് ഗീത, ശ്രീമദ് ഭാഗവതം പോലുള്ള ഗ്രന്ഥങ്ങളിൽ നിന്ന് ശ്രവിച്ചും ഭക്തിപരമായ ആചാരങ്ങളിൽ ഏർപ്പെടുകഎന്നതാണ്ഏറ്റവുംനല്ലതിരഞ്ഞെടുപ്പ്.ഈശീലങ്ങൾ നമ്മുടെ ബുദ്ധിയെ മൂർച്ച കൂട്ടുകയും അങ്ങനെ ജീവിതത്തിൽ ശരിയായ തീരുമാനങ്ങൾ എടുക്കാൻ സഹായിക്കുകയും ചെയ്യും.

നമ്മുടെ ജീവിതം മാറ്റമില്ലാത്ത ലിപികൾ മാത്രമാണെങ്കിൽ, ചെയ്യേണ്ടതും ചെയ്യരുതാത്തതുമായ കാര്യങ്ങളെക്കുറിച്ച് നമ്മെ നയിക്കാൻ ദൈവം നമുക്ക് വേദഗ്രന്ഥങ്ങൾ നൽകുകയും ആത്മീയ ഗുരുക്കന്മാരെയും സന്ന്യാസിമാരെയും ഈ ലോകത്തിലേക്ക് അയക്കുകയുംചെയ്യുന്നതിൽഅർത്ഥമില്ല.ഭഗവദ്ഗീതയിൽകൃഷ്ണൻ വിവിധ തിരഞ്ഞെടുപ്പുകളെക്കുറിച്ചും അവയുടെ അനന്തരഫല ങ്ങളെക്കുറിച്ചും സംസാരിക്കുകയും തുടർന്ന് ‘ഇപ്പോൾ നിങ്ങളുടെ ഇഷ്ടം പോലെ ചെയ്യുക’ എന്ന് പറയുകയും ചെയ്യുന്നത് എല്ലാം അറിഞ്ഞതിന് ശേഷം ആത്യന്തികമായ തിരഞ്ഞെടുപ്പ് നമ്മുടേ താണെന്ന് തെളിയിക്കുന്നു.

ഹസ്തരേഖാശാസ്ത്രം, സംഖ്യാശാസ്ത്രം, ജ്യോതിഷം എന്നിവ യെല്ലാം പരിമിതികളുണ്ട്. ഭഗവാന്റെ വിശുദ്ധ നാമങ്ങളുടെ കീർത്തനത്തിൽ കൈകൊട്ടിയാൽ നമ്മുടെ കൈകളുടെ എല്ലാ വരകളും മാറുമെന്ന് ഇസ്കോൺ സ്ഥാപക ആചാര്യനായ ശ്രീല പ്രഭുപാദ പ്രസ്താവിച്ചു. അങ്ങനെ, ശ്രവണത്തിലും ജപത്തിലും (മുകളിൽ സൂചിപ്പിച്ചതുപോലെ) ആരംഭിക്കുന്ന ആത്മാർത്ഥമായ ഭക്തി സേവനത്തിലൂടെ, വിധി തീർച്ചയായും മികച്ചതിലേക്ക് തിരിച്ചുപോക്ക് ഉണ്ടാകും. ഓരോ നിമിഷവും ഒരു തിരഞ്ഞെടു പ്പാണ്, ഓരോ തിരഞ്ഞെടുപ്പിനും സമൂലമായ മാറ്റം കൊണ്ടുവരാൻ കഴിയും.

## ചോദ്യം 2

# എന്തുകൊണ്ടാണ് ഭഗവാൻ ശ്രീകൃഷ്ണൻ നീലയോ/പച്ചയോ ആയത്?

ഭഗവാൻ കൃഷ്ണന്റെ നിറം നീലയാണ്, കാരണം അദ്ദേഹം ഒരു വ്യക്തിയാണ്, ഓരോ വ്യക്തിക്കും തിരഞ്ഞെടുപ്പുകൾ അനുവദിക്കപ്പെട്ടിരിക്കുന്നു; അദ്ദേഹം നീലനിറത്തിലാകാൻ ആഗ്രഹിക്കുന്നു. അതിനാൽ, അദ്ദേഹം നീലനിറത്തിലാണ്.

അദ്ദേഹം വിവിധ അവതാരങ്ങളിൽ അവതരിക്കുമ്പോൾ, വ്യത്യസ്ത നിറങ്ങൾ സ്വീകരിക്കുന്നു. രണ്ട് വ്യത്യസ്ത സഹസ്രാബ്ദങ്ങളിൽ വെളുപ്പും ചുവപ്പും കലർന്ന നിറമുള്ള വരാഹമായും, ശ്രീരാമൻ പച്ച നിറത്തിലും, സ്വർണ്ണ നിറമുള്ള ചൈതന്യ മഹാപ്രഭുവായും കൃഷ്ണൻ അവതരിച്ചതായി ശ്രീമദ് ഭാഗവതത്തിൽ പരാമർശിക്കുന്നു. അതിനാൽ, നമ്മുടെ ആഗ്രഹത്തിനനുസരിച്ച് വ്യത്യസ്ത അവസരങ്ങളിൽ വ്യത്യസ്ത നിറത്തിലുള്ള വസ്ത്രങ്ങൾ ധരിക്കാൻ നമ്മൾ തീരുമാനിക്കുന്നതുപോലെ, ഏത് നിറത്തിൽ പ്രത്യക്ഷപ്പെടാൻ അദ്ദേഹം ആഗ്രഹിക്കുന്നു എന്നത് ഭഗവാന്റെ തിരഞ്ഞെടുപ്പാണ്. വാസ്തവത്തിൽ, വേദാന്ത സൂത്രത്തിലെ ആദ്യത്തെ പഴഞ്ചൊല്ല് വിശദീകരിക്കുന്നു, *'ജന്മദി അസ്യ യതഃ'* – പരമാത്മാവിൽ നിന്നാണ് എല്ലാം ഉത്ഭവിക്കുന്നത് – ഇത് സൂചിപ്പിക്കുന്നത് സ്വതന്ത്രമായ അഭിരുചികളുടെ വിശാലമായ വർണ്ണരാജി യഥാർത്ഥത്തിൽ പരമപിതാവായ ഭഗവാനിൽ നിന്നാണ്, കാരണം മക്കൾക്ക് അച്ഛന്റെ ഗുണങ്ങൾ ഉണ്ടായിരിക്കണം. അദ്ദേഹത്തിന് തിരഞ്ഞെടുപ്പുകൾ ഉള്ളതിനാൽ, അദ്ദേഹത്തിന്റെ ഭാഗവും അംശവുമായതിനാൽ നമ്മളും അത് ചെയ്യുന്നു.

നമുക്ക് ഒരാളുടെ വ്യക്തിത്വത്തിനുമേൽ യുക്തി പ്രയോഗിക്കാൻ കഴിയില്ല അതുപോലെ തന്നെ ദൈവത്തിന്റെയും. ഈ ലോകത്ത്, എല്ലാം യുക്തിസഹമായി വിശദീകരിക്കാനും കഴിയില്ല.

വേദാന്തസൂത്രം (1.1.3) വിശദീകരിക്കുന്നു :

*ശാസ്ത്രയോനിത്വത്.*

അനുമാനത്തിലൂടെയോ യുക്തിയിലൂടെയോ അല്ല, ദൈവത്തെ ഗ്രന്ഥത്തിലൂടെ മാത്രമേ അറിയാൻ കഴിയൂ എന്നാണിതിനർത്ഥം. നാം വെളിപാടിനെ ആശ്രയിക്കുന്നു.

നമ്മൾ യുക്തിയെ ഇഷ്ടപ്പെടുന്നു എന്നുകരുതി യുക്തിയുടെ പരിധിക്കപ്പുറമുള്ള ഒരാളെ യുക്തിയുടെ മണ്ഡലത്തിലേക്ക് കൊണ്ടുവരാൻ കഴിയില്ല. ധാരണയ്ക്ക് അനുയോജ്യമാക്കാൻ നാം നമ്മുടെ യാഥാർത്ഥ്യത്തെ സംഗ്രഹിക്കരുത്. മറിച്ച് യാഥാർത്ഥ്യം മനസ്സിലാക്കാൻ നമ്മുടെ ധാരണയെ വിപുലീകരിക്കണം.

ഉപയോഗപ്രദമായ ഒരു ഉപകരണം പോലെയാണ് യുക്തി. എന്നാൽ മറ്റേതൊരു ഉപകരണത്തെയും പോലെ ഇതിനും പരിമിതികളുണ്ട്. ദൈവത്തിന്റെ വ്യക്തിത്വം, വ്യക്തിഗത സവിശേഷതകൾ, ഗുണവിശേഷതകൾ തുടങ്ങിയ കാര്യങ്ങളിൽ, യുക്തിയോ യുക്തിസഹമായ ചിന്തയോ മതിയാകില്ല. അതിനായി നമുക്ക് വെളിപാട് ആവശ്യമാണ്, അതിനർത്ഥം നാം വിശുദ്ധ ഗ്രന്ഥങ്ങളിൽ നിന്ന് പഠിക്കുകയും നമ്മുടെ ധാരണകൾ പരിണമിക്കാൻ പഠിക്കുന്ന കാര്യങ്ങൾ പ്രയോഗിക്കുകയും വേണം.

## ചോദ്യം 3

# ഭഗവാൻ ശ്രീകൃഷ്ണനും ഭഗവാൻ ശിവനും തമ്മിലുള്ള ബന്ധം എന്താണ്?

ഭഗവാൻ പരമശിവനും ഭഗവാൻ കൃഷ്ണനും ഒന്നാണെങ്കിലും വ്യത്യസ്തരാണ്. ബ്രഹ്മ സംഹിതയിൽ (5.45) ഇത് വിശദീകരിക്കാൻ ഭഗവാൻ ബ്രഹ്മദേവൻ മനോഹരമായ ഒരു സാമ്യം നൽകുന്നു (സമ്പൂർണ്ണമായ സത്യം വെളിപ്പെടുത്തിയ ശേഷം സൃഷ്ടിയുടെ തുടക്കത്തിൽ അദ്ദേഹം നടത്തിയ പ്രാർത്ഥനകൾ) :

*ക്ഷീരം യഥാ ദധി വികാര-വിശേഷ-യോഗാത്*
*സംജായതേ ന ഹി തതഃ പൃഥഗസ്തി ഹേതോ*
*യഃ ശംഭുതാമപി തഥാ സമുപൈതി കാര്യാത്*
*ഗോവിന്ദം ആദിപുരുഷം തം അഹം ഭജാമി*

'അമ്ലം കൊണ്ട് പാൽ തൈരായി രൂപാന്തരപ്പെടുന്നതു പോലെയും, എന്നാൽ രൂപാന്തരപ്പെട്ട തൈരിന്റെ ഗുണം അതിന്റെ പ്രഭവമായ പാലിൽ നിന്ന് ഒരേ സമയം ഒന്നായും വ്യത്യസ്തമായും അനുഭവവേദ്യമാകുന്നതു പോലെയും ആരുടെ രൂപാന്തരമാണോ സംഹാരത്തിനായിക്കൊണ്ട്, ശംഭുവിന്റെ (ശിവന്റെ) അവസ്ഥയിൽ സ്ഥിതമായിരിക്കുന്നത്, ആ പരമപുരുഷനായ ഗോവിന്ദനെ ഞാൻ ആരാധിക്കുന്നു.'

തൈര് അമ്ലവുമായി സമ്പർക്കം പുലർത്തുന്ന പാലിന്റെ രൂപാന്തരമല്ലാതെ മറ്റൊന്നുമല്ല, എന്നാൽ അതേ സമയം പാലാണ് തൈരിന്റെ ഉറവിടം. ഭഗവാൻ ശ്രീകൃഷ്ണൻ പാൽ പോലെയാണ്, ഭഗവാൻ ശിവൻ തൈരുപോലെയും. ഭഗവാൻ ശ്രീകൃഷ്ണൻ ശുദ്ധാത്മാവാണ്. അദ്ദേഹം

ഭൗതിക സൃഷ്ടിയുമായി സമ്പർക്കം പുലർത്തുമ്പോൾ, ശിവ തത്ത്വമെന്ന മറ്റൊരു തത്ത്വത്തിലേക്ക് (വിഭാഗം) അദ്ദേഹം സ്വയം പ്രത്യക്ഷപ്പെടുന്നു. എന്നാൽ പാലിൽ നിന്നുള്ള അതേ ഗുണങ്ങൾ തൈരിൽ നിന്ന് നമുക്ക് ലഭിക്കാത്തതുപോലെ, ശിവനെ ആരാധിക്കുന്നത് കൃഷ്ണാരാധനയുടെ അതേ ഗുണം നൽകില്ല.

ഭഗവാൻ കൃഷ്ണന്റെ എണ്ണമറ്റ രൂപങ്ങളിൽ സംഹാരമെന്ന പ്രത്യേക ലക്ഷ്യത്തിനായുള്ള രൂപമാണ് ശിവൻ. മറ്റൊരു വിധത്തിൽ പറഞ്ഞാൽ, ഭഗവാൻ കൃഷ്ണന്റെ സംഹാരശക്തി ഒരു രൂപമെടുക്കുമ്പോൾ, അദ്ദേഹത്തെ ശിവൻ എന്നറിയപ്പെടുന്നു.

എന്നിരുന്നാലും, വ്യത്യസ്തമായ കർത്തവ്യങ്ങൾ നിർവ്വഹിക്കുന്ന ശിവൻ വളരെ നിഗൂഢമായ ഒരു വ്യക്തിത്വമാണ്.

അദ്ദേഹം അർദ്ധദേവൻ കൂടിയാണ്, പക്ഷേ ബ്രഹ്മാവ്, ഇന്ദ്രൻ (സ്വർഗ്ഗരാജാവ്) എന്നിവരെ പോലെ ഒരു ദേവതയല്ല. ഇതിനെല്ലാം ഉപരിയാണ് അദ്ദേഹം, പക്ഷേ അദ്ദേഹത്തെ ആരാധിക്കുന്നില്ല, ദൈവമായി ആരാധിക്കപ്പെടാൻ ഇഷ്ടപ്പെടുന്നുമില്ല. പരമാത്മാവിന്റെ ഭക്തൻ എന്ന് അഭിസംബോധന ചെയ്യപ്പെടുന്നതിൽ അദ്ദേഹം വളരെ സന്തോഷിക്കുന്നു.

ഏറ്റവും മഹത് ഗ്രന്ഥമായ ശ്രീമദ് ഭാഗവതത്തിൽ (12.13.16) പരാമർശിച്ചിരിക്കുന്നതുപോലെ :

*നിമ്ന-ഗാനം യഥാ ഗംഗാ*
*ദേവാനാം അച്യുതോ യഥാ*
*വൈഷ്ണവാനം യഥാ ശംഭുഃ*
*പുരാണാനാം ഇദം തഥാ*

'ഗംഗ എല്ലാ നദികളിലും ശ്രേഷ്ഠമായിരിക്കുന്നതുപോലെ,
ദേവതകളിൽ പരമേശ്വരനായ അച്യുതനും [കൃഷ്ണൻ],
വൈഷ്ണവരിൽ ഏറ്റവും ശ്രേഷ്ഠനായ ശംഭുവും [ശിവൻ]
എന്നപോലെ ശ്രീമദ് ഭാഗവതം എല്ലാ
പുരാണങ്ങളിലും ശ്രേഷ്ഠമാണ്.'

ശ്രീമദ് ഭാഗവതത്തിൽ (4.24.28) ശിവൻ തന്നെ പറയുന്നു :

*യഃ പരം രംഹസഃ സാക്ഷാത്*
*ത്രി-ഗുണാജ് ജീവ-സംജ്ഞിതത്*
*ഭഗവന്തം വാസുദേവം*
*പ്രപന്നഃ സ പ്രിയോ ഹി മേ*

'ഭൗതികപ്രകൃതിയും ജീവാത്മാവുമായ എല്ലാറ്റിന്റെയും നിയന്ത്രകനായ പരമപുരുഷനായ കൃഷ്ണനിൽ കീഴടങ്ങുന്ന ഏതൊരു വ്യക്തിയും യഥാർത്ഥത്തിൽ എനിക്ക് വളരെ പ്രിയപ്പെട്ടവനാണ്.'

ഭഗവാൻ ശിവൻ തന്റെ ആരാധകർക്ക് ഭൗതിക ഐശ്വര്യം നൽകുന്നു. എന്നാൽ ഭൗതികമായി ഒന്നും ആഗ്രഹിക്കാതെ ശുദ്ധമായ ഹൃദയത്തോടെ പ്രത്യേകമായി അദ്ദേഹത്തെ പ്രസാദിപ്പിക്കുന്നവരുടെ ഹൃദയത്തോട് ഏറ്റവും അടുത്ത് അദ്ദേഹം നിൽക്കുന്നു. അത് ശ്രീകൃഷ്ണനോടുള്ള ഭക്തിനിർഭരമായ സേവനമാണ്. അങ്ങനെയുള്ളവരെ അദ്ദേഹം ശ്രീകൃഷ്ണന്റെ സേവന മണ്ഡലത്തിലേക്ക് കൊണ്ടുവരുന്നു.

വല്ലഭാചാര്യ ഭഗവാൻ ശ്രീകൃഷ്ണന്റെയും ഭഗവാൻ ശിവന്റെയും വലിയ ഭക്തനായിരുന്നു. ഒരിക്കൽ, ജീവിതത്തിന്റെ ഉയർച്ച താഴ്ചകളിൽ വിഷമിച്ച അദ്ദേഹം ഒരു ശിവക്ഷേത്രത്തിൽ പോയി ആത്മാർത്ഥമായി പ്രാർത്ഥിക്കാൻ തുടങ്ങി. അദ്ദേഹത്തിന്റെ പ്രാർത്ഥനയാൽ സ്പർശിച്ച ശിവൻ പ്രത്യക്ഷപ്പെട്ട് അദ്ദേഹത്തിന്റെ ആഗ്രഹം ചോദിച്ചു. വല്ലഭാചാര്യ ആശ്ചര്യപ്പെട്ടു എങ്കിലും, അദ്ദേഹം ഒരു ശുദ്ധഹൃദയനായ ഭക്തനായതിനാൽ, ഭൗതികമായ ആഗ്രഹം നിറവേറ്റാൻ ശിവനോട് ആവശ്യപ്പെടുന്നതിനുപകരം, 'ദയവായി അങ്ങേക്ക് ഏറ്റവും പ്രിയപ്പെട്ടത് എനിക്ക് തരൂ' എന്ന് ആവശ്യപ്പെട്ടു. ശിവൻ ഒരു പുഞ്ചിരിയോടെ അദ്ദേഹത്തിന് ഒരു ശ്രീകൃഷ്ണ പ്രതിഷ്ഠ നൽകി. അന്നുമുതൽ വല്ലഭാചാര്യ ശ്രീകൃഷ്ണനെ ആരാധിച്ചിരുന്നുവെങ്കിലും ശിവനെ ഒരിക്കലും നിരാകരിച്ചില്ല. വാസ്തവത്തിൽ, അദ്ദേഹം ശിവനെ തന്റെ ഗുരുവായി കണക്കാക്കുകയായിരുന്നു.

അതിനാൽ, പരമശിവനും കൃഷ്ണനും ഒന്നാണെങ്കിലും വ്യത്യസ്തരാണ്. വ്യത്യസ്ത പ്രവർത്തനങ്ങൾക്കായി, ഒരേ പരമമായ സത്യത്തിന്റെ സാക്ഷാത്ക്കാരം എന്ന അർത്ഥത്തിൽ അവർ ഒന്നാണ്.

എന്നിരുന്നാലും, നമ്മുടെ വിശ്വാസപ്രകാരം നാം ആരെ ആരാധിക്കുന്നുവെങ്കിലും, അവരോട് ഏറ്റവും നല്ലതും അവരുടെ ഹൃദയത്തോട് ചേർന്നുനിൽക്കുന്നതും നമുക്ക് നൽകണമെന്ന് പ്രാർത്ഥിക്കാം, വല്ലഭാചാര്യയെപ്പോലെ, ആരാണെന്നോ എന്താണെന്നോ നമുക്ക് അറിയില്ലെങ്കിലും ഏറ്റവും മികച്ചതിലേക്ക് നമ്മൾ നയിക്കപ്പെടും.

ചോദ്യം 4

## ഈ ജീവിതത്തിനപ്പുറം ഭാവി ജീവിതത്തെക്കുറിച്ച് നാം എന്തിന് ആശങ്കപ്പെടണം?

ഈയൊരു ജീവിതം മാത്രമല്ല നമ്മുടേത്, നമ്മൾ ആഗ്രഹിക്കുന്നില്ലെങ്കിലും ഒരു ദിവസം നമ്മൾ ഈ ലോകം വിട്ടുപോകേണ്ടിവരും. നമ്മുടെ ഈ ജീവിതത്തിലെ പ്രവർത്തനങ്ങളെ ആശ്രയിച്ചാണ് നമ്മുടെ ഭാവി ജീവിതം.

ജീവിതം എന്നത് ഒരു ഏകദിന മത്സരമല്ല, പല ഘട്ടങ്ങളുള്ള ടെസ്റ്റ് മത്സരമാണ്. ഇതിൽ നമ്മൾ എത്ര നന്നായി അല്ലെങ്കിൽ മോശമായി കളിച്ചു എന്നതിനെ ആശ്രയിച്ചിരിക്കും അടുത്ത ഘട്ടം. നമ്മൾ എവിടെ അവസാനിപ്പിച്ചോ അവിടെ നിന്നും ആരംഭിക്കുന്നു. അതിനാൽ, ഭാവിയിലെ വിഷമങ്ങൾ ഒഴിവാക്കാനും മെച്ചപ്പെട്ട ഭാവി ജീവിതം നേടാനും, ഈ നിമിഷത്തെ ജീവിതത്തെക്കുറിച്ച് നാം ചിന്തിക്കേണ്ടതുണ്ട്.

ആത്മീയത കൂടാതെ, നമ്മുടെ ദൈനംദിന ജീവിതത്തിലും ഈ സമ്പ്രദായം പിന്തുടരുന്നില്ലേ? നമ്മുടെ കുട്ടികളുടെ ഭാവി ക്ഷേമത്തെക്കുറിച്ച് നാം വേവലാതിപ്പെടുന്നില്ലേ, അങ്ങനെ അവരെ മികച്ച സ്കൂളുകളിൽ അയയ്ക്കുകയും മെച്ചപ്പെട്ട ജീവിതസാഹചര്യം നേടുന്നതിന് കഠിനാധ്വാനം ചെയ്യാൻ അവരെ പ്രോത്സാഹിപ്പിക്കുകയും ചെയ്യുന്നില്ലേ? പെട്ടെന്ന് ആവിർഭവിക്കാവുന്ന ഏതെങ്കിലും അടിയന്തരാവസ്ഥ പ്രതീക്ഷിച്ചുകൊണ്ട് നമ്മൾ നമ്മുടെ ഭാവി സുരക്ഷിതമാക്കാൻ നിക്ഷേപങ്ങൾ നടത്തുന്നില്ലേ? ഇവയെ ഹ്രസ്വകാല നിക്ഷേപങ്ങൾ എന്ന് വിളിക്കുന്നു, നിലവിലെ ശരീരത്തിനപ്പുറം ജീവിതം തുടരുന്നതിനാൽ ദീർഘകാല

നിക്ഷേപങ്ങൾ നടത്താൻ മനുഷ്യരാശിയുടെ വഴികാട്ടികളായ നമ്മുടെ വിശുദ്ധ ഗ്രന്ഥങ്ങൾ, നമ്മെ പ്രോത്സാഹിപ്പിക്കുന്നു.

ഭഗവദ്ഗീതയിൽ (2.13) ഭഗവാൻ കൃഷ്ണൻ പറയുന്നതുപോലെ :

*ദേഹിനോ 'സ്മിൻ യഥാ ദേഹേ*
*കൗമാരം യൗവനം ജരാ*
*തഥാ ദേഹാന്തര-പ്രാപ്തിർ*
*ധീരസ് തത്ര ന മുഹ്യതി*

'ശരീരസ്ഥനായ ആത്മാവ് ബാല്യത്തിൽ നിന്ന്
യൗവ്വനത്തിലേയ്ക്കും പിന്നെ വാർദ്ധക്യത്തിലേയ്ക്കും
കടക്കുന്നതുപോലെ മരണശേഷം മറ്റൊരു ശരീരത്തിലേയ്ക്ക്
പ്രവേശിക്കുന്നു. ആത്മസാക്ഷാത്ക്കാരം നേടിയ ആത്മാവ്
അത്തരമൊരു മാറ്റത്തിൽ പരിഭ്രാന്തമാവുകയില്ല.'

അദ്ദേഹം ഭഗവദ് ഗീതയിൽ (2.27) പറയുന്നു :

*ജാതസ്യ ഹി ധ്രുവോ മൃത്യുർ*
*ധ്രുവം ജന്മ മൃതസ്യ ച*
*തസ്മാദ് അപരിഹാര്യേ 'ർഥേ*
*ന ത്വം ശോചിതുമർഹസി*

'ജനിച്ചവന് മരണം നിശ്ചിതമത്രേ; മരിച്ചവന് ജനനവും.
അതിനാൽ തന്റെ അനിവാര്യമായ കർത്തവ്യ
നിർവ്വഹണത്തെപ്പറ്റി നീ വ്യസനിക്കേണ്ടതില്ല.'

അതിനാൽ, നാം ശാശ്വത ജീവികളാണെന്നും നമ്മുടെ ജീവിതം മരണത്തോടെ അവസാനിക്കില്ലെന്നും അത് തുടരുമെന്നും നാം തിരിച്ചറിയണം, അതിനാൽ നാം ഭാവിക്കായി തയ്യാറെടുക്കണം. ലോകത്തിന്റെ വിവിധ ഭാഗങ്ങളിൽ ഡോ. ഇയാൻ സ്റ്റീവൻ സൺ (ഏകദേശം 3000 കേസുകൾ) അന്വേഷിച്ച കുട്ടികളുടെ ഭൂതകാല ഓർമ്മകൾ ഓർമ്മിപ്പിക്കുന്നതിലൂടെ പുനർജന്മത്തിന്റെ ശക്തമായ ശാസ്ത്രീയ തെളിവുകളുണ്ട്. അതിനാൽ, ശാസ്ത്രവും വേദ ഗ്രന്ഥങ്ങളും ഈ ജീവിതത്തിന് ശേഷം നമുക്ക് ജീവിതം ഉണ്ടാകുമെന്ന് സ്ഥിരീകരിക്കുന്നു, അതുകൊണ്ട് അതിനായി

തയ്യാറെടുക്കുന്നതാണ് ബുദ്ധി. ആറുമാസത്തിനുശേഷം പരീക്ഷയുണ്ടാകുമെന്ന് അറിയുന്ന ഒരു കുട്ടിയെപ്പോലെ, അതിനായി തയ്യാറെടുക്കാനും നമ്മുടെ ജീവിതത്തിന്റെ ഉത്തരവാദിത്തം ഏറ്റെടുക്കാനും നാം വിവേകമുള്ളവരായിരിക്കണം.

## ചോദ്യം 5

# വേദ സാഹിത്യം മാംസാഹാരം അനുവദിക്കുന്നുണ്ടോ?

ഒരു ചെറിയ അനുമതിയും, ഒരു വലിയ നിഷേധവും.

നമുക്ക് ഇത് മനസ്സിലാക്കാം.

വേദ സാഹിത്യം ഒഴിച്ചുനിർത്തുന്നതല്ല, എല്ലാം ഉൾക്കൊള്ളുന്നതാണ്:ആളുകൾക്ക്ഒരുവഴിമാത്രമല്ല,അവരുടെബോധത്തിന്റെ പരിണാമത്തെ ആശ്രയിച്ച് ഒന്നിലധികം വഴികളുണ്ട്, വേദങ്ങളുടെ ആത്യന്തിക ലക്ഷ്യം എല്ലാവരെയും അവർ ഏത് തലത്തിൽ ആയിരുന്നാലും ജീവിതത്തിന്റെ ഏറ്റവും ഉയർന്ന ലക്ഷ്യത്തിലേക്ക് ക്രമേണ ഉയർത്തുക എന്നതാണ്, അതായത്, നാം ആരാണെന്നും ദൈവം ആരാണെന്നും അദ്ദേഹത്തെ എങ്ങനെ സ്നേഹത്തോടെ സേവിക്കാമെന്നും തിരിച്ചറിയുക.

പ്രധാനമായി, വേദ സാഹിത്യം സസ്യാഹാരത്തെ വളരെയധികം ശുപാർശ ചെയ്യുന്നു, കൂടാതെ മാംസാഹാരത്തെക്കുറിച്ചുള്ള പരാമർശം നിസ്സാരമാണ്.

മാംസാഹാരത്തെ അംഗീകരിക്കാത്ത, അപലപിക്കുന്ന, ഇനിപ്പറയുന്ന വേദ ഉദ്ധരണികൾ നമുക്ക് പരിഗണിക്കാം.

**മനു സംഹിത (മനുഷ്യരാശിക്കുള്ള നിയമ പുസ്തകം)**

ജീവജാലങ്ങൾക്ക് പരിക്കേൽക്കാതെ ഒരിക്കലും മാംസം ലഭിക്കില്ല, ജീവജാലങ്ങൾക്ക് പരിക്കേൽക്കുന്നത് സ്വർഗീയ ആനന്ദത്തിന് ഹാനികരമാണ്; അതുകൊണ്ട് അവൻ മാംസം ഒഴിവാക്കട്ടെ. മാംസത്തിന്റെ വെറുപ്പുളവാക്കുന്ന ഉത്ഭവവും ചങ്ങലയിട്ട് കൊല്ലുന്നതിന്റെ ക്രൂരതയും നന്നായി പരിഗണിച്ച

കൊണ്ട്, അവൻ മാംസം ഭക്ഷിക്കുന്നത് പൂർണ്ണമായും ഒഴിവാക്കട്ടെ.' (മനു സംഹിത 5.48-49)

'മൃഗത്തെ കൊല്ലാൻ അനുവദിക്കുന്നവൻ, അതിനെ വെട്ടുന്നവൻ, കൊല്ലുന്നവൻ, മാംസം വാങ്ങുകയോ വിൽക്കുകയോ ചെയ്യുന്നവൻ, പാകം ചെയ്യുന്നവൻ, വിളമ്പുന്നവൻ, ഭക്ഷിക്കുന്നവൻ എന്നിവരെ മൃഗത്തിന്റെ ഘാതകനായി പരിഗണിക്കണം. ദേവന്മാരെയോ പൂർവ്വികരെയോ ആരാധിക്കാതെ, സ്വന്തം മാംസത്തിന്റെ ഭൂരിഭാഗവും മറ്റ് ജീവികളുടെ മാംസത്താൽ വർദ്ധിപ്പിക്കാൻ ശ്രമിക്കുന്ന മനുഷ്യനെക്കാൾ വലിയ പാപി വേറെ ഇല്ല.' (മനു സംഹിത 5.51-52)

'അവന് അതിയായ ആഗ്രഹമുണ്ടെങ്കിൽ [മാംസത്തിനോട്], ശുദ്ധമായ വെണ്ണകൊണ്ടോ മാവ് കൊണ്ടോ ഒരു മൃഗത്തെ ഉണ്ടാക്കി [അത് ഭക്ഷിക്കാം]; എന്നാൽ അവൻ ഒരിക്കലും [നിയമപരമായ] കാരണമില്ലാതെ മൃഗത്തെ നശിപ്പിക്കാൻ ശ്രമിക്കരുത്. കൊല്ലപ്പെട്ട മൃഗത്തിന് എത്രത്തോളം രോമങ്ങളുണ്ടോ, ഒരു കാരണവു മില്ലാതെ അതിനെ കൊന്നവൻ അടുത്ത ജന്മങ്ങളിൽ അത്ര ത്തോളം കഷ്ടതകൾ അനുഭവിച്ച് ക്രൂരമായ മരണത്തിന് വിധേയനാകും.' (മനു സംഹിത 5.37-38)

സ്വയം സുഖത്തിനുവേണ്ടിയെന്ന ആഗ്രഹത്താൽ നിരുപദ്ര വകാരികളെ മുറിവേൽപ്പിക്കുന്നവൻ ഇഹലോകത്തിലോ പര ലോകത്തിലോ ഒരിക്കലും സന്തോഷം അനുഭവിക്കുകയില്ല.' (മനു സംഹിത 5.45)

'ശുദ്ധമായ പഴങ്ങളും വേരുകളും കഴിച്ചും, കാട്ടിലെ സന്ന്യാസികൾക്ക് യോജിച്ച ഭക്ഷണം കഴിക്കുന്നതിലൂടെയും, ഒരാൾക്ക് മാംസത്തിന്റെ ഉപയോഗം പൂർണ്ണമായും ഒഴിവാക്കു ന്നതുപോലെ ഒരു വലിയ പ്രതിഫലം വേറെ ലഭിക്കില്ല. (മനു സംഹിത 5.54-55)

'ഒരു ജീവിയെയും കൊല്ലാതിരിക്കുന്നതിലൂടെ അയാൾ മോക്ഷത്തിന് യോഗ്യനാകുന്നു.' (മനു സംഹിത 6.60)

**മഹാഭാരതം**

'മറ്റ് ജീവികളുടെ മാംസം ഭക്ഷിച്ച് സ്വന്തം മാംസം വർദ്ധിപ്പിക്കാൻ ആഗ്രഹിക്കുന്നവൻ, തന്റെ [അടുത്ത] ജന്മം ഏത് ഇനത്തിലും ദുരിതജീവിതമാകും.' (മഹാഭാരതം, അനു. 115.47)

'മാംസം വാങ്ങുന്നവൻ തന്റെ സമ്പത്തുകൊണ്ട് അക്രമ

മാണ് ചെയ്യുന്നത്; മാംസം ഭക്ഷിക്കുന്നവൻ അതിന്റെ രുചി ആസ്വദിച്ചുകൊണ്ടാണ് അത് ചെയ്യുന്നത്; യഥാർത്ഥത്തിൽ മൃഗത്തെ കെട്ടിയിട്ട് കൊല്ലുന്നതിലൂടെ അയാൾ അക്രമം നടത്തുകയാണ്. അങ്ങനെ, കൊലപാതകത്തിന് മൂന്ന് രൂപങ്ങളുണ്ട്. മാംസം കൊണ്ടുവരികയോ കൊണ്ടുകൊടുക്കുകയോ ചെയ്യുന്നവൻ, മൃഗത്തിന്റെ അവയവങ്ങൾ അറുത്തുമാറ്റുന്നവൻ, മാംസം വാങ്ങുകയോ വിൽക്കുകയോ പാകം ചെയ്യുകയോ ചെയ്ത് ഭക്ഷിക്കുന്നവനെയെല്ലാം മാംസാഹാരികളായി കണക്കാക്കണം.' (മഹാഭാരതം, അനു. 115.40).

'പാപങ്ങളിലൂടെ അക്രമം സൃഷ്ടിക്കുന്ന കുറ്റവാളിയുടെ ആയുസ്സ് കുറയുന്നു. അതുകൊണ്ട് സ്വന്തം ക്ഷേമത്തിൽ ഉത്കണ്ഠയുള്ളവർ മാംസാഹാരം ഒഴിവാക്കണം.' (മഹാഭാരതം, അനു. 115.33)

'മറ്റു ജീവികളുടെ മാംസം ഭക്ഷിച്ച് സ്വന്തം മാംസം വർദ്ധിപ്പിക്കാൻ ആഗ്രഹിക്കുന്ന മനുഷ്യന് ദുരന്തം നേരിടേണ്ടി വരുമെന്ന് സദ്ഗുണസമ്പന്നനായ നാരദൻ പറഞ്ഞിട്ടുണ്ട്.' (മഹാഭാരതം, അനു. 115.9-12)

'നിരപരാധികളും ആരോഗ്യമുള്ളവരുമായ ജീവിതസ്നേഹം സമ്മാനിച്ച ജീവികൾ, കശാപ്പ് ചെയ്തു ജീവിക്കുന്ന പാപികളായ നികൃഷ്ടരാൽ കൊല്ലപ്പെടാൻ നോക്കുമ്പോൾ അവരെക്കുറിച്ച് എന്താണ് പറയേണ്ടത്? അതിനാൽ, രാജാവേ, മാംസം ഉപേക്ഷിക്കുന്നത് മതത്തിന്റെയും സ്വർഗ്ഗരാജ്യത്തിന്റെയും സന്തോഷത്തിന്റെയും പരമോന്നത ഉപായമാണെന്ന് അറിയുക. [മറ്റുള്ളവർക്ക്] പരിക്കേൽക്കാതിരിക്കുന്നതാണ് ഏറ്റവും ഉയർന്ന മതം. ഏറ്റവും വലിയ പ്രായശ്ചിത്തവും അതുതന്നെയാണ്. എല്ലാ കടമകളും പിറവികൊള്ളുന്ന ഏറ്റവും വലിയ സത്യം കൂടിയാണിത്.' (മഹാഭാരതം, അനു. 115.21-23)

പുല്ലിൽ നിന്നോ മരത്തിൽ നിന്നോ കല്ലിൽ നിന്നോ മാംസം ഉണ്ടാകില്ല. ഒരു ജീവിയെ കൊല്ലാതെ അതിനെ നേടിയെടുക്കാൻ കഴിയില്ല എന്നതാണ് മാംസം ഭക്ഷിക്കുന്നതിന്റെ കുഴപ്പം. രുചിയുടെ സംവേദനത്തെ തൃപ്തിപ്പെടുത്താൻ ശ്രമിക്കുന്നവരെ അറിയപ്പെടേണ്ടത് ഇരുട്ടിന്റെ ഗുണങ്ങൾ നിറഞ്ഞ രാക്ഷസന്മാർ (മാംസം ഭക്ഷിക്കുന്ന ഭൂതങ്ങൾ) എന്നായിരിക്കണം. (മഹാഭാരതം, അനു. 115.24-25)

'മാംസം ഭക്ഷിക്കുന്നവരായി ആരുമില്ലായിരുന്നുവെങ്കിൽ ജീവജാലങ്ങളെ കൊല്ലാൻ ആരുമുണ്ടാകില്ലായിരുന്നു. ജീവജാല

ങ്ങളെ കൊല്ലുന്നവൻ മാംസം ഭക്ഷിക്കുന്നവനു വേണ്ടിയാണ് അത് ചെയ്യുന്നത്. മാംസം ഭക്ഷണമായി കണക്കാക്കിയില്ലെങ്കിലും, ജീവജാലങ്ങളുടെ നാശം ഉണ്ടാകുമായിരുന്നില്ല. ഭക്ഷിക്കുന്നവനു വേണ്ടിയാണ് ലോകത്തിൽ ജീവജാലങ്ങളുടെ നാശം നടക്കുന്നത്. മഹത്വമുള്ളവനേ, ജീവജാലങ്ങളെ കൊല്ലുകയോ കൊല്ലാൻ ഇടയാക്കുകയോ ചെയ്യുന്ന വ്യക്തികളുടെ ആയുസ്സ് കുറയുന്നു. സ്വന്തം നന്മ ആഗ്രഹിക്കുന്നവൻ മാംസാഹാരം പാടേ ഉപേക്ഷിക്കണമെന്നത് തീർച്ചയാണ്. ജീവജാലങ്ങളുടെ നാശത്തിൽ ഏർപ്പെട്ടിരിക്കുന്ന ഭീരുക്കൾ അവർക്ക് ആവശ്യമുള്ളപ്പോൾ ഒരിക്കലും സംരക്ഷകരെ ലഭിക്കുകയില്ല. അത്തരക്കാർ എപ്പോഴും ഇരപിടിക്കുന്ന മൃഗത്തെപ്പോലെ കഠിനമായിതന്നെ ശിക്ഷിക്കപ്പെടണം.' (മഹാഭാരതം, അനു. 115.29-32)

'രാജാധിരാജാവേ, ഞാൻ പറയുന്നത് കേൾക്കു, പാപമില്ലാത്തവനേ, രാജാവേ, മാംസാഹാരം വർജ്ജിക്കുന്നതിലും പരമമായ സന്തോഷമെന്തുണ്ട്. ഒരു നൂറ്റാണ്ടോളം കഠിനമായ തപസ്സു ചെയ്യുന്നവനും മാംസാഹാരം വർജ്ജിക്കുന്നവനും ഒരേപോലെ യോഗ്യരാണ് എന്നതാണ് എന്റെ അഭിപ്രായം.' (മഹാഭാരതം, അനു. 115.52-53)

'യുധിഷ്ഠിരൻ പറഞ്ഞു : അയ്യോ, മറ്റ് പലതരം ഭക്ഷണങ്ങൾ ശ്രദ്ധിക്കാതെ, മാംസം മാത്രം ആഗ്രഹിക്കുന്ന ആ ക്രൂരന്മാർ യഥാർത്ഥത്തിൽ മഹാരാക്ഷസന്മാരെപ്പോലെയാണ് [മാംസം ഭക്ഷിക്കുന്ന ഭൂതങ്ങൾ].' (മഹാഭാരതം, അനു. 116.1)

'ഭീഷ്മർ പറഞ്ഞു : മറ്റൊരു ജീവിയുടെ മാംസം കൊണ്ട് സ്വന്തം മാംസം വർദ്ധിപ്പിക്കാൻ ആഗ്രഹിക്കുന്ന മനുഷ്യനെക്കാൾ നികൃഷ്ടനും ക്രൂരനുമായ മറ്റാരുമില്ല. ഈ ലോകത്ത് ഒരു സൃഷ്ടിക്ക് അവന്റെ ജീവനേക്കാൾ പ്രിയപ്പെട്ടതായി മറ്റൊന്നില്ല. അതിനാൽ, സ്വന്തം ജീവിതത്തോട് ചെയ്യുന്നതുപോലെ മറ്റുള്ളവരുടെ ജീവിതത്തിലും കരുണ കാണിക്കണം. നിശ്ചയമായും, മകനേ, മാംസത്തിന്റെ ഉത്ഭവം അത്യന്താപേക്ഷിതമായ വിത്തിൽ നിന്നാണ്. അത് ഭക്ഷിക്കുന്നതിൽ വലിയ പാപമുണ്ട്, അത് വർജ്ജിക്കുന്നതിൽ പുണ്യവുമുണ്ട്.' (മഹാഭാരതം, അനു. 116.11-13)

അതിനാൽ ശുദ്ധാത്മാവായ ഒരു വ്യക്തി എല്ലാ ജീവജാലങ്ങളോടും കരുണയുള്ളവനായിരിക്കണം. ഹേ രാജാവേ, തന്റെ ജനനം മുതൽ എല്ലാത്തരം മാംസങ്ങളും വർജ്ജിക്കുന്ന മനുഷ്യൻ, സ്വർഗ്ഗത്തിൽ ഇടം നേടുന്നു. ജീവൻ കൊതിക്കുന്ന മൃഗങ്ങളുടെ

മാംസം ഭക്ഷിക്കുന്നവർ, അവർ ഭക്ഷിക്കുന്ന മൃഗങ്ങൾ തന്നെ [പിന്നീട്] അവരെ ഭക്ഷിക്കുന്നു. ഇതാണ് എന്റെ അഭിപ്രായം. അവൻ എന്നെ തിന്നതിനാൽ പകരം ഞാൻ അവനെ തിന്നും. ഹേ ഭരതാ, ഇത് മാംസ (മാംസം എന്നർത്ഥം) എന്ന കഥാപാത്രത്തെ രൂപപ്പെടുത്തുന്നു [എന്നെ ഭക്ഷിച്ചതിന് അവൻ നിന്നെ ഭക്ഷിക്കും]. നശിപ്പിക്കുന്നവൻ എപ്പോഴും കൊല്ലപ്പെടുന്നു. അവനുശേഷം ഭക്ഷിക്കുന്നവനും അതേ വിധിയാണ് നേരിടേണ്ടിവരുന്നത്.' (മഹാഭാരതം, അനു. 116.32-35)

**ഭാഗവത പുരാണം**

'യഥാർത്ഥ ധർമ്മത്തെക്കുറിച്ച് അജ്ഞരും, ദുഷ്ടരും അഹങ്കാരി കളുമാണെങ്കിലും,സ്വയംസദ്ഗുണമുള്ളവരായികണക്കാക്കുന്നവർ, പശ്ചാത്താപമോ ശിക്ഷയോ ഭയപ്പെടാതെ മൃഗങ്ങളെ കൊല്ലുന്നു. കൂടാതെ, അത്തരം പാപികളായ വ്യക്തികളെ, അവരുടെ അടുത്ത ജന്മത്തിൽ അവർ ഈ ലോകത്ത് കൊന്ന അതേ ജീവികൾ തന്നെ ഭക്ഷിക്കും.' (ഭാഗവത പുരാണം 11.5.14)

മാംസാഹാരത്തെ വേദ സാഹിത്യം ശക്തമായി അപലപി ക്കുന്നതായി നാം കാണുന്നു.

അപ്പോൾ മാംസാഹാരത്തെക്കുറിച്ചുള്ള പരാമർശങ്ങളുടെ കാര്യമോ?

ഈ പരാമർശങ്ങൾ നിർദ്ദേശങ്ങളല്ല. അവ അവകാശ ങ്ങളാണ്.

എന്നിരുന്നാലും,ഈപരാമർശങ്ങൾനിലവിലുണ്ട്.തങ്ങളുടെ മാംസാഹാര ശീലങ്ങളെ ന്യായീകരിക്കാൻ ആഗ്രഹിക്കുന്ന ചിലർ മാംസാഹാരം അനുവദിക്കുന്ന പരാമർശങ്ങൾ കണ്ടെത്തും. എന്നാൽ ആ പരാമർശങ്ങൾ പരിശോധിച്ചാൽ, പ്രായോഗിക മായി അവയെല്ലാം യാഗത്തിന്റെയോ ത്യാഗത്തിന്റെയോ പശ്ചാ ത്തലത്തിൽ ഉപാധികളോടെയുള്ളതാണ്.

**എന്തുകൊണ്ടാണ് വേദ സാഹിത്യം ചില സന്ദർഭങ്ങളിൽ മാംസാഹാരം അനുവദിക്കുന്നത്?**

വേദ സാഹിത്യം ഒരു രൂപത്തിൽ മാത്രം ആത്മീയത വാഗ്ദാനം ചെയ്യുന്നില്ല. വ്യത്യസ്ത ആളുകൾ പരിണാമത്തിന്റെ അല്ലെങ്കിൽ ആത്മീയ ജീവിതം പരിശീലിക്കാനുള്ള കഴിവിന്റെ വിവിധ തലങ്ങളിലാണെന്ന് ഇത് തിരിച്ചറിയുന്നത്. അവരുടെ വ്യക്തിഗത

ശേഷിയെ അടിസ്ഥാനമാക്കി, അവർക്ക് വ്യത്യസ്ത തലങ്ങളിൽ നിർദ്ദേശങ്ങൾ പിന്തുടരാനാകും. അതുകൊണ്ടാണ് മാംസാഹാരത്തിന് അടിമപ്പെട്ടവർക്ക് ചില നിയന്ത്രിത സാഹചര്യങ്ങളിൽ ഇത് അനുവദിക്കുന്നത്. അതിനാൽ, തിരുവെഴുത്തുകളിലെ ഈ പ്രസ്താവനകൾ ഇളവുകളാണ്, നിർദ്ദേശങ്ങളല്ല.

ഒരു ഇളവും നിർദ്ദേശവും തമ്മിലുള്ള വ്യത്യാസം എന്താണ്? ഒരു രോഗിക്ക് പ്രമേഹം ഉണ്ടെന്ന് കണ്ടെത്തിയാൽ, ഒരു പ്രത്യേക മരുന്ന് കഴിക്കാനും എല്ലാ തരം മധുരങ്ങൾ ഒഴിവാക്കാനും ഡോക്ടർ അവനോട് പറയുന്നു. ഇതാണ് നിർദ്ദേശം. എന്നാൽ രോഗി പറയുന്നു, 'എനിക്ക് മധുരമില്ലാതെ ജീവിക്കാൻ കഴിയില്ല. എനിക്ക് മധുരം വേണം.' അപ്പോൾ ഡോക്ടർ പറയുന്നു, 'ശരി, നിങ്ങൾക്ക് മധുരം കഴിക്കാം. ഒരു മധുരപലഹാരം കഴിക്കുക, പക്ഷേ ആഴ്ചയിൽ ഒരിക്കൽ മാത്രം.' ഇതൊരു ഇളവാണ്. എന്നാൽ ഇത് ഒരു ഉത്തരവോ നിർദ്ദേശമോ അല്ല, മറിച്ച് ഒരു ഇളവായിരുന്നുവെങ്കിലും മധുരം കഴിക്കാൻ ഡോക്ടർ നിർദ്ദേശിച്ചതായി രോഗി പ്രഖ്യാപിക്കുന്നു. ഇളവ് എന്നതിനർത്ഥം ഒരാൾക്ക് നല്ലതല്ലാത്തത് അയാൾ ആഗ്രഹിക്കുന്നതിനാൽ മാത്രം അനുവദിക്കുന്നു എന്നതാണ്.

അതിനാൽ, ചില സാഹചര്യങ്ങളിൽ നിങ്ങൾക്ക് മാംസാഹാരം കഴിക്കാം എന്ന ഇളവോടുകൂടി വേദ സാഹിത്യം സസ്യാഹാരം ശുപാർശ ചെയ്യുന്നു. ആ സാഹചര്യങ്ങൾ എന്തൊക്കെയാണ്? ചില പുണ്യദിനങ്ങളിൽ നാം യാഗം നടത്തുകയും അതിൽ ഒരു മൃഗത്തെ ബലിയർപ്പിക്കുകയും പിന്നീട് കാളിദേവി അല്ലെങ്കിൽ മറ്റേതെങ്കിലും ദേവിക്കോ ദേവതയ്ക്കോ സമർപ്പിക്കുകയും ചെയ്താൽ, ആ മാംസം ഭക്ഷിക്കപ്പെടുന്നു. ഈ പുണ്യദിനങ്ങൾ പലപ്പോഴും സംഭവിക്കാറില്ല. തിന്മയെ നിരുത്സാഹപ്പെടുത്തുക എന്നതാണ് ഇതിന്റെ ആത്യന്തിക ലക്ഷ്യം. എന്നാൽ ജീവിതത്തിൽ അവർ ആഗ്രഹിക്കുന്ന എന്തെങ്കിലും നൽകിയില്ലെങ്കിൽ മുന്നോട്ട് പോകാത്തവരോട്, 'ശരി! ഭക്ഷണം കഴിക്കാനുള്ള നിങ്ങളുടെ അവകാശം ഞങ്ങൾ നിഷേധിക്കുന്നില്ല, ഈ ദിവസങ്ങളിൽ നിങ്ങൾക്ക് തീർച്ചയായും ഭക്ഷണം കഴിക്കാം എന്ന് വേദങ്ങൾ പറയുന്നു.' നിങ്ങൾ ഒരിക്കലും പഞ്ചസാര കഴിക്കരുതെന്ന് ഡോക്ടർ ആഗ്രഹിക്കുന്നുവെങ്കിലും, നിങ്ങൾ പഞ്ചസാര കഴിക്കുന്നത് നിയന്ത്രിക്കുക എന്നതാണ് അദ്ദേഹത്തിന്റെ ഉദ്ദേശ്യം എന്നത് പോലെ.

കാളി ദേവിക്ക് ബലിയർപ്പിക്കുമ്പോൾ, അവൾ ഒരു വൈഷ്ണവിയും പരമകാരുണികനായ ശിവന്റെ ഭാര്യയും ആയതിനാൽ അവൾ അത് കഴിക്കില്ല. എന്നാൽ ഭക്തർ മാംസം ആഗ്രഹിക്കുന്നതിനാൽ, അവരുടെ ആഗ്രഹങ്ങളെ നിയന്ത്രിക്കാൻ യാഗങ്ങൾ ആരംഭിച്ചു.

എന്നാൽ വേദ സംസ്കാരത്തെ ചിട്ടപ്പെടുത്താനും പുനരുജ്ജീവിപ്പിക്കാനും പിന്നീട് പ്രത്യക്ഷപ്പെട്ട മാധവാചാര്യ, രാമാനുജാചാര്യ തുടങ്ങിയ ആചാര്യന്മാരോ ആത്മീയ ഗുരുക്കന്മാരോ അത്തരം യാഗങ്ങൾ പോലും നിർത്തി. ഇന്ന്, ലോകമെമ്പാടുമുള്ള ആളുകൾ സസ്യാഹാരത്തിന്റെ മൂല്യം തിരിച്ചറിയുന്നത് മാംസാഹാരം സൃഷ്ടിക്കുന്ന പാരിസ്ഥിതിക പ്രശ്നങ്ങളാലാണ്. അതിനാൽ ഒരാളുടെ മാംസാഹാരത്തെ ന്യായീകരിക്കാൻ വേദസാഹിത്യത്തിലെ അവ്യക്തമായ വാക്യങ്ങൾ അന്വേഷിക്കുന്നതിനുപകരം, നമുക്ക് വേദപാരമ്പര്യത്തെയും അതിന്റെ പ്രശംസനീയമായ സസ്യാഹാര രീതിയും തിരിച്ചറിയാം. ഈ ബദൽ ഒരു ബദൽ മാത്രമല്ല, എന്നാൽ നമ്മുടെ പ്രകൃതിയുടെ നിലനിൽപ്പിനുംമനുഷ്യരാശിയുടെനിലനിൽപ്പിനുംഅത്ആവശ്യമായിരിക്കുന്നുവെന്ന ഈ പാരമ്പര്യം ഇപ്പോൾ ലോകമെമ്പാടും ഒരു മാതൃകയാണ്.

നാം വേദഗ്രന്ഥങ്ങൾ ഉദ്ധരിക്കുമ്പോൾ, നമ്മുടെ സ്വന്തം ഹൃദയങ്ങളിലേക്ക് നോക്കുകയും, നാം ചെയ്യുന്നതിനെ സാധൂകരിക്കാൻ വേണ്ടിയാണോ അതോ അടിസ്ഥാന തത്വങ്ങളെക്കുറിച്ച് യഥാർത്ഥത്തിൽ പഠിക്കാനാണോ ഉദ്ധരിക്കുന്നതെന്ന് ചോദിക്കണം. ശുപാർശകൾ പലതാണ്, എന്നാൽ ഇളവുകൾ കുറവാണ്. അപ്പോൾ, നമ്മുടെ ശ്രദ്ധ എന്തിലാണ്? ശുപാർശയിലോ അതോ ഇളവിലോ?

ചോദ്യം 6

# അക്രമം ഉണ്ടാക്കാൻ ആഗ്രഹിക്കാത്തതിനാൽ നാം മാംസം ഒഴിവാക്കുന്നുവെങ്കിൽ, പച്ചക്കറികൾ കഴിക്കുന്നതിലും അക്രമം ഉൾപ്പെടില്ലേ?

വേദഗ്രന്ഥങ്ങൾ പ്രസ്താവിക്കുന്ന, *'ജീവോ ജീവസ്യ ജീവനം'* (ശ്രീമദ് ഭാഗവതം 1.13.47), അതായത് ഒരു ജീവി മറ്റൊന്നിന് ഭക്ഷണമാണ്. അതിനാൽ ഓരോ ജീവജാലവും മറ്റൊന്നിൽ ജീവിക്കേണ്ടതുണ്ട്. നമുക്ക് അക്രമം പൂർണ്ണമായും ഒഴിവാക്കാനാവില്ല, പക്ഷേ പരമാവധി അക്രമം കുറയ്ക്കുക എന്നതാണ് കാര്യം.

സസ്യങ്ങൾക്കും പച്ചക്കറികൾക്കും തീർച്ചയായും അവബോധം ഉണ്ട്, എന്നാൽ അത് മറ്റ് ജീവജാലങ്ങളെപ്പോലെ പരിണമിച്ചിട്ടില്ലാത്തതിനാൽ വേദന വളരെ കുറവാണ്.

ഒരു ജീവി അനുഭവിക്കുന്ന വേദനയുടെ അളവ് നാഡീവ്യവസ്ഥയുടെ വികാസത്തെ ആശ്രയിച്ചിരിക്കുന്നു. സസ്യങ്ങളിലും പച്ചക്കറികളിലും ഇത് കാര്യമായി വികസിച്ചിട്ടില്ലാത്തതിനാൽ, മറ്റ് ജീവജാലങ്ങളെ കൊല്ലുന്നതിൽ നിന്ന് വ്യത്യസ്തമായി ഇവയിൽ അക്രമം ഏറ്റവും കുറവാണ്.

സത്യത്തിൽ, മനുഷ്യരോ മൃഗങ്ങളോ സസ്യങ്ങളോ ആകട്ടെ, സൃഷ്ടിക്കപ്പെട്ട എല്ലാ ജീവജാലങ്ങളും ദൈവത്തിന്റെ മക്കളാണെന്നും അതിനാൽ അക്രമം ഉണ്ടാകാതിരിക്കുക എന്നതാണ് അനുയോജ്യമായ സാഹചര്യം എന്നതും സത്യമാണ്; നമുക്കും നിലനിൽക്കേണ്ടതുണ്ട് എന്നതിനാൽ ഏറ്റവും കുറഞ്ഞ രീതിയിലുള്ള അക്രമങ്ങളിൽ നമ്മൾ ഒത്തുതീർപ്പാക്കേണ്ടതുണ്ട്

പഴങ്ങളും പച്ചക്കറികളും പറിച്ചെടുക്കുമ്പോഴുള്ള അന്തരീ

ക്ഷവും അറവുശാലയിലെ ഭയാനകമായ അന്തരീക്ഷവും നമുക്ക് താരതമ്യം ചെയ്യാം. മൃഗങ്ങളെ അറുക്കുമ്പോൾ, നിലവിളിയും, വേദനകൊണ്ടുള്ള പിടച്ചിലുകളും, അവയുടെ രക്തവും മാംസവും ചിതറിക്കിടക്കുന്നതും കാണുമ്പോൾ, പച്ചക്കറികൾ പറിക്കുന്നതും നിരപരാധികളായ മൃഗങ്ങളെ കൊല്ലുന്നതും തമ്മിലുള്ള വലിയ വ്യത്യാസം നമ്മുടെ മനസ്സാക്ഷിക്കും ബുദ്ധിക്കും വ്യക്തമാകും.

പഴങ്ങളും പച്ചക്കറികളും കഴിക്കുന്നതിൽ ഉൾപ്പെട്ടിരിക്കുന്ന ഏറ്റവും കുറഞ്ഞ അക്രമം അല്ലെങ്കിൽ കർമ്മം എങ്ങനെയാണ്? ഭഗവാൻ കൃഷ്ണൻ ഭഗവദ് ഗീതയിൽ (3.13) ഒരു പരിഹാരം നൽകുന്നു :

*യജ്ഞ-ശിഷ്ടാശിനഃ സന്തോ*
*മുച്യന്തേ സർവ-കിൽബിഷൈ*
*ഭുഞ്ജതേ തേ ത്വ അഘം പാപാ*
*യേ പചന്തി ആത്മകാരണാത്*

'യാഗത്തിന് ആദ്യം നിവേദിക്കുന്ന ഭക്ഷണം
കഴിക്കുന്നതിനാൽ ഭഗവാന്റെ ഭക്തർക്ക് എല്ലാത്തരം
പാപങ്ങളിൽ നിന്നും മോചനം ലഭിക്കുന്നു. വ്യക്തിപരമായ
ഇന്ദ്രിയാസ്വാദനത്തിനായി ഭക്ഷണം തയ്യാറാക്കുന്ന
മറ്റുചിലർ പാപം മാത്രം ഭക്ഷിക്കുന്നു.'

നിങ്ങൾ ഭക്ഷണം കഴിക്കുന്നതിനുമുമ്പ് ദൈവത്തിന് സമർപ്പിക്കുക!

അങ്ങനെ ചെയ്യുന്നതിലൂടെ, നാം പച്ചക്കറികൾ പറിക്കുമ്പോഴും കഴിക്കുമ്പോഴും ഉൾപ്പെടുന്ന ചെറിയ കർമ്മം അസാധുവാകുന്നു.

കർമ്മപരമോ പാപപരമോ ആയ പ്രത്യാഘാതങ്ങളിൽ നിന്ന് പൂർണ്ണമായും മുക്തരാകാൻ സസ്യാഹാരത്തിനുമപ്പുറം പോകാനാണ് ഭഗവദ് ഗീത ഇവിടെ നമ്മെ പഠിപ്പിക്കുന്നത്.

എന്നാൽ ഭഗവാൻ കൃഷ്ണൻ പറയുന്നതുപോലെ, ദൈവത്തിന് ഭക്ഷണം നൽകാത്തവർ, സസ്യാഹാരിയാണെങ്കിൽ പോലും, എന്ത് അക്രമത്തിൽ ഉൾപ്പെട്ടാലും പാപകരമായ പ്രതികർമ്മങ്ങൾ അനുഭവിക്കും. അതിനാൽ, കഴിയുന്നത്ര ചെറിയ അക്രമാസക്ത മായ സസ്യാഹാരം കഴിക്കുന്നതാണ് ഏറ്റവും നല്ല സാഹചര്യം, ഇത് ആദ്യം ഭഗവാന് ഭക്തിയോടെ സമർപ്പിക്കുക, അങ്ങനെ അത് സസ്യാഹാരമോ കർമ്മഫല രഹിതമോ മാത്രമല്ല, ശുദ്ധവും ശുദ്ധീകരിക്കുന്നതും കൂടിയാണ്.

## ചോദ്യം 7

# ആത്മാവിന്റെ വലിപ്പം എന്താണ്?

ശ്വേതാശ്വതര ഉപനിഷത്ത് (5.9) സ്ഥിരീകരിക്കുന്നു :

*ബാലഗ്ര-ശത-ഭാഗസ്യ*
*ശതധാ കൽപിതസ്യ ച*
*ഭഗോ ജീവഃ സ വിജ്ഞേയഃ*
*സാ ചാനന്ത്യായ കൽപതേ*

'ഒരു മുടിയുടെ അറ്റം നൂറ് ഭാഗങ്ങളായി വിഭജിക്കുമ്പോൾ, അത്തരം ഓരോ ഭാഗവും വീണ്ടും നൂറ് ഭാഗങ്ങളായി വിഭജിക്കുമ്പോൾ, അത് ആത്മാവിന്റെ അളവിന്റെ അളവുകോലായി മാറുന്നു.'

ശ്രീമദ് ഭാഗവതത്തിലും ഇതുതന്നെ പറയുന്നു :

*കേശഗ്ര-ശത-ഭാഗസ്യ*
*ശതംശ-സദൃശാത്മകഃ*
*ജീവഃ സൂക്ഷ്മ-സ്വരൂപോ 'യം*
*സാംഖ്യാതിതോ ഹി ചിത്-കനാഃ*

'ഒരു മുടിയുടെ അഗ്രം നൂറായി വിഭജിച്ച് അതിൽ ഒരെണ്ണം എടുത്ത് വീണ്ടും നൂറ് ഭാഗങ്ങളായി വിഭജിച്ചാൽ, ആ അതിസൂക്ഷ്മമായ വിഭജനം എണ്ണമറ്റ ജീവജാലങ്ങളിൽ ഒന്നാണ്. അവയെല്ലാം ചിത്-കണ (ചെറിയ കണിക) അല്ലെങ്കിൽ ആത്മീയ കണികകളാണ്, സാരാംശമല്ല.'

അതായത്, ആത്മാവിന്റെ വലുപ്പം ഒരു മുടിയുടെ അഗ്രത്തിന്റെ പതിനായിരത്തിലൊന്നാണ്.

എന്നിരുന്നാലും, ഭഗവദ് ഗീത (2.18) ആത്മാവിനെ 'അപ്രമേയ' അല്ലെങ്കിൽ അളവറ്റതായി നിർവ്വചിക്കുന്നു. ഇത് എങ്ങനെ മനസ്സിലാക്കാം?

ഇതിനർത്ഥം ആത്മാവ് ആത്മീയമാണെന്നും അതിനാൽ ഭൗതിക മാർഗ്ഗങ്ങളാൽ അളക്കാനാവാത്തതാണെന്നുമാണ്. എന്നിരുന്നാലും, അതിന് അളവുകളും ഒരു രൂപവും ഉണ്ട്, അതിനാൽ ഗ്രന്ഥങ്ങൾ അതിന്റെ വലുപ്പത്തെക്കുറിച്ചും പരാമർശിക്കുന്നു.

ആത്മീയതയുടെ വ്യാപ്തി ഭൗതികതയിൽ നിന്ന് വ്യത്യസ്തമാണ്, അതിനാൽ ഭൗതിക പരിധികൾ ആത്മാവിന് ബാധകമല്ല. ഒരു മുടിയുടെ അറ്റത്തിന്റെ പതിനായിരത്തിലൊന്ന് അളക്കാൻ കഴിയുന്ന മൈക്രോസ്കോപ്പ് ഉപയോഗിച്ച് ഹൃദയത്തെ പരിശോധിച്ചാലും, നമുക്ക് ആത്മാവിനെ കണ്ടെത്താൻ കഴിയില്ല, കാരണം ഭൗതിക സങ്കൽപ്പങ്ങൾ ആത്മാവിന് ബാധകമല്ല. ആ അർത്ഥത്തിൽ, ആത്മാവ് അളവറ്റതാണ്. എന്നാൽ അതേ സമയം ആത്മാവിന് ഒരു രൂപവും രൂപത്തിന് അളവുകളും ഉണ്ട്, ആ ആത്മീയ വ്യാപ്തി ഇപ്പോൾ ശരീരത്തിനുള്ളിൽ ഒരു വിത്ത് പോലെയുള്ള രൂപത്തിൽ ഞെരുങ്ങിയിരിക്കുന്നു.

അതിന്റെ സ്വാധീനം നമുക്ക് എങ്ങനെ മനസ്സിലാക്കാം? തീർച്ചയായും നമ്മുടെ മൂർച്ചയുള്ള വസ്തുക്കളും അശുദ്ധമായ ഇന്ദ്രിയങ്ങളും കൊണ്ടല്ല.

മുണ്ഡക ഉപനിഷത്ത് (3.1.9) വിശദീകരിക്കുന്നു :

*എഷോ 'ണുർ ആത്മ ചേതസ വേദിതവ്യോ*
*യസ്മിൻ പ്രാണഃ പഞ്ചദ സവിവേശഃ*
*പ്രാണൈഃ ചിത്തം സർവ്വം ഓതം പ്രജനം*
*യസ്മിൻ വിശുദ്ധേ വിഭവതി ഏഷ ആത്മാ*

'ആത്മാവ് പരമാണുവിന്റെ വലിപ്പമുള്ളതും തികഞ്ഞ
ബുദ്ധിശക്തിയാൽ ഗ്രഹിക്കാവുന്നതുമാണ്.
ഈ പരമാണുവായ ആത്മാവ് അഞ്ച് തരത്തിലുള്ള
വായുവിൽ (പ്രാണ, അപാന, വ്യാന, സമാന, ഉദാന)
അസ്ഥിരമായി മാറുന്നു, ഹൃദയത്തിനുള്ളിൽ സ്ഥിതി ചെയ്യുന്നു,

ഒപ്പം മൂർത്തീഭാവമുള്ള ജീവജാലങ്ങളുടെ ശരീരത്തിലൂടനീളം
അതിന്റെ സ്വാധീനം വ്യാപിപ്പിക്കുകയും ചെയ്യുന്നു. അഞ്ച്
തരത്തിലുള്ള ഭൗതിക വായുവിന്റെ അശുദ്ധിയിൽ നിന്ന്
ആത്മാവ് എപ്പോൾ ശുദ്ധീകരിക്കപ്പെടുന്നുവോ, അപ്പോൾ
അതിന്റെ ആത്മീയ സ്വാധീനം പ്രകടമാകുന്നു.'

## ചോദ്യം 8

# ദൈവം അരൂപിയാണോ അതോ ദൈവത്തിന് ഒരു രൂപമുണ്ടോ?

'ദൈവം' എന്നാൽ യാതൊരു അപൂർണ്ണതയ്ക്കും ഇടമില്ലാത്ത പൂർണ്ണവും വിശിഷ്ടവുമായ വ്യക്തിത്വമാണ്. അദ്ദേഹത്തിന് ഒരു രൂപമുണ്ടെന്നും രൂപമില്ലാത്ത ഭാവമില്ലെന്നും പറഞ്ഞാൽ, നാം അദ്ദേഹത്തെ നിയന്ത്രണം ഏർപ്പെടുത്തുന്നതുപോലെയാണ്. അദ്ദേഹം സർവ്വശക്തനായ ദൈവമാണെങ്കിൽ, എന്തുകൊണ്ട് അദ്ദേഹത്തിന് രൂപരഹിതമായ ഒരു ഭാവം ഉണ്ടായിക്കൂടാ? അദ്ദേഹം ആഗ്രഹിക്കുന്ന എന്തും അദ്ദേഹത്തിനാകാം. അദ്ദേഹം രൂപരഹിതനാണെന്ന പറയുന്നതിലൂടെ അദ്ദേഹത്തെ പരിമിതപ്പെടുത്തുകയാണ്. അതിനാൽ പ്രശ്നം പരിഹരിക്കാൻ, നാം വേദഗ്രന്ഥങ്ങളെ പരാമർശിക്കേണ്ടതുണ്ട്, കാരണം ദൈവത്തെക്കുറിച്ചുള്ള അറിവ് അവയിൽ നിന്നാണ് ലഭിക്കേണ്ടത്, അല്ലാതെ സാമൂഹ്യ മാധ്യമങ്ങളിൽ നിന്നോ, ഭൂരിപക്ഷത്തിന്റെ അഭിപ്രായത്തിൽ നിന്നോ നമ്മുടെ സ്വന്തം പരിമിതമായ ധാരണയിൽ നിന്നോ അല്ല.

ശ്രീമദ് ഭാഗവതം (1.2.12) ഉത്തരം നൽകുന്നു :

*വദന്തി തത് തത്വ-വിദസ്*
*തത്വം യജ്ജ്ഞാനം അദ്വയം*
*ബ്രഹ്മേതി പരമാത്മേതി*
*ഭഗവാൻ ഇതി ശബ്ദ്യതേ*

‘പരമമായ സത്യത്തെ [ദൈവത്തെ] അറിയുന്ന,
പണ്ഡിതരായ അതീന്ദ്രിയവാദികൾ ഈ ദ്വന്ദ്വമല്ലാത്ത
പദാർത്ഥത്തെ ബ്രഹ്മം, പരമാത്മാവ് അല്ലെങ്കിൽ
ഭഗവാൻ എന്ന് വിളിക്കുന്നു.’

ഇതിനർത്ഥം ദൈവത്തിന് ഒരു രൂപവും അരൂപമായ ഒരു ഭാവവും അതിനിടയിൽ എന്തെങ്കിലുമോ ഉണ്ടെന്നമാണ്. അത് അദ്ദേഹത്തെ ഒന്നിലും കുറവില്ലാതെ പൂർണ്ണനും പരിപൂർണ്ണനമാക്കുന്നു.

ബ്രഹ്മജ്യോതി (നീല വെളിച്ചം) എന്ന് ആളുകൾ അഭിസംബോധന ചെയ്യുന്ന ബ്രഹ്മം അല്ലെങ്കിൽ രൂപരഹിതമായ ഭാവമാണ് ഏറ്റവും താഴ്ന്ന തലത്തിൽ ഉള്ളത്. എല്ലാവരുടെയും ഹൃദയത്തിൽസ്ഥിതിചെയ്യുന്നതുംയോഗികൾധ്യാനിക്കുന്നതുമായ പ്രാദേശിക ഭാവം അല്ലെങ്കിൽ പരമാത്മാവ് (നാലു കൈകളുള്ള വിഷ്ണു രൂപം) ഇതിലും ഉയർന്നതാണ്. സമ്പത്ത്, സൗന്ദര്യം, അറിവ്, ശക്തി, പ്രശസ്തി, ത്യാഗം എന്നിങ്ങനെ ആറ് സമൃദ്ധികൾ നിറഞ്ഞ ഒരു വ്യക്തിയായി നാം അദ്ദേഹത്തെ അറിയുന്ന ഭഗവാൻ അല്ലെങ്കിൽ ഭഗവാന്റെ വ്യക്തിപരമായ ഭാവമാണ് ഏറ്റവും ഉയർന്ന ഭാവം.

സൂര്യപ്രകാശത്തിന്റെയും സൂര്യഗോളത്തിന്റെയും സൂര്യദേവന്റെയും (സൂര്യദേവത) ഒരു സാമ്യതയുടെ സഹായത്തോടെ നമുക്ക് ഇത് മനസ്സിലാക്കാം. സൂര്യപ്രകാശം ബ്രാഹ്മണ ഭാവത്തെ അല്ലെങ്കിൽ സൂര്യന്റെ വ്യക്തിത്വമില്ലാത്ത ഭാവത്തെ പ്രതിനിധീകരിക്കുന്നു. സൂര്യപ്രകാശത്തെക്കുറിച്ചുള്ള പഠനം സൂര്യനെക്കുറിച്ചുള്ള പൂർണ്ണമായ പഠനമല്ല. അത് പ്രാഥമികമാണ്. അടുത്ത് ചെല്ലുംതോറും ഈ പ്രകാശം വരുന്നിടത്ത് ഒരു സൂര്യഗോളമുണ്ടെന്നും അത് പരമാത്മാവിന്റെ ഭാവം പോലെയാണെന്നും കാണാം. ഇത് അൽപ്പം വിപുലമായ പഠനം ഉൾക്കൊള്ളുന്നു. നാം സൂര്യഗോളത്തിൽ പ്രവേശിക്കുമ്പോൾ സൂര്യന്റെ കാര്യങ്ങളെ നിയന്ത്രിക്കുന്ന സൂര്യദേവത എന്ന ഒരു അസ്തി ഉണ്ടെന്നും അത് ഭഗവാന്റെ ഭാവം പോലെയാണെന്നും നാം കാണുന്നു. സൂര്യഗോളത്തിന് പ്രകാശിക്കുന്നതിനായി അവിടുന്ന് ഈ രൂപത്തിൽ കാര്യങ്ങൾ ചെയ്യുന്നു.

സൂര്യൻ സൂര്യപ്രകാശം പുറപ്പെടുവിക്കുന്നതുപോലെ, ദൈവത്തിന്റെ രൂപരഹിതമായ ഭാവം രൂപത്തിൽ നിന്നാണ് ഉത്ഭവിച്ചത്, മറ്റൊന്നിലും നിന്നല്ല.

കൂടുതൽ വ്യക്തമാക്കുന്നതിന്, നമുക്ക് ഏറ്റവും പവിത്രമായ ഗ്രന്ഥങ്ങളിലൊന്നായ ഭഗവദ് ഗീത (12.1) പരാമർശിക്കാം, അവിടെ അർജ്ജുനൻ ഭഗവാൻ കൃഷ്ണനോട് ചോദിക്കുന്നു, 'ചിലർ അങ്ങയുടെ രൂപരഹിതമായ ഭാവത്തെ ആരാധിക്കുന്നു, ചിലർ അങ്ങയുടെ വ്യക്തിപരമായ രൂപത്തിന്റെ ഭക്തിനിർഭരമായ സേവനത്തിൽ ഏർപ്പെടുന്നു. ഇവയിൽ ഏതാണ് ശ്രേഷ്ഠമായി കണക്കാക്കുന്നത്?'

ഭഗവാൻ കൃഷ്ണൻ ഉത്തരം നൽകുന്നു :

*ശ്രീ-ഭഗവാൻ ഉവാച*
*മെയ്യ് അവശ്യാ മനോ യേ മാം*
*നിത്യ-യുക്ത ഉപാസതേ*
*ശ്രദ്ധയാ പരയോപേതാസ്*
*തേ മേ യുക്ത-തമ മതഃ*

'പരമപുരുഷൻ പറഞ്ഞു : എന്റെ വ്യക്തിപരമായ
രൂപത്തിൽ മനസ്സ് അർപ്പിക്കുകയും മഹത്തായതും
അതീന്ദ്രിയവുമായ വിശ്വാസത്തോടെ എന്നെ
ആരാധിക്കുകയും ചെയ്യുന്നവരെയും ഞാൻ
ഏറ്റവും പരിപൂർണ്ണരായി കണക്കാക്കുന്നു.'

പ്രപഞ്ചത്തിലെ ആദ്യത്തെ സൃഷ്ടിയായ ബ്രഹ്മാവ് ബ്രഹ്മ സംഹിതയിൽ (5.40) വ്യക്തമാക്കുന്നു :

*യസ്യ പ്രഭ പ്രഭാവതോ ജഗദ്-ആന്ദ-കോടി-*
*കോടിസു അശേഷ-വസുധാദി-വിഭൂതി-ഭിന്നം*
*തത് ബ്രഹ്മ നിഷ്കളം അനന്തം അശേഷ-ഭൂതം*
*ഗോവിന്ദം ആദി-പുരുഷം തം അഹം ഭജാമി*

'ഉപനിഷത്തുക്കളിൽ പരാമർശിച്ചിരിക്കുന്ന രൂപരഹിതമായ
ബ്രഹ്മത്തിന്റെ ഉറവിടവും, ലൗകികപ്രപഞ്ചത്തിന്റെ
മഹത്വങ്ങളുടെ അനന്തതയിൽ നിന്ന് വ്യത്യസ്തവും,
അവിഭാജ്യവും, അനന്തവും, പരിധിയില്ലാത്തതും,
സത്യവുമായി കാണപ്പെടുന്നതുമായ ആദിമ
ഭഗവാനായ ഗോവിന്ദനെ ഞാൻ ആരാധിക്കുന്നു.

അങ്ങനെ, പരമാത്മാവിന് ഒരു രൂപമുണ്ടെന്നും, രൂപത്തെ

ആരാധിക്കുന്നത് ശ്രേഷ്ഠമാണെന്നും, ആ രൂപമാണ് നിരാകാര ഭാവത്തിന്റെ ഉറവിടമെന്നും വ്യക്തമാണ്, ബൾബ് ഒരു വെളിച്ചത്തിന് പിന്നിലെ കാരണം ആകുന്നതുപോലെ.

ഇപ്പോൾ, രൂപരഹിതമായ ഭാവത്തെക്കുറിച്ച് സംസാരിക്കുകയും ദൈവത്തെ നിരാകാരവും നിർഗുണവും എന്ന് അഭിസംബോധന ചെയ്യുകയും ചെയ്യുന്ന ചില ഗ്രന്ഥങ്ങളുടെ കാര്യമോ?

തീർച്ചയായും, ഗ്രന്ഥങ്ങൾക്കിടയിലും ധാരണയുടെ ഒരു ശ്രേണിയുണ്ടെന്നും ഓരോ ഗ്രന്ഥങ്ങളും ആത്മീയ പരിണാമത്തിന്റെ ഒരു പ്രത്യേക തലം നൽകുന്നുവെന്നും നാം മനസ്സിലാക്കണം. ഈശ്വരനെക്കുറിച്ചുള്ള പൂർണ്ണമായ അറിവ് നൽകുന്ന ഭഗവത് ഗീതയും ശ്രീമദ് ഭാഗവതവും വേദഗ്രന്ഥങ്ങളിൽ പ്രഥമ സ്ഥാനത്താണ്. ആത്യന്തികമായ ധാരണയിലേക്ക് ഒരാളെ നയിക്കുക എന്ന ലക്ഷ്യത്തോടെയുള്ള പ്രാഥമിക ധാരണയെ മറ്റ് വേദങ്ങൾ സ്വാധീനിക്കുന്നു. അവ നമ്മെ ഒരു നിശ്ചിത തലത്തിലേക്ക് കൊണ്ടുവരുന്നു, തുടർന്ന് നമ്മൾ മുന്നേറുമെന്ന് പ്രതീക്ഷിക്കുന്നു, എന്നാൽ പ്രഥമമായ അറിവിൽ കുടുങ്ങിക്കിടക്കാതിരിക്കുക.

നിരാകാരമെന്നോ രൂപമില്ലാതെയെന്നോ വേദഗ്രന്ഥങ്ങൾ പറയുമ്പോൾ, സങ്കുചിതമായ ധാരണയാൽ, ദൈവത്തിനും തങ്ങളുടേതുപോലുള്ള ഒരു രൂപമുണ്ടെന്ന് കരുതി, സ്വന്തം ബോധം അവനിൽ അടിച്ചേൽപ്പിക്കാൻ ശ്രമിക്കുകയും അവനെ ലൗകികമോ സാധാരണമോ ആയ ഒരു വേദിയിലേക്ക് കൊണ്ടുവരികയുമാണ് ചെയ്യുന്നത്. അതിനാൽ, അത്തരം അജ്ഞാന ചിന്തകളെ മറികടക്കാൻ, അവൻ നിരാകാര ബ്രാഹ്മണനോ രൂപരഹിതനോ ആണെന്ന് വേദങ്ങൾ പറയുന്നു. ഇത് ദാർശനിക വീക്ഷണത്തിൽ മാറ്റം വരുത്താനും ദൈവത്തോടുള്ള ഭക്തി വളർത്തിയെടുക്കാനും സഹായിക്കുന്നു.

നിരാകാരമെന്നാൽ ഭഗവാന് നമ്മുടേത് പോലെ ഒരു ലൗകിക രൂപമില്ല, മറിച്ച് അവിടുത്തേക്ക് ഒരു ആത്മീയ രൂപമുണ്ട് എന്നാണ് അർത്ഥമാക്കുന്നത്.

ബ്രഹ്മ സംഹിതയിൽ നിന്ന് വീണ്ടും ഉദ്ധരിക്കുന്നു (5.1) :

*സക്-സിദ്ധ്-ആനന്ദ-വിഗ്രഹഃ*

'ഭഗവാന് അറിവും ആനന്ദവും നിറഞ്ഞ
ശാശ്വതമായ ഒരു രൂപമുണ്ട്.'

വിഗ്രഹം എന്നാൽ 'രൂപം' എന്നാണ്.

പ്രപഞ്ചത്തിൽ ആദ്യമായി സൃഷ്ടിക്കപ്പെട്ടവനും എല്ലാവരെക്കാളും കൂടുതൽ അറിവുള്ളവനുമായ ബ്രഹ്മദേവൻ, ഭഗവാന് ഒരു രൂപമുണ്ടെന്ന് വിശദീകരിക്കുന്നു, അത് നിത്യതയും അറിവും ആനന്ദവും (സച്ചിദാനന്ദം) നിറഞ്ഞ ഒരു ദിവ്യരൂപമാണ്.

ചില ഗ്രന്ഥങ്ങൾ നിർഗുണം എന്ന് ഉപയോഗിക്കുമ്പോൾ, ഭഗവാന് ഗുണങ്ങളൊന്നുമില്ലെന്ന് അത് അർത്ഥമാക്കുന്നില്ല. അദ്ദേഹത്തിന് നമ്മളെപ്പോലെ ലൗകികമായ ഗുണങ്ങളൊന്നുമില്ല എന്നാണ് അതിന്റെ അർത്ഥം. നമ്മെ എല്ലാവരെയും ബന്ധിപ്പിക്കുന്ന മൂന്ന് ഗുണങ്ങളുണ്ട് (നന്മ, അഭിനിവേശം, അജ്ഞത). എന്നാൽ ദൈവം അവയ്ക്ക് അതീതനാണ്, കാരണം അദ്ദേഹം പരമമായ സ്വച്ഛന്ദമാണ്, ഒന്നിലും ബന്ധിക്കാൻ കഴിയില്ല. അതിനാൽ, അദ്ദേഹം നിർഗുൺ എന്ന് അറിയപ്പെടുന്നു.

നമ്മുടെ പിതാവിന് ഒരു രൂപമുണ്ട്. അദ്ദേഹത്തിന്റെ പിതാവിന് ഒരു രൂപമുണ്ട് അദ്ദേഹത്തിന്റെ പിതാവിനും ഒരു രൂപമുണ്ട്. അതിനാൽ, നമ്മൾ നമ്മുടെ പൂർവ്വികരിലേക്കു തിരികെ പോയാൽ, എല്ലാവർക്കും ഒരു രൂപമുണ്ടെന്ന് നമുക്ക് കാണാം. ദൈവത്തിന് രൂപമില്ല എന്ന് പറയുമ്പോൾ, പരമേശ്വരന് രൂപമില്ല എന്നാണോ അർത്ഥമാക്കുന്നത്? അതൊരു അസംബന്ധമായ യുക്തിയല്ലേ?

ഭഗവാന്റെ എല്ലാ കഴിഞ്ഞകാല വിനോദങ്ങളും ഒരു രൂപത്തിലാണ് അവതരിപ്പിച്ചിരിക്കുന്നത്. അദ്ദേഹം ഇതുവരെ നൽകിയിട്ടുള്ള എല്ലാ നിർദ്ദേശങ്ങളും ഒരു രൂപത്തിൽ നൽകിയിട്ടുണ്ട്.

അപ്പോൾ രൂപം ഒരു യാഥാർത്ഥ്യമോ പ്രസക്തമോ അല്ലെങ്കിൽ, എന്തിനാണ് അദ്ദേഹം അതിന് ഇത്രയധികം ഊന്നൽ നൽകുന്നത്? ഈ ലോകത്തിലെ അദ്ദേഹത്തിന്റെ പ്രവർത്തനങ്ങളുടെ പ്രാഥമിക മാധ്യമം രൂപമാകുന്നത് എന്തുകൊണ്ട്?

അവസാനമായി, ദൈവത്തിന് ഒരു രൂപം ഇല്ലായിരുന്നുവെങ്കിൽ, അവനുമായി വ്യക്തിപരമായ ഒരു ബന്ധം പുലർത്തുക അസാധ്യമായിരിക്കും.

## ചോദ്യം 9

# ദൈവം എല്ലായിടത്തും ഉണ്ട് എങ്കിൽ, നാം ക്ഷേത്രത്തിൽ പോകേണ്ടതുണ്ടോ?

വേണമെന്നും വേണ്ടായെന്നും.

ഹൈഡ്രജനും ഓക്സിജനും ചേർന്നതാണ് വെള്ളം. ഹൈഡ്രജനും ഓക്സിജനും എല്ലായിടത്തും ഉണ്ട്. നമുക്ക് ദാഹം തോന്നുമ്പോൾ, ദാഹം ശമിപ്പിക്കാൻ വായ തുറന്ന് കുറച്ച് ഹൈഡ്രജനും ഓക്സിജനും വലിച്ചു കുടിച്ചാൽ പോരെ? കാരണം, പ്രാപ്യമായ ഒരു രൂപത്തിലുള്ള വെള്ളം നമുക്ക് ആവശ്യമാണ്. അതുപോലെ, ദൈവം എല്ലായിടത്തും ഉണ്ടെങ്കിലും, അവന്റെ കൃപയിലേക്ക് പ്രവേശിക്കാൻ നമുക്ക് ദൈവത്തിന്റെ ഒരു പ്രാപ്യമായ രൂപം ആവശ്യമാണ്, ക്ഷേത്രം അത്തരമൊരു സ്ഥലമാണ്. വളരെ സ്നേഹത്തോടെയും കരുതലോടെയും ശ്രദ്ധയോടെയും ആരാധിക്കുന്ന ഒരു ക്ഷേത്രത്തിൽ, അവൻ തന്റെ പരമമായ കാരുണ്യവും സൗന്ദര്യവും അനുഗ്രഹവും പ്രകടിപ്പിക്കും. അങ്ങനെ ആ ദിവ്യത്വത്തിൽ സ്വയം അർപ്പിച്ച് അനുഗ്രഹം പ്രാപിക്കുന്നതിന് അത്തരം ഒരു ക്ഷേത്രത്തിൽ നാം പതിവായി പോകണം.

എന്നിരുന്നാലും, മാനദണ്ഡങ്ങൾ പാലിക്കാത്തതും ഭഗവാന്റെ സേവനം അടയാളപ്പെടുത്താത്തതുമായ ഒരു ക്ഷേത്രം ഉണ്ടെങ്കിൽ, അത് ഭഗവാന്റെ കൃപ പ്രകടിപ്പിക്കില്ല, അതിനാൽ ഒരു ആദർശക്ഷേത്രം വാഗ്ദാനം ചെയ്യുന്ന ദിവ്യസ്പർശം നമുക്ക് ലഭിക്കില്ല എന്നതിനാൽ, നമുക്ക് തീർച്ചയായും അത്തരമൊരു സ്ഥലം ഒഴിവാക്കാം. എന്നാൽ ദൈവീക ഊർജ്ജം നിറഞ്ഞ ഒരു സ്ഥലം നമ്മൾ കണ്ടെത്തുകയാണെങ്കിൽ, തീർച്ചയായും അത് ഇടയ്ക്കിടെ

സന്ദർശിക്കുന്നതും മറ്റുള്ളവരെ അതിനു പ്രോത്സാഹിപ്പിക്കുന്നതും ഒരു ശീലമാക്കണം.

നമ്മുടെ പ്രക്ഷുബ്ധമായ മനസ്സിനാൽ നാമെല്ലാം അസ്വസ്ഥരാണ്, രോഗബാധിതമായ മനസ്സിന് ക്ഷേത്രം ഒരു ആശുപത്രിയാണ്. ഹിന്ദിയിൽ ക്ഷേത്രമെന്ന പദം 'മന്ദിർ' എന്നാണ്, ഇത് 'മനസ്സ്' എന്നർത്ഥം വരുന്ന 'മൻ' എന്ന വാക്കിൽ നിന്ന് രൂപപ്പെട്ടതാണ്. അതിനാൽ, നമ്മുടെ 'മൻ' അല്ലെങ്കിൽ 'മനസ്സ്' ശുദ്ധീകരിക്കപ്പെടുന്ന സ്ഥലമാണ് ക്ഷേത്രം അല്ലെങ്കിൽ മന്ദിർ.

കൂടാതെ, ക്ഷേത്രം ബാറ്ററി ചാർജറായും പ്രവർത്തിക്കുന്നു. നിരവധി പ്രശ്നങ്ങളാൽ വലയുന്ന നമ്മുടെ വേഗതയേറിയ ജീവിതത്തിൽ, നാം അവശരാവുമ്പോൾ, റീചാർജ് ചെയ്യുന്നതിനായി നമ്മൾ ഒരു ക്ഷേത്രത്തിൽ പോകുന്നു, അതിനാൽ നമുക്ക് നമ്മുടെ ലൗകിക കർത്തവ്യങ്ങൾ അധിക ശക്തിയോടെ നിർവ്വഹിക്കാൻ കഴിയും.

ആത്മീയ സംസ്കാരത്തിൽ നമ്മെ പരിശീലിപ്പിക്കുന്ന ഒരു വിദ്യാഭ്യാസ സ്ഥാപനമായും ക്ഷേത്രം വർത്തിക്കുന്നു, അതിനാൽ നമ്മുടെ കുടുംബാംഗങ്ങൾക്കൊപ്പം വീട്ടിൽ തന്നെ അത് പരിശീലിക്കാം. 'ഒരുമിച്ചു പ്രാർത്ഥിക്കുന്ന ഒരു കുടുംബം ഒരുമിച്ചു നിൽക്കും' എന്ന് പ്രസിദ്ധമായ പഴഞ്ചൊല്ല് പറയുന്നു.

അവസാനമായി, ക്ഷേത്രങ്ങൾ മനുഷ്യജീവിതത്തിന്റെ ആത്യന്തിക ലക്ഷ്യത്തെക്കുറിച്ച് നമ്മെ ഓർമ്മിപ്പിക്കുന്നു, അതായത്, ആത്മസാക്ഷാത്കാരമോ ദൈവസാക്ഷാത്കാരമോ ഏതായാലും കാഴ്ചയ്ക്കപ്പുറം മനസ്സില്ലെന്നാണ്. ക്ഷേത്രത്തിന്റെ ദൈവിക അന്തരീക്ഷവുമായി നാം പതിവായി സമ്പർക്കം പുലർത്തുമ്പോൾ, പ്രവർത്തിക്കുക മാത്രമല്ല, ജോലി ചെയ്യുമ്പോൾ ഒരേ സമയം അവനെ സ്മരിക്കുകയും വേണം എന്ന പവിത്രമായ തത്വത്തിൽ നാം ജാഗ്രത പാലിക്കുന്നു. ജീവിതത്തിന്റെ ദ്വന്ദ്വങ്ങളാൽ ബാധിക്കപ്പെടാതെ ഈ ലോകത്തിൽ ആയിരിക്കാൻ ഇത് നമ്മെ സഹായിക്കും, എന്നാൽ ഈ ലോകത്തിലല്ല. കാലക്രമേണ, നമ്മുടെ ജോലി ആരാധനയായി മാറും.

## ചോദ്യം 10

# ഒരാൾ എങ്ങനെ പ്രാർത്ഥിക്കണം?

പ്രാർത്ഥനകൾ ശക്തമാണ്, അത്രയധികം അവയ്ക്ക് ഒരു വ്യക്തിയുടെ വിധി മാറ്റാൻ കഴിയും. 'ഒരു പ്രാർത്ഥന നമ്മുടെ ജീവിതത്തിന്റെ ഗതിനിയന്ത്രിക്കുന്ന ചക്രമായിരിക്കണം, മിച്ചമുള്ള ചക്രമാകരുത്.' അത് ദിവസത്തിന്റെ തുടക്കവും രാത്രിയുടെ അവസാനവും ആയിരിക്കണം.

എന്നാൽ നമ്മുടെ പ്രാർത്ഥനകൾക്ക് ഉത്തരം ലഭിക്കാൻ എന്താണ് വേണ്ടത്? പഴയ രഹസ്യം നമുക്ക് മനസ്സിലാക്കാം.

സാധാരണയായി നാം ഭഗവാന്റെ സന്നിധിയിൽ ചെല്ലുമ്പോൾ നമ്മുടെ സങ്കടങ്ങളോ ആഗ്രഹങ്ങളോ പ്രകടിപ്പിക്കാറുണ്ട്. എന്നാൽ ഇത് പ്രാർത്ഥനയ്ക്ക് അനുയോജ്യമായ മാർഗ്ഗമല്ല. ഭഗവാൻ നമ്മുടെ പ്രാർത്ഥനകൾ ഗൗരവമായി എടുക്കുകയും സമയബന്ധിതമായി ഉത്തരം നൽകുകയും ചെയ്യുന്നുവെന്ന് ഉറപ്പാക്കാൻ നാം പ്രാർത്ഥനകൾ അർപ്പിക്കേണ്ട ക്രമം ശ്രീമദ് ഭാഗവതം വിശദീകരിക്കുന്നു.

നമ്മൾ ആഗ്രഹിക്കുന്നത് പ്രകടിപ്പിക്കുന്നതിന് മുമ്പ് നമ്മുടെ ഹൃദയംഗമമായ പ്രാർത്ഥനകൾ അർപ്പിക്കേണ്ട ക്രമം താഴെ കൊടുക്കുന്നു.

**1. മഹത്വത്തിന്റെ പ്രാർത്ഥനകൾ :** പരമേശ്വരൻ മഹത്വമുള്ളവനാണ്, വേദങ്ങളിൽ അദ്ദേഹത്തിന്റെ പരിധിയില്ലാത്ത മഹത്വം നിറഞ്ഞിരിക്കുന്നു. ഉന്നതനായ ഏതൊരു വ്യക്തിയുടെയും മുമ്പിൽ ചെല്ലുമ്പോൾ അവനെ സ്തുതിച്ചുകൊണ്ട് എന്തെങ്കിലും പറയണം. അതുപോലെ, നാം ഭഗവാന്റെ മുമ്പിലായിരിക്കുമ്പോൾ,

നാമം, പ്രശസ്തി, സൌന്ദര്യം, ഗുണങ്ങൾ, വിനോദങ്ങൾ, കാരണമില്ലാത്ത അനുകമ്പ എന്നിവയാൽ നാം ആദ്യം അദ്ദേഹത്തെ മഹത്വപ്പെടുത്തണം.

വേദങ്ങളിൽ അത്തരം മനോഹരമായ നിരവധി പ്രാർത്ഥനകളുണ്ട്, അവ നമുക്ക് മനഃപാഠമാക്കാം. നമുക്ക് അതിനു കഴിയുന്നില്ലെങ്കിൽ, നമ്മുടെ സ്വന്തം വാക്കുകളിൽ അവനെ മഹത്വപ്പെടുത്താൻ കഴിയും, കാരണം ആത്യന്തികമായി മഹത്വവൽക്കരിക്കുക എന്നതാണ് ഉദ്ദേശ്യം.

മഹത്വപ്പെടുത്താനുള്ള പ്രാർത്ഥനയുടെ ഉദാഹരണം :

*നമഃ പങ്കജ-നാഭായ നമഃ*
*പങ്കജ-മാലിനേ നമഃ*
*പങ്കജ-നേത്രായ നമസ് തേ പങ്കജാംഘ്രയേ*

'അടിവയറ്റിൽ താമരപ്പൂ മുദ്രിതവും, എപ്പോഴും താമരപ്പൂമാല
അണിഞ്ഞ, താമരപോലെ നിർമ്മലമായ, പാദങ്ങൾ
കൊത്തിവെച്ച താമരകൾ പോലെയുള്ള, ഭഗവാനേ,
അങ്ങേയ്ക്ക് എന്റെ ആദരപൂർവ്വമായ പ്രണാമം.'

**2. കൃതജ്ഞതാ പ്രാർത്ഥനകൾ :** രണ്ടാമതായി, ഭഗവാന് നമ്മുടെ അപാരമായ കൃതജ്ഞത അർപ്പിക്കുകയും അദ്ദേഹം നമ്മെ അനുഗ്രഹിച്ചതിന് നന്ദി പറയുകയും വേണം. ഈ മനുഷ്യശരീരത്തിൽ തുടങ്ങി നല്ല കുടുംബം, സൗകര്യങ്ങൾ, ഭക്ഷണം, പാർപ്പിടം, സുഹൃത്തുക്കൾ തുടങ്ങി നിരവധി അനുഗ്രഹങ്ങൾ നമുക്ക് ചുറ്റും നോക്കിയാൽ കാണാം.

നമുക്ക് ലഭിക്കുന്ന എന്തിനോടും നന്ദി പ്രകടിപ്പിക്കുന്നത് സംസ്കാരത്തിന്റെ അടയാളമാണ്. ആരെങ്കിലും ഒരു ഗ്ലാസ് വെള്ളം തന്നാൽ നമ്മൾ 'നന്ദി' പറയും. അതുപോലെ, നമ്മുടെ ജീവിതം നിലനിർത്താൻ ദൈവം നമുക്ക് വളരെയധികം തന്നിട്ടുണ്ട്. അതിനാൽ, നാം അത് അംഗീകരിക്കുകയും കാലാകാലങ്ങളിൽ അവനോട് നന്ദി പറയുകയും ചെയ്യുന്നത് ഉചിതമാണ്.

കൃതജ്ഞതാ പ്രാർത്ഥനയുടെ ഉദാഹരണം :

*പ്രതിജ്ഞാ തവ ഗോവിന്ദാ ന മേ ഭക്തഃ പ്രണശ്യതി*
*ഇതി സംസ്മൃത്യ സംസ്മൃത്യ പ്രാണാൻ സംധാരയാമി അഹം*

'അല്ലയോ ഗോവിന്ദാ, അവിടുത്തെ ഭക്തൻ ഒരിക്കലും
നശിക്കുകയില്ല എന്നതാണ് അവിടുന്നുള്ള വാഗ്ദാനം.
ഇത് വീണ്ടും വീണ്ടും ഓർമ്മിക്കുന്നതിലൂടെ
എനിക്ക് എന്റെ ജീവിതം നിലനിർത്താൻ കഴിയും.

**3. പാപമോചനത്തിനുള്ള പ്രാർത്ഥനകൾ :** തെറ്റ് മനുഷ്യസഹജമാണ്. അറിഞ്ഞോ അറിയാതെയോ നമ്മൾ പല തെറ്റുകളും ചെയ്തു പോകുന്നു. നമ്മുടെ ചിന്തകൾ, വാക്കുകൾ, പ്രവൃത്തികൾ എന്നിവ ഉപയോഗിച്ച്, മറ്റ് ജീവജാലങ്ങളെ വേദനിപ്പിക്കുകയും ചൂഷണം ചെയ്യുകയും ചെയ്യുന്നു, ചിലപ്പോൾ അത്തരം ഉദ്ദേശ്യങ്ങളില്ലാതെ പോലും. അതിനാൽ നാം ചെയ്ത എല്ലാ തെറ്റുകൾക്കും ഭഗവാനോട് ക്ഷമ ചോദിക്കുകയും അങ്ങനെ അദ്ദേഹത്തിന്റെ മുമ്പാകെ സ്വയം വിനയമുള്ളവനാകുകയും വേണം. ക്ഷമിക്കുക എന്നത് ദൈവികമാണ്. വിനയം എന്നത് അവന്റെ ഹൃദയത്തെ ഭാരമില്ലാത്ത പോലെ മൃദുവാക്കുന്ന ഒരു ഗുണമാണ്. നാം എന്ത് ചെയ്തിട്ടുണ്ടെങ്കിലും,നാംഎളിമയുള്ളവരാണെങ്കിൽ,പാപമോചനം തേടുമ്പോൾ, അദ്ദേഹം അത്യധികം ദയാലുവായതിനാൽ തീർച്ചയായും ക്ഷമിക്കും. എന്നാൽ നമ്മുടെ പശ്ചാത്താപവും കരുണ തേടലും തെറ്റ് ആവർത്തിക്കാതിരിക്കാനുള്ള തീരുമാനത്തെ അടിസ്ഥാനമാക്കിയുള്ളതായിരിക്കണം.

പാപമോചനത്തിനുള്ള പ്രാർത്ഥനയുടെ ഒരു ഉദാഹരണം:

*അപരാധ സഹസ്രാണി*
*ക്രിയാന്തേ 'ഹർ നിശാം മായാ*
*ദാസോ 'ഹം ഇതി മാം മത്വ*
*ക്ഷമാസ്വ മധുസൂദന*

'ഹേ മധുസൂദനാ, രാവും പകലും ആയിരക്കണക്കിന്
അപരാധങ്ങൾ ഞാൻ ചെയ്യുന്നു, പക്ഷേ എന്നെ
അങ്ങയുടെ ദാസനായി കരുതി, കരുണയോടെ
അതെല്ലാം ക്ഷമിച്ചാലും!

അവസാനമായി :

**4. നിങ്ങളുടെ ആഗ്രഹം പ്രകടിപ്പിക്കുക :** ഇപ്പോൾ നമ്മൾ ദൈവത്തെ മഹത്വപ്പെടുത്തി, അദ്ദേഹത്തിനു നന്ദി പറഞ്ഞുകൊണ്ട് അദ്ദേഹത്തിന്റെ അനുഗ്രഹങ്ങൾ സ്വീകരിക്കുകയും നമ്മുടെ തെറ്റുകൾ

പോലും അംഗീകരിക്കുകയും ചെയ്യുന്നതിനാൽ, നമ്മൾ ആഗ്രഹിക്കുന്നത് പ്രകടിപ്പിക്കാൻ കഴിയും. ഒരു വ്യക്തി സന്തോഷകരമായ മാനസികാവസ്ഥയിലായിരിക്കുമ്പോൾ, മറ്റൊരാൾ ആഗ്രഹിക്കുന്നത് നൽകാനുള്ള സാധ്യത കൂടുതലാണെന്ന് നമുക്കെല്ലാവർക്കും അറിയാം. ആദ്യത്തെ മൂന്ന് തരത്തിലുള്ള പ്രാർത്ഥനകൾ അർപ്പിക്കുന്നതിലൂടെ, നാം ദൈവത്തെ പ്രസാദിപ്പിക്കുന്നു, അങ്ങനെ നമ്മുടെ പ്രാർത്ഥനകൾ ശ്രദ്ധിക്കുകയും അദ്ദേഹം ഉചിതമെന്ന് തോന്നുമ്പോൾ അവ നൽകുകയും ചെയ്യുന്നതിൽ അദ്ദേഹം സന്തോഷിക്കുന്നു. നാം ആഗ്രഹിക്കുന്ന കാര്യങ്ങളോട് അദ്ദേഹം പ്രതികരിക്കുന്നത് എല്ലായ്പ്പോഴും ഉചിതമായ സമയത്തും രീതിയിലുമായിരിക്കും. എന്നാൽ ഏറ്റവും പ്രധാനമായി, നമ്മുടെ ആഗ്രഹം പ്രകടിപ്പിച്ചതിന് ശേഷവും, എല്ലാ പ്രാർത്ഥനകളും ഒരു വരിയിൽ അവസാനിപ്പിക്കണം, അതായത്, 'എന്റെ പ്രിയപ്പെട്ട ഭഗവാനെ! ഇപ്പോൾ എനിക്കോ എന്റെ കുടുംബത്തിനോ ഏറ്റവും നല്ലതെന്ന് നിങ്ങൾ കരുതുന്നതെന്തും ചെയ്യുക.' ഏറ്റവും നല്ലത് എന്താണെന്ന് അദ്ദേഹത്തിന് മാത്രമേ അറിയൂ എന്നതിനാൽ അദ്ദേഹം തീർച്ചയായും ഏറ്റവും മികച്ചത് ചെയ്യുമെന്ന് ഉറപ്പുനൽകുക. ശ്രീമദ് ഭാഗവതത്തിൽ 'എന്നോട് സ്നേഹം വളർത്തുന്ന ഏതൊരുവനും അവന്റെ എല്ലാ ആഗ്രഹങ്ങളും ഞാൻ നിറവേറ്റും' എന്ന് അദ്ദേഹം വാഗ്ദാനം ചെയ്തിട്ടുണ്ട്. അതിനാൽ, ഭഗവാനോട് നേരിട്ട് ചോദിക്കുന്നതിനുപകരം, നാം അദ്ദേഹത്തെ പ്രസാദിപ്പിക്കാൻ ശ്രമിക്കണം, അദ്ദേഹം നമ്മളിൽ പ്രസാദിച്ചാൽ, അദ്ദേഹം നമ്മുടെ ആഗ്രഹങ്ങൾ സാധിച്ചു തരുന്നതിൽ ദയ കാണിക്കും.

## ചോദ്യം 11

# എന്തുകൊണ്ടാണ് നമ്മൾ നമ്മുടെ മുൻജന്മ ജീവിതം ഓർക്കാത്തത്?

ഒന്നാമതായി, അത് മറക്കാനുള്ള നമ്മുടെ പ്രവണതയാണ്; ഒരു വർഷം മുമ്പ്, ഒരു മാസം മുമ്പ് അല്ലെങ്കിൽ ഒരാഴ്ച മുമ്പ് പോലും നമ്മൾ ഈ നിമിഷത്തിൽ എന്താണ് ചെയ്തതെന്ന് ഓർക്കാൻ കഴിയുമോ? സാധ്യതയില്ല. അതുപോലെ, നമ്മുടെ മുൻകാല ജീവിതങ്ങളെ ഓർക്കുന്നത് അസാധ്യമല്ലെങ്കിലും വളരെ ബുദ്ധിമുട്ടാണ്. പക്ഷേ, കഴിഞ്ഞ ഒരു സംഭവം ഓർക്കാൻ കഴിയുന്നില്ല എന്നത് ആ സംഭവം നടന്നിട്ടില്ലെന്ന് തെളിയിക്കുന്നില്ല.

കൂടാതെ, വേദനാജനകമായ സംഭവങ്ങൾ മറക്കുക എന്നുള്ളത് നമ്മുടെ സഹജമായ മനഃശാസ്ത്രപരമായ പ്രതിരോധ സംവിധാനമാണ്; ഈ ജീവിതത്തിൽ തന്നെ, കാലക്രമേണ അവ മറന്നുകൊണ്ട് നാം ആഘാതങ്ങളെ മറികടക്കുന്നു. നമ്മുടെ വർത്തമാനകാല ജീവിതത്തിനും ഭൂതകാലത്തിനും ഇടയിൽ മരണത്തിന്റെ ആഘാതമുണ്ട്. നമ്മൾ ഒരു വാഹനാപകടത്തിൽ മരിച്ചു, അത് ഓർക്കാൻ കഴിഞ്ഞുവെന്ന് കരുതുക; നമ്മുടെ ജീവിതത്തിലുടനീളം കാറുകളോട് പരിഭ്രാന്തി ഉള്ളവരായിരിക്കും. അത്തരം മാനസിക തകരാറുകളിൽ നിന്ന് നമ്മെ രക്ഷിക്കാൻ, പ്രകൃതിയുടെ ക്രമീകരണമാണ് നമ്മുടെ ഭൂതകാല ഓർമ്മകളെ മായ്ച്ചുകളയുന്നത്.

ആത്മാക്കൾ ഈ ലോകത്തിലേക്ക് വരുന്നത് അത് ആസ്വദിക്കാനും ഇത് ചെയ്യാനുമാണ്, ഇത് മറക്കേണ്ടത് ആവശ്യമാണ്. നാം ഈ ലോകത്ത് എത്ര ജീവിതങ്ങൾ ചെലവഴിച്ചുവെന്നോ ആ ജീവിതങ്ങളിൽ എത്ര മോശം അനുഭവങ്ങളിലൂടെ കടന്നുപോയി

എന്നോ, നാം എത്രമാത്രം കഷ്ടപ്പെട്ടുവെന്നോ മറ്റുള്ളവരെ കഷ്ടപ്പെടുത്തി എന്നതിനോ ഒരു കണക്കും നമുക്കില്ല. നമ്മൾ ചെയ്തതോ നമുക്ക് സംഭവിച്ചതോ ആയ ഒരു തെറ്റായ കാര്യം മാത്രം ഓർത്താൽ, ഭക്ഷണം കഴിക്കാനോ, ഉറങ്ങാനോ, ജീവിതം ആസ്വദിക്കാനോ ബുദ്ധിമുട്ടായിരിക്കും. എല്ലാം ഓർത്തു തുടങ്ങി യാലോ? നമ്മുടെ തെറ്റുകൾ ഓർമ്മിക്കുന്നതിലൂടെ, നാം ഭൂത കാലത്തിൽ ജീവിക്കുന്നു, ഇത് വിഷാദത്തിലേക്ക് നയിച്ചേക്കാം. മുന്നോട്ട് പോകാനോ ആസ്വദിക്കാനോ അല്ലെങ്കിൽ ഒരു പുതിയ ജീവിതം സൃഷ്ടിക്കാനോ നമുക്ക് വളരെ ബുദ്ധിമുട്ടായിരിക്കും.

ഈശോപനിഷത്ത് (അഭ്യർത്ഥന) പറയുന്നതുപോലെ ഭഗവാന്റെ സൃഷ്ടി പൂർത്തിയായി :

*ഓം പൂർണ്ണമദഃ പൂർണ്ണമിദം*
*പൂർണ്ണാത് പൂർണ്ണമുദച്യതേ*
*പൂർണ്ണസ്യ പൂർണ്ണമാദായ*
*പൂർണ്ണമേവാവശിഷ്യതേ*

'ഈശ്വരന്റെ വ്യക്തിത്വം പരിപൂർണ്ണവും അഖണ്ഡവുമാണ്,
അദ്ദേഹം പൂർണ്ണമായും പരിപൂർണ്ണനായതിനാൽ,
അദ്ദേഹത്തിൽ നിന്നുള്ള ഈ അത്ഭുത ലോകം പോലെയുള്ള
എല്ലാ സൃഷ്ടികളും പൂർണ്ണമായി സജ്ജീകരിച്ചിരിക്കുന്നു.
പൂർണ്ണതയിൽ നിന്ന് ഉൽപ്പാദിപ്പിക്കുന്നതെന്തും
അതിൽത്തന്നെ പൂർണ്ണമാണ്. അദ്ദേഹം സമ്പൂർണ്ണനാ
യതിനാൽ, അദ്ദേഹത്തിൽ നിന്ന് നിരവധി സമ്പൂർണ്ണ
സൃഷ്ടികൾ പുറപ്പെടുന്നുണ്ടെങ്കിലും, അവൻ
സമ്പൂർണ്ണ സന്തുലിതനായി തുടരുന്നു.'

ഭഗവാന്റെ സൃഷ്ടിയിൽ ഒരു പഴുതുമില്ല. അതിനാൽ, അദ്ദേഹം ഒരു തെറ്റോ തടസ്സമോ സൃഷ്ടിച്ചിട്ടുണ്ടെങ്കിൽ, അതിന് ഒരു കാരണവും ഉണ്ടായിരിക്കണം.

എല്ലാവരും അവരുടെ ഭൂതകാല ജീവിതം ഓർത്തെടുക്കാൻ തുടങ്ങിയാൽ, അടുത്ത വീട്ടിലെ അയൽവാസിയാണ് തങ്ങളെ കൊന്നത് അല്ലെങ്കിൽ അടുത്ത കെട്ടിടത്തിലെ ആളെയാണ് അവർ വിവാഹം കഴിച്ചത് എന്ന് തിരിച്ചറിയാൻ തുടങ്ങിയാലുള്ള കുഴപ്പത്തെക്കുറിച്ച് ഒന്നു സങ്കൽപ്പിച്ചു നോക്കൂ. അങ്ങനെയായാൽ ആരുടെയെങ്കിലും ജീവിതം സാധാരണ നിലയിലാകുമോ? അത് നമ്മെ ശരിക്കും ഭ്രാന്തന്മാരാക്കും.

പുതിയ തുടക്കങ്ങൾക്ക്, ഭൂതകാലം മറക്കേണ്ടത് ആവശ്യമാണ്.

കുട്ടികൾ അവരുടെ മുൻകാല ജീവിതം ഓർത്തു തുടങ്ങുമ്പോൾ പുനർജന്മത്തിന്റെ നിരവധി സംഭവങ്ങളുണ്ട്. ഇത് ആവേശകരമായി തോന്നുമെങ്കിലും, ഈ അനുഭവത്തെക്കുറിച്ച് ആ കുട്ടികളോട് ചോദിച്ചാൽ, ഇരട്ട ജീവിതം നയിക്കേണ്ടതിനാൽ ഇത് ദയനീയമാണെന്ന് അവർ പറയും. അവർക്ക് തിരികെ പോകാൻ കഴിയാത്ത ഒരു ഭൂതകാലത്തെക്കുറിച്ച് അവർ ഓർക്കുന്നു, അവർക്ക് പൊരുത്തപ്പെടാൻ കഴിയാത്ത ഒരു വർത്തമാന ജീവിതം അവർ നയിക്കുന്നു. അതുകൊണ്ട് ദൈവം ഉണ്ടാക്കിയ വ്യവസ്ഥിതിയിൽ നമുക്ക് വിശ്വാസമർപ്പിക്കുകയും നമ്മുടെ ജീവിതം മുന്നോട്ട് കൊണ്ടുപോകുകയും ചെയ്യാം, ദൈവം നമ്മെ ഏതൊരു സാഹചര്യത്തിലാണോ ചേർത്തിരിക്കുന്നത് അത് നമ്മുടെ വളർച്ചയ്ക്ക് ഏറ്റവും മികച്ചതാണെന്ന് ഓർക്കുക.

ചോദ്യം 12

# ആരാണ് പരമോന്നതൻ : ഭഗവാൻ വിഷ്ണുവോ അതോ ഭഗവാൻ ശ്രീകൃഷ്ണനോ?

അടിസ്ഥാനപരമായി, അവർ രണ്ടുപേരും വ്യത്യസ്ത കർത്തവ്യങ്ങളുള്ള ഒരേ വ്യക്തിയാണ്. പ്രവർത്തിയിടങ്ങളിൽ വിഷ്ണുവും വാസസ്ഥാനങ്ങളിൽ കൃഷ്ണനും ദൈവമാണ്. എന്നാൽ ഇപ്പോഴും അവരിലൊരാൾ മറ്റൊരാളുടെ ഉത്ഭവമാണ്.

കൃഷ്ണൻ ഉൾപ്പെടെയുള്ള എല്ലാ അവതാരങ്ങളുടെയും ഉറവിടം മഹാവിഷ്ണുവാണെന്ന് പലരും വിശ്വസിക്കുന്നു. പക്ഷേ, നമ്മൾ മുമ്പ് സൂചിപ്പിച്ചതുപോലെ, അത്തരം കാര്യങ്ങളെക്കുറിച്ചുള്ള നമ്മുടെ അറിവുകൾ ഔദ്യോഗികവും ആധികാരികവുമായിരിക്കണം, അത് അങ്ങനെയാകുന്നത് വേദഗ്രന്ഥങ്ങളിൽ നിന്ന് ലഭിക്കുമ്പോൾ മാത്രമാണ്, അല്ലാതെ ഇന്റർനെറ്റിൽ നിന്നോ സോഷ്യൽ മീഡിയ പ്ലാറ്റ്ഫോമുകളിൽ നിന്നോ അല്ല.

എല്ലാ അവതാരങ്ങളുടെയും ഉറവിടം ഭഗവാൻ ശ്രീകൃഷ്ണനാണെന്നാണ് വേദഗ്രന്ഥങ്ങൾ വിശേഷിപ്പിക്കുന്നത്.

അപ്പോൾ ചിത്രത്തിൽ വിഷ്ണു എവിടെയാണ് യോജിക്കുന്നത്?

മഹത്തായ ഗ്രന്ഥമായ ചൈതന്യ ചരിതാമൃതയിൽ (സിസി) നൽകിയിരിക്കുന്ന ശ്രേണിയാണ് ഇനിപ്പറയുന്നത് :

പിന്നീട് ബലരാമനായി ആവിർഭവിക്കുന്നതിന്റെ ഉത്പത്തി കൃഷ്ണനാണ്.

*വൈഭവ-പ്രകാശ കൃഷ്ണേര-ശ്രീ-ബലരാമ*
(സിസിമധ്യ ലീല 20.174)

'കൃഷ്ണന്റെ വൈഭവ സവിശേഷതയുടെ ആദ്യ
സാക്ഷാൽക്കാരമാണ് ശ്രീ ബലരാമജി.'

ബലരാമൻ പിന്നീട് ആദ്യത്തെ നാല് വ്യൂഹങ്ങൾ എന്നറിയപ്പെടുന്ന വാസുദേവ് I, സങ്കർഷണ 1, പ്രദ്യുമ്ന 1, അനിരുദ്ധ I എന്നീ നാല് രൂപങ്ങളിലേക്ക് വികസിക്കുന്നു :

*പ്രഭാവ-വിലാസ-വാസുദേവ, സങ്കർഷണ*
*പ്രദ്യുമ്ന, അനിരുദ്ധ,-മുഖ്യ ചാരി-ജന*
(സിസി മധ്യ 20.186)

'വാസുദേവ, സങ്കർഷണ, പ്രദ്യുമ്ന, അനിരുദ്ധ
എന്നിങ്ങനെയാണ് പ്രധാന നാല് വ്യൂഹങ്ങളുടെ പേര്.
ഇവയെ പ്രഭാവ-വിലാസം എന്ന് വിളിക്കുന്നു.'

ഭഗവാൻ കൃഷ്ണൻ വീണ്ടും രണ്ട് സവിശേഷതകളായി വികസിക്കുന്നു :

1. നാരായണൻ—വൈകുണ്ഠത്തിലെ (ദേവലോകം) എണ്ണമറ്റ മഹാവിഷ്ണു രൂപങ്ങളുടെ എല്ലാ സാക്ഷാൽക്കാരങ്ങൾക്കും അദ്ദേഹം കാരണമായിത്തീരുന്നു.
2. രണ്ടാമത്തെ നാല് വ്യൂഹങ്ങളുടെ വികാസം (ആദ്യത്തെ നാല് വ്യൂഹങ്ങളുടെ വികാസങ്ങളുടെ വികാസം)— വൗദേവ II, സങ്കർഷണ II, പ്രദ്യുമ്ന II, അനിരുദ്ധ II

*പുനഃ കൃഷ്ണ ചതുർ-വ്യൂഹ ലയാൻ പൂർവ്വ-രൂപേ*
*പരവ്യോമ-മധ്യേ വൈസേ നാരായണ-രൂപേ*
(സിസി മധ്യ 20.192)

'കൃഷ്ണഭഗവാൻ വീണ്ടും വികസിക്കുന്നു, ദേവലോകമായ
പരവ്യോമയ്ക്കുള്ളിൽ, അവൻ പൂർണ്ണതയിൽ നാല്
കൈകളുള്ള നാരായണനായി, വിപുലീകരണങ്ങളുടെ
അകമ്പടിയോടെ യഥാർത്ഥ ചതുർവ്യൂഹ രൂപം
സ്ഥിതി ചെയ്യുന്നു.'

*തൻഹ ഹൈതേ പുനഃ ചതുർ-വ്യൂഹ-പരകാശ*
*അവരണ-രൂപേ ചാരി-ദികെ യൻര വസാ*
(സിസി മധ്യ 20.193)

'അങ്ങനെ യഥാർത്ഥ ചതുർവ്യൂഹ രൂപങ്ങൾ വീണ്ടും
ഒരു രണ്ടാം ചതുർവ്യൂഹ വികാസത്തിൽ സ്വയം
പ്രത്യക്ഷപ്പെടുന്നു—വാസുദേവ II, സങ്കർഷണ II,
പ്രദ്യുമ്ന II, അനിരുദ്ധ II.'

ഭഗവാൻ സങ്കർഷൻ രണ്ടാമനിൽ നിന്ന് രണ്ട് വ്യക്തിത്വങ്ങൾ വരുന്നു : സദാശിവ് (യഥാർത്ഥ ശിവൻ), ഭഗവാൻ മഹാവിഷ്ണു.

*വിഷ്ണോസ് തു ത്രിണി രൂപാണി*
*പുരുഷാഖ്യാനി അതോ വിദുഃ*
*ഏകം തു മഹതഃ സ്രഷ്ട്*
*ദ്വിതീയം ത്വ അണ്ഡ-സംസ്ഥിതം*
*തൃതീയം സർവ്വ-ഭൂത-സ്ഥം*
*തനി ജ്ഞാനത്വാ വിമുച്യതേ*
(സിസി മധ്യ 20.251)

'വിഷ്ണുവിന് പുരുഷസ് എന്ന മൂന്ന് രൂപങ്ങളുണ്ട്.
ആദ്യത്തേത്, മഹാവിഷ്ണു, സമ്പൂർണ്ണ ഭൗതിക
ഊർജ്ജത്തിന്റെ [മഹത്] സ്രഷ്ടാവാണ്,
രണ്ടാമത്തേത് ഓരോ പ്രപഞ്ചത്തിലും സ്ഥിതി
ചെയ്യുന്ന ഗർഭോദശായി,
മൂന്നാമത്തേത്
എല്ലാ ജീവജാലങ്ങളുടെയും ഹൃദയത്തിൽ
വസിക്കുന്ന ക്ഷീരോദശായി.
ഇവ മൂന്നും അറിയുന്നവൻ മായയുടെ
പിടിയിൽ നിന്ന് മോചനം നേടുന്നു.'

പ്രപഞ്ചത്തിന്റെ അടിത്തട്ടിൽ ഗർബോധക് എന്ന സമുദ്രത്തിൽ വസിക്കുന്ന മഹാവിഷ്ണു പിന്നീട് തന്റെ ശരീരത്തിൽ നിന്ന് എണ്ണമറ്റ പ്രപഞ്ചങ്ങളെ സൃഷ്ടിക്കുന്നതിനുള്ള ചുമതല ഏറ്റെടുക്കുകയും ഓരോ പ്രപഞ്ചത്തിലും പ്രവേശിക്കാൻ സ്വയം വ്യാപിക്കുകയും ചെയ്യുന്നു.

ഗർഭോദക്ഷയി വിഷ്ണു എന്ന് വിളിക്കപ്പെടുന്ന ഈ രണ്ടാമത്തെ മഹാവിഷ്ണുവിന്റെ നാഭിയിൽ നിന്ന് ഉത്ഭവിച്ച താമരയിലാണ്, ദ്വിതീയ സ്രഷ്ടാവായ, പ്രപഞ്ചത്തിലെ മറ്റുള്ള ജീവജാലങ്ങളുടെ സൃഷ്ടാവ് കൂടിയായ ബ്രഹ്മദേവൻ ജനിച്ചത്.

ഗർഭോദക്ഷയി വിഷ്ണു, പാലാഴിയിൽ വസിക്കുന്ന ക്ഷീരോദക്ഷയി വിഷ്ണു എന്നറിയപ്പെടുന്ന വിഷ്ണുവിന്റെ മറ്റൊരു രൂപത്തിലേക്ക് സ്വയം വ്യാപിച്ചിരിക്കുന്നു. അവൻ വസിക്കുന്ന പ്രപഞ്ചത്തിന്റെ പരിപാലനത്തിന്റെ ഉത്തരവാദിത്തം അവനാണ്.

ആവശ്യമുള്ളപ്പോഴെല്ലാം, ക്ഷീരോദക്ഷയി വിഷ്ണു ധർമ്മം ഉയർത്തിപ്പിടിക്കാൻ പ്രപഞ്ചങ്ങളിൽ അവതരിക്കുന്നു.

എണ്ണമറ്റ പ്രപഞ്ചങ്ങൾ ഉള്ളതുപോലെ, ഒരു മഹാവിഷ്ണു മാത്രമല്ല, എണ്ണമറ്റവ ഉണ്ടെന്നുമാണ് ഈ വസ്തുതകൾ നമ്മോട് പറയുന്നത്. വാസ്തവത്തിൽ, ഓരോ പ്രപഞ്ചത്തിലും ഭഗവാൻ വിഷ്ണുവിന്റെ രണ്ട് രൂപങ്ങളുണ്ട്. എല്ലാവർക്കും അറിയാവുന്ന പരിപാലകനായ വിശിഷ്ടമായ മഹാവിഷ്ണു രൂപം വളരെ വൈകിയാണ് ചിത്രത്തിൽ വരുന്നത്, അതായത്, ക്ഷീരോദക്ഷായി വിഷ്ണു. കൂടാതെ, എല്ലാ അവതാരങ്ങളുടെയും പരമോന്നത സ്രോതസ്സായ ശ്രീകൃഷ്ണൻ അറുപത്തിനാല് പ്രാഥമിക ഗുണങ്ങളുള്ളവനാണ്, ഭഗവാൻ വിഷ്ണു അറുപത് ഗുണങ്ങളായും വ്യാപിച്ചിരിക്കുന്നു.

ശതനാമ സ്തോത്രം പറയുന്നു :

*വിഷ്ണോർ ഏകൈകം നാമാപി സർവ്വ-വേദാധികം മതം*
*തദൃക്-നാമ സഹസ്രേണ രാമ-നാമ-സമം സ്മൃതം*

'വിഷ്ണുവിന്റെ ഒരു നാമം ജപിക്കുന്നത് എല്ലാ വേദങ്ങളും
പഠിക്കുന്നതിനേക്കാൾ കൂടുതൽ പ്രയോജനം നൽകുന്നു,
രാമന്റെ ഒരു നാമം വിഷ്ണുവിന്റെ ആയിരം നാമങ്ങൾക്ക്
(സഹസ്ര-നാമം) തുല്യമാണ്.'

വീണ്ടും, ബ്രഹ്മാണ്ഡ പുരാണത്തിൽ പറയുന്നു :

*സഹസ്ര-നാംനാം പുണ്യാനം ത്രിർ ആവൃത്തി തു യത് ഫലം*
*ഏകവൃത്ത്യാ തു കൃഷ്ണസ്യ നാമൈകം തത് പ്രയച്ഛതി*

'ഒരാൾ ശ്രീകൃഷ്ണനാമം ഒരിക്കൽ ഉച്ചരിച്ചാൽ,
പരിശുദ്ധമായ വിഷ്ണു-സഹസ്രനാമാം മൂന്ന് തവണ
ജപിച്ചാൽ ലഭിക്കുന്ന അതേ ഫലം ലഭിക്കും.'

മഹാവിഷ്ണുവിന്റെ ആയിരം നാമങ്ങൾ ശ്രീരാമന്റെ ഒരു നാമത്തിന് തുല്യമാണ്, വിഷ്ണുവിന്റെ മൂവായിരം നാമങ്ങൾ – അല്ലെങ്കിൽ ശ്രീരാമന്റെ മൂന്ന് നാമങ്ങൾ – ശ്രീകൃഷ്ണന്റെ ഒരു നാമത്തിന്

തുല്യമാണ്. ശ്രീകൃഷ്ണ നാമം ഒരിക്കൽ ജപിച്ചാൽ രാമ നാമം മൂന്നു പ്രാവശ്യം ജപിച്ചതിന് തുല്യമായ ഫലം ലഭിക്കും.

എല്ലാ അവതാരങ്ങളുടെയും ഉറവിടം ശ്രീകൃഷ്ണൻ ആയതിനാലാണ് ഈ ഫലം.

ശ്രീമദ് ഭാഗവതത്തിൽ വിവിധ അവതാരങ്ങളുടെ ഒരു പട്ടിക അടങ്ങിയിരിക്കുന്നു, അതിൽ ഭഗവാൻ കൃഷ്ണനെ വീണ്ടും 'സ്വയം ഭഗവാൻ' എന്ന് വിളിക്കുന്നു, അതായത് വിഷ്ണു, വരാഹം, നരസിംഹം, രാമൻ, വാമനൻ തുടങ്ങിയ ഭഗവാന്റെ മറ്റെല്ലാ രൂപങ്ങളുടെയും ഉറവിടം അവിടുന്നാണ്.

*ഏതേ കാംശ-കലഃ പുംസഃ*
*കൃഷ്ണാസ് തു ഭഗവാൻ സ്വയം*
*ഇന്ദ്രാരി-വ്യാകുലം ലോകം*
*മൃദയന്തി യുഗേ യുഗേ*

'മേൽപ്പറഞ്ഞ അവതാരങ്ങളെല്ലാം ഒന്നുകിൽ ഭഗവാന്റെ
പൂർണ്ണഭാഗങ്ങളോ പൂർണ്ണഭാഗങ്ങളുടെ ഭാഗങ്ങളോ ആണ്,
എന്നാൽ ഭഗവാൻ ശ്രീകൃഷ്ണനാണ് പരമേശ്വരന്റെ യഥാർത്ഥ
വ്യക്തിത്വം. നിരീശ്വരവാദികൾ സൃഷ്ടിക്കുന്ന അസ്വസ്ഥതകൾ
ഉണ്ടാകുമ്പോഴെല്ലാം അവയെല്ലാം ഗ്രഹങ്ങളിൽ
പ്രത്യക്ഷപ്പെടുന്നു. വിശ്വാസികളെ സംരക്ഷിക്കാനാണ്
ഭഗവാൻ അവതരിക്കുന്നത്.'

ബ്രഹ്മ സംഹിതയിൽ (5.1), ബ്രഹ്മാവ് പരാമർശിക്കുന്നു :

*ഈശ്വരഃ പരമഃ കൃഷ്ണഃ*
*സച്ചിദ്-ആനന്ദ-വിഗ്രഹഹഃ*
*അനാദിർ ആദിർ ഗോവിന്ദാഃ*
*സർവ-കരണ-കരണം*

'ഗോവിന്ദ എന്നറിയപ്പെടുന്ന കൃഷ്ണൻ പരമ ദൈവമാണ്.
ശാശ്വതമായ ആനന്ദപൂർണ്ണമായ ആത്മീയ ശരീരമുണ്ട്.
അവനാണ് എല്ലാറ്റിന്റെയും ഉത്ഭവം.
അവന് മറ്റൊരു ഉത്ഭവവുമില്ല, എല്ലാ കാരണങ്ങളുടെയും
പ്രധാന കാരണം അവനാണ്.'

ഗ്രന്ഥങ്ങളിൽ ഇത് വളരെ വ്യക്തമായി പരാമർശിച്ചിട്ടുണ്ടെങ്കിൽ, ഭഗവാൻ വിഷ്ണുവിന്റെയും ഭഗവാൻ ശ്രീകൃഷ്ണന്റെയും സ്ഥാനത്തെക്കുറിച്ച് ആശയക്കുഴപ്പം ഉണ്ടാകുന്നത് എന്തുകൊണ്ട്?

കാരണം വളരെ ലളിതമാണ്.

മഹാവിഷ്ണുവാണ് പ്രപഞ്ച പരിപാലനത്തിന്റെ ചുമതല വഹിക്കുന്നത്; അദ്ദേഹം പ്രായോഗികമായി എല്ലായ്പ്പോഴും അവതരിച്ചുകൊണ്ടേയിരിക്കുന്നു.

ഇത് ഒരു വ്യവസായശാല പോലെയാണ്, തൊഴിലാളികൾക്ക് അവരുടെ മാനേജരിൽ നിന്ന് ആജ്ഞകളും പ്രതിഫലവും ലഭിക്കുന്നു. അവരെ സംബന്ധിച്ചിടത്തോളം, അവൻ അവരുടെ നേതാവാണ്, എല്ലാറ്റിന്റെയും ചുമതലയുള്ള വ്യക്തിയാണ്. എന്നിരുന്നാലും, ഒരു ദിവസം, വ്യവസായശാലയുടെ ഉടമ വ്യവസായശാല സന്ദർശിക്കാൻ തീരുമാനിക്കുന്നു. തൊഴിലാളികൾ മാനേജരുടെ അടുത്ത് ആ വ്യക്തിയെ കാണുമ്പോൾ, മുമ്പ് അവർ അദ്ദേഹത്തെ കണ്ടിട്ടില്ലാത്തതിനാൽ അവർ തിരിച്ചറിയുന്നില്ല.

അതുപോലെ, ഈ ലോകത്തിൽ അവതാരമെടുക്കുന്നത് മഹാവിഷ്ണുവാണെങ്കിലും, ഇടയ്ക്കിടെ, ഭഗവാൻ കൃഷ്ണൻ തന്റെ എല്ലാ സഹകാരികളുമൊത്ത് ഗോലോക് വൃന്ദാവനത്തിലെ പരമോന്നത ആത്മീയ വാസസ്ഥലത്ത് നിന്ന് സ്വയം ഇറങ്ങിവരുന്നു. എപ്പോൾ അദ്ദേഹം താഴേയ്ക്ക് വരുന്നുവോ, അതറിയിക്കുന്ന ഭഗവാൻ മഹാവിഷ്ണുവിലൂടെയാണ് വരുന്നത്.

അയ്യായിരം വർഷങ്ങൾക്ക് മുമ്പ് അസുര ശക്തികളാൽ ലോകം കഷ്ടതകളിൽ പെട്ടപ്പോൾ, ഭൂമി മാതാവും ബ്രഹ്മാവും ശിവനും ഉൾപ്പെടെയുള്ള ദേവന്മാരും ക്ഷീരോദക്ഷായി വിഷ്ണുവിനെ പ്രാർത്ഥിക്കാൻ പാലാഴി (ക്ഷീരസാഗരം) തീരത്തേക്ക് പോയി. അവർ ഭഗവാന്റെ കാരുണ്യത്തിനായി പ്രാർത്ഥനകൾ അർപ്പിച്ചതിനുശേഷം, ബ്രഹ്മാവിന് അവനിൽ നിന്ന് ഒരു സന്ദേശം ലഭിച്ചു, അത് അദ്ദേഹം എല്ലാവരോടും പറഞ്ഞു :

*വാസുദേവ-ഗൃഹേ സാക്ഷാദ്*
*ഭഗവാൻ പുരുഷഃ പരഃ*
*ജനിഷ്യതേ തത്-പ്രിയാർത്ഥം*
*സംഭവന്തു സുര-സ്ത്രിയഃ*

[ശ്രീമദ് ഭാഗവതം 10.1.23]

'പരമപുരുഷനായ, പൂർണ്ണ ശക്തിയുള്ള ശ്രീകൃഷ്ണൻ,
സ്വയം വസുദേവന്റെ പുത്രനായി അവതരിക്കും.
അതിനാൽ, അവനെ സേവിക്കുന്നതിനായി
ദേവന്മാരുടെ എല്ലാ ഭാര്യമാരും പ്രത്യക്ഷപ്പെടണം.'

അങ്ങനെ, ഭഗവാൻ ശ്രീകൃഷ്ണനെ ഒരു പ്രാവശ്യം മാത്രമേ ദർശിക്കുകയുള്ളൂ എന്നതിനാലും, മഹാവിഷ്ണു പ്രത്യക്ഷനായും പ്രവർത്തനനിരതനായിരിക്കുന്നതിനാലും, ഭഗവാൻ വിഷ്ണുവാണ് ശ്രീകൃഷ്ണന്റെ ഉറവിടം എന്ന തെറ്റിദ്ധാരണ ആളുകൾക്ക് ഉണ്ട്, എന്നാൽ സത്യം മറിച്ചാണ്.

ചോദ്യം 13

# എന്തുകൊണ്ടാണ് ഭഗവാൻ കൃഷ്ണന് 16108 ഭാര്യമാരുണ്ടായത്?

'എല്ലാവരും എനിക്ക് കീഴടങ്ങുമ്പോൾ, അതിനനുസരിച്ച് ഞാൻ അവർക്ക് പ്രതിഫലം നൽകുന്നു' എന്ന് ഭഗവദ് ഗീതയിൽ ഭഗവാൻ കൃഷ്ണൻ പ്രസ്താവിച്ചിട്ടുണ്ട്.

ദൈവമായതിനാൽ, എല്ലാവർക്കും അവരവരുടെ ആഗ്രഹത്തിനനുസരിച്ച് അന്യോന്യ വിനിമയം ചെയ്യുക, ആവശ്യപ്പെടുന്നവർക്ക് അഭയം നൽകുക എന്നിവ അദ്ദേഹത്തിന്റെ കടമയാണ്.

യുഗങ്ങൾക്ക് മുമ്പ് നരകാസുരനാൽ 16,100 രാജകുമാരിമാർ അപഹരിക്കപ്പെട്ട് തടവിലാക്കപ്പെട്ടു. തങ്ങളെ രക്ഷിക്കാൻ മറ്റാരുമില്ലാത്തതിനാൽ രാജകുമാരിമാർ തങ്ങളെ രക്ഷിക്കാൻ ദൈവത്തോട് നിരന്തരം പ്രാർത്ഥിച്ചു. അക്കാലത്ത് ദ്വാരകയിൽ വസിച്ചിരുന്ന സർവ്വജ്ഞനായ ശ്രീകൃഷ്ണൻ അവരുടെ പ്രാർത്ഥന കേൾക്കുകയും, അസുരനെ വധിച്ചുകൊണ്ട് രാജകുമാരിമാരെ രക്ഷിക്കുകയും ചെയ്തു.

ചില പാരമ്പര്യങ്ങളാൽ ബന്ധിക്കപ്പെട്ട സമൂഹം, ഒരു അസുരനുമായി വളരെക്കാലം കഴിഞ്ഞതിന് ശേഷം അവരെ സ്വീകരിക്കില്ല എന്നതുകൊണ്ട്, അസുരനിൽ നിന്ന് രക്ഷിക്കപ്പെട്ട ശേഷം, രാജകുമാരിമാർ തങ്ങളെ സ്വീകരിക്കാൻ ശ്രീകൃഷ്ണനോട് പ്രാർത്ഥിച്ചു.

പരമകാരുണികനായ ഭഗവാൻ കൃഷ്ണൻ അവരുടെ നിർദ്ദേശം സ്വീകരിക്കുകയും അവരെയെല്ലാം വിവാഹം കഴിക്കുകയും ചെയ്തു.

അദ്ദേഹത്തിന്റെ മറ്റ് എട്ട് പ്രധാന രാജ്ഞിമാരായ

രുക്മിണി, സത്യഭാമ, ജാംബവതി, കാളിന്ദി, നഗ്നജിതി, ഭദ്ര, മിത്രവിന്ദ, ലക്ഷ്മണ എന്നിവരെയും ശ്രീകൃഷ്ണൻ വിവാഹത്തിന് സമീപിച്ചില്ല. ഈ രാജ്ഞികളിൽ ഓരോരുത്തരും ഭഗവാൻ കൃഷ്ണനെ വിവാഹം കഴിക്കാൻ ആത്മാർത്ഥമായി പ്രാർത്ഥിച്ചു, പരമാത്മാവായതിനാൽ അദ്ദേഹം പ്രത്യുപകാരം ചെയ്യാൻ ബാധ്യസ്ഥനായിരുന്നു.

അങ്ങനെ, കൃഷ്ണൻ 16,108 രാജ്ഞിമാരെ വിവാഹം കഴിച്ചു. എന്നാൽ ഓർക്കുക, അവർ അദ്ദേഹത്തെ വിവാഹം കഴിക്കാൻ ആഗ്രഹിച്ചതുകൊണ്ടാണ് അദ്ദേഹം അവരെ വിവാഹം കഴിച്ചത്. അദ്ദേഹം ആത്മാറാം എന്നറിയപ്പെടുന്നു, സ്വയം സംതൃപ്തനായ ഒരാൾ, അതിനാൽ സംതൃപ്തി അനുഭവിക്കാൻ ബാഹ്യ ഉറവിടങ്ങളൊന്നും ആവശ്യമില്ല.

അദ്ദേഹം അത്തരം കാര്യങ്ങളിൽ ഏർപ്പെടുന്നത് കാണുമ്പോൾ, പരമാത്മാവ് തന്റെ പ്രിയപ്പെട്ട ഭക്തരെ പ്രീതിപ്പെടുത്തുന്ന തന്റെ ഏറ്റവും ഉന്നതമായ വിനോദം ലളിതമായി നിർവ്വഹിക്കുന്ന ഒരു ഉയർന്ന തത്വം പ്രവർത്തിക്കുന്നുവെന്ന് നാം മനസ്സിലാക്കണം. അദ്ദേഹം ഭാവഗ്രഹിയാണ് – അവൻ നമ്മുടെ ഉദ്ദേശ്യങ്ങൾ അംഗീകരിക്കുകയും അതിനനുസരിച്ച് പ്രതികരിക്കുകയും ചെയ്യുന്നു.

ചോദ്യം 14

## എന്തുകൊണ്ടാണ് ഭഗവാൻ കൃഷ്ണൻ അർദ്ധ രാത്രിയിൽ ഗോപികമാരോടൊപ്പം നൃത്തം ചെയ്തുകൊണ്ട് രാസലീലയിൽ മുഴുകിയത്?

ശ്രീകൃഷ്ണന്റെ രാസലീലയെക്കുറിച്ച് പറയുന്ന അതേ ഗ്രന്ഥങ്ങൾ അദ്ദേഹം അസാധ്യമായ കാര്യങ്ങൾ ചെയ്യാൻ കഴിവുള്ള പരമേശ്വരനാണെന്നും പറയുന്നു. ഒരു ഭക്തന് അദ്ദേഹവുമായി ഏത് ബന്ധത്തിലും ഏർപ്പെടാൻ കഴിയും, ആനുപാതികമായി അനുഗ്രഹം നൽകാൻ അദ്ദേഹം എപ്പോഴും അവിടെയുണ്ട്.

ഓരോ ഭക്തനും തനതായ മാനസികാവസ്ഥയിലാണ് ഭഗവാനെ ആരാധിക്കുന്നത്. ചില ഭക്തർ അദ്ദേഹത്തെ തങ്ങളുടെ യജമാനനായി സേവിക്കാൻ ആഗ്രഹിക്കുന്നു, ചിലർ സുബൽ, ശ്രീദാമ, അർജ്ജുനൻ എന്നിവരെപ്പോലെ അദ്ദേഹവുമായി ഒരു സുഹൃത്ബന്ധം ആഗ്രഹിക്കുന്നു. ചിലർ യശോദ-നന്ദ, ദേവകി-വസുദേവ് തുടങ്ങിയ മാതാപിതാക്കളെ പോലെ അവനെ സേവിക്കാൻ ആഗ്രഹിക്കുന്നു, എന്നാൽ ഗോപികമാരെപ്പോലെ ചിലർ അവനെ തങ്ങളുടെ പ്രിയപ്പെട്ടവനായി കാണാൻ ആഗ്രഹിക്കുന്നു. എല്ലാ സാഹചര്യങ്ങളിലും, ഭഗവാൻ ശ്രീകൃഷ്ണൻ തന്റെ പ്രിയപ്പെട്ട ഭക്തരുടെ ആഗ്രഹങ്ങളെ അനുഗ്രഹിക്കുകയും ചെയ്യുന്നു. വൃന്ദാവനത്തിലെ മയിലുകളോടും തത്തകളോടും ഭഗവാൻ കൃഷ്ണൻ ഇടപെട്ടതോ, രക്തകിനെപ്പോലുള്ള തന്റെ സേവകരിൽ നിന്ന് സേവനം സ്വീകരിക്കുന്നതോ, യശോദയും നന്ദയും പരിചരിക്കുന്നതോ, വൃന്ദാവനത്തിലെ ഗോപികമാരോടൊപ്പം വലിയ സന്തോഷത്തിൽ നൃത്തം ചെയ്യുന്നതോ (രാസലീല) തമ്മിൽ ഒരു

വ്യത്യാസവുമില്ല. എല്ലാവരും ഒരേ സ്ഥാനത്താണ്, കാരണം ഇവയിലെല്ലാം, ഭക്തരോട് അവർ ആഗ്രഹിക്കുന്നതുപോലെ അദ്ദേഹത്തിന്റെ അന്യോന്യതയല്ലാതെ മറ്റൊന്നുമില്ല.

അവന്റെ രാസലീലയുടെ പേരിൽ അവനെ വിമർശിക്കുന്നതിനുപകരം, നമ്മുടെ ദയാലുവായ ഭഗവാൻ തന്റെ ഭക്തരുടെ ആഗ്രഹങ്ങളെ തൃപ്തിപ്പെടുത്താൻ ഏതറ്റം വരെയും പോകാൻ തയ്യാറാണെന്നതിൽ നാം സന്തോഷിക്കണം, കൂടാതെ അദ്ദേഹത്തിൽ നിന്ന് ഒരു പ്രത്യേക തരത്തിലുള്ള അനുഗ്രഹം ആഗ്രഹിക്കുന്നുവെങ്കിൽ, നമുക്കും അത് ലഭിക്കും. അതിനാൽ, പശ്ചാത്താപത്തേക്കാൾ, ഭഗവാന്റെ രാസലീല നമ്മിൽ പ്രത്യാശ നിറയ്ക്കണം.

കൂടാതെ, രാസലീലയിലെ ഗോപികമാർ സാധാരണ പെൺകുട്ടികളല്ല. കൃഷ്ണഭഗവാന്റെ സ്വന്തം ഊർജ്ജസ്വലതകളാണവർ, വിനോദങ്ങൾക്കോ ലീലകൾക്കോ വേണ്ടി, ആത്മീയലോകത്ത് നിന്ന് അദ്ദേഹത്തോടൊപ്പം ഇറങ്ങിവന്നവരാണ്. അതിനാൽ, കൃഷ്ണഭഗവാൻ സ്വന്തം ശക്തികളോ ഊർജ്ജമോ ഉപയോഗിച്ച് നൃത്തം ചെയ്താൽ ഒരു ദോഷവുമില്ല.

കൂടാതെ, പലരും കരുതുന്നത് പോലെ ഈ വിനോദം അധാർമ്മികമാണെങ്കിൽ, ശ്രീമദ് ഭാഗവതം പോലെയുള്ള മഹത്തായ ഗ്രന്ഥത്തിൽ രാസലീലയെ വിവരിക്കുന്ന അധ്യായങ്ങൾ ഏറ്റവും മികച്ചതായി കണക്കാക്കുന്നത് എന്തുകൊണ്ട്?

രാസലീല അധാർമ്മികമായിരുന്നെങ്കിൽ, എന്തിനാണ് സുഖ്ദേവ് ഗോസ്വാമിയെപ്പോലുള്ള മഹാത്യാഗികളും മറ്റ് പലരും അതിനെക്കുറിച്ച് സംസാരിക്കുകയും മഹത്വപ്പെടുത്തുകയും ചെയ്യുന്നത്?

യാഥാർത്ഥ്യം എന്തെന്നാൽ, കൃഷ്ണന്റെ ഈ വിനോദമോ അല്ലെങ്കിൽ മറ്റേതെങ്കിലും വിനോദമോ ഒരു ആത്മീയ വേദിയിലോ, ലൗകിക വേദിയിലോ അവതരിപ്പിക്കപ്പെടുകയാണെങ്കിൽ അത് മനസ്സിലാക്കാൻ വളരെ പ്രയാസമാണ്. ഭഗവദ് ഗീതയിൽ (4.9) കൃഷ്ണൻ പ്രസ്താവിക്കുന്നത് പോലെ :

*ജന്മ കർമ്മ ച മേ ദിവ്യം*
*ഏവം യോ വേത്തി തത്ത്വതഃ*
*ത്യക്ത്വാ ദേഹം പുനർജന്മ*
*നൈതി മാമേതി സോ 'ർജ്ജുന.*

'ഹേ അർജ്ജുനാ, എന്റെ രൂപത്തിന്റെയും
കർമ്മങ്ങളുടെയും ദിവ്യസ്വഭാവം അറിയുന്ന ഒരാൾ,
ശരീരം വിട്ടാൽ, ഈ ഭൗതികലോകത്ത് വീണ്ടും
ജന്മമെടുക്കുന്നില്ല, എന്നാൽ എന്റെ ശാശ്വതമായ
വാസസ്ഥലം പ്രാപിക്കുന്നു.

ശ്രീകൃഷ്ണന്റെ കർമ്മങ്ങളുടെ പിന്നിലെ സത്യം മനസ്സിലാക്കാൻ കഴിയുന്ന ഏതൊരാളും മുക്തി നേടുന്നു. ഇത് കാണിക്കുന്നത് ഈ മനസ്സിലാക്കൽ എളുപ്പമല്ല എന്നാണ്. മുകളിൽ വിവരിച്ചതുപോലെ നമ്മൾ ആഴത്തിൽ അതിലേക്കിറങ്ങണം.

രാസലീലയ്ക്കായി അവൻ അത്യധികം ഉത്സുകനായിരുന്നുവെങ്കിൽ, ഗോപികമാരിൽ സൂക്ഷ്മമായ ആത്മീയ അഹങ്കാരം വളർന്നപ്പോൾ ഉടൻ എന്തുകൊണ്ടാണ് അവൻ അതിൽ നിന്ന് അപ്രത്യക്ഷനാകുന്നത്? ഗോപികമാർ അതിനായി പ്രാർത്ഥിച്ചതുകൊണ്ടാണ് താൻ അവിടെയുണ്ടായിരുന്നതെന്നും അതിനോട് ഒട്ടും ഇഴുകിച്ചേർന്നിട്ടില്ലെന്നും അദ്ദേഹം വ്യക്തമായി സൂചിപ്പിച്ചു.

രാസലീലയിൽ മുഴുകിയതിൽ ഭഗവാൻ കൃഷ്ണനാണ് തെറ്റ് പറ്റിയതെങ്കിൽ ശിവൻ, നാരദൻ, ലക്ഷ്മി ദേവി തുടങ്ങിയ മഹാരഥന്മാർ എന്തിനാണ് അതിൽ പങ്കെടുക്കുന്നത്? ഇത്തരം മഹാരഥന്മാർ ഒരു പരിപാടിയിൽ പങ്കെടുക്കുന്നത് കാണുമ്പോൾ, അത് സവിശേഷമായിരിക്കണമെന്ന് നമുക്ക് നിഗമനം ചെയ്യാം.

ആളുകൾ ശ്രീകൃഷ്ണനിൽ തെറ്റ് കണ്ടെത്തുകയും അവന്റെ രാസലീലയുടെ പേരിൽ അവനെ അധാർമ്മികനായി കണക്കാക്കുകയും ചെയ്യുമ്പോൾ, രാസലീലയെ വിവരിക്കുന്ന അതേ ഗ്രന്ഥങ്ങൾ അവനെ കുറ്റമറ്റവനായ ദൈവമായി, ഭീമാകാരമായ ഗോവർദ്ധന ലീല ഉയർത്തുന്നവനായും പറയുന്നുവെന്ന് നാം മനസ്സിലാക്കണം. ആയിരം തലയുള്ള പാമ്പായ കാളിയന്റെ മേൽ ദൈവം നൃത്തം ചെയ്യുന്നതുപോലെ അല്ലെങ്കിൽ അവന് വെറും മൂന്ന് ദിവസം പ്രായമുള്ളപ്പോൾ ക്രൂരമായ അസുരന്മാരെ കൊല്ലുന്നതുപോലെ, ഇവയെല്ലാം അവന്റെ ദൈവത്വത്തിന്റെ ശക്തമായ തെളിവുകളാണ്. എന്നാൽ ചിലർ, ദൈവത്തെ താഴ്ത്തിക്കെട്ടാനും അവന്റെ നിരീശ്വരവാദത്തെ ന്യായീകരിക്കാനും, സൗകര്യപൂർവ്വം ഒരു പ്രത്യേക സംഭവം തിരഞ്ഞെടുത്ത് അതേ ഗ്രന്ഥത്തിൽ നിന്ന് മറ്റുള്ളവരെ മാറ്റിനിർത്തുന്നു. 'അയ്യോ, അത് തെറ്റാണ്. അവന് എങ്ങനെയാണ് ഒരു പർവ്വതം ഉയർത്താൻ കഴിയുക?' എന്നവർ പറയും. നമുക്ക് അസാധ്യമായ ഒരു കാര്യം

മറ്റെല്ലാവർക്കും അസാധ്യമാണെന്ന് അർത്ഥമാക്കുന്നില്ല, തീർച്ചയായും അത് പരമേശ്വരന് അല്ല. വേദഗ്രന്ഥത്തിന്റെ ഒരു ഭാഗം നാം സ്വീകരിക്കുകയാണെങ്കിൽ, മറ്റു ഭാഗങ്ങളും നാം സ്വീകരിക്കണം. ഒരു മഹാനായ വിശുദ്ധൻ പറഞ്ഞതുപോലെ, 'ഒന്നുകിൽ നിങ്ങൾ ചൂടുള്ളവരോ അല്ലെങ്കിൽ തണുപ്പുള്ളവരോ ആയിരിക്കുക. നിങ്ങൾ ഇളംചൂടുള്ളവരാണെങ്കിൽ, ഞാൻ നിങ്ങളെ തുപ്പിക്കളയും.' അതിനാൽ ഒന്നുകിൽ നമ്മൾ ഗ്രന്ഥങ്ങളിൽ നിന്നുള്ളതെല്ലാം വിശ്വസിക്കുന്നു അല്ലെങ്കിൽ വിശ്വസിക്കുന്നില്ല.

ഭഗവാനെ കുറ്റപ്പെടുത്തുകയും കർമ്മചക്രത്തിൽ നമ്മെത്തന്നെ ഉൾപ്പെടുത്തുകയും ചെയ്യുന്നതിനുപകരം, ഉൾക്കൊള്ളാൻ പ്രയാസമുള്ള ഒരു കർമ്മത്തിൽ ഭഗവാൻ ഏർപ്പെടുന്നത് കാണുമ്പോൾ, 'അയ്യോ! എന്തുകൊണ്ടാണ് ഭഗവാൻ ഇത് ചെയ്യുന്നതെന്ന് എനിക്ക് മനസ്സിലാകാത്തവിധം ഞാൻ അജ്ഞനാണ്!' രണ്ടാം ഘട്ടമെന്ന നിലയിൽ, ഒരു വിശദീകരണത്തിനായി ഭഗവാന്റെ സമർപ്പിത ഭക്തനെ സമീപിക്കണം, കാരണം അവന്റെ ഭക്തർക്ക് മാത്രമേ അവനെക്കുറിച്ചുള്ള സത്യം മനസ്സിലാക്കാനും വിശദീകരിക്കാനും കഴിയൂ.

ശ്രീമദ് ഭാഗവതം (7.15.28) വിശദീകരിക്കുന്നു:

*യസ്യ ദേവേ പരാ ഭക്തിർ*
*യഥാ ദേവേ തഥാ ഗുരൗ*
*തസ്യൈതേ കഥിതാ ഹൈ അർത്ഥാഃ*
*പ്രകാശന്തേ മഹാത്മനഃ*

'ഭഗവാനിലും ആത്മീയ ഗുരുവിലും അഗാധമായ
വിശ്വാസമുള്ള മഹാത്മാക്കൾക്ക് മാത്രമേ
വേദജ്ഞാനത്തിന്റെ എല്ലാ സാരാംശവും
യാന്ത്രികമായി വെളിപ്പെടുന്നുള്ളൂ.'

സാരാംശത്തിൽ, രാസലീല എന്നത് നമ്മുടെ പരിമിതവും സാധാരണവുമായ ധാരണയുടെ സ്ഥാനത്തിനുമപ്പുറം നടപ്പിലാക്കപ്പെട്ട, ഭഗവാനും അവന്റെ പ്രിയ ഭക്തരും തമ്മിലുള്ള തികച്ചും ആത്മീയവും സ്നേഹപൂർവ്വവുമായ ഒരു പരസ്പര കൈമാറ്റമാണ്.

ചോദ്യം 15

## രാമായണത്തിൽ എന്തിനാണ് ഭഗവാൻ ശ്രീരാമൻ ബാലിയെ മരത്തിന്റെ മറവിൽ നിന്ന് വധിച്ചത്?

വാല്മീകി രാമായണത്തിൽ ഭഗവാൻ ശ്രീരാമൻ ബാലിയെ വധിച്ചത് വിശദമായി ചർച്ച ചെയ്യപ്പെടുകയും നിരവധി വലിയ ആത്മീയ ആചാര്യന്മാർ വിശകലനം ചെയ്യുകയും ചെയ്തിട്ടുണ്ട്.

ബാലിയും സുഗ്രീവനും തമ്മിലുള്ള തെറ്റിദ്ധാരണ കാരണം, തമ്മിൽ പിരിക്കാൻ കഴിയാത്ത രണ്ട് സഹോദരന്മാരിൽ, മൂത്തവനും ശക്തനുമായ ബാലി സുഗ്രീവനെ അവരുടെ രാജ്യത്തിൽ നിന്ന് പുറത്താക്കുകയും അവനെ എന്നെന്നേക്കുമായി ഇല്ലാതാക്കാൻനിരന്തരംശ്രമിക്കുകയുംചെയ്തു.വനവാസത്തിന്അയക്കപ്പെട്ടശ്രീരാമൻഎത്തി,തന്റെജീവിതത്തിൽസമാധാനംപുനഃസ്ഥാപിക്കാൻ സുഗ്രീവനെ സഹായിക്കുമെന്ന് വാഗ്ദാനം ചെയ്യുന്നതുവരെ സുഗ്രീവന് ഭയപ്പാടോടെ ജീവിക്കേണ്ടി വന്നു, അനുരഞ്ജനത്തിനുള്ള എല്ലാ ശ്രമങ്ങളും പരാജയപ്പെട്ടതിനാൽ ബാലി കൊല്ലപ്പെട്ടാൽ മാത്രമേ ഇത് സംഭവിക്കൂ. ഭഗവാന്റെ പദ്ധതിയനുസരിച്ച്, സുഗ്രീവൻ ബാലിയെ ഒരു യുദ്ധത്തിന് വെല്ലുവിളിച്ചു, പക്ഷേ അവൻ പരാജയപ്പെടുകയും മരണത്തിൽ നിന്നും തലനാരിഴക്ക് രക്ഷപ്പെടുകയുമാണ് ഉണ്ടായത്. ഭഗവാന്റെ നിർബന്ധപ്രകാരം സുഗ്രീവൻ വീണ്ടും സഹോദരനെ വെല്ലുവിളിച്ചു. യുദ്ധം പുരോഗമിക്കുമ്പോൾ, ശ്രീരാമൻ ഒരു മരത്തിന്റെ പിന്നിൽ മറഞ്ഞിരുന്ന് ഒരു അമ്പ് എയ്തു, വാലി ഉടൻ നിലത്തുവീണു. ഭീരുത്വം നിറഞ്ഞ രീതിയിൽ അമ്പേറ്റതിനാൽ അദ്ദേഹം രോഷാകുലനായി, യുദ്ധനിയമങ്ങൾ മാർഗ്ഗ നിർദ്ദേശം നൽകുന്ന മത തത്വങ്ങളെക്കുറിച്ച് അദ്ദേഹം ശ്രീരാമനെ ചോദ്യം ചെയ്തു.

ഈ ഒരു പ്രവൃത്തി ശ്രീരാമന്റെ കളങ്കരഹിതവും സദ്ഗുണ മുള്ളതുമായ സ്വഭാവത്തിന് കളങ്കമായി തോന്നുന്നു, പക്ഷേ രാമായണം ഭഗവാന്റെ പ്രവൃത്തിക്ക് പിന്നിൽ ലളിതമായ ഒരു വിശദീകരണം നൽകുന്നു.

അമ്പേറ്റതിന് ശേഷം ബാലി വേദന കൊണ്ട് നിലത്ത് വീഴുകയും ചുറ്റും നോക്കുകയും ചെയ്യുമ്പോൾ ഒരു പുഞ്ചിരിയോടെ തന്റെ അടുത്തേക്ക് വരുന്ന ശ്രീരാമനെ കാണുകയും രോഷത്തിലും വേദനയിലും, 'താങ്കൾ ഒരു സദ്ഗുണസമ്പന്നനാണെന്നാണ് ഞാൻ കരുതിയത്. ഇത്രയും നീചമായ എന്തെങ്കിലും ചെയ്യാൻ നിങ്ങൾക്ക് എങ്ങനെ കഴിഞ്ഞു? ഈ ഭയങ്കരനായ സുഗ്രീവനു മായുള്ള സഹവാസം കൊണ്ടാണ് നീയും നശിച്ചുപോയതെന്ന് ഞാൻ കരുതുന്നുവെന്ന്' ബാലി പറഞ്ഞു.

ശ്രീരാമൻ പുഞ്ചിരിച്ചുകൊണ്ടു പറഞ്ഞു : 'ഹേ ബാലി, ശരീരം നശിക്കുമ്പോൾ ബുദ്ധിപോലും ക്ഷയിക്കുന്നതായി തോന്നുന്നു. ധർമ്മത്തിന്റെ സങ്കീർണ്ണത മനസ്സിലാക്കാതെയാണ് നിങ്ങൾ എന്നിൽ അധർമ്മം ആരോപിക്കുന്നത്. ഞാൻ ലോകത്തിന്റെ അധിപനായ ഭരതന്റെ സേവകനാണ്. അതിനാൽ, രാജകീയ അംഗവും രാജാവിന്റെ സേവകനും എന്ന നിലയിൽ, സദ്വൃ ത്തരെ സംരക്ഷിക്കേണ്ടതും അനീതിയുള്ളവരെയോ ദുഷ്ടന്മാ രെയോ ശിക്ഷിക്കുന്നതും എന്റെ കടമയാണ്. അല്ലയോ വാനരാ, നിന്റെ വിശ്വസ്തനായ അനുജനായ സുഗ്രീവനെ നീ ഒരു കാരണ വശാലും കഠിനമായി ദ്രോഹിക്കരുതായിരുന്നു. അവന്റെ ഒരു തെറ്റും ഇല്ലാതെ, നിങ്ങൾ അവനെ ആക്രമിച്ചു, അപമാനിച്ചു, നാടു കടത്തി, അവന്റെ ജീവനെടുക്കുമെന്ന് ഭീഷണിപ്പെടുത്തി. അതു പോരാഞ്ഞിട്ടാണോ നീ അവന്റെ ഭാര്യയെപ്പോലും നിന്റെ ഭാര്യ യായി സ്വീകരിച്ചത്. ഇതെല്ലാം നിമിത്തം നിങ്ങൾ ഒരു അക്രമിയാണ്.'

വേദ ഗ്രന്ഥങ്ങൾ ആറ് തരം അക്രമികളെക്കുറിച്ച് വിവരി ക്കുന്നു, നിയമത്തെ ഉയർത്തിപ്പിടിക്കുന്നവർ അവരെ കൊന്നാലും പാപമില്ല. അവ : മറ്റൊരാളുടെ ഭാര്യയെ തട്ടിക്കൊണ്ടു പോകുന്നവനോ, വിഷം കൊടുക്കുന്നവനോ, മാരകായുധങ്ങളാൽ ആക്രമിക്കുന്നവനോ, വീടിന് തീയിടുന്നവനോ, വസ്തുവകകൾ അപഹരിക്കുന്നവനോ, സ്വത്ത് അപഹരിക്കുന്നവനോ ഒക്കെ യാണ്. ഒരു പോലീസുകാരൻ ഒരു കുറ്റവാളിയെ അറസ്റ്റ് ചെയ്യു മ്പോൾ, അങ്ങനെ ചെയ്തതിന് അവനെ നിയമം ശിക്ഷിക്കുന്നില്ല.

ക്ഷത്രിയന്മാർപോലീസുകാരനെപ്പോലെയുംഅക്രമികൾകുറ്റവാളികളെപ്പോലെയുമാണ്. ഒരു കാരണവുമില്ലാതെ ബാലി തന്റെ സഹോദരനോട് കഠിനമായ അന്യായം ചെയ്തതിനാൽ, അവനെ കൊല്ലുകയും സുഗ്രീവന് നീതി നൽകുകയും ചെയ്യേണ്ടത് ഭഗവാൻ ശ്രീരാമന്റെ കടമയായിരുന്നു. അങ്ങനെ, ബാലി വധിക്കപ്പെടുകയും, കാരണങ്ങൾ ന്യായീകരിക്കപ്പെടുകയും ചെയ്തു.

അപ്പോൾ ഭഗവാൻ പറഞ്ഞു, 'നീ ഒരു വാനരനാണ്, ക്ഷത്രിയ നിയമഗ്രന്ഥ പ്രകാരം ഒരു മരത്തിലിരിക്കുമ്പോഴോ കുറ്റിക്കാട്ടിൽ മറഞ്ഞിരിക്കുമ്പോഴോ ഒരു മൃഗത്തെ നേരിടാതെ തന്നെ അതിനെ വധിക്കാം. അതുകൊണ്ട് നിന്നെ വധിച്ചതിൽ ഞാൻ ഒരു തെറ്റും ചെയ്തിട്ടില്ല.'

അവസാനമായി ഭഗവാൻ ശ്രീരാമൻ പറയുന്നു, 'ഹേ ബാലി, നിനക്ക് ഇപ്പോഴും ഞാൻ നിന്നോട് തെറ്റ് ചെയ്തുവെന്ന് തോന്നുന്നുവെങ്കിൽ, ഈ നിമിഷം നിന്റെ ജീവൻ തിരികെ നൽകാം.'

എന്നാൽ ഭഗവാൻ ശ്രീരാമൻ പറഞ്ഞത് കേട്ട് ബാലി തന്റെ പാപങ്ങൾ ഏറ്റുവാങ്ങി ലജ്ജിച്ചു തല താഴ്ത്തി. താൻ സുഗ്രീവനോട് തെറ്റ് ചെയ്തതായി തനിക്ക് പലപ്പോഴും തോന്നിയിട്ടുണ്ടെന്ന് അദ്ദേഹം സമ്മതിച്ചു, പക്ഷേ അവന്റെ അഹംഭാവം അവനെ ക്ഷമ ചോദിക്കാൻ അനുവദിച്ചില്ല. ഭഗവാന്റെ സന്നിധിയിൽ തന്റെ ശരീരം ഉപേക്ഷിക്കുന്നതിൽ അദ്ദേഹം സന്തോഷം പ്രകടിപ്പിച്ചു. പക്ഷേസുഗ്രീവനുമായിഅനുരഞ്ജനംനടത്തുകയുംതാൻചെയ്തതിൽ ഖേദം പ്രകടിപ്പിക്കുകയും ചെയ്യുന്നതിനുമുമ്പ് അദ്ദേഹം പോയി.

ബാലിയുടെ ശക്തിയുടെ ഉറവിടം ഒരു പ്രത്യേക മാലയായിരുന്നു. അത് ധരിച്ചിരിക്കുന്നിടത്തോളം കാലം അദ്ദേഹത്തിന് മരിക്കാൻ കഴിയില്ല. അതുകൊണ്ടാണ് ശ്രീരാമന്റെ അസ്ത്രം തുളച്ചുകയറിയിട്ടും അദ്ദേഹത്തിന് ജീവൻ നിലനിർത്താൻ കഴിഞ്ഞതും അത്രയും നേരം അദ്ദേഹത്തോട് സംസാരിക്കാൻ കഴിഞ്ഞതും. ആ മാല തന്റെ മകനെ അജയ്യനാക്കുമായിരുന്നതിനാൽ ആരും അവനെ കുറ്റപ്പെടുത്തുമായിരുന്നില്ല എന്നറിഞ്ഞിട്ടും ബാലി ആ മാല എടുത്ത് കൊടുത്തത് സ്വന്തം മകനല്ല, സുഗ്രീവനാണ്. അത് മകന് കൊടുക്കുന്നത് സ്വാഭാവികമായിരുന്നു; എന്നാൽ ശ്രീരാമന്റെ മറുപടിയിൽ താൻ സുഗ്രീവനോട് തെറ്റ് ചെയ്തുവെന്ന് വാലി മനസ്സിലാക്കുകയും പാപമോചനം തേടാൻ അദ്ദേഹം തന്റെ സഹോദരന് മാല നൽകുകയും ചെയ്തു. 'തന്നെ

കൊന്നിട്ടില്ലാത്തതിനാൽ സുഗ്രീവനോടോ ശ്രീരാമനോടോ ശത്രുത പുലർത്തരുത്, എന്റെ മരണത്തിന് കാരണമായത് എന്റെ മോശം പ്രവൃത്തികളാണ്. എന്നെ സേവിച്ചതുപോലെ സുഗ്രീവനെയും സേവിക്കുക, പരമാത്മാവായി ശ്രീരാമനെ സേവിക്കുക' എന്നും അത് നൽകുന്നതിന് മുമ്പ്, അദ്ദേഹം തന്റെ പുത്രനായ അംഗദനോട് പറഞ്ഞു.

മറ്റൊരു ചോദ്യം ഇപ്പോഴും അവശേഷിക്കുന്നു. എന്തു കൊണ്ടാണ് ശ്രീരാമന് ബാലിയെ നേരിട്ട് യുദ്ധത്തിൽ വധിക്കാതെ ഒളിഞ്ഞും തെളിഞ്ഞും വധിക്കേണ്ടി വന്നത്?

ബാലി നേരത്തെ തപസ്സ് ചെയ്യുകയും, ദേവന്മാരിൽ നിന്ന് അനുഗ്രഹം നേടുകയും ചെയ്തിരുന്നു. അവൻ അമരത്വം ആഗ്രഹിച്ചിരുന്നു, എന്നാൽ ദേവന്മാർ സ്വയം അനശ്വരരല്ലാത്തതിനാൽ അത് അവനു നൽകാൻ കഴിഞ്ഞില്ല. അതിനാൽ, എതിരാളികൾ തന്നോട് നേരിട്ട് യുദ്ധം ചെയ്യുമ്പോഴെല്ലാം അവരുടെ ശക്തിയുടെ പകുതി ലഭിക്കണമെന്ന് ചോദിച്ചുകൊണ്ട് പരോക്ഷമായ രീതിയിൽ അദ്ദേഹം അമരത്വം ആവശ്യപ്പെട്ടു. ഈ സമർത്ഥമായ തന്ത്രത്തിലൂടെ, ബാലി എല്ലായ്പ്പോഴും തന്റെ വിജയം ഉറപ്പാക്കി. ശ്രീരാമൻ പരമാത്മാവാണ്, എന്തായാലും ബാലിയെ വധിക്കണമായിരുന്നു, എന്നാൽ ബാലിയുടെ മുന്നിൽ വരുന്ന ആരുടെയും ശക്തിയുടെപകുതിബാലിക്ക്ലഭിക്കുമെന്നുംഅതിനാൽബാലിയെ ഒരിക്കലും പരാജയപ്പെടുത്താൻ കഴിയില്ലെന്നും പ്രസ്താവിച്ച ദേവതകളുടെ അനുഗ്രഹങ്ങളെ അദ്ദേഹം മാനിച്ചു കൊണ്ട് ഭഗവാൻ ഒരു മനുഷ്യ വേഷം ചെയ്യുകയായിരുന്നു, അതിനാൽ താനും ഈ അനുഗ്രഹത്താൽ ബാധിക്കപ്പെടുമെന്ന മട്ടിൽ അദ്ദേഹം പ്രവർത്തിച്ചു.

ചോദ്യം 16

## മരണശേഷം എന്താണ് സംഭവിക്കുന്നത്?

മരണം ആർക്കും ഒഴിവാക്കാൻ കഴിയാത്തതും, എന്നാൽ ആരും സംസാരിക്കാൻ ആഗ്രഹിക്കാത്തതുമായ ഒരു യാഥാർത്ഥ്യമാണ്. മരണാനന്തരം ജീവിതം അവസാനിച്ചിരിക്കുന്നുവെന്നും നമുക്കുള്ള ഒരേയൊരു ജീവിതം ഇതാണെന്നും ചിലർ വിശ്വസിക്കുന്നു. എന്നിരുന്നാലും, ദൈവവചനവും നമ്മുടെ വഴികാട്ടിയുമായ വേദ ഗ്രന്ഥങ്ങൾ വ്യത്യസ്തമായി പറയുന്നു.

വാസ്തവത്തിൽ, ഭഗവദ് ഗീതയിൽ (2.13) ഭഗവാൻ കൃഷ്ണൻ ആദ്യം ചർച്ച ചെയ്യുന്ന വിഷയങ്ങളിൽ ഒന്നാണിത് :

*ദേഹിനോ 'സ്മിൻ യഥാ ദേഹേ കൗമാരം യൗവനം ജര*
*തഥാ ദേഹാന്തര-പ്രാപ്തിർ ധീരസ് തത്ര ന മുഹ്യതി*

'ശരീരസ്ഥനായ ആത്മാവ് ബാല്യത്തിൽ നിന്ന്
യൗവ്വനത്തിലേയ്ക്കും പിന്നെ വാർദ്ധക്യത്തിലേയ്ക്കും
കടക്കുന്നതുപോലെ മരണശേഷം മറ്റൊരു ശരീരത്തിലേയ്ക്ക്
പ്രവേശിക്കുന്നു. സമചിത്തനായ ഒരാൾക്ക് ഈ
പരിണാമത്തെപ്പറ്റി സംഭ്രമമുണ്ടാവില്ല.'

ഭഗവദ് ഗീതയിൽ (2.27) അദ്ദേഹം പറയുന്നു :

*ജാതസ്യ ഹി ധ്രുവോ മൃത്യുർ*
*ധ്രുവം ജന്മ മൃതസ്യ ച*
*തസ്മാദ് അപരിഹാരേ 'ർത്ഥേ*
*ന ത്വം ശോചിതുമർഹസി*

'ജന്മമെടുത്ത ഒരാൾക്ക് മരണം ഉറപ്പാണ്,
മരണശേഷം ഒരാൾ വീണ്ടും ജനിക്കുമെന്ന്
ഉറപ്പാണ്. അതിനാൽ തന്റെ അനിവാര്യമായ
കർത്തവ്യ നിർവ്വഹണത്തെപ്പറ്റി നീ വ്യസനിക്കേണ്ടതില്ല.'

ശരീരം ഓരോ നിമിഷവും ഒരു മാറ്റത്തിലൂടെ കടന്നുപോകുന്നു, ആത്മാവ് മറ്റൊരു ശരീരത്തിൽ പ്രവേശിക്കുന്ന അവസാന മാറ്റമാണ് മരണം. എന്നാൽ ആ ആത്മാവിന് പിന്നീട് ലഭിക്കുന്ന ശരീരം ഏതുതരമെന്ന് ഈ ജീവിതത്തിലെ അയാളുടെ പ്രവൃത്തികളെ ആശ്രയിച്ചിരിക്കും.

പത്മപുരാണം അനുസരിച്ച്, 8.4 ദശലക്ഷം തരം ശരീരങ്ങളുണ്ട് :

*ജലജ നവ ലക്ഷാണി, സ്ഥാവര ലക്ഷ-വിംശതി, ക്രിമയോ രുദ്ര-സംഖ്യകഃ, പക്ഷിനാം ദശ-ലക്ഷാണം, ത്രിംശൽ ലക്ഷാണി പാഷവഃ, ചതുർ ലക്ഷാണി മാനവഃ*

ജലജ (ജലത്തെ അടിസ്ഥാനമാക്കിയുള്ളത്) - 0.9 ദശലക്ഷം,
സ്ഥാവര (സസ്യങ്ങളും മരങ്ങളും പോലെ
ചലനരഹിതം) - 2.0 ദശലക്ഷം,
ക്രിമയോ (ഉരഗങ്ങൾ) - 1.1 ദശലക്ഷം,
പക്ഷിനാം (പക്ഷികൾ) - 1.0 ദശലക്ഷം,
പാഷവ (ഭൗമ മൃഗങ്ങൾ) - 3.0 ദശലക്ഷം,
മാനവ (മനുഷ്യൻ ഉൾപ്പെടെയുള്ള മനുഷ്യരെപ്പോലെയുള്ള
ജീവി വർഗ്ഗങ്ങൾ) - 0.4 ദശലക്ഷം

നാം ഏർപ്പെടുന്ന പ്രവർത്തനങ്ങളെ ആശ്രയിച്ച്, ഒരു പ്രത്യേക തരം ബോധം നാം വികസിപ്പിക്കുന്നു, അതിനെ അടിസ്ഥാനമാക്കി നമുക്ക് നമ്മുടെ അടുത്ത ശരീരം ലഭിക്കുന്നു. ഒരിക്കൽ മനുഷ്യനായി ജനിച്ചാൽ നമ്മൾ എപ്പോഴും മനുഷ്യനായി ജനിക്കണമെന്നില്ല.

ഈ ലോകത്ത് നമുക്ക് നീതിയുടെയും പ്രതിഫലത്തിന്റെയും ശിക്ഷയുടെയും ഒരു സമ്പ്രദായം ഉള്ളതുപോലെ, അതേ സമ്പ്രദായം സാർവ്വത്രിക തലത്തിൽ നിലവിലുണ്ട്. നാം നല്ല കർമ്മത്തിൽ ഏർപ്പെടുമ്പോൾ, സ്വർഗ്ഗീയ ഗ്രഹങ്ങളിൽ സുഖഭോഗവും ഫലമായുണ്ടാകുന്ന നല്ല ജന്മമാണ് പ്രതിഫലം. അറിഞ്ഞോ അറിയാതെയോ ദുഷ്കർമ്മങ്ങളിൽ ഏർപ്പെടുമ്പോൾ, നരക ഗ്രഹങ്ങളിൽ കഷ്ടപ്പെട

കയും അതിനുശേഷം ഇഹലോകത്ത് അധഃപതിച്ച ജന്മം (മനുഷ്യനോ മനുഷ്യനല്ലാത്തതോ) ആണ് ശിക്ഷ.

കൃഷ്ണഭഗവാന്റെ ഭക്തിനിർഭരമായ സേവനത്തിൽ ഏർപ്പെടുന്ന ഒരാൾക്ക് ശാശ്വതമായ ആത്മീയലോകത്ത്, യാതന കളില്ലാത്ത, വാർദ്ധക്യമോ രോഗമോ മരണമോ ഇല്ലാത്ത ജീവിത മാണ് പ്രതിഫലം.

നമ്മുടെ മുൻകാല ജീവിതത്തിൽ നമ്മൾ എത്ര നന്നായി അല്ലെങ്കിൽ മോശമായി ജീവിച്ചു എന്നത് നമ്മൾ എവിടെ ആരംഭിക്കണമെന്ന് തീരുമാനിക്കും. ഇക്കാരണത്താൽ, ഓരോരു ത്തർക്കും ജീവിതത്തിന്റെ ആരംഭം വ്യത്യസ്തമാണ്. ചിലർ സമ്പന്നരായി ജനിക്കുന്നു, ചിലർ ദരിദ്രരായി ജനിക്കുന്നു, ചിലർ ആരോഗ്യമുള്ളവരായി ജനിക്കുന്നു, ചിലർ രോഗങ്ങളുമായി ജനിക്കുന്നു, ചിലർ സൗന്ദര്യത്തോടെ ജനിക്കുന്നു, ചിലർ അത്ര സൗന്ദര്യമില്ലാതെയും, അങ്ങനെ പലതും.

അങ്ങനെ, മരണാനന്തര ജീവിതമുണ്ട്, അതിനാലാണ് ഉത്തരവാദിത്തത്തോടെ ജീവിക്കാനും നമ്മുടെ വാക്കുകളിലും പ്രവൃത്തികളിലും ശ്രദ്ധ പുലർത്താനും വേദ ഗ്രന്ഥങ്ങൾ നമ്മെ പ്രേരിപ്പിക്കുന്നത്. നമ്മുടെ വാക്കുകളുടെയും പ്രവൃത്തികളുടെയും നീതി സാമൂഹ്യ മാധ്യമമോ, ഭൂരിപക്ഷമോ, ജനകീയ അഭിപ്രാ യമോ അല്ല, മറിച്ച് വേദഗ്രന്ഥങ്ങളാൽ തീരുമാനിക്കപ്പെടണം, കാരണം ആത്യന്തികമായി എല്ലാം അവർ പറയുന്നത് ശരിയോ തെറ്റോ എന്നതിനെ അടിസ്ഥാനമാക്കി വിലയിരുത്തപ്പെടും.

## ചോദ്യം 17

# എന്തുകൊണ്ടാണ് നല്ല ആളുകൾക്ക് മോശമായ കാര്യങ്ങൾ സംഭവിക്കുന്നത്?

ലളിതമായ ഉത്തരം നമ്മുടെ മുൻകാല കർമ്മമാണ്. നമുക്ക് ഇത് ഒരു സാമ്യം ഉപയോഗിച്ച് മനസ്സിലാക്കാം.

ഗ്രാമങ്ങളിൽ ആളുകൾ അവരുടെ ധാന്യങ്ങൾ സൂക്ഷിക്കാൻ വലിയ കളപ്പുരകൾ ഉപയോഗിക്കുന്നു. മുകളിൽ നിന്ന് ധാന്യങ്ങൾ നിറയ്ക്കുന്നതാണ് ഈ കളപ്പുരകളുടെ പ്രത്യേകത, എന്നാൽ കുറച്ച് പുറത്തെടുക്കേണ്ടിവരുമ്പോൾ, താഴെയായി അടച്ചുവച്ചിരിക്കുന്ന സുഷിരത്തിലൂടെയാണ് എടുക്കുന്നത്.

നമ്മൾ ഒരാഴ്ച മുമ്പ് 'ഡി' ഗുണനിലവാരമുള്ള ധാന്യങ്ങളും, നാല് ദിവസം മുമ്പ് 'സി' ഗുണനിലവാരമുള്ള ധാന്യങ്ങളും, രണ്ട് ദിവസം മുമ്പ്'ബി' ഗുണനിലവാരമുള്ള ധാന്യങ്ങളും, മൂന്ന് മണിക്കൂർ മുമ്പ് 'എ' ഗുണനിലവാരമുള്ള ധാന്യങ്ങളും കളപ്പുരയിൽ ഇട്ടുവെന്ന് കരുതുക. പെട്ടെന്ന്, നമുക്ക് നമ്മുടെ 'എ' ഗുണനിലവാരമുള്ള ധാന്യങ്ങൾ വേണം, നമ്മൾ അടുത്തിടെ കളപ്പുരയിൽ ഇട്ടതായി നമുക്കറിയാം. അതിനാൽ, നമ്മൾ ആവേശത്തോടെ താഴെയുള്ള അടപ്പ് തുറന്നാൽ! എന്താണ് പുറത്തുവരുക? 'ഡി' ഗുണനില വാരമുള്ള ധാന്യങ്ങൾ. നമ്മൾ ധാന്യങ്ങൾ പുറത്തെടുക്കുന്നത് തുടരുമ്പോൾ, നമുക്ക് 'സി' ഗുണനിലവാരമുള്ള ധാന്യങ്ങൾ ലഭിക്കുകയും, കുറച്ച് മണിക്കൂറുകൾക്ക് മുമ്പ് നമ്മൾ കളപ്പുരയിൽ ഇട്ട 'എ' ഗുണനിലവാരമുള്ള ധാന്യങ്ങൾ എന്തുകൊണ്ടാണ് നമുക്ക് ലഭിക്കാത്തതെന്ന് മനസ്സിലാക്കാൻ കഴിയാത്തതിനാൽ നമ്മൾ നിരാശരാകുകയും ചെയ്യുന്നു.

കർമ്മ നിയമവും ഇങ്ങനെയാണ് പ്രവർത്തിക്കുന്നത്. നാം നമ്മുടെ ഏറ്റവും മികച്ച പതിപ്പായിട്ടും, ഭക്തിയുള്ള ജീവിതം നയിച്ചിട്ടും, ആരെയും ദ്രോഹിക്കാതെയും, ചിലപ്പോൾ നമുക്ക് ദുരിതങ്ങളിലൂടെ കടന്നുപോകേണ്ടിവരും, കാരണം നമുക്ക് കണ്ടെത്താനാകുന്നില്ല, ഇത് നമ്മൾ ജീവിതകാലം മുഴുവൻ വളരെ മികച്ചതായിരുന്നിട്ടും നിരാശാജനകമാകുന്നു. എന്നുമാത്രമല്ല, വഞ്ചകനായ, പാപ ജീവിതം നയിക്കുന്ന ഒരാൾ സമൃദ്ധമായ ജീവിതം നയിക്കുകയും ചെയ്യുന്നു. എന്തുകൊണ്ട്?

ഒരു കളപ്പുരയിൽ ആദ്യം നിറച്ച ധാന്യങ്ങൾ ആദ്യം പുറത്തുവരും, മുമ്പത്തെ ശേഖരം തീർന്നാൽ മാത്രമേ അടുത്തിടെ നിറച്ച ധാന്യങ്ങൾ പുറത്തുവരൂ, അതുപോലെ തന്നെ ഈ ജന്മത്തിലും, നമ്മുടെ മുൻകർമ്മ പ്രതിഫലം നമ്മുടെ ജീവിതത്തിൽ ആദ്യം പ്രത്യക്ഷമാകും എന്ന് നാം മനസ്സിലാക്കേണ്ടതുണ്ട്. എന്നു മാത്രമല്ല, ഒരിക്കൽ ആ ശേഖരം തീർന്നാൽ, നമ്മുടെ വർത്തമാന കാല കർമ്മഫലങ്ങൾ പ്രകടമായി തുടങ്ങും.

അതുകൊണ്ട് ഈ ജീവിതത്തിൽ സത്യസന്ധത പുലർത്തിയിട്ടും സന്തോഷം അനുഭവിക്കുന്നില്ല എന്ന കാരണത്താൽ നാം നിരാശപ്പെടരുത്, തളരുകയും ചെയ്യരുത്.

തെറ്റായ പക്ഷത്തായിരുന്നിട്ടും ഒരാൾ മഹത്തായ ജീവിതം നയിക്കുന്നതിനാൽ, നാം നിരുത്സാഹപ്പെടരുത്. അവർ തങ്ങളുടെ മുൻകാല നല്ല കർമ്മഫലങ്ങൾ മാത്രം ആസ്വദിക്കുകയാണ്, എന്നാൽ ആ ശേഖരം തീർന്നാൽ ഉടൻ അവരുടെ ജീവിതം ശിഥിലമാകും.

ചെയ്യുന്ന ഓരോ പ്രവൃത്തിയും ഒരു വിത്ത് പാകുന്നത് പോലെയാണ്. നാം വിതയ്ക്കുന്നത് തന്നെ കൊയ്യും. എന്നാൽ വിത്ത് പാകിയാൽ ഉടൻ ഫലം ലഭിക്കില്ല.

## ചോദ്യം 18

# നമ്മുടെ അസൂയയും അഹംഭാവവും എങ്ങനെ നിയന്ത്രിക്കാം?

നമ്മുടെ കഴിവുകളും മറ്റുള്ളവരുടെ കഴിവുകളും ദൈവത്തിൽ നിന്നാണ് വരുന്നതെന്നും മനസ്സിലാക്കുന്നതിലൂടെ, അവ അവനു ള്ളതാണെന്നും നാം മനസ്സിലാക്കുന്നു.

ഭഗവദ് ഗീതയിൽ (10.42) ഭഗവാൻ കൃഷ്ണൻ പറയുന്നു :

*യദ് യദ് വിഭൂതിമത് സത്ത്വം ശ്രീമദ് ഊർജിതം ഏവ വാ*
*തത് തദ് ഏവാവഗച്ഛ ത്വം മമ തേജോ 'നാശ-സംഭവം*

'സുന്ദരമോ, മഹത്വമോ, ശക്തമോ ആയി നിങ്ങൾ കാണുന്നതെന്തായാലും, അത് എന്റെ തേജസ്സിന്റെ ഒരു അംശത്തിൽ നിന്നാണെന്ന് അറിയുക.'

സൗന്ദര്യം, സംസാരം, ഓർമ്മശക്തി, സമ്പത്ത് തുടങ്ങി നമുക്കുള്ള വരങ്ങൾ എല്ലാം ഭഗവാൻ ശ്രീകൃഷ്ണന്റെ വരദാനങ്ങളാണ്. ഇത് ഓർക്കുകയാണെങ്കിൽ, നാം എപ്പോഴും വിനയാന്വി തരായിരിക്കാനും അഹംഭാവമില്ലാത്തവരായിരിക്കാനും ഓർക്കും. ദൈവം നമുക്ക് നൽകിയ എല്ലാ ദാനങ്ങൾക്കും നാം ദൈവത്തോട് നന്ദിയുള്ളവരായിരിക്കണം, കൂടാതെ അവനുമായി നമ്മെത്തന്നെ ബന്ധിപ്പിക്കുന്നതിന് നാം അവ ഉപയോഗിക്കുകയും വേണം. നമ്മുടെ കഴിവുകളെക്കുറിച്ച് വീമ്പു പറഞ്ഞുകൊണ്ട് മറ്റുള്ളവരിൽ നിന്ന് ആദരവും പ്രശംസയും ആകർഷിക്കാൻ ശ്രമിച്ചുകൊണ്ട് നമുക്ക് ലഭിക്കുന്ന സന്തോഷത്തേക്കാൾ വലിയ സന്തോഷം ഈ മനോഭാവം നമുക്ക് നൽകും.

മറ്റുള്ളവരിൽ നല്ല ഗുണങ്ങൾ കാണുമ്പോൾ നമ്മൾ അതേ തത്വം ഓർക്കണം. ഇത് അവരുടെ മേലുള്ള ദൈവകൃപയാണ്, ദൈവം എത്ര അത്ഭുതകരമായി അവരിലൂടെ അത് പ്രകടമാക്കുന്നു. അതുകൊണ്ട് അസൂയപ്പെടുന്നതിനു പകരം ഭഗവാനെ സ്മരിക്കാൻ ഈ സാഹചര്യം ഉപയോഗിക്കാം. നാം അവനെ എത്രയധികം ഓർക്കുന്നുവോ അത്രയധികം നമ്മുടെ ഹൃദയങ്ങൾ അഹംഭാവം, അസൂയ തുടങ്ങിയ ദുശ്ശീലങ്ങളിൽ നിന്ന് ശുദ്ധീകരിക്കപ്പെടും, കൂടാതെ നമുക്ക് ക്രിയാത്മകമായി ഉന്മേഷത്തോടെയും സന്തോഷത്തോടെയും ഇരിക്കാൻ കഴിയും. നമുക്ക് ചിന്തിക്കാം : ഈ വ്യക്തിക്ക് ഈ ഗുണമുണ്ട്, ഇക്കാരണത്താൽ, നിരവധി ആളുകൾ അവരിലേക്ക് ആകർഷിക്കപ്പെടുന്നു. എന്നാൽ ഈ ഗുണം ശ്രീകൃഷ്ണനുള്ള ഗുണത്തിന്റെ ഒരു അംശം മാത്രമാണ്. അപ്പോൾ, അതിന്റെ അംശം മാത്രം ലഭിച്ച ഈ വ്യക്തിക്ക് ഇത്രയധികം ആളുകളെ ആകർഷിക്കാൻ കഴിയുമെങ്കിൽ, ഭഗവാൻ കൃഷ്ണൻ എത്ര ആകർഷകമായിരിക്കും?

നമ്മേക്കാൾ കൂടുതൽ സൗകര്യമുള്ളവരെ കണ്ടാൽ അവർ അത് അർഹിക്കുന്നവരാണെന്ന് നമുക്കും ചിന്തിക്കാം. ആ വ്യക്തി തന്റെ മുൻ ജന്മത്തിൽ വളരെ നല്ല കർമ്മം ചെയ്തിരിക്കണം അല്ലെങ്കിൽ ഈ ജന്മത്തിൽ കഠിനാധ്വാനം ചെയ്തിരിക്കണം. അതുകൊണ്ട് അവർ ഇപ്പോൾ ഉള്ള അനുഗ്രഹങ്ങൾ അർഹിക്കുന്നു. ഇത് പ്രചോദിപ്പിക്കുന്നതാണ്, കാരണം കഠിനാധ്വാനത്തിന് പ്രതിഫലം ലഭിക്കുമെന്ന് ഇത് വെളിപ്പെടുത്തുന്നു. നാം സ്വയം പ്രവർത്തിച്ചാൽ, അതേ പ്രതിഫലം നമുക്കും ലഭിക്കും.

ജീവിതം മുന്നോട്ടുകൊണ്ടുപോകുക എന്നത് നമ്മളെക്കാളേറെ മറ്റേയാൾക്ക് ആവശ്യമാണെന്നും ചിന്തിക്കാം. എല്ലാത്തിനുമുപരി, ഒരിക്കലും ആരോടും പറയാൻ കഴിയാത്ത ഒരു കഥയുണ്ട് എല്ലാവർക്കും അതുണ്ടാകും.

ചോദ്യം 19

## മതവിശ്വാസിയാവാതെ എനിക്ക് ആത്മീയനാകാൻ കഴിയുമോ?

ആത്മീയത, എന്ന വാക്ക് തന്നെ സൂചിപ്പിക്കുന്നത്, ജീവ ചൈതന്യം, ആത്മാവ്, ദൈവം എന്നിവയുമായി ബന്ധപ്പെട്ടിരിക്കുന്നതാണ്, അവയെല്ലാം ആത്മീയ തലങ്ങളിൽ നിലനിൽക്കുന്ന യാഥാർത്ഥ്യങ്ങളാണ്.

ആത്മീയ വേദിയിലേക്ക് വരാൻ ഒരാളെ സഹായിക്കുന്ന പ്രക്രിയകളെയും പ്രവർത്തനങ്ങളെക്കുറിച്ചുമാണ് മതം പരാമർശിക്കുന്നത്.

തങ്ങൾക്ക് നല്ലതായി തോന്നുന്നതെന്താണോ അതിനെയാണ് ആധുനിക കാലത്തെ പലരും ആത്മീയതയായി ചിന്തിക്കുന്നത് – 'ഞാൻ ഒരു മലയോരത്തെ റിസോർട്ടിൽ പോയി, അത് വളരെ ആത്മീയ സ്ഥലമായിരുന്നു.' എന്തുകൊണ്ട്?'എന്തുകൊണ്ടെന്നാൽ അത് എനിക്ക് നന്നായി തോന്നി.' അത് ആത്മീയമല്ല. നാം ശരീരമല്ല, ആത്മാവാണെന്ന് മനസ്സിലാക്കുന്നതിലൂടെയാണ് ആത്മീയ അറിവ് ആരംഭിക്കുന്നതെന്ന് ഭഗവദ് ഗീത വിശദീകരിക്കുന്നു. അതിനാൽ ആത്മീയത എന്നത് ആത്മാവുമായി ബന്ധപ്പെട്ട മുഴുവൻ മേഖലയാണ് – ആത്മാവ്, ദൈവം, അവരുടെ ആത്മീയ ബന്ധം, ആ ബന്ധം എങ്ങനെ പുനരുജ്ജീവിപ്പിക്കാം.

മറുവശത്ത്, മതം എന്നത് ഉയർന്ന ആത്മീയ യാഥാർത്ഥ്യവുമായി ബന്ധപ്പെടാൻ സഹായിക്കുന്ന പ്രവർത്തനങ്ങളെ പരാമർശിക്കുന്നു. ഉദാഹരണത്തിന്, പ്രാർത്ഥിക്കുക, ദൈവനാമം ജപിക്കുക, അദ്ദേഹത്തിന്റെ രൂപത്തെ ആരാധിക്കുക അല്ലെങ്കിൽ

ധ്യാനിക്കുക, ഒരേ പാതയിലുള്ള ഭക്തരുമായി സഹവസിക്കുക തുടങ്ങിയവ. ഈ പ്രവർത്തനങ്ങൾ വ്യത്യസ്ത മതങ്ങളിൽ വ്യത്യസ്തമായി പ്രകടിപ്പിക്കാം. ഹിന്ദുക്കൾക്ക് കൈകൂപ്പി ആയിരിക്കാം പ്രാർത്ഥന, മുസ്ലീങ്ങൾക്ക് കൈകൾ ഉയർത്തി ആയിരിക്കാം പ്രാർത്ഥന, ക്രിസ്ത്യാനികൾക്ക് കുർബ്ബാന സമയത്ത് മുഖത്തും നെഞ്ചിലും കൈകൾ ചലിപ്പിച്ചും ആയിരിക്കാം പ്രാർത്ഥന.

ശാസ്ത്രത്തിന് രണ്ട് വശങ്ങളുണ്ട് – സിദ്ധാന്തവും പരീക്ഷണവും. ആത്മീയതയ്ക്കും രണ്ട് വശങ്ങളുണ്ട് – തത്ത്വചിന്തയും മതവും. തത്ത്വശാസ്ത്രം പറയുന്നത് നമ്മൾ ശരീരമല്ല, ആത്മാവാണ് എന്നാണ്. ദൈവവുമായുള്ള സ്നേഹത്തിൽ ആത്മാവിന് അതിന്റെ ഏറ്റവും ഉയർന്ന സന്തോഷം അനുഭവിക്കാൻ കഴിയും. തത്ത്വചിന്തയുടെ ഈ പ്രത്യേക സൂചന സ്ഥിരീകരിക്കാനോ നിരാകരിക്കാനോ കഴിയുന്ന പ്രായോഗിക മാർഗ്ഗങ്ങളും രീതികളും മതം നമുക്ക് നൽകുന്നു.

'ഞാൻ ആത്മീയനാണെങ്കിലും മതവിശ്വാസിയല്ല' എന്ന് പറയുന്നത് ഇക്കാലത്ത് ഒരു പരിഷ്കാരമാണ്. ഇത് വിഭാഗീയതയില്ലാത്തതും വിശാല ചിന്താഗതിയുള്ളതുമാണെന്ന് തോന്നുമെങ്കിലും, ആത്മീയ സാക്ഷാത്കാരം നേടുന്നതിന് ഒരാൾക്ക് എന്തെങ്കിലും മാർഗ്ഗമില്ലെങ്കിൽ, ഈ പ്രസ്താവന ഞാൻ ശാസ്ത്രീയമാണെന്നും എന്നാൽ ഞാൻ പരീക്ഷണാത്മകമല്ലെന്നും പറയുന്നതിന് തുല്യമാണ്. പരീക്ഷണങ്ങളില്ലാതെ, ശാസ്ത്രം സ്ഥിരീകരിക്കപ്പെടാത്ത ഊഹാപോഹങ്ങളുടെ മണ്ഡലത്തിൽ തുടരുന്നു. അതുപോലെ, ഏതെങ്കിലും തരത്തിലുള്ള മതപരമായ ആവിഷ്കരണങ്ങളോ പ്രവർത്തനങ്ങളോ ഇല്ലാത്ത ആത്മീയത സൈദ്ധാന്തികവും സാങ്കൽപ്പികവുമായ തത്ത്വചിന്തയായി തുടരുന്നു.

## ചോദ്യം 20

# എന്തുകൊണ്ട് ഭഗവാൻ ശ്രീകൃഷ്ണൻ രാധാറാണിയെ വിവാഹം കഴിച്ചില്ല?

ഈ ചോദ്യത്തിന് ഉത്തരം നൽകുന്നതിനുമുമ്പ്, രാധാറാണി (രാധ എന്നും അറിയപ്പെടുന്നു) ആരാണെന്ന് മനസ്സിലാക്കേണ്ടതുണ്ട്.

ഭൂരിഭാഗം ആളുകളും രാധാറാണിയെ ഒരു സാധാരണ ഗോപികയായി കണക്കാക്കുകയും അവളുടെ വ്യക്തിത്വത്തിൽ ഒരു ലൗകിക ധാരണ ചേർത്തുവയ്ക്കാൻ ശ്രമിക്കുകയും ചെയ്യുന്നു.

എന്നിരുന്നാലും, രാധാറാണി മറ്റാരുമല്ല, ശ്രീകൃഷ്ണന്റെ 'ആദി-ശക്തി' അല്ലെങ്കിൽ യഥാർത്ഥ ഊർജ്ജമാണ്. വാസ്തവത്തിൽ, അവൾ അദ്ദേഹത്തിൽ നിന്ന് വ്യത്യസ്തമല്ല. മറ്റൊരു വിധത്തിൽ പറഞ്ഞാൽ, അവൾ സ്ത്രീ രൂപത്തിലുള്ള ദൈവമാണ്. ഭഗവാൻ കൃഷ്ണൻ ഈ ലോകത്തേക്ക് വരുമ്പോഴെല്ലാം, അവളുടെ അവതാരങ്ങളായ മറ്റ് ഗോപികമാരോടൊപ്പം മനോഹരവും സ്നേഹനിർഭരവുമായ വിനോദങ്ങളിൽ ഏർപ്പെടാൻ അവൾ അവനോടൊപ്പമുണ്ടാകും.

ചൈതന്യ ചരിതാമൃത (1.5) വിവരിക്കുന്നു :

*രാധാ കൃഷ്ണ-പ്രണയ-വികൃതിർ ഹ്ലാദിനി ശക്തിർ അസ്മദ്*
*ഏകാത്മനവ് അപി ഭുവി പുര ദേഹ-ഭേദം ഗതൌ തൌ*

'രാധയുടെയും ശ്രീകൃഷ്ണന്റെയും സ്നേഹബന്ധങ്ങൾ ഭഗവാന്റെ ആന്തരിക ആനന്ദദായക ശക്തിയുടെ അതീന്ദ്രിയ പ്രകടനങ്ങളാണ്. രാധയും കൃഷ്ണനും അവരുടെ സ്വത്വത്തിൽ ഒന്നാണെങ്കിലും, അവർ വേർപിരിഞ്ഞു.'

പരമാത്മാവാണെങ്കിലും, ശ്രീകൃഷ്ണൻ വൃന്ദാവനത്തിൽ വിനോദ സഞ്ചാരിയായ, അശ്രദ്ധനായ, പശുപാലകനായ യുവാവായി മയക്കുന്ന വിനോദങ്ങളിൽ ഏർപ്പെട്ടുകയും രാധാറാണി ഒരു ഗോപാലികയായി മാറുകയും ചെയ്യുന്നു.

എന്നിരുന്നാലും, ദ്വാരകയിൽ, ഭഗവാൻ കൃഷ്ണന് ഒരു രാജാവെന്ന നിലയിൽ കൂടുതൽ ശാന്തമായ കടമകളുണ്ട്, ഒരു രാജാവിന് ഒരു രാജ്ഞി ആവശ്യമാണ്. എന്നാൽ ആർക്കും അവന്റെ രാജ്ഞിയാകാൻ കഴിയില്ല. അതിനാൽ, വൃന്ദാവനത്തിലെ ഗോപികമാർ അവനെ വിവാഹം കഴിക്കാൻ ദ്വാരകയിൽ രാജ്ഞികളായി പ്രത്യക്ഷപ്പെട്ടതെങ്ങനെയെന്ന് പുരാണങ്ങൾ വിശദമായി വിവരിക്കുന്നു. രാധാറാണി സത്യഭാമയായും ചന്ദ്രാവലി ഗോപിക രുക്മിണിയായും ദ്വാരകയിൽ പ്രത്യക്ഷപ്പെട്ടു.

കൂടാതെ, വൃന്ദാവനകാര്യങ്ങൾ പരിഗണിക്കുകയാണെങ്കിൽ പ്പോലും, ബ്രഹ്മ വൈവർത്ത പുരാണം (അധ്യായം 15) വൃന്ദാവനത്തിൽ ഇപ്പോഴും നിലനിൽക്കുന്ന ഒരു ആൽമരത്തിന്റെ ചുവട്ടിൽ നടന്ന രാധയുടെയും ഭഗവാൻ ശ്രീകൃഷ്ണന്റെയും വിവാഹ ചടങ്ങുകൾ വ്യക്തമായി വിവരിക്കുന്നു. പൂജാരിയായി ബ്രഹ്മദേവൻ വിവാഹം നടത്തിയെങ്കിലും അത് പരസ്യമായ കാര്യമല്ല. ഏറ്റവും അടുത്ത ചില ഗോപികമാർ മാത്രമേ ഈ കാഴ്ചയാൽ അനുഗ്രഹിക്കപ്പെട്ടിട്ടുള്ളൂ.

എന്നാൽ ഈ പരാമർശങ്ങൾ ഉണ്ടായിരുന്നിട്ടും, ആരെങ്കിലും ഈ ഗ്രന്ഥ പരാമർശങ്ങൾ വിശ്വസിക്കുന്നില്ലെങ്കിൽ, ഭൗതിക മണ്ഡലത്തിന്റെ നിയമങ്ങൾ ആത്മീയ മണ്ഡലത്തിൽ പ്രയോഗിക്കാൻ കഴിയില്ലെന്ന് നാം മനസ്സിലാക്കണം. ഈ ഭൗതിക ലോകത്തിനുള്ളിൽ പോലും, വ്യത്യസ്ത രാജ്യങ്ങൾക്ക് വ്യത്യസ്ത നിയമങ്ങളും ഒരു രാജ്യത്തിനുള്ളിൽ ഓരോ സംസ്ഥാനത്തിനും പ്രത്യേക നിയമങ്ങളും ഉണ്ടായിരിക്കാം. അതുപോലെ, ആത്മീയ മണ്ഡലം വ്യത്യസ്തവും ഏറ്റവും ഉന്നതവുമാണ്. രാധാറാണി ഭഗവാൻ കൃഷ്ണനോട് അവന്റെ ശക്തി എന്ന നിലയിൽ ശാശ്വതമായി ബന്ധപ്പെട്ടിരിക്കുന്നു, ഒരിക്കലും അവനിൽ നിന്ന് വേറിട്ടുനിൽക്കുന്നില്ല. അതിനാൽ, ഈ ബന്ധത്തിന് ഒരു ഔപചാരികവൽക്കരണത്തിന്റെയും ആവശ്യമില്ല.

രാധാ-കൃഷ്ണൻ ഈ ലോകത്തിലേക്ക് വരുമ്പോൾ, അവർ മനുഷ്യരായി പെരുമാറുന്നു, പക്ഷേ അവർ മനുഷ്യരാണെന്ന്

നാം കരുതരുത്, നമ്മുടെ പരിമിതമായ യുക്തിയുടെ നിസ്സാരമായ കയറുകൊണ്ട് അവരെ ബന്ധിക്കാൻ തീർച്ചയായും ശ്രമിക്കരുത്.

അതുകൊണ്ടാണ് അവർ ചെയ്യുന്നതിനെ ലീല അല്ലെങ്കിൽ വിനോദം എന്നും നമ്മൾ ചെയ്യുന്നതിനെ കർമ്മം എന്നും വിളിക്കുന്നത്.

## ചോദ്യം 21

# എല്ലാ വഴികളും ഒരേ ലക്ഷ്യത്തിലേക്കാണോ നയിക്കുന്നത്?

ഭഗവദ് ഗീതയെക്കുറിച്ചും വേദപാരമ്പര്യത്തെക്കുറിച്ചും പൊതുവായുള്ള ഒരു ധാരണ 'എല്ലാ പാതകളും ഒരേ ലക്ഷ്യത്തിലേക്ക് നയിക്കുന്നു' എന്നതാണ്. ഇത് ഒരു പുരോഗമനപരമായ അല്ലെങ്കിൽ വിശാല ചിന്താഗതിയുള്ള പ്രസ്താവന പോലെ തോന്നുമെങ്കിലും, ഇതിന് യുക്തിസഹമായ അടിസ്ഥാനമില്ല.

നമ്മൾ കൊൽക്കത്തയിലേക്കുള്ള വിമാനത്തിൽ ഇരുന്നാൽ ഒരിക്കലും ഡൽഹിയിൽ എത്തില്ല. എല്ലാ പാതകളും ഒരേ ലക്ഷ്യത്തിലേക്കാണ് നയിക്കുന്നതെങ്കിൽ, ഒരു നിർദ്ദിഷ്ട ലക്ഷ്യസ്ഥാനത്തേക്ക് ഒരു പ്രത്യേക വിമാനം തിരഞ്ഞെടുക്കേണ്ടിവരുന്നത് എന്തുകൊണ്ടാണ്? നമ്മുടെ ദൈനംദിന ജീവിതത്തിലും, നമ്മൾ, എന്ത് വാങ്ങണം, എവിടെ നിന്ന് വാങ്ങണം തിരഞ്ഞെടുക്കാറുണ്ട്, നമ്മുടെ കുട്ടികളെ ഒരു പ്രത്യേക സ്കൂളിലേക്ക് അയയ്ക്കുന്നു അല്ലെങ്കിൽ ഒരു പ്രത്യേക അവധിക്കാല ലക്ഷ്യസ്ഥാനം തിരഞ്ഞെടുക്കുന്നു. അതിനാൽ, എല്ലാ പാതകളും ഒരേ ലക്ഷ്യത്തിലേക്ക് നയിക്കാൻ കഴിയുമെങ്കിൽ, എന്തുകൊണ്ടാണ് നമുക്ക് ഇത്രയധികം ആസൂത്രണം ചെയ്യേണ്ടിവരുന്നത്? ആശ്ചര്യകരമെന്നു പറയട്ടെ, നമ്മുടെ വ്യക്തിപരമായ ജീവിതത്തെക്കുറിച്ച് പറയുമ്പോൾ നമ്മൾ അത്തരമൊരു പ്രസ്താവന നടത്താറില്ല, എന്നാൽ ആത്മീയ ജീവിതത്തെക്കുറിച്ച് പറയുമ്പോൾ, നമുക്ക് കാര്യമായ ധാരണയില്ലാത്ത ഒരു കാര്യത്തെക്കുറിച്ച്, എന്തും പറയാൻ കഴിയുമെന്ന് നമ്മൾ വിശ്വസിക്കുന്നു. നമ്മൾ എന്ത് പറഞ്ഞാലും അതിന്

ആധികാരികമായ ഒരു ഉറവിടം ഉണ്ടായിരിക്കണം. ആത്മീയ തയോ അതുമായി ബന്ധപ്പെട്ട മറ്റെന്തെങ്കിലുമോ വരുമ്പോൾ, വേദഗ്രന്ഥങ്ങൾ അടിസ്ഥാനമായിരിക്കണം.

ഭഗവദ് ഗീതയിൽ (9.25) ഭഗവാൻ കൃഷ്ണൻ വ്യക്തമായി പറയുന്നു :

*യാന്തി ദേവ-വ്രത ദേവൻ*
*പിതൃൻ യാന്തി പിതൃ-വ്രതഃ*
*ഭൂതാനി യാന്തി ഭൂതേജ്യാ*
*യാന്തി മദ്-യജിനോ 'പി മാം*

'ദൈവങ്ങളെ ആരാധിക്കുന്നവർ ദേവന്മാരുടെ കൂട്ടത്തിൽ ജനിക്കും; പൂർവ്വികരെ ആരാധിക്കുന്നവർ പൂർവ്വികരുടെ അടുത്തേക്ക് പോകുന്നു; പ്രേതങ്ങളെയും ആത്മാക്കളെയും ആരാധിക്കുന്നവർ അത്തരം ജീവികളുടെ ഇടയിൽ ജനിക്കും; എന്നെ ആരാധിക്കുന്നവർ എന്നോടൊപ്പം വസിക്കും.'

ഇവിടെ ഭഗവാൻ കൃഷ്ണൻ പറയുന്നു, 'ആളുകൾ എന്ത് ആരാധി ക്കുന്നുവോ അതാണ് അവർക്ക് ലഭിക്കുന്ന സാഹചര്യം'. ശ്രീകൃഷ്ണനെ ഭജിക്കുന്നവർ അവനെ പ്രാപിക്കും. വ്യത്യസ്ത പാതകൾ വ്യത്യസ്ത ലക്ഷ്യങ്ങളിലേക്കാണ് നയിക്കുന്നതെന്ന് ഈ വാക്യം വ്യക്തമായി സൂചിപ്പിക്കുന്നു.

കൂടാതെ, അവൻ 7.23-ൽ പറയുന്നു :

*അന്തവത് തു ഫലം തേഷാം*
*തദ് ഭവത്യ അൽപ-മേധസാം*
*ദേവാൻ ദേവ-യജോ യാന്തി*
*മദ്-ഭക്ത യാന്തി മാം അപി*

'ചെറിയ ബുദ്ധിയുള്ള ആളുകൾ ദേവതകളെ ആരാധിക്കുന്നു, അവരുടെ ഫലങ്ങൾ പരിമിതവും താൽക്കാലികവുമാണ്. ദേവതകളെ ആരാധിക്കുന്നവർ ദേവന്മാരുടെ ഗ്രഹങ്ങളിലേക്ക് പോകുന്നു, പക്ഷേ എന്റെ ഭക്തന്മാർ ആത്യന്തികമായി എന്റെ പരമ ഗ്രഹത്തിലെത്തുന്നു.'

വിവിധ തരത്തിലുള്ള ആരാധനകൾ വ്യത്യസ്ത ഫലങ്ങൾ നൽകുന്നുവെന്ന് ഈ സൂക്തം വ്യക്തമായി പറയുന്നു. ആരെങ്കിലും

ദേവതകളെ ആരാധിച്ചാൽ, ആരെങ്കിലും അവനെ ആരാധിച്ചാൽ ലഭിക്കുന്ന ഫലങ്ങളിൽ നിന്ന് വ്യത്യസ്തമാണ്. ബാഹ്യാരാധന ഒരേ പോലെയാണെങ്കിലും, ഒരാൾക്ക് ലഭിക്കുന്ന പ്രതിഫലം അവൻ സേവിക്കുന്ന വ്യക്തിയെ ആശ്രയിച്ചിരിക്കും. ഉദാഹരണത്തിന്, ഒരു റോഡരികിലെ ഭക്ഷണശാലയിൽ പാചകം ചെയ്യുന്ന ഒരാളും ലോകത്തിലെ ഏറ്റവും ധനികനായ മനുഷ്യന്റെ വീട്ടിൽ പാചകം ചെയ്യുന്ന ഒരാളും ഒരേ പ്രവൃത്തിയാണ് ചെയ്യുന്നത്, എന്നാൽ ഓരോരുത്തരുടെയും പ്രതിഫലം തികച്ചും വ്യത്യസ്തമായിരിക്കും.

അതെ, ഗ്രന്ഥങ്ങളിൽ പരാമർശിച്ചിരിക്കുന്ന വ്യത്യസ്ത വഴികളും ആരാധനാ രീതികളും ഉണ്ട്, എന്നാൽ എല്ലാവരും ആത്മീയമായി ഉയർന്ന തലത്തിലേക്ക് പരിണമിച്ചിട്ടില്ലാത്തതിനാൽ, ഈ വ്യത്യസ്ത പാതകൾ ഭഗവാന്റെ ഭക്തി സേവനത്തിൽ (ഭക്തിയോഗ) ഏർപ്പെടുക എന്ന ആത്യന്തിക ലക്ഷ്യത്തിലേക്കുള്ള അവരുടെ ക്രമാനുഗതമായ ഉയർച്ചയെ സഹായിക്കുന്നു. ലക്ഷ്യം ഓർത്ത് മുന്നേറുന്നിടത്തോളം കാലം അവരെ പിന്തുടരുന്നതിൽ നാശമില്ല.

എന്നാൽ ഒരു വ്യക്തി സ്വയം മുന്നേറാതെ ഒരു പ്രത്യേക പാതയിൽ കുടുങ്ങിക്കിടക്കുന്നത് പൂർണ്ണതയാണെന്ന് കരുതുന്നുവെങ്കിൽ, ആ വ്യക്തിക്ക് ഭക്തി യോഗയുടെ ഏറ്റവും ഉയർന്ന പാതയിൽ ഏർപ്പെട്ടിരിക്കുന്നവരിൽ നിന്ന് വ്യത്യസ്തമായ ഫലം ലഭിക്കും.

സാധാരണയായി, സത്കർമ്മത്തിന്റെ പാതയിലുള്ള ആളുകൾ ഈ ലോകത്ത് അഭിവൃദ്ധി കൈവരിക്കും അല്ലെങ്കിൽ അടുത്ത ലോകത്തിൽ സ്വർഗ്ഗീയ ഗ്രഹങ്ങളും ദേവതകളും (സത്കർമ്മങ്ങൾ അവരുടെ അധികാരപരിധിയിൽ ഉള്ളതിനാൽ) നേടും. ജ്ഞാനമാർഗ്ഗം, അറിവ് വളർത്തൽ, മനസ്സിന്റെ നിയന്ത്രണം, ഇന്ദ്രിയ നിയന്ത്രണം മുതലായവ മുക്തിയിലേക്ക് നയിക്കുകയും ദൈവത്തിന്റെ അരൂപിയായ ബ്രഹ്മവുമായി ലയിക്കുകയും ചെയ്യും. അഷ്ടാംഗയോഗ/യോഗാത്മകത അല്ലെങ്കിൽ ധ്യാന യോഗയുടെ പാത ഒരു വ്യക്തിയെ പ്രകൃത്യാതീത ശക്തികൾ പ്രാപിക്കാൻ സഹായിക്കും, തുടർന്ന് ആത്മീയ സാക്ഷാത്കാരം കൈവരിക്കും. ഒരു യോഗി താൻ പരമാത്മാവിൽ ലയിക്കുമെന്ന് കരുതുന്നുവെങ്കിൽ, അവൻ ബ്രഹ്മജ്യോതിയിലോ നീല പ്രഭയിലേയ്ക്കോ പോകുന്നു, ബ്രഹ്മം, എന്നറിയപ്പെടുന്ന ദൈവത്തിന്റെ രൂപരഹിതമായ ഭാവത്തെ പരാമർശിക്കുന്നു.

താൻ പരമാത്മാവിന്റെ സേവകനാണെന്ന് മനസ്സിലാക്കിയാൽ, അവൻ വൈകുണ്ഠത്തിലേക്ക് പോകുന്നു. തീർച്ചയായും, ഒരാൾ ഭക്തനാണെങ്കിൽ, അവൻ ഭഗവാൻ കൃഷ്ണന്റെ നിത്യമായ സഹകാരിയാകാൻ നേരിട്ട് ആത്മീയ ലോകത്തേക്ക് പോകുന്നു.

അപ്പോൾ, എല്ലാ പാതകളും ഒരേ ലക്ഷ്യത്തിലേക്കാണോ നയിക്കുന്നത്? അതെ, ഒരാൾക്ക് ആ ലക്ഷ്യം നന്നായി അറിയാമെങ്കിൽ. കർമ്മികളും യോഗികളും ജ്ഞാനികളും തങ്ങളുടെ ആത്യന്തിക ലക്ഷ്യം ഭഗവാൻ കൃഷ്ണനാണെന്ന് അറിയുകയും, ഉയർച്ചയുടെ പരിവർത്തന ലക്ഷ്യങ്ങൾക്കായി അവർ ഒരു പാത സ്വീകരിക്കുകയും ഒടുവിൽ ശ്രീകൃഷ്ണനിൽ എത്തുകയും ചെയ്താൽ, അവരുടെ എല്ലാ പാതകളും ഒരേ ലക്ഷ്യത്തിലേക്ക് നയിക്കും.

എന്നാൽ ആളുകൾ ഒരേ വ്യക്തമായ ലക്ഷ്യം പങ്കിടുന്നില്ലെങ്കിൽ അവർക്ക് അവരുടേതായ ആശയങ്ങളുണ്ട്... അവരുടെ ലക്ഷ്യങ്ങളിൽ, എല്ലാ പാതകളും ഒരേ ലക്ഷ്യത്തിലേക്കല്ല, മറിച്ച് ഒരാളുടെ വ്യക്തിഗത സങ്കൽപ്പത്തിനനുസരിച്ച് വ്യത്യസ്ത ലക്ഷ്യങ്ങളിലേക്കാണ് നയിക്കുക.

## ചോദ്യം 22

# ഭഗവാൻ ശ്രീരാമൻ മാംസം കഴിച്ചിരുന്നോ?

രാമായണത്തിൽ 'മാംസ' എന്ന വാക്ക് ഉപയോഗിച്ചിട്ടുണ്ട് എങ്കിലും അത് സൂചിപ്പിക്കുന്നത് എന്താണെന്ന് തീർച്ചയായും നിർണ്ണയിക്കപ്പെട്ടിട്ടില്ല. വേദ സംസ്കാരത്തിന്റെ മൊത്തത്തിലുള്ള തെളിവുകൾ പരിശോധിച്ചാൽ 'ഇല്ല' എന്നായിരിക്കും ഉത്തരം, ശ്രീരാമൻ മാംസം കഴിച്ചിട്ടില്ല, കാരണം സസ്യാഹാരത്തിന് വേദങ്ങളിൽ ശക്തമായ ഊന്നൽ നൽകിയിട്ടുണ്ട്. അതുകൊണ്ട് ഈ പരാമർശങ്ങൾ വരുന്ന പ്രത്യേക വാക്യങ്ങളും സന്ദർഭവും നമുക്ക് നോക്കാം.

**പരാമർശം 1 :** സുന്ദരിയായ സ്വർണ്ണ മാനിനെ കൊല്ലാൻ സീത ശ്രീരാമനോട് പറയുന്നു എന്ന തെറ്റിദ്ധാരണ (അവർക്ക് അതിന്റെ മാംസം തിന്നാം).

മാംസം കഴിക്കുന്നതിനു വേണ്ടി മാനിനെ കൊല്ലാൻ സീത ഭഗവാൻ രാമനോട് പറഞ്ഞു എന്ന ധാരണ തെറ്റാണ്. കാട്ടിൽ തങ്ങളുടെ ആശ്രമത്തിന് സമീപം മേഞ്ഞുനടക്കുന്ന സ്വർണ്ണ മാനിനെ കണ്ടപ്പോൾ അത് സീതയുടെ മനം കവർന്നതായി രാമായണത്തിൽ പരാമർശിക്കുന്നു. അവൾ അതിനെ വളർത്തുമൃഗമായി ആഗ്രഹിച്ചു, പിന്നീട് അയോധ്യയിലേക്ക് മടങ്ങുമ്പോൾ അമ്മ കൗസല്യയ്ക്ക് സമ്മാനമായി നൽകാനും അവൾ ആഗ്രഹിച്ചു. അതിനാൽ മാനിനെ അതിന്റെ മാംസത്തിനായി അവൾ ആഗ്രഹിച്ചിട്ടില്ല. ഭഗവാൻ ശ്രീരാമൻ മാനിനെ കൊന്ന് തോലുരിക്കാൻ ആഗ്രഹിച്ചിരുന്നെങ്കിൽ, വളരെ ദൂരം അതിനെ പിന്തുടരുകയില്ലായിരുന്നു. വില്ലാളിവീരനായ ശ്രീരാമന്, മാനിനെ ആശ്രമ പരിസരത്ത് മേയാൻ തുടങ്ങിയപ്പോൾ തന്നെ എയ്തു വീഴ്ത്താമായിരുന്നു.

പക്ഷേ, സീത മാനിനെ കൊല്ലാൻ ആഗ്രഹിക്കാത്തതിനാലും ജീവനോടെ വേണമെന്നുള്ളതിനാലും അദ്ദേഹത്തിന് അതിനെ പിന്തുടരേണ്ടിവന്നു. അദ്ദേഹം മാനിനെ പിന്തുടരുമ്പോൾ, അത് നിഗൂഢമായി പ്രത്യക്ഷപ്പെടുകയും അപ്രത്യക്ഷമാവുകയും പൊടുന്നനെ വായുവിൽ ഉയരത്തിൽ ചാടി മറ്റൊരു ദിശയിലേക്ക് നീങ്ങുകയും ചെയ്തു. ഇത് കണ്ട ഭഗവാൻ ശ്രീരാമന് മനസ്സിലായി, ഇത് സാധാരണ മാനല്ലെന്നും വേഷംമാറിയ അസുരനാണെന്നും. ആ സന്ദർഭത്തിലാണ് അദ്ദേഹം അതിനെ കൊല്ലാൻ തീരുമാനിച്ചത്. അതിനാൽ, ഈ സന്ദർഭത്തിൽ മാംസത്തെക്കുറിച്ചുള്ള പരാമർശം അസാധുവാണ്.

**പരാമർശം 2 :** അയോധ്യാ കാണ്ഡം 20-ാം അധ്യായത്തിൽ ഭഗവാൻ ശ്രീരാമൻ പതിനാല് വർഷം വനവാസത്തിൽ കഴിയേണ്ടിയിരുന്നതിനെ വിവരിക്കുന്നുണ്ട്. 'ഞാൻ പതിനാല് വർഷം ഋഷിയായി ഏകാന്തവനത്തിൽ, മാംസത്തിൽ നിന്ന് അകന്ന് വേരുകളും പഴങ്ങളും തേനും കഴിച്ച് വസിക്കും' എന്ന് ശ്രീരാമൻ 2.20-29-ൽ പറയുന്നു. അദ്ദേഹം സ്ഥിരമായി മാംസം ഭക്ഷിച്ചിരുന്നുവെന്നും കാട്ടിൽ ആയിരിക്കുമ്പോൾ അത് കഴിക്കുന്നത് ഒഴിവാക്കുകയാണെന്നും ആളുകൾ അതിനാൽ നിഗമനം ചെയ്തു. എന്നിരുന്നാലും, യുക്തിസഹമായി പറഞ്ഞാൽ, ഈ നിഗമനത്തിൽ അർത്ഥമില്ല. പല കുട്ടികളും പഠനത്തിനായി വീടുവിട്ടിറങ്ങുന്നു. അവർ പോകുമ്പോൾ, എന്താണ് ചെയ്യേണ്ടതെന്നും എന്തെല്ലാം മോശം ശീലങ്ങൾ ഒഴിവാക്കുമെന്നും അവർ മാതാപിതാക്കളോട് പറഞ്ഞാൽ, അതിനർത്ഥം അവർക്ക് ആ ശീലങ്ങൾ മുമ്പ് ഉണ്ടായിരുന്നുവെന്നല്ല.

വേദ സംസ്കാരം എല്ലാ ജീവജാലങ്ങളോടും കരുണ കാണിക്കുന്നു. ഭഗവാൻ ശ്രീരാമൻ കാട്ടിൽ പോയി ഋഷിയായി ജീവിക്കുന്നു. വനത്തിൽ, ഒരാൾക്ക് വേണ്ടത്ര ഭക്ഷണം ലഭിക്കണമെന്നില്ല, അത്തരം സാഹചര്യങ്ങളിൽ, അടിയന്തിരമതം എന്നർത്ഥം വരുന്ന അപധർമ്മം പ്രയോഗിക്കാവുന്നതാണ്. അതിനാൽ, ഇത് ജീവിതത്തിന്റെയോ മരണത്തിന്റെയോ പ്രശ്നമാണെങ്കിൽ, ഒരു വ്യക്തിക്ക് മറ്റൊന്നും കഴിക്കാനില്ലെങ്കിൽ, അതിജീവനത്തിനായി മൃഗമാംസം കഴിക്കേണ്ടിവന്നാൽ, അത് അംഗീകരിക്കപ്പെടുന്നു. ഇത് തീർച്ചയായും സാധാരണ ഭക്ഷണത്തിൽ ശുപാർശ ചെയ്യുന്നില്ല, തീർച്ചയായും സന്തോഷത്തിന് വേണ്ടിയല്ല. ഭക്ഷണത്തിന്റെ അഭാവം

നിമിത്തം വനാന്തരങ്ങളിൽ താമസിക്കുന്നവർ ചിലപ്പോൾ മാംസാഹാരം കഴിക്കേണ്ടി വന്നേക്കാം. അതുകൊണ്ട്, ശ്രീരാമൻ ഉദ്ദേശിച്ചത്, 'കാട്ടിൽ പോകേണ്ടി വന്നാലും ഞാൻ മാംസം കഴിക്കില്ല' എന്ന് ഊന്നിപ്പറയാൻ അദ്ദേഹം ഈ രീതിയിൽ വാക്യം ഉപയോഗിച്ചു. പക്ഷേ എന്തുകൊണ്ട്? കാരണം, തന്റെ രാജ്യം നഷ്ടപ്പെട്ടതുകൊണ്ട് തന്റെ ധർമ്മവും നഷ്ടപ്പെടുമെന്ന് അർത്ഥമാക്കുന്നില്ല എന്ന് തന്റെ അമ്മ കൗസല്യയ്ക്ക് ഉറപ്പ് നൽകാൻ അദ്ദേഹം ആഗ്രഹിക്കുന്നു. ധാർമ്മികതയുടെ സാധാരണ സംരക്ഷണം ഇല്ലാതാകുന്ന അവസ്ഥയിലേക്കാണ് അവൻ പോകുന്നതെങ്കിലും അവൻ അധാർമ്മികതയിലേക്ക് വഴുതി വീഴുകയില്ല എന്നത് ഒരു ധാർമ്മിക ഉറപ്പാണ്.

നമ്മുടെ തെറ്റുകളെ ന്യായീകരിക്കുന്നതോ നമ്മുടെ വിശ്വാസ വ്യവസ്ഥയെ പിന്തുണയ്ക്കുന്നതോ ആയ കാര്യങ്ങളിൽ മാത്രം നാം ദൈവത്തെ അനുകരിക്കാൻ ആഗ്രഹിക്കുന്നു എന്നതാണ് പ്രശ്നം. നമ്മുടെ ഇന്ദ്രിയങ്ങളെ തൃപ്തിപ്പെടുത്താൻ നമ്മിൽ ആഴത്തിൽ വേരൂന്നിയ ആഗ്രഹമാണ് ഇതിന് കാരണം. മാംസാഹാരം കഴിക്കാൻ ഇഷ്ടപ്പെടുന്നവർ ഈ ശീലം ഉപേക്ഷിക്കാൻ കഴിയാത്തതിനാൽ അവരുടെ ആവശ്യങ്ങൾ ന്യായീകരിക്കാൻ ഈ പരാമർശങ്ങൾ ഉപയോഗിക്കുന്നു. എന്നാൽ ശ്രീരാമൻ നമ്മെ പഠിപ്പിച്ച വിലപ്പെട്ട മറ്റ് പാഠങ്ങൾ പഠിക്കാനും പ്രയോഗിക്കാനും രാമായണത്തിന്റെ ബാക്കി ഭാഗങ്ങൾ പഠിക്കാൻ അവർ ആഗ്രഹിക്കുന്നില്ല. ഇത് കാപട്യമാണ്, അതിന് ഇരയാകാതിരിക്കാൻ നാം ശ്രദ്ധിക്കണം.

കൂടാതെ, ഭഗവാന് വേണമെങ്കിൽ, പ്രപഞ്ചം മുഴുവനും ഭക്ഷിക്കാം (ഭഗവദ് ഗീതയിൽ വിശ്വരൂപം കാണിച്ചത് പോലെ) അപ്പോഴും കർമ്മഫലം അദ്ദേഹത്തെ ബാധിക്കാതെ ഇരിക്കും, എന്നാൽ നാം ഭഗവാനെ അനുകരിക്കാൻ ശ്രമിച്ചാൽ, ഭാവിയിലെ കഷ്ടപ്പാടുകൾ മാത്രമേ നാം ക്ഷണിച്ചുവരുത്തുകയുള്ളൂ.

ചോദ്യം 23

## വേദങ്ങൾ പറയുന്നത് *'ന തസ്യ പ്രതിമാ അസ്തി'* (നീ പ്രതിമയോ മൂർത്തിയോ [വിഗ്രഹം] അല്ല) എന്നാണ്. പിന്നെ എന്തിനാണ് നമ്മൾ വിഗ്രഹങ്ങളെ ആരാധിക്കുന്നത്?

ഒന്നാമതായും സർവ്വപ്രധാനമായും, 'വിഗ്രഹം' എന്നത് ഒരു ഭൗതിക രൂപത്തെ സൂചിപ്പിക്കുന്നു. ഭഗവാന്റെ രൂപത്തിന്, ഉപയോഗിച്ചിരിക്കുന്ന വാക്ക് 'ദൈവം' എന്നാണ്. വേദങ്ങൾ പ്രതിമയെക്കുറിച്ച് പറയുമ്പോൾ, അവ വിഗ്രഹങ്ങളെയോ ഭൗതിക രൂപത്തെയോ പരാമർശിക്കുന്നു. അവർ ദൈവത്തെ ഭൗതിക വസ്തുക്കളുമായി താരതമ്യം ചെയ്യുന്നു. ദൈവത്തിന്റെ രൂപം ഭൗതിക മല്ല, ആ അർത്ഥത്തിൽ, അവന് ഭൗതിക പ്രതിരൂപം ഇല്ല. എന്നാൽ പഞ്ചരാത്രങ്ങൾ എന്ന് വിളിക്കപ്പെടുന്ന വൈദിക സാഹിത്യ ത്തിന്റെ ഒരു മുഴു രൂപമുണ്ട്, അതിൽ ദൈവിക രൂപത്തിൽ ദൈവത്തിന്റെ പ്രതിനിധാനം എന്ന ആശയം വിശദമായി പ്രതിപാദിക്കുന്നു.

വേദസാഹിത്യത്തിന്റെ ഉദ്ദേശ്യം ഭൗതികതയിൽ നിന്ന് ആത്മീയതയിലേക്ക് നമ്മെ കൊണ്ടുപോകുക എന്നതാണ്, അത് നമ്മുടെ യഥാർത്ഥ സ്വത്വമാണ്. ഈ ആവശ്യത്തിനായി, വേദങ്ങൾ രണ്ട് വഴികളെക്കുറിച്ച് പറയുന്നു :

1. ആത്മാവിനെ നേടുന്നതിനായി ഭൗതികവസ്തുവിന്റെ നിഷേധം
2. ആത്മാവിലേക്കുള്ള വഴിയായി ഭൗതികവസ്തുവിന്റെ ഉപയോഗം

വേദാന്തം, പ്രത്യേകിച്ച് ഉപനിഷത്തുകൾ, ചൈതന്യത്തിന്റെ നേട്ടത്തിനായി, ജ്ഞാനമാർഗ്ഗം അല്ലെങ്കിൽ ഭൗതികവസ്തുവിനെ നിരാകരിക്കുന്നതിനുള്ള ആദ്യ പാത സ്വീകരിക്കുന്നു, കാരണം ഭൗതികവസ്തുവിൽ നിന്ന് വേർപെടുത്തിയില്ലെങ്കിൽ നമുക്ക് ആത്മീയ മണ്ഡലത്തിലേക്ക് മുന്നേറാൻ കഴിയില്ല.

ഉപനിഷത്തുകളിൽ, ഉപനിഷത്തുകളുടെ ഉപസംഹാരമായ ഭക്തിമാർഗ്ഗത്തെക്കുറിച്ച് പരാമർശിച്ചിട്ടുണ്ടെങ്കിലും അവ വിശദീകരിക്കുന്നില്ല. ഇതിഹാസങ്ങളിലും പുരാണങ്ങളിലും ഇത് വിശദമായി പ്രതിപാദിച്ചിട്ടുണ്ട്, ദൈവം ആത്മീയനാണെങ്കിലും, എല്ലാ വസ്തുക്കളെയും നാം തള്ളിക്കളയേണ്ടതില്ലെന്ന് വ്യക്തമായി പരാമർശിച്ചിട്ടുണ്ട്. ഭൗതികവസ്തുവിനെ ആത്മാവിലേക്കുള്ള ഒരു പാതയായും ഉപയോഗിക്കാം, അത്തരത്തിലുള്ള ഒരു പാതയാണ് ദൈവത്തിന്റെ ദേവസ്വരൂപം. അതിനാൽ, ദേവതയെ ഭൗതിക പ്രതിനിധാനമായല്ല, മറിച്ച് ആത്മീയ സാക്ഷാത്ക്കാരമായി കണക്കാക്കുന്നു. ദൈവം സർവ്വശക്തനാണ്, അത് എന്തുകൊണ്ട് നിർമ്മിച്ചതാണെങ്കിലും അദ്ദേഹത്തിന് ഏത് രൂപത്തിലും പ്രത്യക്ഷപ്പെടാൻ കഴിയും. അതുകൊണ്ട്, ദൈവത്തെക്കുറിച്ച് വേദഗ്രന്ഥങ്ങൾ പറയുമ്പോൾ, അവ അർത്ഥമാക്കുന്നത് അദ്ദേഹത്തിന് ഭൗതികമായ ഒരു രൂപമില്ല എന്നാണ്.

രണ്ടാമതായി, *'ന തസ്യ പ്രതിമാ അസ്തി'* എന്നാൽ ഒരു ദൈവത്തെ കാണുമ്പോൾ, അത് കേവലം ഒരു 'മൂർത്തി' അല്ലെങ്കിൽ ഒരു ശില്പിയുടെ മനോഹരമായ സൃഷ്ടിയാണെന്ന് നാം കരുതരുത്. പ്രതിഷ്ഠ നേരിട്ട് ദൈവമാണ്, നാം അദ്ദേഹത്തെ സ്നേഹത്തോടെയും ഭക്തിയോടെയും ആരാധിച്ചാൽ, അദ്ദേഹം തീർച്ചയായും നമുക്ക് സ്വയം വെളിപ്പെടും. ദേവതകൾ തങ്ങളുടെ ഭക്തരുമായി സംസാരിക്കുകയും വ്യക്തിപരമായ ഇടപാടുകൾ നടത്തുകയും ചെയ്ത എണ്ണമറ്റ സംഭവങ്ങൾ ചരിത്രത്തിൽ ഉണ്ടായിട്ടുണ്ട്.

അപ്പോൾ ചോദ്യം ഇതാണ് : പ്രതിഷ്ഠ ദൈവം തന്നെയാണെങ്കിൽ, എന്തുകൊണ്ട് അദ്ദേഹം സ്വയം ചലിക്കുന്നത് നമ്മൾ കാണാത്തത്? ദൈവം ആത്മീയമാണ്, നമ്മുടെ ദർശനം ഭൗതികവും. ഇപ്പോൾ നമുക്ക് കാണാൻ കഴിയുന്നതെല്ലാം ഭൗതികമാണ്. അങ്ങനെ, ഭൗതികമായി നിർമ്മിച്ച ഒരു രൂപത്തിൽ പ്രത്യക്ഷപ്പെടാൻ ദൈവം സമ്മതിക്കുന്നു, എന്നാൽ അത് ആ രൂപം ഭൗതികമാണെന്ന് അർത്ഥമാക്കുന്നില്ല. ദൈവത്തിന്റെ ഒരു

ദേവസ്വരൂപം എന്നത് വേദഗ്രന്ഥങ്ങളുടെ അടിസ്ഥാനത്തിൽ നിർമ്മിച്ച ഒരു അംഗീകൃത രൂപമാണ്, അതിലൂടെ, കരുണാമയനായ ദൈവം നമ്മുടെ സേവനം സ്വീകരിക്കുന്നു, അത് നമ്മെ ശുദ്ധീകരിക്കുകയും അവന്റെ യഥാർത്ഥ ആത്മീയ രൂപത്തിൽ അവനെ നേരിട്ട് കാണാൻ യോഗ്യരാക്കുകയും ചെയ്യുന്നു.

വാസ്തവത്തിൽ, ദേവസ്വരൂപം ദൈവത്തിന്റെ *അർച്ച* അവതാരമെന്നാണ് അറിയപ്പെടുന്നത്. ഈ ലോകത്ത് പ്രത്യക്ഷപ്പെടുന്ന ദൈവത്തിന്റെ ഓരോ അവതാരവും ഒരു പ്രത്യേക ദൗത്യത്തോടെയാണ് പ്രത്യക്ഷപ്പെടുന്നത്, അതിനപ്പുറം പ്രവർത്തിക്കുന്നില്ല. പ്രഹ്ളാദനെ സംരക്ഷിക്കാൻ ഭഗവാൻ നരസിംഹമായി അവതരിച്ചു, മനുഷ്യ സമൂഹത്തിന് മര്യാദ അല്ലെങ്കിൽ ആദർശങ്ങൾ സ്ഥാപിക്കാൻ ഭഗവാൻ ശ്രീരാമനായി അവതരിച്ചു, എല്ലാ അവതാരങ്ങളുടെയും ഉറവിടമായ ഭഗവാൻ ശ്രീകൃഷ്ണൻ തന്റെ മാഹാത്മ്യം നിലനിർത്താനായി അവതരിച്ചു. അതുപോലെ, ഭഗവാൻ തന്റെ *അർച്ച* എന്ന പേര് സൂചിപ്പിക്കുന്നത് പോലെ ഒരു പ്രത്യേക ദൗത്യവുമായി ഒരു ദേവനായി പ്രത്യക്ഷപ്പെടുന്നു, അതായത് തന്റെ ഭക്തരുടെ 'അർച്ചന' അല്ലെങ്കിൽ ആരാധന സ്വീകരിക്കുക. അദ്ദേഹം തന്നെത്തന്നെ എല്ലായ്പ്പോഴും ലഭ്യമാക്കുകയും കരുണ പൊഴിക്കുകയും ചെയ്യുന്നു.

അതിനാൽ, *'ന തസ്യ പ്രതിമാ* (വിഗ്രഹം) *അസ്തി'* എന്ന വചനം സത്യമാണ്. എന്നാൽ പ്രതിഷ്ഠ ഒരു ഭൗതിക പ്രതിനിധാനം അല്ലാത്തതിനാൽ അത് പ്രതിഷ്ഠയ്ക്ക് ബാധകമല്ല. ഭഗവാൻ കൃഷ്ണന്റെ ആത്മീയ രൂപമാണ് പ്രതിഷ്ഠ.

ചോദ്യം 24

# കള്ളം പറയുന്നത് പാപമാണോ? നമുക്ക് എങ്ങനെ അത് ഉപേക്ഷിക്കാനാകും?

അതെ, കള്ളം പറയുന്നത് അഭികാമ്യമല്ല, നമ്മൾ അത് ഒഴിവാക്കണം. ഇത് ഏറ്റവും വലിയ പാപങ്ങളിൽ ഒന്നായി കണക്കാക്കപ്പെടുന്നു. എന്നാൽ നമ്മളത് വളരെ സാധാരണമായി ചെയ്യുന്നു.

പാപത്തെ സംബന്ധിച്ചിടത്തോളം, അത് നിർദ്ദിഷ്ട കള്ളങ്ങളെ ആശ്രയിച്ചിരിക്കും; ഏത് സന്ദർഭത്തിലാണ് നിങ്ങൾ കള്ളം പറയുന്നത്, ആരുടെയെങ്കിലും യഥാർത്ഥ ക്ഷേമത്തിന് വേണ്ടിയാണ് കള്ളം പറയുന്നതെങ്കിൽ, അത് സ്വീകാര്യമാണ്. കുട്ടിയുടെ കയ്പേറിയ മരുന്ന് കഴിക്കാൻ വേണ്ടി കുഞ്ഞിന്റെ പ്രിയപ്പെട്ട മധുരപലഹാരത്തിനുള്ളിൽ ഒരു ഗുളിക വച്ചു കൊടുക്കുന്ന അമ്മയെപ്പോലെ, ആ ഉദ്ദേശ്യം ന്യായീകരിക്കത്തക്കതാണ്. അതിനാൽ, നാം നമ്മുടെ ഹൃദയത്തിലേക്ക് നോക്കുകയും ആത്മാർത്ഥതയും സത്യസന്ധതയും പുലർത്തുകയും വേണം, അല്ലാത്ത പക്ഷം കള്ളം പറയുന്നത് പാപമാണ്.

സത്യസന്ധത ദൈവിക ഗുണമാണ്. വാസ്തവത്തിൽ, അനുകമ്പ, തപസ്സ്, ശുചിത്വം എന്നിവയ്ക്കൊപ്പം ധർമ്മത്തിന്റെ നാല് ഗുണങ്ങളിൽ ഒന്നായി ഇത് കണക്കാക്കപ്പെടുന്നു.

ഭഗവാൻ കൃഷ്ണൻ ഭഗവദ് ഗീതയിൽ പല പ്രാവശ്യം സത്യസന്ധതയെ ക്രിയാത്മകമായി പരാമർശിക്കുന്നു, ഈ ഗുണം നാം വളർത്തിയെടുക്കണം. അപ്പോൾ, നമ്മൾ അത് എങ്ങനെ ചെയ്യും? പൊതുവേ, മറ്റുള്ളവരെ പ്രീതിപ്പെടുത്താൻ നമ്മൾ

കള്ളങ്ങൾ പറയുമ്പോൾ, നമുക്ക് അവരെ താൽക്കാലികമായി പ്രസാദിപ്പിക്കാൻ സാധിച്ചേക്കാം, എന്നാൽ ദീർഘകാലാടിസ്ഥാനത്തിൽ, കള്ളങ്ങൾ വളരെക്കാലം മറച്ചുവെക്കുന്നത് വളരെ ബുദ്ധിമുട്ടുള്ളതിനാൽ നമ്മുടെ വിശ്വാസ്യത നഷ്ടപ്പെടും. കുറച്ച് കള്ളങ്ങൾ മൂടിവെക്കാം, എന്നാൽ ഒരു കാലഘട്ടത്തിൽ, കള്ളം ഒരു ശീലമാകുമ്പോൾ, നമ്മൾ പിടിക്കപ്പെടും. നമ്മുടെ കള്ളങ്ങൾ കാരണം നമ്മൾ കുഴപ്പത്തിലാകും, നമ്മുടെ വിശ്വാസ്യത നഷ്ടപ്പെടുമ്പോൾ നമ്മൾ തീർച്ചയായും കുഴപ്പത്തിലാകും. അതിനാൽ, നുണപറയുക എന്ന പാപത്തിന്റെ ഭാവി പ്രത്യാഘാതങ്ങൾ മാത്രമല്ല, വിശ്വാസ്യത നഷ്ടപ്പെടുന്ന കാര്യത്തിൽ നമുക്ക് ആവശ്യമില്ലാത്ത പ്രത്യാഘാതങ്ങളും സംഭവിക്കും.

ചിന്തയിലൂടെയും ഭക്തിയിലൂടെയും, നുണകൾ പറയുന്നത് എങ്ങനെ ഒഴിവാക്കാം?

ഒരു സംഭവത്തിന് മുമ്പോ ശേഷമോ നാം പ്രത്യേകമായി വീക്ഷിക്കുകയോ ഗൗരവമായി ചിന്തിക്കുകയോ ചെയ്യുക എന്നാണ് ആലോചന എന്നതുകൊണ്ട് അർത്ഥമാക്കുന്നത്. ചിലപ്പോൾ നമ്മൾ ഒരു അസത്യം ആലോചിക്കാതെ തുറന്ന് പറഞ്ഞേക്കാം, പക്ഷേ നമ്മൾ അത് സംസാരിക്കാൻ പാടില്ലായിരുന്നുവെന്ന് പിന്നീട് തിരിച്ചറിയുകയും ചെയ്യും. ഏത് സാഹചര്യത്തിലാണ് നമ്മൾ കള്ളം പറഞ്ഞത് എന്ന് നമുക്ക് ചിന്തിക്കാം. ഭാവിയിൽ സമാനമായ ഒരു സാഹചര്യം ഉണ്ടായാൽ എങ്ങനെ കള്ളം പറയാതിരിക്കാം എന്ന് നമുക്ക് മുൻകൂട്ടി ആസൂത്രണം ചെയ്യാൻ സാധിക്കും.

ഭക്തി എന്നാൽ നാം ഭഗവാൻ കൃഷ്ണനോട് പ്രാർത്ഥിക്കുകയും ഉന്നതമായ സത്യങ്ങളിലേക്ക് ആഴത്തിൽ ആഴ്ന്നിറങ്ങാനും കള്ളങ്ങൾ പറയുന്നതുപോലുള്ള തെറ്റായ ശീലങ്ങൾ മാറ്റാനും അദ്ദേഹത്തിന്റെ സഹായം തേടുകയും എന്നതാണ്.

സ്വന്തം നിലയിൽ നമ്മൾ ശക്തിയില്ലാത്തവരാണ്. എന്നാൽ ഭഗവാന്റെ കൃപയാൽ നമുക്ക് നമ്മുടെ പരിമിതികളെ എളുപ്പത്തിൽ മറികടക്കാൻ കഴിയും.

ചോദ്യം 25

## എന്തുകൊണ്ടാണ് യുധിഷ്ഠിരൻ ചൂതാട്ടം നടത്തിയത്? അതിൽ ഏർപ്പെട്ടതിനും പിന്നെ എല്ലാം നഷ്ടപ്പെടുത്തിയതിനും അദ്ദേഹം തെറ്റുകാരനാണോ?

'ധാർമ്മികമായ പ്രതിസന്ധി' 'നീതിപരമായ പ്രതിസന്ധി' എന്നിങ്ങനെ അറിയപ്പെടുന്ന ചിലത് അവിടെയുണ്ട്. ധാർമ്മിക പ്രതിസന്ധി അർത്ഥമാക്കുന്നത് ഒരു തിരഞ്ഞെടുപ്പ് ധാർമ്മിക മാണ്, മറ്റൊന്ന് അധാർമ്മികമാണ്, രണ്ടിൽ ഒന്ന് നമ്മൾ തിരഞ്ഞെടുക്കണം. ഉദാഹരണത്തിന്, ഒരാൾ മോശമാണെന്ന് അറിയുമ്പോൾ പോലും ഒരു ദുശ്ശീലത്തിൽ ഏർപ്പെടാൻ പ്രലോഭി പ്പിക്കപ്പെടുന്നു. ഇതൊരു ധാർമ്മിക പ്രതിസന്ധിയാണ്. ഈ സംഭവത്തിലെ വ്യത്യാസം വ്യക്തമാണ്.

ഒരു നീതി പ്രതിസന്ധി എന്നാൽ അവിടെ തിരഞ്ഞെടു ക്കാൻ രണ്ട് കാര്യങ്ങളുണ്ട് – രണ്ടും ധാർമ്മികവും രണ്ടിനും അതിന്റേതായ ധാർമ്മികതയും ഉണ്ട്, എന്നാൽ ഏത് ധാർമ്മികത യാണ് പിന്തുടരേണ്ടതെന്ന് ഒരു ഉറപ്പില്ല.

ഉദാഹരണത്തിന്, വർഗ്ഗീയ കലാപങ്ങൾ നടക്കുന്നതും ഒരു പ്രത്യേക സമുദായത്തിൽപ്പെട്ട ഒരാൾ കലാപകാരികളാൽ ലക്ഷ്യമിടപ്പെടുകയും ചെയ്ത ഒരു സാഹചര്യം നമുക്ക് പരിഗണിക്കാം. ആ വ്യക്തി അഭയം ചോദിച്ച് ഒരാളുടെ വീട്ടിൽ വന്ന് ഒളിക്കുന്നു. അപ്പോൾ കലാപകാരികൾ വന്ന് അയാളെ ചോദിക്കുന്നു. ഇപ്പോൾ, ഒരു തത്ത്വം സത്യം പറയുക എന്നതും, മറ്റൊരു തത്ത്വം അവന്റെ ജീവൻ സംരക്ഷിക്കുക എന്നതുമാണ്. അപ്പോൾ, നമ്മൾ എന്താണ്

ചെയ്യേണ്ടത്? ഇതൊരു ധാർമ്മിക പ്രതിസന്ധിയാണ്. ധാർമ്മിക പ്രതിസന്ധികൾക്ക് എളുപ്പമുള്ള ഉത്തരങ്ങളില്ല. യുധിഷ്ഠിരൻ നേരിട്ടത് ഒരു ധാർമ്മിക പ്രതിസന്ധിയാണ്.

അവരുടെ കർത്തവ്യത്തിന്റെ ഭാഗമായി, ക്ഷത്രിയന്മാർ എപ്പോഴും അഭികാമ്യമല്ലാത്ത കാര്യങ്ങൾ ചെയ്യേണ്ടതുണ്ട്, ഇത് ഭൗതിക പ്രകൃതിയുടെ തന്നെ ഒരു വസ്തുതയാണെന്ന് ഭഗവാൻ കൃഷ്ണൻ പറയുന്നു. 'അഗ്നിയെ പുക മൂടുന്നതുപോലെ, എല്ലാ പ്രയത്നങ്ങളും തെറ്റിനാൽ മൂടപ്പെട്ടിരിക്കുന്നു.' ക്ഷത്രിയരുടെ കുഴപ്പം അവർക്ക് പലപ്പോഴും അക്രമത്തിൽ ഏർപ്പെടേണ്ടിവരുന്നു എന്നതാണ്. ഉദാഹരണത്തിന്, അവർ ശിക്ഷിക്കുകയും അല്ലെങ്കിൽ കൊല്ലുകയും വേണം. നീതിന്യായ കോടതിയിൽ തെറ്റ് ചെയ്തവരെ ശിക്ഷിക്കുകയും ചിലപ്പോൾ അവരെ യുദ്ധക്കളത്തിൽ കൊല്ലുകയും വേണം. ഇവ ബുദ്ധിമുട്ടുള്ള കടമകളാണ്, അതിനായി തയ്യാറെടുക്കാൻ അവർ ചില കാര്യങ്ങൾ ചെയ്യണം. ഉദാഹരണത്തിന്, രക്തം കാണുന്നതിന് അവർ വേട്ടയാടണം. ധീരമായ മനോഭാവം വളർത്തിയെടുക്കാൻ, അവർ വെല്ലുവിളിക്കപ്പെടുമ്പോഴെല്ലാം, അത് ചൂതാട്ടമാണെങ്കിലും അവർ നിരസിക്കരുത്. ആ മനോഭാവമാണ് പ്രധാനം. അവരുടെ ധീരമായ മനോഭാവം നിലനിറുത്തുന്നത് അവർക്ക് അഭിമാനകരമായ കാര്യമായി മാറുന്നു.

യുധിഷ്ഠിരനെ ചൂതാട്ടത്തിന് ക്ഷണിച്ചിരുന്നു, എന്നാൽ വെല്ലുവിളികൾ തന്നെയായിരുന്നില്ല അവനെ ചൂതാട്ടം ചെയ്യാൻ പ്രേരിപ്പിച്ചത്. ബ്രാഹ്മണ സ്വഭാവം കൂടുതലുള്ളതിനാൽ അദ്ദേഹത്തിന് അത് നിരസിക്കാമായിരുന്നു, പക്ഷേ അത് തന്റെ മുതിർന്നവരിൽ നിന്ന് വന്ന ഒരു നിർദ്ദേശമായി അദ്ദേഹം കണ്ടു. യുധിഷ്ഠിരനെ ചൂതാട്ടം ചെയ്യാൻ ധൃതരാഷ്ട്രർ ആഗ്രഹിച്ചിരുന്നുവെന്നും ഈ സന്ദേശം യുധിഷ്ഠിരന് എത്തിച്ചത് വിധുരനായിരുന്നുവെന്നും മഹാഭാരതത്തിൽ പറയുന്നു. രാജസൂയ യാഗത്തിന് തൊട്ടുപിന്നാലെ, സംഘർഷങ്ങൾ ഒഴിവാക്കാൻ, താൻ എപ്പോഴും മുതിർന്നവരെ പിന്തുടരുമെന്ന് യുധിഷ്ഠിരൻ പ്രതിജ്ഞയെടുത്തു, എന്നാൽ തന്റെ മുതിർന്നവർ തനിക്ക് അത്തരമൊരു നിർദ്ദേശം നൽകുമെന്ന് അദ്ദേഹം ഒരിക്കലും കരുതിയിരുന്നില്ല. വെല്ലുവിളിയുടെ പ്രത്യാഘാതങ്ങൾ കാരണം ആദ്യം വെല്ലുവിളി സ്വീകരിക്കാൻ അദ്ദേഹം വിമുഖത കാണിച്ചിരുന്നു, എന്നാൽ തന്നെ വെല്ലുവിളിച്ചാൽ നിരസിക്കാൻ കഴിയില്ലെന്ന് അദ്ദേഹത്തിന്

തോന്നി. വെല്ലുവിളി ഒരു ഘടകവും മുതിർന്നവരുടെ നിർദ്ദേശം മറ്റൊന്നുമായിരുന്നു, അങ്ങനെ അവൻ ചൂതാട്ടം നടത്തി.

കടത്തിക്കൊണ്ടുപോയി എന്നുള്ളത് അദ്ദേഹം സമ്മതിച്ചിരുന്നുവെങ്കിൽ അദ്ദേഹത്തിന് തന്റെ ചൂതാട്ടത്തിന്റെ വ്യാപ്തി കുറയ്ക്കാമായിരുന്നു. തന്റെ സഹോദരങ്ങളും കുടുംബവും കഷ്ടപ്പെടുന്നത് അവൻ ആഗ്രഹിച്ചില്ല. അവർക്ക് അന്തസ്സോടെ ജീവിക്കാൻ നഷ്ടപ്പെട്ടതെല്ലാം തിരികെ ലഭിക്കണമെന്ന് അയാൾക്ക് തോന്നി. കൂടാതെ, അയാൾക്ക് നഷ്ടപ്പെട്ട സമ്പത്ത് ബ്രാഹ്മണരെ സേവിക്കാൻ വേണ്ടിയുംകൂടി ഉള്ളതായിരുന്നു. ‘എന്റെ സമ്പത്തില്ലാതെ ഞാനെങ്ങനെ അവരെ സേവിക്കുകയും പരിപാലിക്കുകയും ചെയ്യും?’ എന്നയാൾ ചിന്തിച്ചു. തന്റെ സമ്പത്ത് തിരികെ ലഭിക്കാൻ അദ്ദേഹം ആഗ്രഹിച്ച മറ്റൊരു കാരണം ഇതാണ്. അതിനാൽ, അവന്റെ ലക്ഷ്യം അത്യാഗ്രഹമോ ജയിക്കാനുള്ള ആഗ്രഹമോ ആയിരുന്നില്ല; അത് യഥാർത്ഥത്തിൽ മറ്റുള്ളവരെ സേവിക്കാനുള്ള ആഗ്രഹമായിരുന്നു, ഈ ലക്ഷ്യത്തോടെയാണ് തനിക്ക് നഷ്ടപ്പെട്ടതെല്ലാം വീണ്ടെടുക്കാൻ അയാൾ ആഗ്രഹിച്ചത്. നിർഭാഗ്യവശാൽ, അയാൾ ചൂതാട്ടത്തിൽ പരാജയപ്പെടുകയും എല്ലാം നഷ്ടമാവുകയും ചെയ്തു.

ജീവിതം സങ്കീർണ്ണമാണ്, അത് പലപ്പോഴും ധാർമ്മിക പ്രതിസന്ധികൾ നമുക്ക് മുന്നിൽ അവതരിപ്പിക്കുന്നു. നമ്മൾ ഒന്നിനെ അഭിമുഖീകരിക്കുമ്പോൾ, ജീവിതത്തിന്റെ വിശാലമായ ലക്ഷ്യത്തെയും മുൻഗണനയെയും കുറിച്ച് നമുക്ക് ഒരു ധാരണ ആവശ്യമാണ്, അതിലൂടെ നമുക്ക് പ്രവർത്തിക്കാൻ കഴിയും.

## ചോദ്യം 26

# ഭഗവാൻ കൃഷ്ണൻ ദൈവമാണെങ്കിൽ, ഒരു വേട്ടക്കാരന്റെ അസ്ത്രത്താൽ എങ്ങനെ അദ്ദേഹം കൊല്ലപ്പെട്ടു?

ഈ ലോകം മുഴുവനും ഭഗവാന്റെ വേദി പോലെയാണ്. ഒരു നാടകം വിനോദത്തിനും പാഠങ്ങൾ പഠിപ്പിക്കുന്നതിനുമുള്ളതാണ്. ഒരു നാടകത്തിലെ സംഭവങ്ങൾ വേഷം ചെയ്യുന്ന ഒരാളാണ് അവതരിപ്പിക്കുന്നതെന്ന് നമുക്കറിയാവുന്നതിനാൽ നമ്മൾ അത് ഗൗരവമായി എടുക്കുന്നില്ല. അതുപോലെ, ഭഗവാന്റെ പ്രവർത്തനങ്ങൾ പരിഗണിക്കുമ്പോഴെല്ലാം, അദ്ദേഹം വിനോദങ്ങളോ ലീലകളോ നടത്തുകയാണെന്ന് നാം മനസ്സിലാക്കണം. ലീലയുടെ ഭാഗമായി, തന്റെ മാഹാത്മ്യത്തിന്റെ അടിസ്ഥാനത്തിൽ ദൈവമെന്ന നിലയിലുള്ള തന്റെ സ്ഥാനത്തെ പ്രതിഫലിപ്പിക്കാത്ത ചില കാര്യങ്ങൾ അദ്ദേഹം ചെയ്യുന്നു. ഭഗവാൻ കൃഷ്ണൻ അർജ്ജുനന്റെ സാരഥിയാകുമ്പോൾ, തന്റെ ഭക്തനോടുള്ള സ്നേഹം കൊണ്ടാണ് അദ്ദേഹം സാരഥിയുടെ സ്ഥാനം സ്വീകരിച്ചതെന്ന് നാം മനസ്സിലാക്കണം. അത് അദ്ദേഹത്തിന്റെ മാഹാത്മ്യത്തിന് പുറമെ ദൈവത്തിന്റെ സ്നേഹസ്വഭാവം പ്രകടിപ്പിക്കുന്നു. ദൈവം തന്റെ മാഹാത്മ്യം തെളിയിക്കാൻ നിരന്തരം കാര്യങ്ങൾ ചെയ്യുന്നില്ല. അദ്ദേഹത്തിന് മറ്റ് തത്ത്വങ്ങളും ബോദ്ധ്യപ്പെടുത്തേണ്ടതുണ്ട്, അതിലൊന്നാണ് അദ്ദേഹം തന്റെ ഭക്തരുടെ സ്നേഹത്തിന് സ്വയം കീഴ്പ്പെടുകയും അവരുടെ ദാസനാകുകയും ചെയ്യുന്നത്. അതിനാൽ ഭഗവാന്റെ ഓരോ പ്രവർത്തനവും സംശയത്തിന്റെ കണ്ണടയിലൂടെ പരിശോധിക്കാൻ ശ്രമിക്കുന്നത് നമ്മെ വഴിതെറ്റിക്കുകയേയുള്ളൂ.

ഇനി നമുക്ക് മഹാഭാരതത്തിൽ വിവരിക്കുന്ന ഒരു

വേട്ടക്കാരൻ എയ്ത അമ്പിന്റെ അദ്ധ്യായം പരിശോധിക്കാം. അമ്പ് ശ്രീകൃഷ്ണന്റെ പാദത്തിൽ തുളച്ചുകയറി, ആ അസ്ത്രത്തിൽ വിഷം പുരട്ടാത്തിടത്തോളം കാലിൽ മുറിവേറ്റാൽ അത് മാരകമല്ലെന്ന് എല്ലാവർക്കും അറിയാം. വിശ്വാസികൾ തങ്ങളുടെ വിശ്വാസം നിലനിർത്താൻപ്രേരിപ്പിക്കപ്പെടുകയുംസംശയമുള്ളവർഎപ്പോഴും സംശയത്തിൽ നിലനിൽക്കുകയും ചെയ്യുന്ന വിധത്തിലാണ് വേദഗ്രന്ഥങ്ങൾ ഈ സംഭവത്തെ വിവരിക്കുന്നത്. തിരഞ്ഞെടുക്കൽ വ്യക്തികളുടേതാണ്. വേദഗ്രന്ഥങ്ങളിൽ വിവരിച്ചിരിക്കുന്ന പോലെ ഭഗവാൻ ശ്രീകൃഷ്ണന്റെ വിനോദങ്ങൾ നാം സ്വീകരിക്കാൻ പോകുകയാണെങ്കിൽ, നാം അവന്റെ എല്ലാ വിനോദങ്ങളും സ്വീകരിക്കണം. അദ്ദേഹം യമരാജന്റെ വാസസ്ഥലത്ത് പോയി സന്ദീപനി മുനിയുടെ (പുരോഹിതന്റെ) മകനെ തിരികെ കൊണ്ടുവന്നു. ഒരാളെ തിരികെ കൊണ്ടുവരാൻ മരണത്തിന്റെ വാസസ്ഥലത്തേക്ക് പോയ ഒരാൾ കാലിൽ വെറുമൊരു അമ്പ് കൊണ്ട് മരണത്തിന് കീഴടങ്ങുന്നത് എങ്ങനെയാണ്?

ആ മുറിവുകൊണ്ട് പോലും അവൻ അസ്വസ്ഥനായിരുന്നില്ല എന്നതാണ് സത്യം. അമ്പ് എയ്ത വേട്ടക്കാരൻ വളരെ വിഷമിച്ചു, അവൻ വന്ന് അദ്ദേഹത്തിന്റെ കാൽക്കൽ വീണു, ക്ഷമ യാചിച്ചു. അയാൾ പറഞ്ഞു, 'ഇത് ഒരു മൃഗത്തിന്റെ കാലാണെന്നാണ് ഞാൻ കരുതിയത്, അതിനാലാണ് ഞാൻ അമ്പെയ്തത്. ദയവായി എന്നോട് ക്ഷമിക്കൂ' ഭഗവാൻ കൃഷ്ണൻ ശാന്തനായി വേട്ടക്കാരനെ സമാധാനിപ്പിച്ചു. അതിനുശേഷം, അദ്ദേഹം ഒരു മയക്കത്തിലേക്ക് പ്രവേശിക്കാൻ തുടങ്ങി, ശേഷം ഈ ലോകത്തിൽ നിന്ന് അപ്രത്യക്ഷനായി.

ധർമ്മം സ്ഥാപിക്കാനുള്ള ഒരു പ്രത്യേക ദൗത്യവുമായി ഭഗവാൻ തന്റെ സഹകാരികളോടൊപ്പം ഈ ലോകത്തിലേക്ക് വരുന്നു, അത് പൂർത്തിയാകുമ്പോൾ അവൻ തന്റെ വാസസ്ഥലത്തേക്ക്മടങ്ങുന്നു. എന്നാൽ അവൻ മനുഷ്യരുടെ ലോകത്തിലേക്ക് വരുന്നതുമുതൽ, അവൻ മനുഷ്യനല്ലെങ്കിലും, മനുഷ്യനാണെന്ന് തോന്നുന്ന സാഹചര്യങ്ങൾ സൃഷ്ടിക്കുന്നു. ഏകദേശം അയ്യായിരം വർഷങ്ങൾക്ക് മുമ്പ് ഈ ഗ്രഹത്തിലെ തന്റെ വിനോദങ്ങൾ അവസാനിപ്പിക്കാൻ ഭഗവാൻ ആഗ്രഹിച്ചപ്പോൾ, യദുവംശം അവസാനിപ്പിച്ച് ആത്മീയ ലോകത്തേക്ക് തന്നോടൊപ്പം മടങ്ങി വരാൻ വേണ്ടി യദു സമൂഹത്തെ തങ്ങളെ പരിഹസിച്ചതിന് മുനിമാരാൽ ശപിക്കപ്പെട്ട ഒരു വിനോദം അദ്ദേഹം സൃഷ്ടിച്ചു.

ഒരിക്കൽ, ചില യാദവർ, ചില വിനോദങ്ങൾക്കായി, ജാംബവതിയിൽ നിന്നുള്ള ശ്രീകൃഷ്ണപുത്രനായ സാംബനെ ഗർഭിണിയായ സ്ത്രീയായി അണിയിച്ച് നാരദന്റെ നേതൃത്വത്തിലുള്ള മുനിമാരുടെ അടുത്തെത്തിച്ചു. ഋഷിമാർ ഭഗവാന്റെ മഹത്വങ്ങളെക്കുറിച്ച് ഗൗരവമായ ചർച്ചയിലായിരുന്നു. സാംബന് ആൺകുട്ടിയാണോ പെൺകുട്ടിയാണോ ജനിക്കുകയെന്ന് അവരുടെ ചർച്ച തടസ്സപ്പെടുത്തിക്കൊണ്ട് ആ യാദവൻമാർ ചോദിച്ചു. മുനിമാർ അവരുടെ ധിക്കാരത്തിൽ വളരെ അസ്വസ്ഥരാവുകയും 'ഒരു ആൺകുട്ടിയോ പെൺകുട്ടിയോ അല്ല, ഒരു ഇരുമ്പ് ദണ്ഡ് ജനിക്കും, അത് യദുവംശത്തിന്റെ മുഴുവൻ നാശത്തിനും കാരണമാകും.' എന്ന് ശപിക്കുകയും ചെയ്തു.

യാദവർ ഭഗവാൻ കൃഷ്ണനോടൊപ്പം ആത്മീയ മണ്ഡലത്തിൽ നിന്ന് ഇറങ്ങിയവരാണ്, അവരിൽ ചിലർ അവന്റെ ദൗത്യത്തിൽ അവനെ സഹായിക്കാൻ വന്ന സ്വർഗ്ഗീയ ദേവന്മാരായിരുന്നു. ഇപ്പോൾ, ഭഗവാൻ തന്റെ ദൗത്യം പൂർത്തിയാക്കിയതിനാൽ, തന്റെ വാസസ്ഥലത്തേക്ക് മടങ്ങാൻ അവൻ ആഗ്രഹിച്ചു, ഒപ്പം തന്റെ സഹകാരികളും മടങ്ങിവരണമെന്ന് അവൻ ആഗ്രഹിച്ചു. അതിനാൽ, എല്ലാം മനുഷ്യരാണെന്ന് തോന്നുന്ന വിധത്തിൽ അദ്ദേഹം മടക്കയാത്ര ക്രമീകരിച്ചു. അവരുടെ അപാരമായ ശക്തിയാൽ മറ്റാർക്കും അവരെ കൊല്ലാൻ കഴിയില്ല എന്നതിനാൽ, യാദവർ ഒരു ദിവസം ലഹരിക്കടിമപ്പെട്ട് ശപിക്കപ്പെട്ട ഇരുമ്പ് ദണ്ഡ് കൊണ്ട് നിർമ്മിച്ച ആയുധങ്ങൾ ഉപയോഗിച്ച് പരസ്പരം പോരടിക്കുകയും ചെയ്തു, അതിന്റെ ഒരു ഭാഗം വേട്ടക്കാരൻ തന്റെ നേരെ എയ്ത അമ്പിന്റെ അഗ്രം രൂപപ്പെടുത്താനും ഉപയോഗിച്ചു. മുനിമാരുടെ ശാപം മുഴുവൻ യദു വംശത്തിനുമേലായിരുന്നതിനാലും ഭഗവാൻ കൃഷ്ണന് താനും യാദവനാണെന്ന ബോധ്യം ഉള്ളതിനാലും തന്റെ വിനോദം അതേ രീതിയിൽ അവസാനിപ്പിക്കാൻ തീരുമാനിച്ചു, ആ ഇരുമ്പ് ദണ്ഡ് കൊണ്ട് നിർമ്മിച്ച ആ അസ്ത്രം ഏൽക്കാൻ ഒരുങ്ങി. ഒരു മുനിയുടെ ശാപം ഒരിക്കലും തെറ്റാൻ പാടില്ലെന്ന് നാം അറിയണമെന്ന് അദ്ദേഹം ആഗ്രഹിച്ചു, അതിനാൽ ഒരു ശാപവും അദ്ദേഹത്തെ ബാധിക്കില്ലെങ്കിലും, അത് സ്വയം ഏറ്റെടുത്തു. അങ്ങനെ ചെയ്യുന്നതിലൂടെ, അത്തരം നിലവാരമുള്ള ആളുകളോട് എങ്ങനെ ഇടപെടണമെന്ന് അദ്ദേഹം നമ്മെ പഠിപ്പിച്ചു.

നമ്മുടെ പരിമിതമായ യുക്തി ഭഗവാന്റെ പ്രവർത്തനങ്ങളിൽ പ്രയോഗിക്കാൻ ശ്രമിച്ചാൽ, അവൻ യുക്തിക്ക് അതീതനായതിനാൽ നാം നിരന്തരം ആശയക്കുഴപ്പത്തിലാകും. അവനും അവന്റെ പ്രവർത്തനങ്ങളും കൃപയാൽ മാത്രമേ മനസ്സിലാക്കാൻ കഴിയൂ, യുക്തി അവസാനിക്കുന്നിടത്ത് കൃപ ആരംഭിക്കുന്നു.

## ചോദ്യം 27

# ഉപവാസം ഒരു അനാവശ്യമായ സ്വയം-പീഡനമല്ലേ?

ഒരിക്കലുമില്ല. നേരെമറിച്ച്, പലർക്കും, അവരുടെ ദൈനംദിന അമിതഭക്ഷണം അനാവശ്യമായ സ്വയം-പീഡനമാണ്. ലോകാരോഗ്യ സംഘടനയുടെ സ്ഥിതിവിവരക്കണക്കുകൾ കാണിക്കുന്നത് ഏകദേശം 1.9 ശതകോടി ആളുകൾ പൊണ്ണത്തടി കാരണം കഷ്ടപ്പെടുന്നു എന്നാണ്, അതേസമയം 690 ദശലക്ഷം ആളുകൾ പോഷകാഹാരക്കുറവ് മൂലം കഷ്ടപ്പെടുന്നു. ഉപവാസത്തെക്കാൾ അമിതമായി ഭക്ഷണം കഴിക്കുന്നതാണ് കൂടുതൽ ആരോഗ്യപ്രശ്നങ്ങൾക്ക് കാരണം. ശരീരത്തിന്റെ ആവശ്യത്തേക്കാൾ മനസ്സിന്റെ അത്യാഗ്രഹം നിറവേറ്റാനാണ് നമ്മൾ കൂടുതൽ തവണ ഭക്ഷണം കഴിക്കുന്നത്. ഇടയ്ക്കിടെയും അമിതമായും ഭക്ഷണം കഴിക്കുന്നത് കാരണം, നമ്മുടെ ദഹനവ്യവസ്ഥ തീർത്തും വിശ്രമമില്ലാത്ത ഒരു യന്ത്രമായി മാറുന്നു. അതുകൊണ്ടാണ് ദ്രാവകങ്ങൾ മാത്രം കഴിച്ചുകൊണ്ട്, വിശ്രമിക്കാനും ദഹനവ്യവസ്ഥയെ ശുദ്ധീകരിക്കാനും പല വൈദ്യശാസ്ത്ര ഡോക്ടർമാരും രണ്ടാഴ്ചയിലോ-മാസത്തിലോ ഉപവാസം ശുപാർശ ചെയ്യുന്നത്. ഭക്ഷണത്തിൽ നിന്ന് വിട്ടുനിൽക്കുന്നത് നമ്മുടെ മനസ്സിന് ഒരു പീഡനമായി തോന്നാമെങ്കിലും, അത് നമ്മുടെ ശരീരത്തിന് പീഡനത്തിൽ നിന്നുള്ള ഒരു ആശ്വാസമായിരിക്കാം.

ഉപവാസം, വേദഗ്രന്ഥങ്ങളുടെ മാർഗ്ഗനിർദ്ദേശപ്രകാരം ചെയ്യുമ്പോൾ, മനസ്സിനെ ശുദ്ധീകരിക്കാനും ആത്മീയ സാക്ഷാത്ക്കാരത്തിലേക്ക് നയിക്കാനും കഴിയും. നാം ഈ ഭൗതിക ശരീരങ്ങളല്ല, മറിച്ച് ശരീരത്തിനുള്ളിൽ വസിക്കുന്ന ആത്മീയ ജീവികളോ ആത്മാവോ ആയതെങ്ങനെയെന്ന് ഭഗവദ് ഗീത

വിശദീകരിക്കുന്നു. എന്നാൽ ഈ ബൗദ്ധിക ധാരണയെ നമുക്ക് എങ്ങനെ ഒരു അനുഭവ സാക്ഷാത്ക്കാരമാക്കി മാറ്റാം? ഉപവാസം ഒരു പ്രധാന മാർഗ്ഗമാണ്.

നമ്മുടെ സാധാരണ ജീവിതത്തിൽ, നാം ശരീരത്തിന്റെ ആവശ്യങ്ങൾക്ക് വഴങ്ങുന്നു, അങ്ങനെ ഭൗതിക ശരീരവുമായുള്ള നമ്മുടെ തെറ്റായ തിരിച്ചറിയൽ ശാശ്വതമാക്കുന്നു. തൽഫലമായി, നമ്മുടെ ശാരീരിക ആവശ്യങ്ങൾ നിറവേറ്റാനുള്ള ആഗ്രഹം നമ്മുടെ മനസ്സിൽ ശ്രദ്ധ കേന്ദ്രീകരിക്കുകയും ആത്മീയ ധ്യാനത്തിന് ചെറിയ മാനസിക ഇടം നൽകുകയും ചെയ്യുന്നു. ചില ദിവസങ്ങളിൽ ഉപവസിക്കാൻ തീരുമാനിക്കുമ്പോൾ, താമസിയാതെ നമ്മൾ തിരിച്ചറിയും ഉപവസിക്കുമ്പോൾ ഭക്ഷണത്തെക്കുറിച്ച് ചിന്തിച്ചാൽ, നാം നമ്മെത്തന്നെ പീഡിപ്പിക്കുക മാത്രമായിരിക്കുമെന്ന്. ഈ തിരിച്ചറിവ് നമ്മുടെ മനസ്സിൽ നിന്ന് ഭക്ഷണത്തെക്കുറിച്ചുള്ള ചിന്തകളെ പുറന്തള്ളാനുള്ള പ്രേരണ നൽകുന്നു. തുടർന്ന്, നമ്മുടെ അസ്തിത്വത്തിന്റെ ആഴത്തിലുള്ള ആത്മീയ തലത്തെക്കുറിച്ച് ചിന്തിക്കാൻ നമുക്ക് സ്വാതന്ത്ര്യമുണ്ട്, വിശുദ്ധ ദിവസങ്ങളിലെ ഉപവാസത്തിന്റെ ലക്ഷ്യമതാണ്. തീർച്ചയായും, ഉപവാസമില്ലാതെയും അത്തരം ധ്യാനം സാധ്യമാണ്, എന്നാൽ ശരീരം പട്ടിണി കിടക്കുന്നത് ആത്മാവിനെ മൂർച്ച കൂട്ടുന്നു, അങ്ങനെ ആത്മീയ ധ്യാനം കൂടുതൽ തീവ്രമാക്കുന്നു. ഭക്ഷണം കഴിക്കാതിരിക്കുമ്പോൾ, നമുക്ക് ഉറക്കം കുറയും, അങ്ങനെ സൃഷ്ടിക്കപ്പെടുന്ന അധിക സമയം നമ്മുടെ ആത്മീയ ജീവിതം വളർത്തിയെടുക്കാൻ ഉപയോഗിക്കാം. എന്നാൽ ആരെങ്കിലും ഉപവസിക്കുകയും ഈ ആത്മീയ ലക്ഷ്യത്തിനായി പ്രവർത്തിക്കാതിരിക്കുകയും ചെയ്യുന്നുവെങ്കിൽ, ഉപവാസം തീർച്ചയായും പീഡനമായി അനുഭവപ്പെടും. നോമ്പുകാലത്ത്, ഹരേകൃഷ്ണ മഹാമന്ത്രം പോലെയുള്ള നാമങ്ങൾ ജപിച്ച് ദൈവത്തെ സ്നേഹപൂർവ്വം വിളിച്ചാൽ, ഏറ്റവും സ്വാദിഷ്ടമായ ഭക്ഷണത്തേക്കാൾ സംതൃപ്തമായ ഒരു ദൈവിക പോഷണം നമുക്ക് അനുഭവിക്കാൻ കഴിയും. ഇത് നമ്മുടെ ആത്മീയ സ്വരൂപത്തെക്കുറിച്ചുള്ള നമ്മുടെ തിരിച്ചറിവ് ശക്തിപ്പെടുത്തുകയും പുരോഗമനപരമായ ആത്മീയ പുരോഗതിയുടെ പാതയോടുള്ള നമ്മുടെ പ്രതിബദ്ധതയെ കൂടുതൽ ശക്തിപ്പെടുത്തുകയും ആത്യന്തികമായി നമ്മെ നിത്യമായ ഭക്തി ആനന്ദത്തിന്റെ മണ്ഡലത്തിലേക്ക് ഉയർത്തുകയും ചെയ്യുന്നു. അങ്ങനെ, താൽക്കാലിക ശാരീരിക ഉപവാസം ഒടുവിൽ ശാശ്വതമായ ആത്മീയ വിരുന്നിലേക്കുള്ള ഒരു വാതിലായി മാറുന്നു.

## ചോദ്യം 28

# എന്തുകൊണ്ടാണ് ഭഗവാൻ ശ്രീരാമൻ സീതയെ നാടുകടത്തിയത്?

യഥാർത്ഥത്തിൽ ഭഗവാൻ ശ്രീരാമൻ ഒരിക്കലും സീതയെ നാടുകടത്തിയിട്ടില്ല. നാടുകടത്തൽ എന്നാൽ ഭക്ഷണമോ വസ്ത്രമോ പാർപ്പിടമോ നൽകാതെ രാജ്യത്ത് നിന്ന് പുറത്താക്കപ്പെടുമെന്ന താണ്, രണ്ടാനമ്മയായ കൈകേയിയാൽ നാടുകടത്തപ്പെട്ട പ്പോൾ ശ്രീരാമന് സംഭവിച്ചത് ഇതാണ്. എന്നാൽ സീതയുടെ കാര്യത്തിൽ, അവൾ ഒരിക്കലും ശ്രീരാമന്റെ രാജ്യം വിട്ടുപോയില്ല, മാത്രമല്ല അവളെ നന്നായി പരിപാലിക്കുന്നുണ്ടെന്ന് അദ്ദേഹം ഉറപ്പുവരുത്തുകയും ചെയ്തു. വാല്മീകി മുനിയുടെ ആശ്രമത്തിലേക്ക് സീതയെ കൊണ്ടുപോകാൻ അദ്ദേഹം ലക്ഷ്മണനോട് ആവശ്യ പ്പെട്ടു, അവിടെ ആരാധ്യനായ മഹർഷി അവളെ ആദരപൂർവ്വം ആരതി (ആരാധന) നൽകി സ്വീകരിച്ചു, പ്രായമായ സന്ന്യാസിനി മാർ അവളെ സ്നേഹപൂർവ്വം പരിചരിച്ചു. ആശ്രമം ശ്രീരാമന്റെ രാജ്യത്തായിരുന്നതിനാലും അദ്ദേഹത്തിന്റെ സംരക്ഷണത്തിൻ കീഴിലായിരുന്നതിനാലും സീതയെ ഭ്രഷ്ട് കല്പിച്ചു എന്നു പറയുന്നത് ശരിയല്ല, കാരണം ഭഗവാൻ പരോക്ഷമായി അവളുടെ ഭക്ഷണവും വസ്ത്രവും പാർപ്പിടവും പരിചരണവും ക്രമീകരിച്ചു.

ഇനി നമുക്ക് ചോദിക്കാം : എന്തുകൊണ്ടാണ് ഭഗവാൻ സീതയെ സ്വന്തം കൊട്ടാരത്തിൽ നിന്ന് ആശ്രമത്തിലേക്ക് അയച്ചത്?

ഉത്തരം മനസ്സിലാക്കാൻ, രാമായണം വിശദീകരിക്കുന്ന വേദ സംസ്കാരത്തിന്റെ പവിത്രമായ മൂല്യങ്ങളെ നാം അഭിനന്ദി ക്കേണ്ടതുണ്ട്. വേദ സംസ്കാരം എല്ലാ ബന്ധങ്ങളെയും വിശുദ്ധ

സേവനത്തിനും ദൈവത്തിനും അവന്റെ എല്ലാ കുട്ടികൾക്കുമുള്ള സേവനത്തിനുള്ള അവസരങ്ങളായി കണക്കാക്കുന്നു. ശ്രീരാമൻ തന്റെ പത്നിക്കെതിരെയുള്ള ആരോപണങ്ങൾ കേട്ടപ്പോൾ, സാഹചര്യം ഒരു ധാർമ്മിക പ്രതിസന്ധി സൃഷ്ടിച്ചു. ഒരു ധാർമ്മിക പ്രതിസന്ധിയിൽ, ഒരാൾക്ക് രണ്ട് തിരഞ്ഞെടുപ്പുകൾ ഉണ്ട്, ധാർമ്മിക പ്രതിസന്ധിയിൽ നിന്ന് വ്യത്യസ്തമായി, ഒരാൾക്ക് രണ്ട് തിരഞ്ഞെടുപ്പുകൾ ഉള്ളപ്പോൾ, ഒന്ന് ധാർമ്മികവും മറ്റൊന്ന് അധാർമ്മികവുമാണ്. ധാർമ്മിക പ്രതിസന്ധി പരിഹരിക്കുന്നതിന്, ഉയർന്ന ധാർമ്മിക തത്വം തിരിച്ചറിയാനും അതിനനുസരിച്ച് താഴ്ന്ന ധാർമ്മിക തത്വം ക്രമീകരിക്കാനും ഒരാൾക്ക് അഗാധമായ ജ്ഞാനം ആവശ്യമാണ്. അതിനാൽ, ഈ സംഭവത്തിലൂടെ, ധാർമ്മിക പ്രതിസന്ധികളെ എങ്ങനെ വിവേകപൂർവ്വം പരിഹരിക്കാമെന്ന് പഠിപ്പിച്ചത്, ഒരു ആദർശമനുഷ്യന്റെ വേഷം ചെയ്തുകൊണ്ട് ഭഗവാൻ ശ്രീരാമനാണ്. മനുഷ്യ സമൂഹത്തിന്റെ എല്ലാ മേഖലകൾക്കും ഏറ്റവും ഉയർന്ന നിലവാരം (മര്യാദ) സ്ഥാപിക്കുന്നതിനാണ് അദ്ദേഹം ഈ ലോകത്തിലേക്ക് ഇറങ്ങിവന്നത്. നിർബന്ധമില്ലാതിരുന്നിട്ടും വനവാസത്തിന് പോയപ്പോൾ, അവൻ ഒരു ഉത്തമപുത്രനായി. ബാലിയെ വധിച്ച് രാജ്യം വീണ്ടെടുക്കാൻ സുഗ്രീവനെ സഹായിച്ചപ്പോൾ, അവൻ ഒരു ഉത്തമ സുഹൃത്തായി പ്രവർത്തിച്ചു. രാക്ഷസനായ രാവണനിൽ നിന്ന് തന്റെ പ്രിയ പത്നി സീതയെ രക്ഷിക്കാൻ സമുദ്രം കടന്നപ്പോൾ, അവൻ ഒരു ഉത്തമ ഭർത്താവായി പ്രവർത്തിച്ചു. സീതയെ പറഞ്ഞയച്ചപ്പോൾ അവൻ ഒരു ഉത്തമ നേതാവായി പ്രവർത്തിച്ചു. ഒരു ഉത്തമ നേതാവ് സംശയത്തിന് അതീതനായിരിക്കണം. ഒരു നേതാവിന്റെ കടമ പവിത്രമാണ്, കാരണം തന്റെ അനുയായികൾ ഭൗതികമായി മാത്രമല്ല, ആത്മീയമായും മുന്നേറുന്നുവെന്ന് ഉറപ്പാക്കേണ്ടതുണ്ട്. അവൻ അനുയോജ്യമായ മാനദണ്ഡങ്ങൾ സ്ഥാപിക്കണം. ഒരു കാരണവശാലും ആളുകൾക്ക് അവരുടെ നേതാവിനെക്കുറിച്ച് സംശയം തോന്നിയാൽ, അവർക്ക് നേതാവിന്റെ വിശ്വാസം നഷ്ടപ്പെടും, അതിനാൽ അവനെ ശ്രദ്ധിക്കുകയോ പിന്തുടരുകയോ ചെയ്യില്ല. ഒരു നേതാവെന്ന നിലയിൽ, ഒരു വ്യക്തിക്ക് തന്നെ നോക്കുന്ന ഒരു വലിയ കുടുംബത്തോട് ഉത്തരവാദിത്തമുണ്ട്. മഹത്തായ കുടുംബത്തെ സേവിക്കുന്നതിനായി ഒരു നേതാവ് തന്റെ വ്യക്തിപരമായ സന്തോഷം ഉപേക്ഷിക്കാൻ എങ്ങനെ തയ്യാറാകണമെന്ന് ഇതിലൂടെ ശ്രീരാമൻ കാണിച്ചു തന്നു. ശ്രീരാമനേക്കാൾ അധികം ആരും സീതയെ സ്നേഹിച്ചി

ട്ടില്ലാത്തതിനാൽ, രാവണന്റെ തടവിൽ നിന്ന് അവളെ തിരിച്ചുകൊണ്ടുവരാൻ അവൻ എല്ലാ ശ്രമങ്ങളും നടത്തിയതാണ് തെളിവ്.

വ്യത്യസ്ത അവസരങ്ങളിൽ ഭഗവാൻ വ്യത്യസ്തമായ ഒരു വേഷം ചെയ്യുവെന്ന് നാം മനസ്സിലാക്കണം, ആ വേഷങ്ങൾ നാം കുട്ടിക്കുഴയ്ക്കരുത്. പകരം, അവൻ നമ്മെ പഠിപ്പിക്കാൻ ശ്രമിക്കുന്ന അടിസ്ഥാന തത്വങ്ങൾ നാം പഠിക്കണം.

ഈ ലോകം മുഴുവൻ ഭഗവാന്റെ ഒരു വേദിയാണ്. ഒരു നാടകം എന്നത് വിനോദവും പരിജ്ഞാനവും (ഒരു സന്ദേശം നൽകുക) തുടങ്ങി രണ്ട് കാര്യങ്ങൾ നേടിയെടുക്കാൻ ഉദ്ദേശിച്ചുള്ളതാണ്.

ആത്മീയ മണ്ഡലത്തിൽ നിന്ന് തന്റെ സഹകാരികൾ/ ഭക്തർക്കൊപ്പം ഭഗവാൻ ഈ ലോകത്തിലേക്ക് വരികയും, അവരുമായുള്ള ആശയവിനിമയത്തിലൂടെ വിലപ്പെട്ട പാഠങ്ങൾ നമ്മെ പഠിപ്പിക്കുകയും ചെയ്യുന്നു. ചിലർ വേദിയിൽ വഴക്കിട്ടാൽ, അവർ യഥാർത്ഥത്തിൽ പോരാടുന്നു എന്നല്ല അർത്ഥമാക്കുന്നത്. ഇത് തിരക്കഥയുടെ ഒരു ഭാഗം മാത്രമാണ്. നമ്മൾ വേദിയുടെ പുറകിലേക്ക് പോയാൽ, അവർ പരസ്പരം തമാശ പറഞ്ഞും ചിരിച്ചും ഭക്ഷണം കഴിക്കുകയും ചെയ്യുന്നതായി കാണാം. അതുപോലെ, ശ്രീരാമനും അവന്റെ നിത്യപത്നിയായ സീതയും ഈ ലോകത്തിലേക്ക് വന്നു, മൂല്യവത്തായ എന്തെങ്കിലും പഠിപ്പിക്കാൻ അവരുടെ പങ്ക് വഹിച്ചു, തിരികെ പോയി, വൈകുണ്ഠത്തിന്റെ ആത്മീയ മണ്ഡലത്തിൽ സന്തോഷത്തോടെ വീണ്ടും ഒന്നിച്ചു. പക്ഷേ, സീതയെ നാട്ടുകടത്തിയതിന്റെ ഈ സാരാംശം മനസ്സിലാക്കാതെ, നമ്മൾ ശ്രീരാമനിൽ തെറ്റ് കണ്ടെത്തും, അങ്ങനെ കർമ്മ നിയമങ്ങളിൽ കൂടുതൽ കൂടുതൽ നമ്മെത്തന്നെ ഉൾപ്പെടുത്തും.

ഒരു ഉത്തമ ഭർത്താവെന്ന നിലയിൽ, തന്റെ ഭാര്യയെ സംരക്ഷിക്കാൻ ഭഗവാൻ ബാധ്യസ്ഥനായിരുന്നു. എന്നാൽ ഒരു ഉത്തമ രാജാവെന്ന നിലയിൽ, സ്വന്തം മക്കളെപ്പോലെ സ്നേഹിച്ച തന്റെ പൗരന്മാർക്ക് മാതൃക കാണിക്കാനും പഠിപ്പിക്കാനും അവൻ ബാധ്യസ്ഥനായിരുന്നു. സാധാരണഗതിയിൽ, ആളുകൾക്ക് അവരുടെ ഇണ, കുട്ടികൾ, വീട്, സമ്പത്ത് എന്നിവയോട് വളരെ അടുപ്പമുണ്ട്. ഒരു ആദർശഭർത്താവെന്ന നിലയിൽ തന്റെ കടമ യെക്കാൾ പ്രാധാന്യമർഹിക്കുന്ന, ഒരു ആദർശ രാജാവെന്ന തന്റെ കടമയാണ് ശ്രീരാമൻ കണക്കാക്കിയത്, അതിനാൽ അവൻ

തന്റെ മക്കൾക്ക് (പൗരന്മാർക്ക്) വേണ്ടി ഭാര്യയോടുള്ള സ്നേഹം ത്യജിച്ചു. എന്നാൽ ഒരു ഭർത്താവെന്ന നിലയിലുള്ള തന്റെ കടമ അവൻ ഉപേക്ഷിച്ചില്ല; കൊട്ടാരത്തിലെ തന്റെ നേരിട്ടുള്ള പരിചരണത്തിൽ നിന്ന് ആശ്രമത്തിലെ പരോക്ഷ പരിചരണ ത്തിലേക്ക്സീതയെ മാറ്റി അദ്ദേഹം ആ കർത്തവ്യം ചിന്താപൂർവ്വം നിർവ്വഹിച്ചു. തന്റെ ഭഗവാന്റെ ഹൃദയം മനസ്സിലാക്കിയ സീത, അവന്റെ ത്യാഗത്തിൽ തന്റെ പങ്ക് ഭംഗിയായി സ്വീകരിച്ചു. നിർഭാഗ്യവശാൽ,നാമെല്ലാവരും,ആർക്കുവേണ്ടിയാണ്അദ്ദേഹം ഈ മഹത്തായ ത്യാഗം ചെയ്തതെന്ന് മനസ്സിലാക്കി അവനെ അഭിനന്ദിക്കുന്നതിൽ പരാജയപ്പെടുന്നു.

## ചോദ്യം 29

# എന്താണ് ജീവിതത്തിന്റെ ലക്ഷ്യം?

സന്തോഷവും സ്നേഹവുമാണ് ജീവിതത്തിന്റെ ലക്ഷ്യം. നമ്മൾ എന്ത് ചെയ്താലും, നമ്മുടെ എല്ലാ പ്രവർത്തനങ്ങളുടെയും പ്രായോഗിക ലക്ഷ്യം സന്തോഷമായി തുടരുന്നു. ദൈവിക സ്നേഹം നേടിയെടുക്കുന്നതിലൂടെ ആ സന്തോഷം കൈവരിക്കാനാകും. നമുക്ക് വിശകലനം ചെയ്യാം.

ബൈബിളോ ഖുറാനോ വേദ സാഹിത്യമോ എന്തുമാകട്ടെ, നമ്മൾ ആത്മീയ ജീവികളും ദൈവത്തിന്റെ വരദാനവുമാണെന്ന് എല്ലാവരും സമ്മതിക്കുന്നു. നാം ആത്മീയ മണ്ഡലത്തിൽ പെട്ടവരാണ്, എന്നാൽ ദൈവത്തിൽ നിന്ന് സ്വതന്ത്രമായ ഒരു ജീവിതം നയിക്കാൻ ആഗ്രഹിച്ചുകൊണ്ട്, നാം ഇപ്പോൾ ജീവിക്കുന്ന ഒരു ലോകത്തിലേക്ക് വന്നിരിക്കുന്നു. ഈ പരിത സ്ഥിതിയിൽ അതിജീവിക്കാൻ, നമ്മുടെ ആഗ്രഹങ്ങളെ ആശ്രയിച്ച് നമുക്ക് അനുയോജ്യമായ ഒരു ഭൗതിക ശരീരം നൽകിയിരിക്കുന്നു. ഉള്ളിലെ ആഗ്രഹങ്ങളെ ആശ്രയിച്ച് ജീവിത ത്തിനുശേഷമുള്ള ജീവിതവും ജീവിക്കാനായി ഒരു പ്രത്യേക ശരീരം (8.4 ദശലക്ഷം ജീവിവർഗ്ഗങ്ങളിൽ) നമുക്ക് നൽകിയിരിക്കുന്നു. അതോടൊപ്പം വാർദ്ധക്യം, രോഗം, മരണം, മനസ്സിനാൽ ഉണ്ടാകുന്ന ദുരിതങ്ങൾ, മറ്റുള്ളവർ ഉണ്ടാക്കുന്ന ദുരിതങ്ങൾ, പ്രകൃതി ദുരന്തങ്ങൾ മൂലമുണ്ടാകുന്ന പ്രശ്നങ്ങളും നമുക്ക് ലഭിച്ചു.

ആത്മാവ് ആനന്ദം തേടുന്നതുപോലെ നാം സന്തോഷ വാനായിരിക്കാൻ ആഗ്രഹിക്കുന്നു, എന്നാൽ ഈ ദുരിതങ്ങൾ നമ്മുടെ സന്തോഷത്തെ വീണ്ടും വീണ്ടും തടസ്സപ്പെടുത്തുന്നു. ഭഗവദ് ഗീതയിൽ (8.15), ഭഗവാൻ കൃഷ്ണൻ ഈ ലോകത്തെ

വിശേഷിപ്പിക്കുന്നത് *'ദുഃഖാലയം അസസ്വതം'* എന്നാണ് – എല്ലാം താൽക്കാലികമായിരിക്കുന്ന ദുരിതങ്ങളുടെ ഒരു സ്ഥലമാണ്. ദുരിതങ്ങൾക്ക് പ്രാധാന്യം നൽകുന്നതും എല്ലാത്തിനും ഒരു കാലാവധിയുള്ളതുമായ സ്ഥലമാണിത്, അതിനാൽ സ്ഥിരമായി സന്തോഷിക്കാൻ കഴിയില്ല. ശാശ്വതമായ സന്തോഷത്തിനായുള്ള അന്വേഷണത്തിൽ, നമ്മൾ ഒരു ശരീരത്തിൽ നിന്ന് മറ്റൊന്നിലേക്ക്, ജീവിതത്തിനു ശേഷമുള്ള ജീവിതത്തിലേക്ക് എത്തുന്നു, എന്നാൽ അന്വേഷണം ഒരിക്കലും അവസാനിക്കുന്നില്ല.

കാരണം? നമ്മൾ ശരിയായ കാര്യം തെറ്റായ സ്ഥലത്ത് തിരയുകയാണ്. ഒരിക്കലും പൊരുത്തപ്പെടാത്ത ഒരു സാഹചര്യത്തിൽ ഒരു താൽക്കാലിക സ്ഥലത്ത്, ഭൗതിക സന്തോഷം കണ്ടെത്താൻ ശ്രമിക്കുന്ന ഒരു ആത്മീയ ജീവിയാണ് നമ്മൾ.

അതുകൊണ്ട് നമുക്ക് നിത്യമായ സന്തോഷം വേണമെങ്കിൽ, അത് ഉള്ള സ്ഥലത്തേക്ക് മടങ്ങേണ്ടതുണ്ട്. അത് ആത്മീയ ലോകം അല്ലെങ്കിൽ വൈകുണ്ഠമാണ്, അവിടെ കാര്യങ്ങൾ ശാശ്വതവും എല്ലാം ആനന്ദപൂർണ്ണവുമാണ്. നാം ഭൗതിക ലോകത്തിൽ പെട്ടവരല്ല. നാം ആത്മീയ ലോകത്തിന്റെ നിവാസികളാണ്, നമ്മുടെ ഈ യഥാർത്ഥ ഭവനത്തിലേക്ക് മടങ്ങുക എന്നതാണ് ജീവിതത്തിന്റെ ലക്ഷ്യം. മനുഷ്യശരീരം ഇത് നിറവേറ്റുന്നതിനുള്ള ഏറ്റവും സൗകര്യപ്രദമായ ഇടമാണ്, കാരണം മനുഷ്യർക്ക് മാത്രമേ അവരുടെ കർമ്മം തിരുത്താനും ആത്മാവിന്റെ പരിവർത്തനം അവസാനിപ്പിക്കാനുമുള്ള സൗകര്യം ഉള്ളത്. നമുക്ക് ഇത് എങ്ങനെ നേടാം?

ഭക്തിമാർഗ്ഗത്തിലൂടെ (ഭക്തിയോഗ) ഒരിക്കൽ കൂടി ദൈവത്തിലേക്ക് തിരിയുന്നതിലൂടെ. നമ്മുടെ ഇഷ്ടാനിഷ്ടങ്ങൾക്കനുസൃതമായി ജീവിതം നയിക്കാൻ ആഗ്രഹിക്കുമ്പോൾ തന്നെ കർമ്മബന്ധന പ്രക്രിയ ആരംഭിക്കുന്നതുപോലെ, നാം അവനിലേക്ക് തിരിയുമ്പോൾ തന്നെ ഈ പ്രക്രിയയും അവസാനിക്കും. ദൈവത്തിന്റെ നിയമങ്ങൾ അനുസരിക്കാൻ സമ്മതിക്കുന്നവരിൽ കർമ്മം പ്രവർത്തിക്കുന്നത് നിർത്തുന്നു.

നമുക്ക് ജീവിതത്തിൽ മറ്റ് ലക്ഷ്യങ്ങൾ ഉണ്ടാകരുത് എന്നാണോ ഇതിനർത്ഥം? അല്ല!

നമുക്ക് തീർച്ചയായും പെട്ടെന്നുള്ള ലക്ഷ്യങ്ങൾ ഉണ്ടായിരിക്കുകയും അവ നേടിയെടുക്കാൻ പരമാവധി ശ്രമിക്കുകയും ചെയ്യാം, എന്നാൽ മുകളിൽ സൂചിപ്പിച്ച ആത്യന്തിക ലക്ഷ്യം നഷ്ടപ്പെടാതെ

നാം അത് ചെയ്യണം. നമ്മുടെ ജീവിതത്തിലെ എല്ലാ പ്രയത്നങ്ങളും ഈ ആത്യന്തിക ലക്ഷ്യത്തിന് അനുസൃതമായിരിക്കണം.

ഭക്ഷണം കഴിക്കുക, കുടിക്കുക, സന്തോഷിക്കുക എന്നതാണ് നമ്മുടെ ലക്ഷ്യമെന്ന് മിക്കവരും കരുതുന്നു. എന്നാൽ മൃഗങ്ങൾ പോലും അത് ചെയ്യുന്നു – അവ തിന്നുകയും ഉറങ്ങുകയും ഇണചേരുകയും തങ്ങൾക്കുള്ളത് സംരക്ഷിക്കുകയും ചെയ്യുന്നു. അവർ വളരെ സന്തോഷത്തോടെയാണ് ഇത് ചെയ്യുന്നത്. നമ്മുടെ ജീവിതമോ സന്തോഷമോ ഉയർന്ന ലക്ഷ്യമില്ലാതെ ഈ പ്രവർത്തനങ്ങളിൽ കേന്ദ്രീകൃതമാണെങ്കിൽ, നാം എങ്ങനെ അവരെക്കാൾ മികച്ചവരാകും?

ഈ നാല് പ്രവണതകൾക്കും മീതെ ഉയർന്ന് ആത്മീയമായ ആത്യന്തിക ലക്ഷ്യത്തിലേക്ക് പ്രവർത്തിക്കാൻ തുടങ്ങുമ്പോഴാണ് മനുഷ്യജീവിതം ആരംഭിക്കുന്നത്.

ഗ്രന്ഥങ്ങളെ അടിസ്ഥാനമാക്കിയുള്ള ആത്മീയ സംസ്കാര മില്ലാത്ത ഒരു നാഗരികത ഒരു മൃഗ നാഗരികതയാണ്.

നമ്മുടെ യഥാർത്ഥ ലക്ഷ്യത്തെക്കുറിച്ച് നമ്മെ ഓർമ്മിപ്പി ക്കുന്നതിന്, ദൈവം ഈ ലോകത്തിലേക്ക് വീണ്ടും വീണ്ടും അവതരിക്കുകയും, തന്റെ സന്ദേശം വീണ്ടും വീണ്ടും അറിയിക്കാൻ ഗ്രന്ഥങ്ങളും അവന്റെ ദാസന്മാരെയും അയയ്ക്കുകയും ചെയ്യുന്നു.

അവസാനമായി, ജീവിതത്തിന്റെ ലക്ഷ്യം ദേഹാന്തര പ്രാപ്തി പരിവൃത്തി അവസാനിപ്പിച്ച് നമ്മുടെ യഥാർത്ഥ ഭവനത്തിലേക്ക് മടങ്ങുക എന്നതാണ്, അവിടെ നമുക്ക് നിത്യമായ സന്തോഷം കണ്ടെത്താനാകും. ആത്മീയത ദൈവവുമായുള്ള നമ്മുടെ ബന്ധം പുനരുജ്ജീവിപ്പിക്കുന്നതിലൂടെയും ഭക്തിപരമായ സേവനത്തി ലൂടെയും, പ്രാഥമികമായി അവന്റെ വിശുദ്ധനാമങ്ങൾ ജപിക്കുന്നതി ലൂടെയും ശുദ്ധമായ സ്നേഹം വളർത്തിയെടുക്കുന്നതിലൂടെയും ഇത് നേടാനാകും :

ഹരേ കൃഷ്ണ ഹരേ കൃഷ്ണ കൃഷ്ണ കൃഷ്ണ ഹരേ ഹരേ
ഹരേ രാമ ഹരേ രാമ രാമ രാമ ഹരേ ഹരേ

നാം മനസ്സിലാക്കുകയും അതിനനുസരിച്ച് പ്രവർത്തിക്കു കയും ചെയ്തില്ലെങ്കിൽ, നാം വീണ്ടും താഴ്ന്ന നിലയിലേക്ക് വീഴുന്നു, അവിടെ നമുക്ക് നമ്മുടെ കർമ്മമനുസരിച്ച് ജീവിക്കാൻ മാത്രമേ കഴിയൂ, പക്ഷേ ഒരിക്കലും അത് മാറ്റാൻ കഴിയില്ല.

ചോദ്യം 30

## നമുക്ക് എങ്ങനെ ആത്മീയ ആനന്ദം അനുഭവിക്കാൻ കഴിയും?

ഏകാഗ്രതയിലൂടെ.

എന്തിന്റെയെങ്കിലും ശക്തിയോ ഗുണമോ തിരിച്ചറിയണമെങ്കിൽ നാം അതിൽ സ്വയം ലയിച്ചുകൊള്ളണം. എന്നാൽ നമ്മൾ വളരെയധികം അശ്രദ്ധമാകുകയും ഒരേ സമയം വിവിധ അനുകൂല ആവർത്തനങ്ങൾ ചെയ്യുകയും ചെയ്യുന്നു എന്നതാണ് പ്രശ്നം. അതിനാൽ, ആത്മീയ ആനന്ദത്തിന്റെ സ്വീകരണം ഉചിതമായ രീതിയിലല്ല.

ഒരേ ലോകത്ത് ജീവിക്കുന്ന ആളുകൾ അതിനെ വ്യത്യസ്തമായി കാണുന്നു : ഒരു ക്രിക്കറ്റ് ആരാധകൻ ക്രിക്കറ്റ് എല്ലായിടത്തും കാണുന്നു, ഒരു ബിസിനസ്സുകാരൻ എല്ലായിടത്തും ബിസിനസ്സ് കാണുന്നു, അത്യാഗ്രഹി എല്ലായിടത്തും പണം കാണുന്നു. ഒരേ ഭൗതീക ലോകത്ത് ജീവിക്കുന്നവർക്കിടയിൽ ഈ വ്യത്യസ്ത മാനസിക ലോകങ്ങളെല്ലാം എങ്ങനെ ഉടലെടുക്കുന്നുവെന്ന് മനസ്സിലാക്കാൻ, ഒരു ടിവിയുടെ പ്രവർത്തനം പരിഗണിച്ചുനോക്കാം. ഒരു വ്യക്തി ഒരു പ്രത്യേക ചാനലിലേക്ക് മാറുമ്പോൾ, അന്തരീക്ഷത്തിൽ നിലവിലുള്ള നൂറുകണക്കിന് തരംഗങ്ങൾക്കിടയിൽ നിന്നും ടിവി ആന്റിന അനുബന്ധ തരംഗങ്ങൾ പിടിക്കുകയും ആ ചാനലിൽ സംപ്രേക്ഷണം ചെയ്യുന്ന പരിപാടിയിൽ ആ വ്യക്തി ലയിക്കുകയും ചെയ്യുന്നു. ഒരേ വീട്ടിൽ ഇരിക്കുന്ന മറ്റൊരാൾ മറ്റൊരു ചാനൽ വച്ച് തികച്ചും വ്യത്യസ്തമായ ഒരു പരിപാടിയിൽ മുഴുകിയേക്കാം.

നമ്മുടെ സ്വന്തം ജീവിതത്തിലേക്ക് തിരിഞ്ഞുനോക്കുകയാണെങ്കിൽ, കായികമോ സംഗീതമോ ശീലങ്ങളോ ജോലിയോ

മറ്റെന്തെങ്കിലുമോ ആകട്ടെ, നാം ഏകമനസ്സോടെ ഒന്നിൽ മുഴുകിയിരുന്ന സമയങ്ങളാണ് പൊതുവെ ഏറ്റവും സന്തോഷകര മായ സമയങ്ങൾ. ശ്രദ്ധ വ്യതിചലിക്കുന്ന ആളുകൾ അപൂർവ്വമായി എന്തിലെങ്കിലും ആനന്ദം അനുഭവിക്കുന്നു. ഒരു പ്രത്യേക വസ്തുവിൽ മുഴുകിയിരിക്കുന്നവർക്ക് അതത് ആഗിരണങ്ങളിൽ നിന്ന് ആനന്ദാനുഭൂതി ലഭിക്കുന്നു. എന്നാൽ ഏറ്റവും നല്ല ആനന്ദം ലഭിക്കുന്നത് ദൈവത്തിൽ ലയിക്കുമ്പോളാണ് ആഗിരണം ചെയ്യപ്പെടുന്നതാണ്. എന്തുകൊണ്ട്?

നാമെല്ലാവരും ആത്മീയ മണ്ഡലത്തിൽ ഉൾപ്പെടുന്ന ആത്മീയ ജീവികളാണെന്ന് ഭഗവദ് ഗീത വിശദീകരിക്കുന്നു. അവിടെ, എല്ലാവരെയും ആകർഷിക്കുന്ന പരമോന്നത ദൈവമായ ഭഗവാൻ കൃഷ്ണനോടുള്ള സ്നേഹനിർഭരമായ സേവനത്തിൽ നാം നിത്യവും ഉന്മേഷഭരിതരുമാണ്. നാം ഈ ലോകത്തിലേക്ക് വരുമ്പോൾ, വിവിധ ലൗകിക വസ്തുക്കളിൽ സ്വയം ലയിച്ചുകൊണ്ട് അതേ ആനന്ദം തേടുന്നു. എന്നാൽ ദൈവം ശാശ്വതമാണെങ്കിലും, എല്ലാ ലൗകിക വസ്തുക്കളും താൽക്കാലികമാണ്. തൽഫലമായി, ലൗകിക വസ്തുക്കളിൽ ലയിക്കുന്നതിലൂടെ ഉണ്ടാകുന്ന ലോകങ്ങൾ താൽക്കാലിക മാനസിക സൃഷ്ടികളായി മാറുന്നു, അതേസമയം ദൈവത്തിൽ ലയിക്കുന്ന മാനസിക ലോകം നമ്മെ ശാശ്വതമായ ഒന്നിലേക്ക് ബന്ധിപ്പിക്കുന്നു, ദൈവത്തിന്റെ ശാശ്വതമായ ആത്മീയ മണ്ഡലം, യഥാർത്ഥത്തിൽ നാം ഉൾപ്പെടുന്നത്. കാണാതെപോയ കുട്ടിയെ അവന്റെ യഥാർത്ഥ വീടിനെക്കുറിച്ച് ഓർമ്മപ്പെടുത്തുകയും തിരികെയുള്ള വഴി കാണിക്കുകയും ചെയ്യുന്ന ഒരു ടിവി പരിപാടി പോലെയാണിത്.

നമ്മിൽ ഭൂരിഭാഗവും ദൈവത്തെക്കാളുപരി മറ്റെല്ലാ കാര്യങ്ങളിലും മുഴുകിയിരിക്കുന്നതിനാൽ, അദ്ദേഹം വിവിധ ദിവ്യ സുസ്വരങ്ങൾ വാഗ്ദാനം ചെയ്യുന്നു : അദ്ദേഹത്തിന്റെ സ്നേഹത്തിന്റെ സന്ദേശം പ്രക്ഷേപണം ചെയ്യുന്ന വിശുദ്ധ ഗ്രന്ഥങ്ങൾ, സ്നേഹത്തിന്റെ ലോകം വെളിപ്പെടുത്താൻ അദ്ദേഹം ഇറങ്ങിയ വിശുദ്ധ സ്ഥലങ്ങൾ, സ്നേഹപൂർവ്വം ബന്ധപ്പെടാൻ നമ്മെ പ്രാപ്തരാക്കുന്ന വിശുദ്ധമായ ചിത്രങ്ങൾ, ഏറ്റവും പ്രധാനമായി, അദ്ദേഹത്തിന്റെ വിശുദ്ധ നാമം, അത് അവന്റെ സ്നേഹനിർഭരമായ സാന്നിധ്യത്തിന്റെ തീവ്രവും ഉന്മേഷദായകവുമായ അനുഭവം നൽകുന്നു. നാം ഇവയിൽ ഭക്തിപൂർവ്വം ലയിക്കുമ്പോൾ, നമുക്കും പരമമായ ആനന്ദം അനുഭവപ്പെടും, കാരണം നമ്മൾ മികച്ച ടിവിയിലേക്ക് (അതീന്ദ്രിയ തരംഗം) മാറ്റപ്പെട്ടിരിക്കും.

ചോദ്യം 31

## ക്ഷേത്രങ്ങളിൽ നടത്തുന്ന ആരതിയുടെ പ്രാധാന്യം എന്താണ്?

ദൈവത്തെ മഹത്വപ്പെടുത്തുന്നതിനുള്ള നന്ദിയുടെയും നിസ്വാർത്ഥമായ ഭക്തിയുടെയും ഒരു അഗാധമായ പ്രവൃത്തിയാണ് ആരതി.

ഭഗവദ് ഗീതയിൽ (7.4) ഭഗവാൻ കൃഷ്ണൻ വിശദീകരിക്കുന്നു :

*ഭൂമിർ ആപോ 'നലോ വായുഃ*
*ഖം മനോ ബുദ്ധിർ ഏവ ച*
*അഹങ്കാര ഇതീയം മേ*
*ഭിന്നാ പ്രകൃതിർ അഷ്ടധാ*

'ഭൂമി, ജലം, അഗ്നി, വായു, ആകാശം, മനസ്സ്, ബുദ്ധി, തെറ്റായ അഹംഭാവം – ഇവയെല്ലാം ചേർന്ന് എന്റെ വേർപിരിഞ്ഞ ഭൗതിക ഊർജ്ജങ്ങളെ രൂപപ്പെടുത്തുന്നു.

നമ്മുടെ ശരീരങ്ങളും നാം കാണുന്നതും സഹവസിക്കുന്നതുമായ എല്ലാം ഉൾപ്പെടെ ഈ മുഴുവൻ സൃഷ്ടിയും ഈ എട്ട് ഘടകങ്ങളാൽ മാത്രം നിർമ്മിതമാണ്. അങ്ങനെ, നാം എന്തുതന്നെയായാലും, നാം ഉപയോഗിക്കുന്നതെന്തായാലും, എല്ലാം ദൈവത്തിന്റേതാണ്, അദ്ദേഹം കരുണയോടെ അത് ഉപയോഗിക്കാൻ നമ്മെ അനുവദിക്കുന്നു. ഭഗവാന്റെ ഈ ദിവ്യ ഉടമസ്ഥതയെ താഴ്മയോടെയും നന്ദിയോടെയും അംഗീകരിക്കുന്നതിന്, പഞ്ചരാത്രങ്ങൾ പോലുള്ള വേദഗ്രന്ഥങ്ങളിൽ ആരതി നിർദ്ദേശിക്കപ്പെട്ടിരിക്കുന്നു.

കൃതജ്ഞതാ പ്രവർത്തിയായി സ്രഷ്ടാവിന് (ദൈവത്താൽ

പ്രതിനിധാനംചെയ്യപ്പെടുന്ന,ദൈവികപ്രതിനിധാനം)സൃഷ്ടിയുടെ (ആരതി സമയത്ത് അർപ്പിക്കപ്പെടുന്ന വിവിധ ഇനങ്ങളാൽ പ്രതിനിധീകരിക്കുന്നത്) അത് സൂചിപ്പിക്കുന്നു : *'തേരാ തുജ് കോ അർപൺ'* (നിങ്ങളുടേതെന്തോ അത് നിങ്ങൾക്കായി സമർപ്പിക്കപ്പെടുന്നു). നമുക്ക് അവനിൽ നിന്ന് വളരെയധികം ലഭിക്കുന്നതിനാൽ, നമ്മൾ അത് അംഗീകരിക്കുകയും പകരം എന്തെങ്കിലും നൽകാൻ ആഗ്രഹിക്കുകയും ചെയ്യുന്നു. എന്നാൽ അദ്ദേഹം വളരെ മഹത്വമുള്ളവനും എല്ലാം ഇതിനകം അവന്റേതായതിനാലും, നമുക്ക് നൽകാൻ ഒന്നുമില്ല. അതിനാൽ അദ്ദേഹത്തിന്റെ സൃഷ്ടിയുടെ വിവിധ ഘടകങ്ങളുടെ പ്രതീകമായ ഇനങ്ങളുടെ രൂപത്തിൽ അദ്ദേഹത്തിന്റെ സന്തോഷത്തിനായി അദ്ദേഹത്തിന്റെ സ്വന്തം സൃഷ്ടി അദ്ദേഹത്തിനു തിരികെ നൽകാൻ നമ്മൾ ശ്രമിക്കുന്നു.

പണമില്ലാത്ത കുട്ടിക്ക് ഒരു അമ്മ നൂറ് രൂപ നോട്ട് കൊടുക്കുന്നതിന് സമാനമാണ് ഇത്. അവൻ മാർക്കറ്റിൽ പോയി, ഒരു റോസാപ്പൂവ് വാങ്ങി, അത് അമ്മയ്ക്ക് സമർപ്പിച്ച് അവളെ വളരെയധികം സന്തോഷിപ്പിക്കുന്നു, റോസാപ്പൂ വാങ്ങിയ പണം അവളുടേതാണെങ്കിലും.

ആരതി സമയത്ത്, ദേവന് അർപ്പിക്കുന്ന വിവിധ വസ്തുക്കൾ എട്ട് ഘടകങ്ങളെ പ്രതിനിധീകരിക്കുന്നു : പുഷ്പവും തുണിയും ഭൂമിയെ പ്രതിനിധീകരിക്കുന്നു, വെള്ളം മൂലകമായ ജലത്തെ പ്രതിനിധീകരിക്കുന്നു, നെയ്യ് വിളക്ക് അഗ്നിയെ പ്രതിനിധീകരിക്കുന്നു, വൺചാമര വിശറി വായുവിനെ പ്രതിനിധീകരിക്കുന്നു, ശംഖിന്റെ ശബ്ദവും, മണിനാദവും ആകാശത്തിനെ പ്രതിനിധീകരിക്കുന്നു, ആലപിച്ച ഗാനങ്ങളിലെയും മന്ത്രങ്ങളിലെയും വൈകാരികമായ സാന്നിധ്യം മനസ്സിനെ പ്രതിനിധീകരിക്കുന്നു, ആരതിയുടെ ഉദ്ദേശ്യത്തിലുള്ള ബൗദ്ധിക ശ്രദ്ധ ബുദ്ധിയെ പ്രതിനിധീകരിക്കുന്നു, പ്രണാമം അഹംഭാവത്തെയും പൂജാരി ഒരുമിച്ചിരിക്കുന്ന ഭക്തരെയും പ്രതിനിധീകരിക്കുന്നു.

മിനിറ്റുകൾ മുതൽ പതിറ്റാണ്ടുകൾ വരെയുള്ള കാലചക്രത്തിന്റെ ചലനങ്ങളിൽ ഭഗവാനെ നമ്മുടെ പ്രവർത്തനങ്ങളുടെ കേന്ദ്രത്തിൽ നിർത്താൻ നമ്മെ ഓർമ്മിപ്പിക്കുന്നതിന്, എല്ലാ വസ്തുക്കളും ദൈവത്തിന് ചുറ്റും ഒരു വൃത്തത്തിൽ ചലിപ്പിച്ചുകൊണ്ട് അർപ്പിക്കുന്നു.

വ്യുൽപ്പത്തിപരമായി, 'ആരതി' എന്ന വാക്കിന്റെ അർത്ഥം

'രാത്രിക്ക് മുമ്പ്' എന്നാണ്. പരമ്പരാഗത ക്ഷേത്രങ്ങളിലെ ആരതികളിൽ ആദ്യത്തേത് രാത്രി അവസാനിക്കുന്നതിന് മുമ്പ്, അതായത് അതിരാവിലെ നടത്തപ്പെടുന്നു എന്ന വസ്തുതയെ ഇത് സൂചിപ്പിക്കുന്നു. ദൈവത്തിന്റെ ഇരുണ്ട മറവി നമ്മെ വലയം ചെയ്യുന്നതിനാൽ, മറവിയുടെ രാത്രി അവസാനിപ്പിക്കാൻ ആരതി നടത്തപ്പെടുന്നു.

നാം ആരതി ഭക്തിപൂർവ്വം ആചരിക്കുമ്പോൾ, നമ്മുടെ മനസ്സ് ദൈവമഹത്വത്താൽ പ്രകാശിക്കും, നമ്മുടെ ഹൃദയം ദൈവത്തിന്റെ സൗന്ദര്യത്താൽ പ്രകാശിക്കും. നമ്മുടെ തലയിൽ തളിക്കുന്ന വിശുദ്ധജലം, നാം ശ്വസിക്കുന്ന സുഗന്ധമുള്ള വിശുദ്ധ പൂക്കൾ തുടങ്ങി നാം വാഗ്ദാനം ചെയ്യുന്ന വസ്തുക്കൾ ദിവ്യകാരുണ്യത്തിന്റെയോ പ്രസാദത്തിന്റെയോ വാഹകരായി രൂപാന്തരപ്പെടുന്നു, അങ്ങനെ വിളക്കിന്റെ ജ്വാലയിൽ നിന്ന് നമുക്ക് ദിവ്യമായ ഊർജ്ജം ലഭിക്കുന്നു,

ആരതി ഉഴിയുമ്പോൾ ഭഗവാന്റെ മുഖം ദർശിക്കുന്നവന്റെ എല്ലാ പാപപ്രതികരണങ്ങളും നശിക്കുമെന്ന് വേദഗ്രന്ഥങ്ങൾ വിശദീകരിക്കുന്നു.

## ചോദ്യം 32

# എന്തുകൊണ്ടാണ് നമ്മൾ ദൈവത്തിന് ഭക്ഷണം അർപ്പിക്കുന്നത്?

ഭക്ഷണം കഴിക്കുന്നതിന് മുമ്പ് ദൈവത്തിന് ഭക്ഷണം അർപ്പിക്കുന്ന പാരമ്പര്യം കാലക്രമേണ ക്ഷയിച്ചുവരികയാണെങ്കിലും, ഇന്ത്യയിലെ പല പരമ്പരാഗത കുടുംബങ്ങളിലും ഇപ്പോഴും അത് സജീവമായി നിലനിർത്തുന്നത് നാം കാണുന്നു. എന്നാൽ എന്തുകൊണ്ടാണ് നമ്മൾ അത് വാഗ്ദാനം ചെയ്യേണ്ടത്? ചിലപ്പോഴൊക്കെ ആളുകൾ വാദിക്കുന്നു, 'നമ്മൾ എന്തിനാണ് ദൈവത്തിന് ഭക്ഷണം അർപ്പിക്കേണ്ടത്? അദ്ദേഹം ദൈവമാണ്. അദ്ദേഹത്തിന് എല്ലാം ഉണ്ട്.'

പാരമ്പര്യത്തിന്റെ സത്തയും പ്രാധാന്യവും കുറച്ച് വ്യത്യസ്ത തലങ്ങളിൽ നമുക്ക് മനസ്സിലാക്കാം.

**1. കൃതജ്ഞത :** നമ്മുടെ ജീവിതത്തിൽ ദൈവകൃപ ഏറ്റവും എളുപ്പത്തിൽ തിരിച്ചറിയാൻ കഴിയുന്ന സമയമാണ് നമ്മുടെ ഭക്ഷണം. തീർച്ചയായും, നമ്മുടെ അതിവേഗ, ഉന്നത, ഫാസ്റ്റ്ഫുഡ് ജീവിതശൈലിയിൽ, ദൈവം മാത്രമാണ് ഭക്ഷ്യ ഉൽപ്പാദകൻ എന്ന് ഓർക്കുന്നത് എളുപ്പമല്ല. നമ്മുടെ എല്ലാ സാങ്കേതിക വിദ്യകൾക്കും ഭക്ഷ്യ സംസ്കരണ വ്യവസായങ്ങൾ മാത്രമേ നിർമ്മിക്കാൻ കഴിയൂ, ഭക്ഷ്യോത്പാദന വ്യവസായങ്ങളല്ല. പ്രകൃതി മാതാവ് മഴയെ ധാന്യങ്ങളാക്കി മാറ്റുന്നത് ദൈവത്തിന്റെ സ്നേഹനിർഭരമായ സമർത്ഥമായ ആസൂത്രണത്തിലൂടെയാണ്. നട്ടുകളും ബോൾട്ടുകളും നമുക്ക് ഭക്ഷിക്കാനാവില്ല.

മിക്ക പരമ്പരാഗത സംസ്കാരങ്ങളും പ്രകൃതിയോട് ചേർന്ന്

ജീവിച്ചിരുന്നതിനാൽ, അവർക്ക് അവരുടെ ദൈനംദിന ഭക്ഷണത്തിന്റെ ആത്യന്തിക ദാതാവായി ദൈവിക കരം വ്യക്തമായി കാണാൻ കഴിഞ്ഞു, അങ്ങനെ അവർ ഭക്ഷണം കഴിക്കുന്നതിന് മുമ്പ് ദൈവത്തിന് നന്ദി പറയുന്നതിനുള്ള ആചാരങ്ങൾ ഉൾപ്പെടുത്തി. നമ്മുടെ ഭക്ഷണം നമ്മുടെ ദൈനംദിന ശീലങ്ങളുടെ ഒഴിച്ചുകൂടാനാവാത്ത ഘടകമായതിനാൽ, നമ്മൾ എത്ര തിരക്കിലാണെങ്കിലും, ഭക്ഷണസമയത്ത് പ്രാർത്ഥനകൾ അർപ്പിച്ച് ദൈവത്തിന് നന്ദി പറയുന്നത് നമ്മുടെ ദൈനംദിന ജീവിതത്തെ ആത്മീയവൽക്കരിക്കുന്നതിനുള്ള ഒരു പ്രായോഗിക മാർഗ്ഗമാണ്. വേദപാരമ്പര്യത്തിൽ, നമ്മുടെ ഭക്ഷണത്തെ ആത്മീയവൽക്കരിക്കുന്നതിനുള്ള ഈ സാർവ്വത്രിക തത്ത്വത്തിന്, സ്വയം ഭക്ഷിക്കുന്നതിന് മുമ്പ് ദൈവത്തിന് ഭക്ഷണം നൽകുന്നതിൽ സൂക്ഷ്മവും പരിഷ്കൃതവുമായ ആവിഷ്കാരം കണ്ടെത്തുന്നു, അവന്റെ മഹത്തായ സംഭാവനയെ അംഗീകരിക്കുന്നു.

**2. ബഹുമാനം :** ഒരു സംസ്കാരമുള്ള കുടുംബത്തിൽ, മൂത്ത വ്യക്തിക്കോ ഏറ്റവും ആദരണീയനായ വ്യക്തിക്കോ ബഹുമാനത്തിന്റെ അടയാളമായി ആദ്യം ഭക്ഷണം വാഗ്ദാനം ചെയ്യുന്നു. നമ്മുടെ ഭവനത്തിൽ വസിക്കുന്ന പരമോന്നത വ്യക്തിയായി നാം ദൈവത്തെ അംഗീകരിക്കുന്നതിനാൽ, മറ്റെല്ലാവരുടെയും മുമ്പാകെ അദ്ദേഹത്തിന് എല്ലാം സമർപ്പിക്കപ്പെടുന്നു.

**3 സ്നേഹം :** നമ്മൾ ആരെയെങ്കിലും സ്നേഹിക്കുകയോ ആ സ്നേഹം പ്രകടിപ്പിക്കാൻ ആഗ്രഹിക്കുകയോ ചെയ്താൽ, നമുക്കുള്ളതിൽ ഏറ്റവും മികച്ചത് ആസ്വദിക്കാനുള്ള ആദ്യ ബഹുമതി ആ വ്യക്തിക്ക് ലഭിക്കട്ടെ. അതിനാൽ ഭക്ഷണം കഴിക്കുന്നതിന് മുമ്പ് നമ്മുടെ ഭക്ഷണം ദൈവത്തിന് സമർപ്പിക്കുന്നത് സ്നേഹത്തിന്റെ അടയാളമാണ്, കാരണം ഭക്ഷണം ഇന്ദ്രിയ സംതൃപ്തിയുടെ പ്രിയപ്പെട്ട വസ്തുവിനെ സൂചിപ്പിക്കുന്നു, അത് ദൈവത്തിന് സമർപ്പിക്കുന്നതിലൂടെ, ദൈവത്തിന്റെ സന്തോഷത്തിനായി നമ്മുടെ സന്തോഷം വൈകിക്കുകയോ ത്യജിക്കുകയോ ചെയ്തുകൊണ്ട് ദൈവത്തിന് ഭക്ഷണം നൽകാം. ആദ്യം തങ്ങളുടെ കുട്ടി ഭക്ഷണം കഴിക്കുകയും ആസ്വദിക്കുകയും ചെയ്യുന്നുവെന്ന് ഉറപ്പുവരുത്തി മാതാപിതാക്കൾ തങ്ങളുടെ ആനന്ദം ത്യജിക്കുന്നതിന് സമാനമാണ് ഇത്.

**4. കർമ്മ രഹിത ഭക്ഷണക്രമം :** ഭഗവദ് ഗീതയിൽ (3.13), ഭഗവാൻ കൃഷ്ണൻ പറയുന്നു :

*യജ്ഞശിഷ്ടാശിന: സന്തോ*
*മുച്യന്തേ സർവ്വകില്ബിഷൈ:*
*ഭുജ്ഞതേ തേ ത്വഘം പാപാ*
*യേ പചന്ത്യാത്മകാരണാത്.*

യജ്ഞ ശിഷ്ടത്തെ ഭുജിക്കുന്ന സജ്ജനങ്ങൾ സർവ്വ പാപങ്ങളിൽ നിന്നും മോചിപ്പിക്കപ്പെടുന്നു. എന്നാൽ തനിക്ക് വേണ്ടി മാത്രം കർമ്മം ചെയ്യുകയും, ഭക്ഷണം ഉണ്ടാക്കുകയും ചെയ്യുന്നവർ കൊടിയ പാപത്തെയാണ് ഭുജിക്കുന്നത്.

വ്യക്തമായും മാംസാഹാരങ്ങൾ ഭഗവാന് സമർപ്പിക്കാൻ കഴിയില്ല. എന്നാൽ നാം സസ്യാഹാരം വിളമ്പുമ്പോൾ പോലും ഒരു ജീവരൂപത്തെ നശിപ്പിക്കുന്നതിനാൽ ചില കർമ്മങ്ങൾ ഉൾപ്പെട്ടിരിക്കുന്നു. കൂടാതെ, പാചകം ചെയ്യുന്ന വ്യക്തിയുടെ ഊർജ്ജവും ഭക്ഷണത്തിലേക്ക് പോകുന്നു. ഈ സംയോജിത കർമ്മത്തിന് നമ്മുടെ ചിന്തകളെയും പെരുമാറ്റത്തെയും സ്വാധീനിക്കാൻ കഴിയും, കാരണം നമ്മൾ അതാണ് കഴിക്കുന്നത്. അതുകൊണ്ട് നാം ഭക്ഷണം കഴിക്കുന്നതിന് മുമ്പ് ഭഗവാന് ഭക്ഷണം അർപ്പിച്ചാൽ, ഭഗവാന്റെ കാരുണ്യത്താൽ, കർമ്മശക്തി നിർവീര്യമാക്കപ്പെടുകയും, ഭക്ഷണം ആത്മീയ ഊർജ്ജത്താൽ അധികമാവുകയും, അത് നമ്മുടെ ചിന്തകളെയും ഊർജ്ജത്തെയും ശുദ്ധീകരിക്കുകയും ചെയ്യുന്നു.

സ്നേഹത്തോടും ഭക്തിയോടും കൂടി തനിക്ക് എന്തെങ്കിലും സമർപ്പിച്ചാൽ അത് സ്വീകരിക്കുമെന്ന് ഭഗവാൻ വാഗ്ദാനം ചെയ്തിട്ടുണ്ട്. ഭക്ഷണം വിളമ്പിയ ശേഷം, അത് 'പ്രസാദം' എന്നറിയപ്പെടുന്നു, അതിന്റെ അർത്ഥം 'കരുണ' എന്നാണ്. ഭഗവാൻ ഈ കാരുണ്യം സ്വീകരിക്കുമ്പോൾ നാം അനുഗ്രഹീതരാകുന്നു.

അതുകൊണ്ട് നാം ദൈവത്തിന് ഭക്ഷണം സമർപ്പിക്കുന്നത് അവന് അത് ആവശ്യമുള്ളതുകൊണ്ടല്ല, മറിച്ച് നമുക്ക് അത് ആവശ്യമുള്ളതുകൊണ്ടാണ്, നമ്മുടെ സ്വന്തം ക്ഷേമത്തിനായി.

ഈ പാരമ്പര്യം ലോകമെമ്പാടും പ്രചരിപ്പിച്ച ശ്രീല പ്രഭുപാദ (ഇസ്കോൺ സ്ഥാപക ആചാര്യൻ) പറയും, ഒരു നായ പോലും ഒരിക്കൽ പ്രസാദം കഴിച്ചാൽ, അത് പരിണാമ ചക്രത്തിൽ മറ്റെല്ലാ ജീവജാലങ്ങളെയും മറികടന്ന് അതിന്റെ അടുത്ത ജന്മത്തിൽ ഒരു മനുഷ്യനായി അത് ജനിക്കുമെന്ന്. അങ്ങനെ, ദൈവത്തിന് സമർപ്പിച്ച് വിശുദ്ധീകരിക്കപ്പെട്ട ഭക്ഷണം കഴിക്കുന്നത് ഒരു വ്യക്തിയുടെ കർമ്മചക്രത്തിൽ ഇടപെടുകയും അധിക പരിശ്രമമില്ലാതെ അവനെ ഉയർത്തുകയും ചെയ്യും.

നാം ഇത് ചിന്തിക്കണം : പ്രസാദത്തിന്റെ ശക്തി പോലും മനസ്സിലാക്കാത്ത ഒരു നായയ്ക്ക് ഒരു പ്രാവശ്യം മാത്രം കഴിച്ചാൽ ഇത്രയധികം ഉയരാൻ കഴിയുമെങ്കിൽ, ശരിയായ ബോധത്തോടെ അത്തരം ഭക്ഷണം പതിവായി കഴിക്കുന്നതിലൂടെ മനുഷ്യരായ നമുക്ക് എത്രത്തോളം പ്രയോജനം ലഭിക്കും?

## ചോദ്യം 33

# ആത്മാവിന്റെ അസ്തിത്വത്തിന് എന്തെങ്കിലും ശാസ്ത്രീയമായ തെളിവുണ്ടോ?

ഉണ്ട്, അത്തരം തെളിവുകൾ ധാരാളം ഉണ്ട്. 'മരണത്തെ നേരിൽ കണ്ട അനുഭവങ്ങൾ' നൽകുന്ന ഒരു വിഭാഗം തെളിവുകൾ നമുക്ക് പരിഗണിക്കാം.

അപകടങ്ങൾ, രോഗം, ശസ്ത്രക്രിയ അല്ലെങ്കിൽ ആത്മഹത്യാശ്രമം തുടങ്ങിയ വിവിധ കാരണങ്ങളാൽ വൈദ്യശാസ്ത്രപരമായി മരിച്ചവരോ ഏതാണ്ട് മരണത്തോടടുത്തവരോ ആയ ആളുകൾക്കിടയിൽ അബോധാവസ്ഥയിൽ ഉണ്ടാകുന്ന അസാധാരണമായ ദർശനങ്ങളുടെയും ധാരണകളുടെയും അനുഭവങ്ങളാണ് 'മരണത്തെ നേരിൽ കണ്ട അനുഭവങ്ങൾ'.

ശാസ്ത്രീയ പരിശോധനാക്ഷമതയുടെ വീക്ഷണകോണിൽ, 'മരണത്തെ നേരിൽ കണ്ട അനുഭവങ്ങളിൽ' ഏറ്റവും പ്രസക്തമായത് ശരീരത്തിന് പുറത്തുള്ള അനുഭവങ്ങളാണ്, അതിൽ രോഗികൾ അവരുടെ ശരീരം പുറത്ത് നിന്ന് കണ്ടതായി പ്രസ്താവിച്ച് – സാധാരണയായി ശസ്ത്രക്രിയക്കിടക്കയുടെ മുകളിൽ നിന്ന്– പരിശോധിക്കാവുന്ന വിവരണങ്ങൾ നൽകുന്നു. ആരോഗ്യ മേഖലയിലെ ജോലിക്കാർ സ്വീകരിച്ച ശസ്ത്രക്രിയാ നടപടിക്രമങ്ങൾ, അല്ലെങ്കിൽ അവരുടെ തൊട്ടടുത്തുള്ള അല്ലെങ്കിൽ അതിനപ്പുറമുള്ള സംഭവങ്ങൾ.

മൂന്ന് പതിറ്റാണ്ടിലേറെയായി 'മരണത്തെ നേരിൽ കണ്ട അനുഭവങ്ങളെക്കുറിച്ച്' അന്വേഷണം നടത്തിയ അമേരിക്കൻ ഹൃദ്രോഗ വിദഗ്ധനായ ഡോ. മൈക്കൽ സബോം തന്റെ *റി-*

*കളക്ഷൻസ് ഓഫ് ഡെത്ത്: എ മെഡിക്കൽ ഇൻവെസ്റ്റിഗേഷൻ* എന്ന പുസ്തകത്തിൽ അത്തരം നിരവധി കേസുകൾ രേഖപ്പെടുത്തിയിട്ടുണ്ട്. ആ കേസുകളിലൊന്ന് ഇതാ.

അസുഖത്തിൽ നിന്ന് കരകയറുന്ന ഒരു രോഗിക്ക് അപ്രതീക്ഷിതമായ ഹൃദയസ്തംഭനം സംഭവിച്ച ഒരു കേസ് സബോം റിപ്പോർട്ട് ചെയ്യുന്നു. അയാൾ ഭേദമായതിന് ശേഷം, താൻ തന്റെ ശരീരത്തിൽ നിന്നും ഇറങ്ങി ഹാളിലൂടെ ചെന്നപ്പോൾ തന്റെ ഭാര്യയും മൂത്ത മകനും മകളും അവിടെ വരുന്നത് കാണുന്നതായി അനുഭവപ്പെടുകയും, അത് യഥാർത്ഥത്തിൽ സംഭവിക്കുകയും ചെയ്തു. ഈ വിവരം പ്രാധാന്യമർഹിക്കുന്നു, കാരണം ആദ്യം, അദ്ദേഹം ഉടൻ വിട്ടയക്കുമെന്നുള്ളതിനാൽ, കുടുംബാംഗങ്ങൾ സന്ദർശിക്കുമെന്ന് അദ്ദേഹം പ്രതീക്ഷിച്ചിരുന്നില്ല. രണ്ടാമതായി, അവർ തന്നെ സന്ദർശിക്കുമെന്ന് അയാൾക്ക് അറിയാമായിരുന്നെങ്കിൽപ്പോലും, ആരൊക്കെയാണ് തന്നെ സന്ദർശിക്കുന്നതെന്ന് അയാൾക്കറിയാൻ കഴിയുമായിരുന്നില്ല, കാരണം തന്റെ ഭാര്യ അയാളെ കാണാൻ വരുമ്പോൾ അവരുടെ കൂടെ അയാളുടെ മുതിർന്ന ആറ് കുട്ടികൾ ഉണ്ടായിരുന്നു. മൂന്നാമതായി, ഡോക്ടർമാരും നഴ്സുമാരും ചേർന്ന് ജോലി ചെയ്തിരുന്ന മുറിയിൽ നിന്ന് പത്ത് വാതിലുകൾ അപ്പുറമുള്ള ഒരു ഹാളിൽ എത്തിയപ്പോൾ അദ്ദേഹത്തിന്റെ കുടുംബാംഗങ്ങളെ തടഞ്ഞിരുന്നു. നാലാമതായി, അവർ ഹാളിൽ താമസിക്കുമ്പോൾ, അദ്ദേഹത്തിനെ അവർക്ക് കാണുവാൻ സാധിച്ചിരുന്നില്ല, മാത്രവുമല്ല ആ സമയം ഹൃദയസ്തംഭനത്തിൽ നിന്ന് ഉയിർത്തെഴുന്നേൽക്കുന്നതിന്റെ മധ്യത്തിലായിരുന്നു അദ്ദേഹം.

സാബോമിന്റെ ഉത്തരംതേടിയുള്ള ഈ പരിശ്രമം ലോകമെമ്പാടുമുള്ള നൂറുകണക്കിന് ശാസ്ത്രജ്ഞരെ ഇന്റർനാഷണൽ അസ്സോസിയേഷൻ ഫോർ നിയർ-ഡെത്ത് സ്റ്റഡീസ് (IANDS) പോലുള്ള ഗുരുതരമായ ആഗോളഫോറങ്ങൾക്ക്കീഴിൽ *ജേർണൽ ഓഫ് നിയർ-ഡെത്ത് സ്റ്റഡീസ്* പോലുള്ള പ്രസിദ്ധീകരണങ്ങളുടെ നിരൂപണങ്ങളിലൂടെ 'മരണത്തെ നേരിൽ കണ്ട അനുഭവങ്ങൾ' ഗവേഷണം ഏറ്റെടുക്കുന്നതിലേക്ക് നയിച്ചു.

ഈ സന്ദർഭങ്ങളിൽ, ആത്മാവ് ശരീരത്തിൽ നിന്ന് പുറത്തേക്ക് നീങ്ങുന്നു, അതിന്റെ സമീപത്ത് അല്ലെങ്കിൽ അല്പം അപ്പുറത്തേക്ക് നീങ്ങുന്നു, കുറച്ച് സമയത്തിന് ശേഷം തിരികെ വരുന്നു. വ്യക്തി മരിക്കാൻ വിധിക്കപ്പെട്ട

നിമിഷമല്ലാത്തതിനാൽ ആ വ്യക്തി മരിക്കുന്നില്ല. നമ്മൾ ഇറക്കത്ത് വാഹനമോടിക്കുമ്പോഴും കാറിന്റെ എഞ്ചിൻ സ്വിച്ച് ഓഫ് ചെയ്യുമ്പോഴും ഇത് സമാനമാണ്. കുറച്ച് സമയത്തിന് ശേഷം, നമ്മൾ എഞ്ചിൻ വീണ്ടും ഓണാക്കുന്നു.

അമേരിക്കയിൽ നിന്നുള്ള ഡോ. ഇയാൻ സ്റ്റീവൻസൺ ആയിരക്കണക്കിന് പുനർജന്മ സംഭവങ്ങൾ സമഗ്രമായി ഗവേഷണം നടത്തി പരിശോധിച്ചതാണ് മറ്റൊരു ഉറച്ച തെളിവ്, അത്തരം നിരവധി സംഭവങ്ങളിൽ ബെംഗളൂരുവിൽ നിന്നുള്ള സത്വന്ത് പസ്രിച എന്നൊരു സ്ത്രീ സഹായിച്ചു. ഡോ. സ്റ്റീവൻ സൺന്റെ ആദ്യ പുസ്തകം, പുനർജന്മത്തെ സൂചിപ്പിക്കുന്ന *20 കേസസ് സജെസ്റ്റീവ് ഓഫ് റീഇൻകാർനേഷൻ,* വളരെയധികം ശ്രദ്ധ ആകർഷിച്ചു. അതിൽ, അദ്ദേഹം തന്റെ യഥാർത്ഥ സ്ഥിതിപഠനങ്ങളെ പരാമർശിക്കുന്നു, ഒരു കുട്ടിയുടെ മുൻകാല ജീവിതത്തെക്കുറിച്ചുള്ള ഓർമ്മകൾ കേൾക്കുന്നതിലൂടെയുള്ള വികാരങ്ങളെയോ അനുമാനങ്ങളെയോ അടിസ്ഥാനമാക്കിയുള്ളതല്ല, മറിച്ച് വസ്തുതകൾ, വ്യക്തിപരമായ സന്ദർശനങ്ങൾ, ദൃക്സാക്ഷികൾ എന്നിവ പരിശോധിച്ചാണ്. ഈ സംഭവങ്ങൾ ഇന്ത്യയിൽ നിന്ന് മാത്രമല്ല, ലോകത്തിന്റെ എല്ലാ ഭാഗങ്ങളിൽ നിന്നുമുള്ളതാണ്, പുനർജന്മത്തിന്റെ പ്രതിഭാസം സാർവ്വത്രികമാണെന്ന് തെളിയിക്കുന്നു. ഭഗവദ് ഗീത (2.13) ദൃഢമായി പ്രഖ്യാപിക്കുന്നത് പോലെ :

*ദേഹിനോ സ്മിൻ യഥാ ദേഹേ*<br>*കൗമാരം യൗവനം ജരാ*<br>*തഥാ ദേഹാന്തര-പ്രാപ്തിർ*<br>*ധീരസ് തത്ര ന മുഹ്യതി*

'ശരീരസ്ഥനായ ആത്മാവ് ബാല്യത്തിൽ നിന്ന്<br>യൗവ്വനത്തിലേയ്ക്കും പിന്നെ വാർദ്ധക്യത്തിലേയ്ക്കും<br>കടക്കുന്നതുപോലെ മരണശേഷം മറ്റൊരു ശരീരത്തിലേയ്ക്ക്<br>പ്രവേശിക്കുന്നു. ആത്മസാക്ഷാത്ക്കാരം നേടിയ ആത്മാവ്<br>അത്തരമൊരു മാറ്റത്തിൽ പരിഭ്രാന്തമാവുകയില്ല.'

## ചോദ്യം 34

# എന്തിനാണ് മതത്തിന്റെ പേരിൽ ആളുകൾ പരസ്പരം യുദ്ധം ചെയ്യുന്നത്?

പക്വതയില്ലായ്മ അല്ലെങ്കിൽ സ്വാർത്ഥ ലക്ഷ്യങ്ങൾ കാരണം. നമുക്ക് ഇവ കൂടുതൽ സൂക്ഷ്മമായി പരിശോധിക്കാം.

**1. പക്വതയില്ലായ്മ :** മിക്ക ആളുകളും മതം ഉപയോഗിക്കുന്നത് സ്വയം മെച്ചപ്പെടുത്താനല്ല, മറിച്ച് സ്വയം തെളിയിക്കാനാണ്.

നാമെല്ലാവരും, നമ്മുടെ ഉള്ളിന്റെയുള്ളിൽ, ആത്മീയ ജീവികളും, ഏക പരമമായ ദൈവത്തിന്റെ മക്കളും, ഒരേ കുടുംബ ത്തിലെ അംഗങ്ങളുമാണ്. നിർഭാഗ്യവശാൽ, നമ്മുടെ ഇന്നത്തെ ഭൗതിക തെറ്റിദ്ധാരണകൾ കാരണം, എല്ലാ ജീവജാലങ്ങളുടെയും ഈ ആത്മീയ പരസ്പരബന്ധം തിരിച്ചറിയാൻ നമുക്ക് കഴിയുന്നില്ല. അതുകൊണ്ടാണ് ദൈവവും അവന്റെ പ്രതിനിധികളും ലോക ത്തിലെ വിവിധ മഹത്തായ മതങ്ങളെ ഭൗതികത്വത്തിന്റെ ഈ രോഗത്തിൽ നിന്ന് നമ്മെ സുഖപ്പെടുത്തുന്നതിനും നമ്മുടെ യഥാർത്ഥ ആത്മീയ ആരോഗ്യവും ഐക്യവും പുനഃസ്ഥാപിക്കു ന്നതിനുള്ള മാർഗ്ഗങ്ങളായി നൽകിയിരിക്കുന്നത്.

മഹത്തായ മതങ്ങളുടെ സ്ഥാപകർ അവർ പഠിപ്പിക്കുന്ന വഴിയാണ് ഏക മാർഗ്ഗമെന്ന് പ്രസ്താവനകൾ നടത്തിയിട്ടുണ്ട്. എന്നാൽ അവരുടെ പഠിപ്പിക്കലുകൾ ശ്രദ്ധാപൂർവ്വം പഠിക്കുകയാ ണെങ്കിൽ, മറ്റ് വഴികൾ പിന്തുടരുന്നവരെ സമാധാനപരമായി അവരുടെ പാത പിന്തുടരാൻ അനുവദിക്കണമെന്ന് അവർ പ്രസ്താവനകൾ നടത്തിയിട്ടുണ്ട്. ഈ പരസ്പര വിരുദ്ധമായ

പ്രസ്താവനകൾ എങ്ങനെ പൊരുത്തപ്പെടുത്താം? പൂർണ്ണഹൃദയത്തോടെയുള്ള പ്രയോഗത്തിലേക്കും പ്രായോഗിക പരിവർത്തനത്തിലേക്കും നയിക്കാൻ കഴിയുന്ന ഒരു ഏകാഗ്രത, ഒരു ശ്രദ്ധ സൃഷ്ടിക്കാൻ ഉദ്ദേശിച്ചുള്ളതാണ് 'ഇത് മാത്രമാണ് വഴി' എന്ന പ്രസ്താവനകൾ. ഒരു തുടക്കക്കാരൻ പല കാര്യങ്ങളിലും മനസ്സ് വെച്ചാൽ അയാൾ കൂടുതൽ ആശയക്കുഴപ്പത്തിലാകും. എന്നാൽ ഈ 'ഏകമാർഗം' പ്രസ്താവനകൾ എല്ലാ കാലത്തും എല്ലായിടത്തും ബാധകമാകുന്ന പരമമായ, സാർവ്വത്രിക സത്യങ്ങളായി കാണുന്നുവെങ്കിൽ, അവ ആ ദർശകരുടെ തന്നെ മറ്റ് വാക്കുകൾക്ക് വിരുദ്ധമാണ് – മാത്രമല്ല മറ്റുള്ളവരെയും അവരുടെ വഴി പ്രയോഗിക്കാൻ അനുവദിക്കുക എന്ന അവരുടെ ആത്യന്തിക ലക്ഷ്യത്തെ പരാജയപ്പെടുത്തുകയും ചെയ്യുന്നു.

ഉദാഹരണത്തിന്, കഴിവുള്ള ഡോക്ടർമാർ രോഗികളെ ചികിത്സിക്കുമ്പോൾ, മറ്റ് ഡോക്ടർമാരിൽ നിന്ന് സ്വീകരിക്കാതെ, അവരുടെ രോഗികൾ അവരുടെ നിർദ്ദിഷ്ട ചികിത്സ മാത്രം പിന്തുടരണമെന്ന് അവർ അഭ്യർത്ഥിക്കുന്നു, നിർബന്ധിക്കുന്നു. എന്നാൽ മറ്റെല്ലാ ഡോക്ടർമാരും വ്യാജന്മാരാണെന്ന് സൂചിപ്പിക്കാൻരോഗികൾഅത്തരമൊരുപ്രസ്താവനഎടുക്കുകയാണെങ്കിൽ, അവർക്ക് ഡോക്ടറുടെ അടിസ്ഥാനപരമായ ഗുണം നഷ്ടപ്പെടും : സ്വന്തം ചികിത്സയിൽ ശ്രദ്ധ കേന്ദ്രീകരിക്കുക.

തങ്ങളുടെ സ്ഥാപകരുടെ പഠിപ്പിക്കലുകൾ പ്രയോഗിക്കുന്നതിൽ ശ്രദ്ധ കേന്ദ്രീകരിക്കുന്ന മതവിശ്വാസികൾ മറ്റ് മതപാതകളിൽ സത്യം കാണാൻ കഴിയുന്ന ആത്മീയ തലത്തിലേക്ക് ഉടൻ മുന്നേറുന്നു – അങ്ങനെ അവരുടെ സ്വന്തം ഗ്രന്ഥങ്ങളിലെ 'ഏക മാർഗ്ഗം' പ്രസ്താവനകളുടെ സന്ദർഭവും ഉദ്ദേശ്യവും മനസ്സിലാക്കുന്നു. അതിനാൽ, ആത്മീയ പക്വതയില്ലായ്മയ്ക്കും മതമൗലികവാദത്തിനും വേണ്ടിയുള്ള ഒരു ലളിതമായ പരിശോധന ഇതാ : ഒരു പ്രത്യേക പാതയിലെ അധ്യാപകരും അനുയായികളും അവരുടെ ഗ്രന്ഥങ്ങളുടെ 'ഏക മാർഗ്ഗം' അക്ഷരീയ വ്യാഖ്യാനത്തിൽ ഉറച്ചു നിൽക്കുകയാണെങ്കിൽ, അവരെ സുരക്ഷിതമായി മതമൗലികവാദികളായി വർഗ്ഗീകരിക്കാം, ഒടുവിൽ അവർ അസഹിഷ്ണുതയും മറ്റ് മതങ്ങളെ പിന്തുടരുന്നവർക്കെതിരെ അക്രമാസക്തവുമായി മാറും, അങ്ങനെ അവർ ആരുടെ പേരിൽ യുദ്ധം ചെയ്യുന്നു എന്ന് അവകാശപ്പെടുന്ന ദൈവത്തിന്റെ ഉദ്ദേശ്യത്തെ പരാജയപ്പെടുത്തുന്നു.

എന്നാൽ ഒരു പാതയുടെ അധ്യാപകരും അനുയായികളും വസ്തുനിഷ്ഠമായ മാനദണ്ഡത്തെ അടിസ്ഥാനമാക്കി മറ്റ് പാതകളുടെ സത്യവും സാധുതയും അംഗീകരിക്കുന്നുവെങ്കിൽ, അവർ ഗ്രന്ഥങ്ങളുടെ സത്തയും ലക്ഷ്യവും മനസ്സിലാക്കി, സമാധാനം കൊണ്ടുവരാനും ഈ ലോകത്തിലെ യോജിപ്പും ആളുകളെ ആത്മീയ ലോകത്തേക്ക് തിരികെ നയിക്കാനും അവരും ദൈവത്തിന്റെ ഉദ്ദേശ്യം മാത്രം നിറവേറ്റും.

ഇന്ന് ലോകത്തിന് വേണ്ടത്, തെളിയിക്കാനല്ല, മെച്ചപ്പെടുത്താൻ ആഗ്രഹിക്കുന്ന ആത്മാർത്ഥതയുള്ള ആത്മീയ വാദികളാണ്.

**2. സ്വാർത്ഥ ലക്ഷ്യങ്ങൾ :** മതം എന്നത് ഒരുമിപ്പിക്കാനുള്ളതാണ്, ഒരിക്കലും വിഭജിക്കാനുള്ളതല്ല.

ലോകത്തിലെ വിവിധ മതങ്ങൾ അടിസ്ഥാനപരമായി നമ്മെ ഒരു പൊതു ലക്ഷ്യത്തിലെത്താൻ സഹായിക്കുന്ന വ്യത്യസ്ത മാർഗ്ഗങ്ങളാണ് : ദൈവവുമായി പ്രണയത്തിലാകുക. ദൈവത്തിൽ ആകൃഷ്ടരായവരുടെ ഒരു പ്രധാന ലക്ഷണം, സുഖഭോഗങ്ങൾ, നിധികൾ, സ്ഥാനങ്ങൾ, സ്വത്തുക്കൾ തുടങ്ങിയ ലൗകിക വശീകരണങ്ങളോടുള്ള ആകർഷണം നഷ്ടപ്പെടുന്നുവെന്നതാണ്. ഏറ്റവും വലിയ ലൗകിക ആകർഷണം അഹംഭാവത്തിന്റെ വശീകരണമാണ്, അത് മറ്റുള്ളവരെക്കാൾ ശ്രേഷ്ഠനാണെന്ന് സ്വയം ചിന്തിക്കാൻ നമ്മെ പ്രേരിപ്പിക്കുന്നു. ദൈവത്തെ സ്നേഹിക്കുന്നവർ തങ്ങളുടെ അഹന്തകളോടുള്ള സ്നേഹത്തെ വിലമതിക്കുന്നില്ല; അവരെ സംബന്ധിച്ചിടത്തോളം, അവരുടെ സ്വന്തം പാതയുടെ ശ്രേഷ്ഠത തെളിയിക്കുന്നത് ആ പാതയിലൂടെ സഞ്ചരിക്കുന്നതിനും ദൈവത്തോടുള്ള അവരുടെ സ്വന്തം സ്നേഹം വർദ്ധിപ്പിക്കുന്നതിനും മറ്റുള്ളവരെ അതിനായി പ്രേരിപ്പിക്കുന്നതിനുമാണ്. ഒരു വ്യക്തിയെ എല്ലാവരുടെയും ഇടയിൽ സ്നേഹമുള്ളവനും സ്നേഹിക്കപ്പെടുന്നവനുമായി മാറ്റുന്ന വിനയം, സൗമ്യത, സഹായകത, സഹിഷ്ണുത, നിസ്വാർത്ഥത, അനുകമ്പ എന്നിങ്ങനെയുള്ള ഗുണങ്ങളാൽ അത്തരം സന്ന്യാസിമാരെ അലങ്കരിക്കുന്നു.

തങ്ങളുടെ മതവിശ്വാസത്തെ ഒരു ഉപാധിയായി ഉപയോഗിക്കുന്നവർ, അത്തരം വിശുദ്ധന്മാരിൽ നിന്ന് വളരെ അകലെയാണ്, അതിരുകടക്കാനല്ല, മറിച്ച് അവരുടെ അഹന്തയെ പോഷിപ്പിക്കാൻ. അവരെ സംബന്ധിച്ചിടത്തോളം അവരുടെ മതം

ദൈവവുമായുള്ള ബന്ധം വർദ്ധിപ്പിക്കാനുള്ള ഒരു ഉപാധിയല്ല, മറിച്ച് മറ്റുള്ളവരെക്കാൾ സ്വന്തം ശ്രേഷ്ഠത തെളിയിക്കാനുള്ള ഒരു ഉപാധിയാണ് : 'എന്റെ മതം നിങ്ങളുടേതിനെക്കാൾ മികച്ചതാണ്, അതിനാൽ ഞാൻ നിങ്ങളെക്കാൾ മികച്ചതാണ്.' അത്തരം ആളുകൾ, അവർ മതത്തിന്റെ പേരിൽ യുദ്ധം ചെയ്യാൻ മടിക്കില്ല എന്നതിൽ അതിശയിക്കാനില്ല; തീർച്ചയായും, അത്തരം വഴക്കുകളിൽ ഏർപ്പെടുന്നത് തങ്ങളുടെ മതപരമായ കടമയായി അവർ പലപ്പോഴും കരുതുന്നു. എന്നാൽ ഈ കടമ ദൈവത്തിന്റെ മതത്തോടല്ല, അഹംഭാവത്തിന്റെ മതത്തോടാണ്. വർഗ്ഗം, ജാതി, ലിംഗഭേദം, ദേശീയത എന്നിവയുടെ പേരിൽ അഹങ്കാരം മനുഷ്യരെ വഴക്കുകൂടാൻ പ്രേരിപ്പിക്കുന്നതുപോലെ, അത് മതത്തിന്റെ പേരിൽ പോരാടാൻ ആളുകളെ പ്രേരിപ്പിക്കുന്നു.

ചില വ്യക്തികൾ തങ്ങളുടെ വ്യക്തിപരമായ അജണ്ടകൾ നടപ്പിലാക്കുന്നതിനായി ആളുകളുടെ മതവികാരങ്ങളെ ചൂഷണം ചെയ്യുന്നു, കാരണം മിക്ക ആളുകൾക്കും മതവുമായി വളരെ വൈകാരിക ബന്ധമുണ്ട്. ഒരു കാര്യവുമായി ബന്ധപ്പെട്ട് ദുർബ്ബല രായവർ ചൂഷണം ചെയ്യാനും പ്രേരിപ്പിക്കാനും അറിയുന്നവർക്ക് ഒരു ഇരയാണ്.

'എന്റെ ദൈവമോ എന്റെ വഴിയോ ആണ് ഏറ്റവും നല്ലത്' എന്ന് ആളുകൾ പറയുമ്പോൾ, അത് അവരുടെ 'വഴി' അല്ലെങ്കിൽ 'ദൈവം' അല്ലെങ്കിൽ അവർ ആരാധിക്കുന്നു എന്ന് അവകാശപ്പെടുന്ന ഒരു പ്രത്യേക ദൈവത്തെക്കുറിച്ചല്ല, അത് അവരുടെ സ്വന്തം അഹന്തയെക്കുറിച്ചാണ്. 'എന്റേതാണ് ഏറ്റവും നല്ലത്.' എന്തുകൊണ്ട്? 'കാരണം ഞാനാണ് ഏറ്റവും മികച്ചത്.' ഇതൊരു സൂക്ഷ്മമായ സന്ദേശമാണ്, അതിൽ മറഞ്ഞിരിക്കുന്ന അർത്ഥമുണ്ട്.

ഇത് ഇല്ലാതാക്കാൻ, യഥാർത്ഥ മതം എന്താണെന്നും അതിന്റെലക്ഷ്യംഎന്താണെന്നുംഅത്എങ്ങനെപിന്തുടരാമെന്നും നമുക്ക് സമഗ്രമായ വിദ്യാഭ്യാസം ആവശ്യമാണ്. നമുക്ക് ഒരു പൊതു സാർവ്വത്രിക പിതാവുണ്ടെന്ന് തിരിച്ചറിയുന്നില്ലെങ്കിൽ, നമുക്ക് ഒരിക്കലും സാർവ്വത്രിക സാഹോദര്യം ഉണ്ടാകില്ല.

ഹിന്ദു, മുസ്ലീം, ക്രിസ്ത്യൻ, സിഖ് അല്ലെങ്കിൽ ജൈനൻ എന്നിവയെല്ലാം ബാഹ്യ പദവികളാണ്, ഇവ മാറാം. ഇന്ന്, ഒരു ഹിന്ദുവായി മുസ്ലീങ്ങൾക്കെതിരെ പോരാടുന്ന ഒരാൾ അടുത്ത ജന്മത്തിൽ മുസ്ലീമായി പുനർജ്ജനിച്ചേക്കാം, തിരിച്ചും. ഒരു

ജൈനൻ അടുത്ത ജന്മത്തിൽ സിഖുകാരനായേക്കാം. നമുക്ക് ആയുസ്സ് കുറവാണ്, പക്ഷേ നമ്മൾ ദൈവനാമത്തിൽ യുദ്ധം ചെയ്യുന്നു. നമ്മുടെ ദൈവം സന്തോഷവാനായിരിക്കുമെന്ന് നാം കരുതുന്നുണ്ടോ? മക്കൾ വഴക്കിടുന്നത് കണ്ടാൽ ഏത് പിതാവാണ് സന്തോഷിക്കുക?

നമ്മൾ വളരണം. സ്വയം ശ്രേഷ്ഠമായി കരുതുകയും മറ്റുള്ളവരെ താഴ്ത്തിക്കെട്ടുകയും ചെയ്യുന്ന ഏതൊരു മതവിശ്വാസവും ആഴത്തിൽ വേരൂന്നിയ കാപട്യത്തിന്റെ പ്രകടനമാണ്. ഈ മനോഭാവത്താൽ നാം ദൈവത്തെ പ്രസാദിപ്പിക്കുന്നില്ല. മറിച്ച്, നാം അവന് വലിയ വേദനയാണ് നൽകുന്നത്.

നാം നമ്മുടെ പാത പിന്തുടരുകയും അതേ സമയം, മറ്റുള്ളവരുടെ പാതകളെ ബഹുമാനിക്കുകയും അവരുടെ ധാരണയനുസരിച്ച് അവരെ വികസിപ്പിക്കാൻ അനുവദിക്കുകയും വേണം. എല്ലാവരും വ്യത്യസ്ത തലത്തിലാണ്, സങ്കുചിതവും വൈകാരികവുമായ സമീപനം ഒഴിവാക്കിക്കൊണ്ട് എല്ലാവരും ബഹുമാനിക്കപ്പെടണം.

ചോദ്യം 35

## നമ്മുടെ ലോകം രൂപകല്പന ചെയ്തിരിക്കുന്നത് ദൈവമാണെങ്കിൽ, പിന്നെ എന്തുകൊണ്ടാണ് ഇവിടെ ഇത്രയധികം കഷ്ടപ്പാടുകൾ?

ദൈവത്തിന്റെ സൃഷ്ടിയിലുള്ള എല്ലാത്തിനും ഒരു പ്രത്യേക ലക്ഷ്യമുണ്ട്. ദൈവം ശാശ്വത ദയയുള്ളവനാണ്, അവന്റെ ദയ വിവിധ തലങ്ങളിൽ വ്യത്യസ്ത രീതികളിൽ പ്രകടമാകുന്നു. പക്ഷേ, അവൻ വളരെ ദയയുള്ളവനാണെങ്കിൽ, എന്തുകൊണ്ടാണ് ഇത്രയും കുഴപ്പമുള്ള ഒരു ലോകം സൃഷ്ടിച്ചത്?

ശരി, ഇനി പറയുന്ന ഉദാഹരണത്തിൽ നിന്നും നമുക്കത് മനസ്സിലാക്കാം. സ്റ്റേഡിയങ്ങൾ, പാർക്കുകൾ, ആശുപത്രികൾ, റോഡുകൾ, വിദ്യാഭ്യാസ സ്ഥാപനങ്ങൾ, ഷോപ്പിംഗ് മാളുകൾ, പിന്നെ മറ്റൊരു പ്രധാന കാര്യം - ജയിൽ തുടങ്ങി എല്ലാവിധ സൗകര്യങ്ങളോടും കൂടിയ ഒരു നല്ല നഗരമാണ് സർക്കാർ ആസൂത്രണം ചെയ്യുന്നത്. ജയിലിനുള്ളിൽ എന്താണ് സംഭവിക്കുന്നത്? കുറ്റവാളികൾ ശിക്ഷിക്കപ്പെടുന്നു. പക്ഷേ എന്തിന്? അവരുടെ തെറ്റായ പെരുമാറ്റം തിരുത്താൻ. പിന്നെ എന്തിനാണ് സർക്കാർ ജയിൽ പോലെ അച്ചടക്കമില്ലാത്ത സ്ഥലം പണിയുന്നത്? ഉത്തരം വളരെ ലളിതമാണ്. പൗരന്മാരുടെ ക്ഷേമത്തിനായാണ് എല്ലാ സൗകര്യങ്ങളും സർക്കാർ രൂപകൽപ്പന ചെയ്യുന്നത്. നഗരത്തിൽ സമാധാനവും സൗഹാർദ്ദവും നിലനിർത്താൻ എല്ലാവരും പാലിക്കേണ്ട ചില നിയമങ്ങളുണ്ട്. എന്നിരുന്നാലും, ചില പൗരന്മാർ, അവരുടെ സ്വതന്ത്ര ഇച്ഛാശക്തി ദുരുപയോഗം ചെയ്യുന്നതിലൂടെ, നിയമങ്ങൾ ലംഘിക്കുകയും ക്രമക്കേട് സൃഷ്ടിക്കു

കയും നഗരത്തിലെ യോജിപ്പുള്ള അന്തരീക്ഷത്തെ തടസ്സപ്പെടുത്തുകയും ചെയ്യുമെന്നും പ്രതീക്ഷിക്കുന്നു. മറ്റുള്ളവരെ സംരക്ഷിക്കാൻ, അത്തരം ആളുകളെ സ്വതന്ത്രമായി ചുറ്റിക്കറങ്ങാൻ അനുവദിച്ചുകൂടാ, അവരുടെ തെറ്റായ മാനസികാവസ്ഥ തിരുത്താൻ അവർക്ക് ഒരു പ്രത്യേക സ്ഥലം നിയുക്തമാക്കേണ്ടതുണ്ട് – അതാണ് ജയിൽ.

അതുപോലെ, വേദഗ്രന്ഥങ്ങൾ വിശദീകരിക്കുന്നത് നാം ആത്മീയജീവികളാണെന്നും, ഭഗവാന്റെ ഹിതത്തിന് അനുസൃതമായും സമാധാനത്തോടെയും ജീവിക്കുന്ന ആത്മീയ ലോകത്തിന്റെ നിവാസികൾ ആണെന്നുമാണ്. അവന്റെ ഭാഗങ്ങളും സൃഷ്ടിയും ആയതിനാൽ, നമുക്ക് 'സ്വതന്ത്ര ഇച്ഛ' എന്ന് വിളിക്കപ്പെടുന്ന ഒന്നുകൂടിയുണ്ട്. നാം നമ്മുടെ ഇച്ഛാശക്തി ദുരുപയോഗം ചെയ്യുകയും സ്വതന്ത്രമോ ഭൗതികമോ ആയ ആഗ്രഹങ്ങൾ വികസിപ്പിച്ചുകൊണ്ട് ദൈവത്തിൽ നിന്ന് സ്വതന്ത്രമായി ജീവിക്കാൻ ശ്രമിക്കുമ്പോൾ, അത് ആത്മീയ മണ്ഡലത്തിന്റെ യോജിപ്പിനെ തടസ്സപ്പെടുത്തുന്നു, രണ്ട് കാരണങ്ങളാൽ നമുക്കെല്ലാവർക്കും ഒരു പ്രത്യേക സ്ഥലം സൃഷ്ടിക്കേണ്ടതുണ്ട് :

1. നമ്മുടെ ആഗ്രഹങ്ങൾ നിറവേറ്റാൻ കഴിയുന്ന ഒരു സൗകര്യം അനുവദിക്കുന്നതിന്
2. നമ്മുടെ തെറ്റായ മനോഭാവം തിരുത്താൻ

ആഗ്രഹങ്ങൾ നിറവേറ്റുന്നതിന്, 8.4 ദശലക്ഷം തരം ശരീരങ്ങളുണ്ട്, വിവിധ അവസരങ്ങളിൽ വ്യത്യസ്ത തരത്തിലുള്ള വസ്തുങ്ങൾ നമുക്കുണ്ട്. എന്നാൽ അതേ സമയം, നമ്മുടെ തെറ്റായ മാനസികാവസ്ഥയ്ക്കും പ്രവർത്തനങ്ങൾക്കും ആനുപാതികമായി ദൈവം വിവിധ ദുരിതങ്ങൾ സൃഷ്ടിക്കുന്നു, അതുകൊണ്ട് തന്നെ നമ്മൾ കാര്യങ്ങളെ നിസ്സാരമായി കാണാതെ നമ്മുടെ ബോധത്തെ തിരുത്തുന്നു; എന്തെന്നാൽ, ഒരു കുറ്റം ചെയ്ത ഒരാൾ ശിക്ഷിക്കപ്പെട്ടില്ലായെങ്കിൽ, അയാൾ അത് ചെയ്തുകൊണ്ടേയിരിക്കും, അങ്ങനെ കഷ്ടതകൾ അനുഭവിച്ചുകൊണ്ടേയിരിക്കും. വാഹനങ്ങളുടെ അമിതവേഗത നിയന്ത്രിക്കാൻ സ്പീഡ് ബ്രേക്കറുകൾ പ്രധാനമാണെന്നതുപോലെ, നമ്മെ നിയന്ത്രിക്കുവാനായി, ദുരിതങ്ങൾ അത്യന്താപേക്ഷിതമാണ്, അതിനാൽ നാം നമ്മുടെ തെറ്റുകൾ മനസ്സിലാക്കുകയും അവന്റെ ഇഷ്ടത്തോട് സഹകരിക്കാനും തുടങ്ങുന്നു.

ദൈവത്തിന് ഒരിക്കലും ഈ ദുരിതം നിറഞ്ഞ ലോകം സൃഷ്ടിക്കേണ്ട ആവശ്യമില്ല. നമ്മൾ അദ്ദേഹത്തെ നിർബന്ധിതനാക്കുകയാണ്. എല്ലാവരും നിയമം അനുസരിക്കുന്ന പൗരന്മാരായി മാറിയാൽ സർക്കാരിന് ജയിലിന്റെ ആവശ്യമില്ല. അതിനാൽ ഭഗവദ് ഗീത, ശ്രീമദ് ഭാഗവതം തുടങ്ങിയ ഗ്രന്ഥങ്ങളിൽ പരാമർശിച്ചിരിക്കുന്ന അവന്റെ ഇച്ഛയുമായി നമ്മളും സഹകരിക്കാൻ തുടങ്ങിയാൽ, ഈ ദുഷ്കരമേറിയ ലോകം ഇല്ലാതാകും.

വാസ്തവത്തിൽ, ദൈവഹിതമനുസരിച്ച് നമ്മുടെ ജീവിതം നയിക്കാൻ തുടങ്ങിയാൽ, ഈ ലോകത്തിൽ നമുക്ക് വലിയ ആനന്ദം അനുഭവിക്കാൻ കഴിയും.

അപ്പോൾ എന്താണ് അവന്റെ ഹിതം?

അദ്ദേഹം ഭഗവദ് ഗീതയിൽ (18.65) വിശദീകരിക്കുന്നു :

*മന്മനാ ഭവ മദ്-ഭക്തോ*
*മദ്യാജി മാം നമസ്കുരു*
*മാമേവശ്യസി സത്യം തേ*
*പ്രതിജനേ പ്രിയോയസി മേ*

'എപ്പോഴും എന്നെക്കുറിച്ച് ചിന്തിക്കുകയും
എന്റെ ഭക്തനാകുകയും ചെയ്യുക. എന്നെ ആരാധിക്കുകയും
എന്നിൽ നിങ്ങളുടെ പ്രണാമം അർപ്പിക്കുകയും ചെയ്യുക.
അങ്ങനെ, നിങ്ങൾ തീർച്ചയായും എന്റെ പക്കൽ
എത്തിച്ചേരും. ഞാൻ നിങ്ങൾക്ക് വാക്ക് നൽകുന്നു,
കാരണം നിങ്ങൾ എന്നും എന്റെ പ്രിയപ്പെട്ടവരാണ്.'

ദുരിതങ്ങൾ നിലനിൽക്കുമ്പോൾ ഒരു ദിവസം നാം ഈ ലോകം മടുത്തു തുടങ്ങും അന്ന്, 'എനിക്ക് ഇത്രയധികം ദുരിതങ്ങൾ അനുഭവിക്കേണ്ടി വരാത്ത ഇതിലും നല്ല സ്ഥലം വേറെയുണ്ടോ? ഞാനെങ്ങനെ ഇവിടെ നിന്ന് രക്ഷപ്പെടും?' തുടങ്ങിയ ചോദ്യങ്ങൾ നമ്മൾ ചോദിച്ചു തുടങ്ങും. ഇങ്ങനെ ചോദ്യം ചെയ്യാൻ തുടങ്ങുമ്പോൾ തന്നെ നമ്മൾ അറിയണം, നമ്മൾ ആരംഭിച്ച നമ്മൾ യഥാർത്ഥത്തിൽ ഉൾപ്പെടുന്ന വീട്ടിലേക്കുള്ള നമ്മുടെ യാത്ര ആരംഭിച്ചു കഴിഞ്ഞുവെന്ന്. പരമാത്മാവായി നമ്മുടെ ഹൃദയത്തിൽ ഇരിക്കുന്ന ഭഗവാൻ ശരിയായ സ്രോതസ്സുകളിലേക്കും വിഭവങ്ങളിലേക്കും നമ്മെ നയിക്കും.

നാം അവനിൽ നിന്ന് അകന്നുപോകുമ്പോൾ ദുരിതങ്ങളുടെ

ജീവിതം ആരംഭിക്കുകയും, നാം അവനിലേക്ക് തിരിയുമ്പോൾ അത് അവസാനിക്കുകയും ചെയ്യുന്നു. നമ്മുടെ സ്വന്തം തെറ്റായ ആഗ്രഹങ്ങളാൽ നാം ദുരിതങ്ങൾ അനുഭവിക്കുന്നു, എന്നാൽ ഒരിക്കൽ കൂടി നമ്മുടെ ആഗ്രഹങ്ങളെ ശരിയായി നയിക്കുന്നതിലൂടെ നമ്മുടെ കഷ്ടപ്പാടുകളിൽ നിന്ന് മുക്തി നേടാനാകും.

## ചോദ്യം 36

# ആത്മീയ പാതയിൽ യുക്തിയുടെ പങ്ക് എന്താണ്?

ആത്മീയ പാതയിൽ, നമുക്ക് നമ്മുടെ യുക്തി ഉപയോഗിക്കാൻ സാധ്യമാണ്, എന്നാൽ നമ്മൾ യുക്തിയിൽ കുടുങ്ങിക്കിടക്കരുത്; ഇതിനകം പരീക്ഷണം നടത്തിയവരുടെ അനുഭവത്തെ അടിസ്ഥാനമാക്കി യുക്തിയിൽ നിന്ന് അനുഭവത്തിലേക്ക് നാം മുന്നേറണം. വിദ്യാലയങ്ങളിലും കലാലയങ്ങളിലും, നമ്മൾ എല്ലായ്പ്പോഴും യുക്തി ഉപയോഗിക്കുന്നില്ല അല്ലെങ്കിൽ അങ്ങനെ ചെയ്താലും, നമ്മളതിൽ കുടുങ്ങിക്കിടക്കുന്നില്ല. ഒന്നുകിൽ നമ്മൾ പഠിപ്പിക്കുന്നത് അംഗീകരിച്ചുകൊണ്ട്, അധ്യാപകനെ വിശ്വസിക്കുന്നു, അല്ലെങ്കിൽ വ്യത്യസ്തമായി നമ്മൾ സ്വയം കണ്ടെത്തലുകൾ നടത്തുന്നു. നാം അപൂർണ്ണരാണെന്ന വസ്തുത നാം അംഗീകരിക്കണം, അതിനാൽ ഉയർന്ന ബുദ്ധിശക്തിയുടെ നിരന്തരമായ മാർഗ്ഗനിർദ്ദേശം ആവശ്യമാണ്.

നിലവിൽ നാമെല്ലാവരും ആത്മീയമായി രോഗികളാണെന്ന് വേദഗ്രന്ഥങ്ങൾ വിശദീകരിക്കുന്നു. പരമേശ്വരന്റെ പ്രിയപ്പെട്ട മക്കളെന്ന നിലയിൽ നാം ആത്മീയമായി ആരോഗ്യമുള്ളവരായിരിക്കുമ്പോൾ, നമ്മൾ സമാധാനവും ശക്തിയും ആനന്ദവും സ്വാഭാവികമായ നിത്യാത്മാക്കളായി, നാം അനുഭവിക്കുന്നു. ശരിയായ വൈദ്യചികിത്സയ്ക്ക് നമ്മുടെ ശാരീരിക ആരോഗ്യം വീണ്ടെടുക്കാൻ കഴിയുന്നതുപോലെ, ഭഗവദ് ഗീത, രാമായണം, മഹാഭാരതം, ശ്രീമദ് ഭാഗവതം തുടങ്ങിയ ഗ്രന്ഥങ്ങൾ ശ്രവിക്കുകയും ഭഗവാന്റെ വിശുദ്ധ നാമങ്ങൾ ജപിക്കുകയും ചെയ്യുന്ന ശരിയായ ആത്മീയ ആചാരങ്ങൾ നമ്മുടെ ആത്മീയ ആരോഗ്യം വീണ്ടെടുക്കും.

ചികിത്സാ സാമ്യം ഉപയോഗിച്ച്, യുക്തിക്ക് എന്തുചെയ്യാൻ കഴിയുമെന്നും ചെയ്യാൻ കഴിയില്ലെന്നും നോക്കാം.

യുക്തിക്ക് ചെയ്യാൻ കഴിയുന്നത് :

1. നമ്മുടെ യുക്തി ഉപയോഗിച്ച്, നമുക്ക് ലഭ്യമായ വിവിധ ചികിത്സാ രീതികൾ വിലയിരുത്താനും മികച്ച ചികിത്സ തിരഞ്ഞെടുക്കാനും കഴിയും. അതുപോലെ, നമുക്ക് ലഭ്യമായ വിവിധ ആത്മീയ പാതകൾ വിലയിരുത്താനും വേദങ്ങൾ അനുസരിച്ച്, ആത്മീയ വീണ്ടെടുക്കലിനുള്ള ഏറ്റവും എളുപ്പവും സുരക്ഷിതവും വേഗതയേറിയതുമായ മാർഗ്ഗമായി ജപിക്കുന്ന രീതി തിരഞ്ഞെടുക്കാനും യുക്തി നമ്മെ സഹായിക്കും.
2. ചികിത്സയുടെ ഫലങ്ങൾ വ്യവസ്ഥാപിതമായി നിരീക്ഷിക്കാനും വാഗ്ദത്ത ഫലങ്ങൾ ദൃശ്യമാകുമ്പോൾ ശ്രദ്ധിക്കാനും യുക്തി നമ്മെ സഹായിക്കുന്നതുപോലെ, നമ്മുടെ ബോധത്തിൽ ജപിക്കുന്നതിന്റെ ഫലങ്ങൾ നിരീക്ഷിക്കാനും നമ്മുടെ മനസ്സ് ശാന്തവും ശുദ്ധവും മനോഹരവുമാകുന്നതിൽ ശ്രദ്ധിക്കാനും ഇത് നമ്മെ സഹായിക്കും.

യുക്തിക്ക് ചെയ്യാൻ കഴിയാത്തത് :

1. രോഗനിർണ്ണയത്തെ യുക്തിപരമായി വിശകലനം ചെയ്യുന്നതിലൂടെ ഒരാളുടെ ആരോഗ്യം പുനഃസ്ഥാപിക്കാൻ കഴിയാത്തതുപോലെ, വേദ തത്ത്വചിന്തയെ വിശകലനം ചെയ്തുകൊണ്ട് നമ്മുടെ ആത്മീയ ആരോഗ്യം വീണ്ടെടുക്കാൻ കഴിയില്ല.
2. യുക്തിക്ക് ചികിത്സയ്ക്ക് പകരമാകാൻ കഴിയാത്തതുപോലെ, യുക്തിപരമായ വ്യായാമത്തിന്റെ കേവല വൈദഗ്ദ്ധ്യം കൊണ്ട് ജപത്തിന്റെ യഥാർത്ഥ അനുഭവത്തെ മാറ്റി സ്ഥാപിക്കാൻ കഴിയില്ല.

അതിനാൽ യുക്തിയുടെ ഘട്ടത്തിൽ നിന്ന് പരീക്ഷണത്തിന്റെ ഘട്ടത്തിലേക്ക് നാം മുന്നേറണം.

അന്ധമായ സ്വീകാര്യത മോശമാണ്, എന്നാൽ അന്ധമായ തിരസ്കരണവും മോശമാണ്.

അങ്ങനെ, നമ്മൾ പരീക്ഷണങ്ങൾ നടത്താൻ തുറന്ന മനസ്സുള്ളവരാണെങ്കിൽ ഒരു പ്രത്യേക ആത്മീയ പാതയോ

പ്രക്രിയയോ അഗാധവും പ്രായോഗികവുമായ ഒരു ശാസ്ത്രമാണെന്ന് തിരിച്ചറിയാൻ യുക്തി നമ്മെ പ്രാപ്തരാക്കും. നിർഭാഗ്യവശാൽ, പലരും പരീക്ഷണം നടത്താൻ വിസമ്മതിക്കുന്നു, ഇത് യുക്തി സഹമല്ലെന്ന് മുൻകൂട്ടി അവകാശപ്പെടുന്നു. കേസ് പോലും കേൾക്കാതെ പ്രതിയെ കുറ്റവാളിയായി പ്രഖ്യാപിക്കുന്ന ജഡ്ജിമാരെപ്പോലെയല്ലേ ഇവർ? അവർ യുക്തിയുടെ യോദ്ധാവാണെന്ന് അവകാശപ്പെടാം, പക്ഷേ അവർ തന്നെ യുക്തിരഹിതരല്ലേ? സത്യം വിവേചിച്ചറിയുന്നതിനുള്ള വിലയേറിയ ഉപകരണമാണ് യുക്തി, എന്നാൽ സങ്കടകരമെന്നു പറയട്ടെ, അത്തരം ആളുകൾക്ക്, യുക്തിബോധം അവരെ സ്വയം അടിച്ചേൽപ്പിക്കുന്നതും സ്വയം-നീതിയുള്ളതുമായ തെറ്റിദ്ധാരണയിൽ സൂക്ഷിക്കുന്ന ഒരു കെണിയായി മാറുന്നു.

അതിനാൽ, ആത്മീയ പാതയിൽ, യുക്തി ആവശ്യമാണ്, പക്ഷേ പര്യാപ്തമല്ല. വേദങ്ങളിൽ നിന്ന് കേൾക്കുന്ന കാര്യങ്ങളുടെ പ്രയോഗത്തിലൂടെ ആത്മീയത പരിശോധിക്കുന്നതിന് നമുക്ക് നമ്മുടെ തലയുടെ യുക്തിയെ നമ്മുടെ ഹൃദയത്തിന്റെ അനുഭവവുമായി സംയോജിപ്പിക്കാം.

ചോദ്യം 37

## ദൈവം ഒന്നേയുള്ളുവെങ്കിൽ, എന്തിനാണ് വേദ പാരമ്പര്യം അനേകം ദൈവങ്ങളെ ആരാധിക്കാൻ പഠിപ്പിക്കുന്നത്?

ദൈവം പരമോന്നതനാണ്, അവൻ ഏക അസ്തിത്വമാണ്. അതിൽ യാതൊരു സംശയവുമില്ല. സത്യത്തിൽ, വേദഗ്രന്ഥങ്ങൾ പഠിച്ചാൽ നമ്മുടെ മനസ്സിൽ ആശയക്കുഴപ്പം ഉണ്ടാകില്ല.

വേദ പാരമ്പര്യത്തിലെ പല ദൈവങ്ങളും ദൈവത്തിന്റെ സാർവ്വത്രിക സർക്കാരിലെ വിവിധ വകുപ്പുതലവന്മാരെപ്പോലെയാണ്.

നമുക്ക് ഒരു സ്ഥാപനത്തിൽ നിർവാഹക ഉദ്യോഗസ്ഥർ, മുഖ്യ സാമ്പത്തിക ഉദ്യോഗസ്ഥർ, മാനവവിഭവശേഷി മേധാവികൾ തുടങ്ങിയവർ ഉണ്ട്. അതുപോലെ, പ്രപഞ്ചത്തിനുള്ളിൽ, മേൽനോട്ടം ആവശ്യമുള്ള നിരവധി വിഭാഗങ്ങൾ തിരിച്ചറിഞ്ഞിട്ടുണ്ട്. മഴ, വിദ്യാഭ്യാസം, ധനകാര്യം, അഗ്നി, ചൂട്, വെളിച്ചം, സൃഷ്ടി, നീതിന്യായം തുടങ്ങിയ വകുപ്പുകളാണ് ഇവയിൽ ചിലത്. ഇവ കൈകാര്യം ചെയ്യാൻ, വിവിധ യോഗ്യതയുള്ള വ്യക്തികളെ ദൈവം നിയമിച്ചിട്ടുണ്ട്. മഴയുടെ ചുമതല ഇന്ദ്രനാണ്. ചൂടിന് അഗ്നിയുണ്ട്. പ്രകാശത്തിന്, നമുക്ക് സൂര്യൻ ഉണ്ട്. വിദ്യാഭ്യാസത്തിന്, സരസ്വതി ദേവി, സൃഷ്ടിക്ക് ബ്രഹ്മാവ്, നീതിക്ക് വേണ്ടി, ധർമ്മരാജ് എന്നറിയപ്പെടുന്ന യമരാജ് തുടങ്ങിയവരെ ചുമതലപ്പെടുത്തിയിരുന്നു.

ഈ ദേവന്മാർക്കെല്ലാം സാർവ്വത്രിക കാര്യങ്ങൾ നടത്താൻ പ്രത്യേക അധികാരമുണ്ട്. ഭഗവദ് ഗീതയിൽ (3.10) പരമാത്മാവ്

വിവരിച്ചതുപോലെ സൃഷ്ടിയുടെ തുടക്കത്തിൽ തന്നെ അവ സൃഷ്ടിക്കപ്പെടുന്നു :

*സഹ-യജ്ഞഃ പ്രജാഃ സൃഷ്ട്വ*
*പുരോവാച പ്രജാപതിഃ*
*അനേന പ്രസവിഷ്യധ്വം*
*ഏഷ വോ 'സ്ത്വിഷ്ട-കാമ-ധുക്*

'സൃഷ്ടിയുടെ ആരംഭത്തിൽ, എല്ലാ സൃഷ്ടികളുടെയും ദൈവം, വിഷ്ണുവിന് വേണ്ടിയുള്ള യാഗങ്ങളോടൊപ്പം മനുഷ്യരെയും ദേവതകളെയും "ഈ യജ്ഞത്തിൽ [യാഗം] നിങ്ങൾ സന്തുഷ്ടരായിരിക്കുക, കാരണം അതിന്റെ അനുഷ്ഠാനം നിങ്ങൾക്ക് അഭികാമ്യമായ എല്ലാ കാര്യങ്ങളും നൽകും" എന്ന് പറഞ്ഞുകൊണ്ട് അവരെ അനുഗ്രഹിച്ച് അടുത്ത തലമുറകളിലേക്കയച്ച് അവരെ അനുഗ്രഹിച്ചു.'

എന്തുകൊണ്ടാണ് അവർ സൃഷ്ടിക്കപ്പെട്ടത്?

1. **നമ്മുടെ ആവശ്യങ്ങൾ നിറവേറ്റുന്നതിനായി :** ദൈവത്തിൽ നിന്ന് വേറിട്ട് ജീവിക്കാൻ ആഗ്രഹിക്കുന്ന നമ്മെപ്പോലുള്ള മത്സരാത്മാക്കൾ വ്യക്തിപരമായ ആഗ്രഹങ്ങൾ നിറവേറ്റുന്നതിനായി ഈ ഭൗതിക ലോകത്തേക്ക് അയക്കപ്പെടുന്നു. എന്നിരുന്നാലും, തന്നോട് മത്സരിച്ച് തന്റെ സഹവാസം ഉപേക്ഷിച്ച ഒരു മകന്റെ ഉപജീവനത്തിന് ഇപ്പോഴും ക്രമീകരണങ്ങൾ ചെയ്യുന്ന സ്നേഹവാനായ പിതാവിനെപ്പോലെ, അവരെ ആദരിക്കുന്നതിനായി നാം നടത്താൻ പ്രതീക്ഷിക്കുന്ന യജ്ഞങ്ങൾക്ക് (അഗ്നിയാഗങ്ങൾക്ക്) പകരമായി നമ്മുടെ ആവശ്യങ്ങൾ സുഗമമാക്കുന്നതിന് യോഗ്യരായ വ്യക്തികളെ നിയോഗിച്ചുകൊണ്ട് പരമാത്മാവായ ശ്രീകൃഷ്ണനും സമാനമായ ക്രമീകരണങ്ങൾ ചെയ്യുന്നു. (മുകളിലുള്ള വാക്യത്തിൽ സൂചിപ്പിച്ചതുപോലെ).

   ഈ ദേവതകൾ നമ്മെപ്പോലെ തന്നെയാണ്, എന്നാൽ പുണ്യപ്രവർത്തനങ്ങളുടെ ഒരു വലിയ നിര തന്നെ അവരിലുണ്ട്.

2. **ക്രമേണ നമ്മെ ഉയർത്താൻ :** ദൈവത്തിൽ നിന്ന് വിച്ഛേദിക്കപ്പെട്ടവരും അവരുടെ ആഗ്രഹങ്ങളാൽ മാത്രം പ്രചോദിതരും ആയവർ ആ നിർവൃതിയെ ഒരു പരിധിവരെ സുഗമമാക്കാൻ

കഴിയുന്ന ദേവതകളെക്കുറിച്ച് പഠിക്കുന്നു. അങ്ങനെ അവർ അവരെ ആരാധിക്കാൻ തുടങ്ങുന്നു. എന്നാൽ വേദങ്ങളിലെ ആചാരപ്രകാരമുള്ള പൂജാ പ്രക്രിയയിൽ, മൂന്ന് പ്രധാന കാര്യങ്ങൾ സംഭവിക്കുന്നു :

i. ദേവതകൾ അവന്റെ പ്രതിനിധിയായതിനാൽ അവർ പരോക്ഷമായി ദൈവവുമായി ബന്ധപ്പെട്ടിരിക്കുന്നു.
ii. വേദ ആരാധനാക്രമത്തിന്റെ ശക്തിയാൽ അവ ക്രമേണ ശുദ്ധീകരിക്കപ്പെടുന്നു.
iii. ഈ പ്രക്രിയയിൽ, തങ്ങളേക്കാൾ ഉയർന്ന യാഥാർത്ഥ്യത്തെക്കുറിച്ചും ജീവിതം എങ്ങനെ 'ഞാൻ', 'എന്റേത്' എന്നിവയിൽ കേന്ദ്രീകരിക്കപ്പെടരുതെന്നും അവർ മനസ്സിലാക്കുന്നു. എല്ലാവരുടെയും യജമാനനും അഭ്യുദയകാംക്ഷിയുമായ ദൈവത്തെ നമ്മുടെ ജീവിതത്തിന്റെ കേന്ദ്രമാക്കാൻ നാം പഠിക്കണം.

അങ്ങനെ, വിച്ഛേദിക്കപ്പെട്ടവരെ പരമാത്മാവുമായി ബന്ധിപ്പിക്കാൻ ദേവന്മാർ പ്രവർത്തിക്കുന്നു, പക്ഷേ പരോക്ഷമായ രീതിയിൽ, അവർ നൽകുന്ന എല്ലാ ആനുകൂല്യങ്ങളും ഭഗവാൻ കൃഷ്ണന്റെ അനുമതിക്ക് ശേഷമാണ് നൽകപ്പെടുന്നത്.

ഭഗവാൻ കൃഷ്ണൻ ഭഗവദ് ഗീതയിൽ (7.20-23) ഈ അസാധാരണ വ്യവസ്ഥയെ വിവരിക്കുന്നു : 'ഭൗതിക മോഹങ്ങളാൽ ബുദ്ധി നഷ്ടപ്പെട്ടവർ ദേവതകൾക്ക് കീഴടങ്ങുകയും സ്വന്തം സ്വഭാവമനുസരിച്ച് ആരാധനയുടെ പ്രത്യേക നിയമങ്ങളും ചട്ടങ്ങളും പാലിക്കുകയും ചെയ്യുന്നു. ഒരാൾ ഏതെങ്കിലും ദേവതയെ ആരാധിക്കാൻ ആഗ്രഹിക്കുമ്പോൾ, ആ പ്രത്യേക ദേവതയിൽ സ്വയം അർപ്പിക്കാൻ കഴിയുന്ന തരത്തിൽ ഞാൻ അവന്റെ വിശ്വാസം സ്ഥിരപ്പെടുത്തുന്നു. അത്തരമൊരു വിശ്വാസത്താൽ, അവൻ ഒരു പ്രത്യേക ദേവതയെ ആരാധിക്കാൻ ശ്രമിക്കുകയും അവന്റെ ആഗ്രഹങ്ങൾ നേടുകയും ചെയ്യുന്നു. എന്നാൽ യഥാർത്ഥത്തിൽ ഈ നേട്ടങ്ങൾ ഞാനാണ് നൽകുന്നത്.'

അങ്ങനെ, ദൈവം ഏകനാണെന്നും, മറ്റുള്ളവ എല്ലാം ഭൗതിക ലോകത്തിൽ കുടുങ്ങിക്കിടക്കുന്നവരുടെ പ്രയോജനത്തിനായി സാർവ്വത്രികകാര്യങ്ങൾനടപ്പിലാക്കുന്നതിനായിഅദ്ദേഹത്തിന്റെ പരമോന്നത നിർദ്ദേശപ്രകാരം പ്രവർത്തിക്കുന്ന ദേവതകളാണെന്നും മനസ്സിലാക്കാം.

## ചോദ്യം 38

# എന്തുകൊണ്ടാണ് നിങ്ങൾ ഭഗവാൻ ശ്രീകൃഷ്ണനെ ദൈവമായി കാണുന്നത്?

കാരണം, പുരാതന ഗ്രന്ഥങ്ങളും മഹത്ത് വ്യക്തികളും അങ്ങനെ പറയുന്നു.

ദൈവത്തെക്കുറിച്ചുള്ള നമ്മുടെ എല്ലാ വിവരങ്ങളും ഗ്രന്ഥങ്ങളുടെ പരാമർശങ്ങളാലും ഗ്രന്ഥങ്ങളിൽ നിന്ന് പഠിപ്പിക്കുന്ന അധ്യാപകരാലും സ്ഥിരീകരിക്കപ്പെടണം. വേദഗ്രന്ഥങ്ങൾ മാത്രമാണ് ആദിമകാലം മുതൽ നിലനിൽക്കുന്ന ഗ്രന്ഥങ്ങൾ, എന്നതാണ് പരമമായ സത്യം. വേദഗ്രന്ഥങ്ങളെക്കാൾ ഉയർന്ന വിശ്വാസ്യത മറ്റൊന്നിനുമില്ല.

സമ്പത്ത്, ശക്തി, ജ്ഞാനം, സൗന്ദര്യം, പ്രശസ്തി, ത്യാഗം എന്നീ ആറ് ശ്രേഷ്ഠതകളുള്ള വ്യക്തിയായി അവർ ദൈവത്തെ വസ്തുനിഷ്ഠമായി വിവരിക്കുന്നു. ഇവയിലൊന്നിന്റെ അംശം പോലും കൈവശം വച്ചിരിക്കുന്ന ആരിലും ആളുകൾ ആകർഷിക്കപ്പെടുന്നു. ഭഗവാൻ കൃഷ്ണൻ അക്ഷരാർത്ഥത്തിൽ അർത്ഥമാക്കുന്നത്, 'സർവ്വ ആകർഷണീയൻ' എന്നാണ്.

വേദപാരമ്പര്യത്തിൽ ഭഗവാൻ കൃഷ്ണൻ തന്റെ പരമോന്നത രൂപഭാവത്തിൽ ദൈവമായി, എല്ലാ ആകർഷണീയതയുടെയും മൂർത്തിയായി ആഘോഷിക്കപ്പെടുന്നതിൽ അതിശയിക്കാനില്ല.

അതെ, അല്ലാഹു, യഹോവ തുടങ്ങിയ പേരുകളാൽ സൂചിപ്പിച്ചിരിക്കുന്നതുപോലെ ദൈവം സർവ്വശക്തനും കരുണാനിധിയുമാണ്, എന്നാൽ അവന്റെ സർവ്വ ശക്തിയും കരുണയും അവനെ ഏവരിലും ആകർഷണീയനാക്കുന്നു. അവന്റെ എല്ലാ

ആകർഷണീയതയിലും എല്ലാ ശക്തിയും കരുണയും പോലെയുള്ള മറ്റെല്ലാ ദൈവിക ഗുണങ്ങളും ഉൾപ്പെടുന്നു.

എന്നിരുന്നാലും, ചിലർ കൃഷ്ണനെ ഒരു പ്രത്യേക പാരമ്പര്യത്താൽ ആരാധിക്കുന്ന ഒരു വിഭാഗീയ ദൈവമായി കണക്കാക്കുന്നു. യാഥാർത്ഥത്തിൽ, ഭഗവാൻ കൃഷ്ണന്റെ വേദങ്ങളുടെ വെളിപ്പെടുത്തലുകൾ മറ്റ് മതപാരമ്പര്യങ്ങളിലെ ദൈവങ്ങൾക്ക് വിരുദ്ധമല്ല. പക്ഷേ, ദൈവത്തിന് ആറ് ശ്രേഷ്ഠതകൾ ഉണ്ടെന്ന് വലിയ ദൈവിക മതങ്ങളൊന്നും നിഷേധിക്കുകയില്ല. ശ്രദ്ധേയമായി, ഈ പാരമ്പര്യങ്ങൾ വിദ്യാർത്ഥികളുടെ കഴിവ് അനുസരിച്ച് പഠിപ്പിക്കുന്നതിനാൽ അവ കൈവശമുള്ള ഒരു വ്യക്തിത്വത്തെയും വെളിപ്പെടുത്തുന്നില്ല,അല്ലാത്തപക്ഷംഅവർഅധ്യാപകനെതന്നെ നിരസിച്ചേക്കാം. നവജാതശിശുക്കൾക്ക്, അടിസ്ഥാന നിർദ്ദേശങ്ങൾ നൽകുന്നു, വളർന്നവർക്ക് വിപുലമായ നിർദ്ദേശങ്ങൾ നൽകുന്നു.

ധാരണയുടെ വ്യത്യസ്ത തലങ്ങളിൽ വ്യത്യസ്ത വ്യക്തികൾ ഉണ്ടെന്നും അവർക്ക് ഉൾക്കൊള്ളാൻ കഴിയുന്നത്ര മാത്രമേ നൽകാവൂ എന്നും വേദ പാരമ്പര്യം അംഗീകരിക്കുന്നതിനാൽ പല വേദഗ്രന്ഥങ്ങളും അദ്ദേഹത്തിന്റെ പേര് വെളിപ്പെടുത്തുന്നില്ല. ഭഗവദ് ഗീത, ശ്രീമദ് ഭാഗവതം, ഏതാനും പുരാണങ്ങൾ തുടങ്ങിയ ചില പുരോഗമന ഗ്രന്ഥങ്ങൾ മാത്രമാണ് ആ പരമോന്നത വ്യക്തിയുടെ യഥാർത്ഥ വ്യക്തിത്വം വെളിപ്പെടുത്തുന്നത്.

ഭഗവദ് ഗീതയുടെ അർത്ഥം 'ദൈവത്തിന്റെ ഗാനം' എന്നാണ്. ആരാണ് ആ പാട്ട് പാടിയതെന്ന് നമുക്കെല്ലാവർക്കും അറിയാം : ഭഗവാൻ ശ്രീകൃഷ്ണൻ.

സത്യത്തിൽ, താൻ പരമേശ്വരനാണെന്ന് ഭഗവാൻ കൃഷ്ണൻ തന്നെ പ്രഖ്യാപിക്കുന്നു. വേദസാഹിത്യവും ലോകസാഹിത്യവും വരെ തിരഞ്ഞാൽ മറ്റാരും ഈ അവകാശവാദം ഉന്നയിച്ചിട്ടില്ല.

## ഭഗവദ് ഗീതയിൽ നിന്നുള്ള ചില പരാമർശങ്ങൾ

'അല്ലയോ കുന്തിപുത്രാ, എല്ലാ ജീവജാലങ്ങളും ഈ ഭൗതിക പ്രകൃതിയിൽ ജന്മംകൊണ്ട് സാധ്യമായതാണെന്നും ഞാൻ അതിന് ഉത്ഭവം നൽകുന്ന പിതാവാണെന്നും മനസ്സിലാക്കണം.' (ഭഗവാൻ കൃഷ്ണൻ, ഭഗവദ് ഗീത 14.4)

'ഞാൻ ഈ പ്രപഞ്ചത്തിന്റെ താങ്ങും പിതാവും മാതാവും മുത്തശ്ശിയുമാണ്.' (ഭഗവാൻ കൃഷ്ണൻ, ഭഗവദ് ഗീത 9.17)

'പ്രപഞ്ചവ്യവസ്ഥ മുഴുവനും എന്റെ കീഴിലാണ്. എന്റെ ഹിതത്താൽ അത് വീണ്ടും വീണ്ടും പ്രകടമാവുകയും എന്റെ ഹിതത്താൽ അത് അവസാനം നശിപ്പിക്കപ്പെടുകയും ചെയ്യുന്നു.' (ഭഗവാൻ കൃഷ്ണൻ, ഭഗവദ് ഗീത 9.8)

'ഹേ അർജ്ജുനാ, ഞാൻ എല്ലാ അസ്തിത്വങ്ങളുടെയും ഉത്പാദിപ്പിക്കുന്ന ഉറവിടമാണ്. ഞാനില്ലാതെ ചലിക്കുന്നതോ ചലിക്കാത്തതോ ആയ ഒരു അസ്തിത്വവുമില്ല.' (ഭഗവാൻ കൃഷ്ണൻ, ഭഗവദ് ഗീത 10.39)

'ആത്മീയവും ഭൗതികവുമായ എല്ലാ ലോകങ്ങളുടെയും ഉറവിടം ഞാനാണ്. എല്ലാം എന്നിൽ നിന്നാണ് ഉത്ഭവിക്കുന്നത്. ഇത് നന്നായി അറിയുന്ന ജ്ഞാനികൾ എന്റെ ഭക്തിസേവനത്തിൽ മുഴുകുകയും പൂർണ്ണഹൃദയത്തോടെ എന്നെ ആരാധിക്കുകയും ചെയ്യുന്നു. (ഭഗവാൻ കൃഷ്ണൻ, ഭഗവദ് ഗീത 10.8)

'ഈ ലോകത്തിലെ ഭൗതികവും ആത്മീയവുമായ എല്ലാറ്റിന്റെയും ഉത്ഭവവും ലയനവും ഞാനാണെന്ന് നിശ്ചയമായും അറിയുക.' (ഭഗവാൻ കൃഷ്ണൻ, ഭഗവദ് ഗീത 7.6)

'ഞാൻ ചൂട് നൽകുന്നു, ഞാൻ തടഞ്ഞുനിർത്തി മഴ പെയ്യിക്കുന്നു.' (ഭഗവാൻ കൃഷ്ണൻ, ഭഗവദ് ഗീത 9.19)

'എന്റെ ഒരു അംശം കൊണ്ട് ഞാൻ ഈ പ്രപഞ്ചം മുഴുവൻ വ്യാപിക്കുകയും പിന്തുണയ്ക്കുകയും ചെയ്യുന്നു.' (ഭഗവാൻ കൃഷ്ണൻ, ഭഗവദ് ഗീത 10.42)

'ലോകത്തിന്റെ മുഴുവൻ അന്ധകാരത്തെ അകറ്റുന്ന സൂര്യന്റെ തേജസ്സ് എന്നിൽ നിന്നാണ്. ചന്ദ്രന്റെ തേജസ്സും അഗ്നിയുടെ തേജസ്സും എന്നിൽ നിന്നാണ്.' (ഭഗവാൻ കൃഷ്ണൻ, ഭഗവദ് ഗീത 15.12)

'ഞാൻ ഓരോ ഗ്രഹത്തിലേക്കും പ്രവേശിക്കുന്നു, എന്റെ ഊർജ്ജത്താൽ അവർ ഭ്രമണപഥത്തിൽ തുടരുന്നു.' (ഭഗവാൻ കൃഷ്ണൻ, ഭഗവദ് ഗീത 15.13)

'എന്റെ ഊർജ്ജങ്ങളിൽ ഒന്നായ ഈ ഭൗതികപ്രകൃതി എന്റെ മാർഗ്ഗനിർദ്ദേശത്തിനു കീഴിലാണ് പ്രവർത്തിക്കുന്നത്.' (ഭഗവാൻ കൃഷ്ണൻ, ഭഗവദ് ഗീത 9.10)

'അർജ്ജുനാ, എല്ലാ ജീവജാലങ്ങളുടെയും ഹൃദയങ്ങളിൽ ഇരിക്കുന്ന മഹാത്മാവാണ് ഞാൻ, എല്ലാ ജീവജാലങ്ങളുടെയും ആരംഭവും മധ്യവും അവസാനവുമാണ് ഞാൻ.' (ഭഗവാൻ കൃഷ്ണൻ, ഭഗവദ് ഗീത 10.20)

'എനിക്കപ്പുറം ഒരു സത്യവുമില്ല. ഒരു നൂലിൽ മുത്തുകൾ ഇട്ടിരിക്കുന്നതുപോലെ എല്ലാം എന്നിൽ അധിവസിക്കുന്നു.' (ഭഗവാൻ കൃഷ്ണൻ, ഭഗവദ് ഗീത 7.7)

'ഹേ അർജ്ജുനാ, ഭൂതകാലത്തിൽ നടന്നതും വർത്തമാന കാലത്തിൽ നടക്കുന്നതും ഇനി വരാനിരിക്കുന്നതുമായ എല്ലാ കാര്യങ്ങളും ഞാൻ അറിയുന്നു. എല്ലാ ജീവജാലങ്ങളെയും എനിക്കറിയാം.' (ഭഗവാൻ കൃഷ്ണൻ, ഭഗവദ് ഗീത 7.26)

'നീയും ഞാനും ഒരുപാട് ജന്മങ്ങൾ കടന്നുപോയി. എനിക്ക് അവരെയെല്ലാം ഓർക്കാൻ കഴിയും, പക്ഷേ നിങ്ങൾക്ക് കഴിയില്ല!' (ഭഗവാൻ കൃഷ്ണൻ, ഭഗവദ് ഗീത 4.5)

'മറ്റ് ദൈവങ്ങളുടെ ഭക്തരും അവരെ വിശ്വാസത്തോടെ ആരാധിക്കുന്നവരും യഥാർത്ഥത്തിൽ, എന്നെ മാത്രമേ ആരാധിക്കുന്നുള്ളൂ, അല്ലയോ കുന്തിപുത്രാ പക്ഷേ അവർ അത് തെറ്റായ രീതിയിൽ ചെയ്യുന്നു. എല്ലാ ത്യാഗങ്ങളുടെയും ആസ്വാദകനും യജമാനനും ഞാൻ മാത്രമാണ്. അതിനാൽ, എന്റെ യഥാർത്ഥ അതീന്ദ്രിയ സ്വഭാവം തിരിച്ചറിയാത്തവർ തളർന്നു പോകുന്നു.' (ഭഗവാൻ കൃഷ്ണൻ, ഭഗവദ് ഗീത 9.24)

**മറ്റ് തിരുവെഴുത്തുകളിൽ നിന്നുള്ള പരാമർശങ്ങൾ**

ജീവജാലങ്ങളുടെ ആദ്യ സൃഷ്ടിയായ ബ്രഹ്മാവ് ബ്രഹ്മ സംഹിതയിൽ പറയുന്നു :

'ഗോവിന്ദൻ എന്നറിയപ്പെടുന്ന കൃഷ്ണൻ പരമമായ ദൈവമാണ്. ശാശ്വതമായ ആനന്ദപൂർണ്ണമായ ആത്മീയ ശരീരമുണ്ട്. അവനാണ് എല്ലാറ്റിന്റെയും ഉത്ഭവം. അവന് മറ്റൊരു ഉത്ഭവവുമില്ല, എല്ലാ കാരണങ്ങളുടെയും പ്രധാന കാരണം അവനാണ്.' (ബ്രഹ്മ സംഹിത 5.1)

രാമൻ, ബലരാമൻ, വാമനൻ, നരസിംഹം, വിഷ്ണു എന്നിങ്ങനെ ഭഗവാന്റെ വിവിധ അവതാരങ്ങളെ വിവരിച്ച ശേഷം ശുകദേവ ഗോസ്വാമി പറയുന്നു :

'മേൽപ്പറഞ്ഞ അവതാരങ്ങളെല്ലാം ഒന്നുകിൽ ഭഗവാന്റെ പൂർണ്ണ ഭാഗങ്ങൾ അല്ലെങ്കിൽ പൂർണ്ണ ഭാഗങ്ങളുടെ ഭാഗങ്ങളാണ്, എന്നാൽ ഭഗവാൻ കൃഷ്ണനാണ് ഈശ്വരന്റെ യഥാർത്ഥ വ്യക്തിത്വം.' (ശ്രീമദ് ഭാഗവതം 1.3.28)

ഗീതാമാഹാത്മ്യത്തിൽ പരമശിവൻ പറയുന്നു :

'ഏകദൈവം-ദേവകിയുടെ പുത്രനായ കൃഷ്ണൻ.' (ശ്ലോകം 7)

പത്മപുരാണത്തിൽ ഇങ്ങനെ പറയുന്നു :

'വെളിപ്പെടുത്തപ്പെട്ട എല്ലാ ഗ്രന്ഥങ്ങളെയും സൂക്ഷ്മമായി പരിശോധിച്ച് വീണ്ടും വീണ്ടും വിധിക്കുന്നതിലൂടെ, നാരായണനാണ് പരമമായ സത്യമെന്നും അതിനാൽ അവനെ മാത്രമേ ആരാധിക്കാവൂ എന്നും ഇപ്പോൾ നിഗമനം ചെയ്യുന്നു.'

സ്കന്ദപുരാണം ഇങ്ങനെ പറയുന്നു :

'അന്ധകാരവും, ആപത്തുകളും നിറഞ്ഞ, ജനനവും, മരണവും, വ്യത്യസ്തമായ ഉത്കണ്ഠകളും നിറഞ്ഞ ഭൗതിക ലോകത്ത്, മഹത്തായ കെണിയിൽ നിന്ന് കരകയറാനുള്ള ഒരേയൊരു മാർഗ്ഗം ഭഗവാൻ വാസുദേവനോടുള്ള സ്നേഹപൂർവ്വമായ അതീന്ദ്രിയ ഭക്തി സേവനം സ്വീകരിക്കുക എന്നതാണ്.'

നാരദൻ, അസിത, ദേവാല, പരാശരൻ, ബ്രഹ്മാവ്, ശിവൻ തുടങ്ങിയ മഹാരഥന്മാരാൽ കൃഷ്ണന്റെ ഈശ്വര സ്ഥാനം ഉറപ്പിക്കപ്പെടുന്നു.

കൂടാതെ, വേദങ്ങളിൽ, ഏതെങ്കിലും വ്യക്തി സംസാരിക്കുമ്പോഴെല്ലാം അവരുടെ പേര് പരാമർശിക്കുന്നത് കാണാം. ഉദാഹരണത്തിന്, ഇന്ദ്രൻ സംസാരിക്കുമ്പോൾ, 'ഇന്ദ്ര ഉവാച' എന്ന് പരാമർശിക്കുന്നു, അതായത്, 'ഇന്ദ്രൻ സംസാരിച്ചു.' ശിവൻ സംസാരിക്കുമ്പോൾ, അത് 'രുദ്ര ഉവാച' എന്നും മറ്റും പറയുന്നു. എന്നാൽ ശ്രീകൃഷ്ണനോ അവന്റെ ഏതെങ്കിലും അവതാരങ്ങളോ സംസാരിക്കുമ്പോഴെല്ലാം അവരുടെ പേരുകൾ പരാമർശിക്കപ്പെടുന്നില്ല. പകരം 'ശ്രീ ഭഗവാൻ ഉവാച' അതായത് 'ദൈവം സംസാരിച്ചു', എന്ന് പരാമർശിക്കുന്നു. അതിനാൽ സാമാന്യബുദ്ധിക്ക് പോലും ഭഗവാൻ കൃഷ്ണന്റെ മാഹാത്മ്യം തെളിയിക്കാൻ കഴിയും.

ചോദ്യം 39

## ആത്മീയത അന്ധമായ വിശ്വാസമല്ലേ ആവശ്യപ്പെടുന്നത്?

ഇല്ല, ആത്മീയത ആവശ്യപ്പെടുന്നത് അന്ധമായ വിശ്വാസമല്ല, മറിച്ച് 'വിവേകപൂർവ്വമായ വിശ്വാസമാണ്'.

വിവേകപൂർവ്വമായ വിശ്വാസം എന്നതിന്റെ അർത്ഥം, 'ഞാൻ ഒരു കാര്യത്തെക്കുറിച്ച് കേട്ടിട്ടുണ്ട്. ഞാനതൊന്ന് പരീക്ഷിക്കട്ടെ. ശരിയാകുന്നില്ലായെങ്കിൽ, എനിക്ക് എപ്പോൾ വേണമെങ്കിലും അത് ഉപേക്ഷിക്കാം'.

അന്ധവിശ്വാസം എന്നാൽ, 'ഞാൻ ഒരു കാര്യത്തെക്കുറിച്ച് കേട്ടിട്ടുണ്ട്, പക്ഷേ അതിനെപ്പറ്റി അന്വേഷിക്കാതെ ഞാൻ അത് ഉടൻതന്നെ നിരസിക്കുന്നു'.

അന്ധമായ സ്വീകാര്യത മോശമാണ്, എന്നാൽ അന്ധമായ തിരസ്കരണവും ഒരുപോലെ മോശമാണ്. യഥാർത്ഥത്തിൽ, ഇത് മോശമാണ്, കാരണം ഒരു അപൂർവ്വ വജ്രം നമുക്ക്, ഉടഞ്ഞ ചില്ലു കഷണങ്ങൾക്ക് സമാനമായി നഷ്ടമായേക്കാം.

'വിവേകപൂർവ്വമായ വിശ്വാസം പുതിയ കാര്യമല്ല. നമ്മുടെ ദിനചര്യകൾ ശ്രദ്ധാപൂർവ്വം പരിശോധിച്ചാൽ, ജീവിതത്തിന്റെ എല്ലാ മേഖലകളിലും നാം അത് പ്രയോഗിക്കുന്നതായി കാണാം. വാസ്തവത്തിൽ, നമ്മുടെ ജീവിതം ആരംഭിക്കുന്നത് വിവേക പൂർവ്വമായ വിശ്വാസത്തോടെയാണ്. നമ്മൾ ജനിക്കുമ്പോൾ, നമ്മുടെ പിതാവ് ആരാണെന്ന് നമുക്ക് അറിയില്ല. അദ്ദേഹം ആരാണെന്ന് നമ്മുടെ അമ്മയിൽ നിന്ന് നമ്മൾ കേൾക്കുകയും, നമ്മൾ അമ്മയെ വിശ്വസിക്കുകയും ചെയ്യുന്നു. ഇനി അന്ധമായ വിശ്വാസ

ത്തെക്കുറിച്ച് പറഞ്ഞാൽ ഇതും അന്ധവിശ്വാസം തന്നെയല്ലേ, അത് തെളിയിക്കാൻ നമുക്ക് നേരിട്ടുള്ള തെളിവുകളില്ലല്ലോ? വിശ്വസനീയമായ ഉറവിടത്തിൽ നിന്ന് കേൾക്കുന്നതിനാൽ ഇതിനെ വിവേകപൂർവ്വമായ വിശ്വാസം എന്ന് വിളിക്കുന്നു. വേണമെങ്കിൽ ഡിഎൻഎ ടെസ്റ്റ് നടത്തി പരിശോധിക്കാം.

നമ്മൾ ഒരു കൂലിക്ക് ഓടുന്ന വണ്ടിയിൽ കയറുമ്പോൾ, വാഹനമോടിക്കുന്നയാൾക്ക് ലൈസൻസ് ഉണ്ടോ എന്നും വാഹനമോടിക്കാൻ അറിയാമോ എന്നും നമ്മൾ പരിശോധിക്കാറില്ല. അവൻ നമ്മെ ലക്ഷ്യസ്ഥാനത്ത് എത്തിക്കുമെന്ന് നമ്മൾ വിശ്വസിക്കുന്നു.

ഒരു പ്രത്യേക സ്ഥലത്തെ ഭക്ഷണം നല്ലതാണെന്ന് കേട്ടിട്ടാണ് നമ്മൾ ഹോട്ടലുകളിലും റെസ്റ്റോറന്റുകളിലും പോകുന്നത്. നമ്മൾ പോയി അത് പരീക്ഷിച്ചുനോക്കിയ ശേഷം നമ്മുടെ അനുഭവങ്ങളെ അടിസ്ഥാനമാക്കി ഒരു നിഗമനത്തിലെത്തുന്നു. ഭക്ഷണം മലിനമല്ലെന്ന് വിശ്വസിക്കുന്നു, എന്നാൽ അത് മലിനമാകാൻ സാധ്യതയുണ്ട്. പക്ഷേ നമ്മൾ അങ്ങനെ വിശ്വസിക്കുന്നു.

ഈ വിശ്വാസമില്ലാതെ നമുക്ക് ഒരിഞ്ച് പോലും മുന്നോട്ട് പോകാൻ കഴിയില്ല, അല്ലാത്തപക്ഷം നമ്മൾ നിരന്തരം ഭയത്തോടെ ജീവിക്കുകയും ഭ്രാന്തനാകുകയും ചെയ്യും എന്നതാണ് സത്യം.

മുന്നോട്ട് പോകാനുള്ള ഏറ്റവും നല്ല മാർഗ്ഗം, എല്ലാത്തിലും ഒരു പരിധിവരെ വിശ്വാസം ഉണ്ടായിരിക്കുക എന്നതാണ്. ഇത് ന്യായമാണ്, കാരണം നമുക്ക് എല്ലാം പരിശോധിക്കാൻ കഴിയില്ല.

ആത്മീയ ജീവിതത്തിനും ഇതേ യുക്തി ബാധകമാണ്. 'ആരെങ്കിലും എന്തെങ്കിലും പഠിപ്പിക്കുന്നുണ്ടെങ്കിൽ, അത് എന്റെ ജീവിതത്തിൽ പ്രയോഗിക്കാൻ ശ്രമിക്കട്ടെ, അതിന്റെ ആധികാരികത പരീക്ഷിക്കട്ടെ' എന്ന് ശരിയായ അധികാരികളിൽ നിന്ന് കേട്ട് നമുക്ക് മുന്നോട്ട് പോകാം.

ചിലപ്പോൾ ചില ആളുകൾ ശാസ്ത്ര വിദ്യാർത്ഥികളാണെന്ന് പറഞ്ഞുകൊണ്ട് ആത്മീയ സത്യങ്ങളെ വ്യാജമോ യുക്തിരഹിതമോ ആയി നിരാകരിക്കുന്നു. എന്നിരുന്നാലും, അവ ശാസ്ത്രീയമല്ല, കാരണം ഒരു സിദ്ധാന്തം അംഗീകരിക്കുകയോ നിരസിക്കുകയോ ചെയ്യുന്നതിന് മുമ്പ് അത് ആറ് ഘട്ടങ്ങളിലൂടെ കടന്നുപോകണമെന്ന് ശാസ്ത്രം പറയുന്നു : ലക്ഷ്യം, ഉപകരണം,

സിദ്ധാന്തം, നിരീക്ഷണം, കണക്കുകൂട്ടൽ, നിഗമനം. ഒരു സിദ്ധാന്തം പരിശോധിച്ചാൽ മാത്രമേ അത് യഥാർത്ഥമാണോ അല്ലയോ എന്ന് തീരുമാനിക്കാനുള്ള അവകാശം നമുക്കുണ്ടാകൂ.

അതിനാൽ, ജീവിതത്തിൽ എല്ലാം ഉടനടി നിരസിക്കാതെ യുക്തിസഹമായ വിശ്വാസം അർപ്പിച്ചു നോക്കാം, ആത്മീയ ജീവിതം അതിനൊരു അപവാദമായിരിക്കരുത്. ഗ്രന്ഥങ്ങളിൽ പറഞ്ഞിരിക്കുന്ന തത്ത്വങ്ങൾ പ്രയോഗിക്കുകയും അവ പ്രവർത്തിക്കുന്നുണ്ടോയെന്ന് നോക്കുകയും ചെയ്യാം. ഇല്ലെങ്കിൽ, അവരെ ഉപേക്ഷിക്കുക. എന്നാൽ ശ്രമിക്കാതെ ഉപേക്ഷിക്കുന്നത് അശാസ്ത്രീയവും യുക്തിവിരുദ്ധവുമാണ്.

മധുരപലഹാരത്തിന്റെ തെളിവ് കഴിക്കുന്നതിലാണ്.

നാം കേൾക്കുന്നതിനെ അടിസ്ഥാനമാക്കിയുള്ള പരീക്ഷണങ്ങൾ നടത്തുമ്പോൾ, നമുക്ക് തിരിച്ചറിവുകൾ ലഭിക്കുന്നു, ആ തിരിച്ചറിവുകൾ നമ്മുടെ വിശ്വാസം വർദ്ധിപ്പിക്കുന്നു. നമ്മുടെ ജീവിതത്തിൽ മറ്റെല്ലായിടത്തും പ്രയോഗിക്കുന്ന വിശ്വാസത്തിന്റെ അതേ യുക്തിയാണ് ആത്മീയ ജീവിതത്തിനും വേണ്ടത്.

## ചോദ്യം 40

# രാവണൻ സീതയെ തട്ടിക്കൊണ്ടുപോയെങ്കിലും ഒരിക്കലും അവളുടെമേൽ ബലപ്രയോഗം നടത്തിയിട്ടില്ല. അപ്പോൾ അദ്ദേഹം മാന്യനായിരുന്നില്ലേ?

സീതയെ തട്ടിക്കൊണ്ടുപോയി ദീർഘകാലം തടവിലാക്കിയിട്ടും രാവണൻ അവളെ സ്പർശിക്കുകയോ അവളുടെമേൽ ബലപ്രയോഗമോ നടത്തിയിട്ടില്ല എന്നതിനാൽ രാവണൻ മഹത്തായ വ്യക്തിത്വവും ധാർമ്മികനുമാണെന്ന് മതപാരമ്പര്യത്തിന്റെ വിശാലമനസ്കരായ അനുയായികൾ എന്ന് വിളിക്കപ്പെടുന്ന പലരും പ്രഖ്യാപിക്കുന്നു. എന്നിരുന്നാലും, ശ്രീരാമൻ ഇല്ലാതിരിക്കുമ്പോൾ വേഷംമാറി വന്ന് സീതയെ തട്ടിക്കൊണ്ടുപോകുമ്പോൾ അദ്ദേഹത്തിന്റെ മാന്യമായ പെരുമാറ്റത്തിന്റെ വ്യാജ മൂടുപടം നീങ്ങുന്നു.

ആറ് തരം അക്രമികളെയാണ് വേദഗ്രന്ഥങ്ങൾ വിവരിക്കുന്നത്, അത്തരം ആളുകൾ നിയമത്തിന്റെ ഏറ്റവും കഠിനമായ ശിക്ഷയ്ക്ക് അർഹരാണ്. ധർമ്മ പെരുമാറ്റച്ചട്ടങ്ങൾ അനുസരിച്ച് അവർക്ക് ശിക്ഷ നൽകുന്നതിൽ പാപമില്ല.

ആറ് അക്രമികൾ : (1) വീടിന് തീയിടുന്നയാൾ; (2) മാരകായുധങ്ങൾ ഉപയോഗിച്ച് ആക്രമിക്കുന്നയാൾ; (3) വിഷം കൊടുക്കുന്നയാൾ; (4) ഒരാളുടെ സാധനങ്ങൾ മോഷ്ടിക്കുന്നവൻ; (5) ഒരാളുടെ സമ്പത്ത് മോഷ്ടിക്കുന്നവൻ; കൂടാതെ (6) ഒരാളുടെ ഭാര്യയെ തട്ടിക്കൊണ്ടുപോകുന്നവൻ.

ധർമ്മമനുസരിച്ച്, ഒരു മാന്യനല്ല രാവണൻ ഒരു കുറ്റവാളിയാണ്.

ഇത്രയും കാലം സീത തന്റെ തടവിലായിരുന്നിട്ടും അവൻ അവളെ സ്പർശിക്കാതിരുന്നത് അവന്റെ മാന്യമായ പെരുമാറ്റത്തിന്റെ പ്രകടനമല്ല, മറിച്ച് അവന്റെ ജീവനെക്കുറിച്ചുള്ള ഭയമായിരുന്നു.

ആഗ്രഹിച്ചിട്ടും സീതയെ തൊടാൻ അവന് കഴിഞ്ഞില്ല. രാമായണത്തിൽ അദ്ദേഹത്തിന്റെ മന്ത്രിയുമായി ഒരു സംഭാഷണമുണ്ട്, 'എന്തുകൊണ്ട് ബലപ്രയോഗത്തിലൂടെ അവളെ കീഴ്പ്പെടുത്തിക്കൂടാ? എന്താണ് നിങ്ങളെ തടയുന്നത്?'

രാവണൻ പറയുന്നു, 'എനിക്കും അതിനാഗ്രഹമുണ്ട്, പക്ഷേ എന്റെ തലയിൽ ശാപമുള്ളതിനാൽ എനിക്ക് കഴിയില്ല.'

എന്തായിരുന്നു ആ ശാപം?

രാവണൻ ചെയ്യാത്തതായി ഒരു പാപവുമില്ല, ബ്രഹ്മാവിൽ നിന്ന് അധികാരം നേടിയ ശേഷം, പ്രദേശങ്ങൾ പിടിച്ചടക്കുകയും നിരപരാധികളെ കൊല്ലുകയും സ്ത്രീകളെ തട്ടിക്കൊണ്ടുപോയി ഉപദ്രവിക്കുകയും ചെയ്തുകൊണ്ട് മൂന്ന് ലോകങ്ങളിലും ആക്രമണം നടത്തി.

ഒരിക്കൽ, അവൻ സ്വർഗ്ഗത്തിൽ പോയി അവിടുത്തെ നിവാസികളെ ഭയപ്പെടുത്തുമ്പോൾ, സ്വർഗ്ഗത്തിലെ ഏറ്റവും സുന്ദരിയായ രംഭ എന്ന സ്ത്രീയെ കണ്ടു. രാവണന്റെ അനന്തരവൻ നളകുബേരയുടെ, അതായത് രാവണന്റെ സഹോദരതുല്യനായ കുബേരന്റെ മകന്റെ ഭാര്യ ആയിരുന്നിട്ടും അയാൾ അവളിൽ അഭിരമിക്കുകയും അവളെ സ്വന്തമാക്കാൻ ആഗ്രഹിക്കുകയും ചെയ്തു.

രംഭ രക്ഷപെടാൻ ശ്രമിച്ചപ്പോൾ രാവണൻ അവളെ പിന്തുടർന്ന് ഉപദ്രവിച്ചു. നളകുബേരൻ ഇതറിഞ്ഞപ്പോൾ, അദ്ദേഹം നിസ്സഹായനും തകർന്നുപോവുകയും ചെയ്തു, പക്ഷേ ശക്തനായ അസുരനെതിരെ തനിക്ക് കാര്യമായൊന്നും ചെയ്യാൻ കഴിയില്ലെന്ന് അറിയാമായിരുന്നു. അതിനാൽ ഭാവിയിൽ ഇത്തരമൊരു പ്രവൃത്തി ആവർത്തിക്കാതിരിക്കാൻ അദ്ദേഹം അവനെ ശപിച്ചു.

'രാവണൻ വീണ്ടും എപ്പോഴെങ്കിലും മറ്റൊരു സ്ത്രീയെ അവളുടെ ഇഷ്ടത്തിന് വിരുദ്ധമായി തൊടാൻ ശ്രമിച്ചാൽ അവന്റെ തല ആയിരം കഷണങ്ങളായി പൊട്ടിത്തെറിക്കും, അവൻ മരിച്ചു വീഴും' എന്ന് അദ്ദേഹം ശപിച്ചു.

സ്വർഗ്ഗീയരുടെ ശാപം ഫലിക്കുമെന്ന് രാവണന് അറിയാമായിരുന്നു, അവൻ അത് ഓർത്തു. അങ്ങനെ, അവൻ ആഗ്രഹിച്ചിട്ടും സീതയെ കീഴടക്കാൻ കഴിഞ്ഞില്ല.

## ചോദ്യം 41

# കർമ്മഫലം എന്നത് ശാസ്ത്രീയമാണോ?

അതെ, അല്ല. 'അതെ' എന്ന അർത്ഥത്തിൽ കർമ്മഫലം (എല്ലാ പ്രവർത്തനത്തിനും തുല്യവും അനുരൂപവുമായ പ്രതിപ്രവർത്തനം ഉണ്ട്) ആധുനിക ശാസ്ത്രം കണ്ടെത്തിയ പ്രകൃതിയുടെ മറ്റ് നിയമങ്ങൾ പോലെയാണ്, നാം ജീവിക്കുന്ന ലോകത്തെ നിയന്ത്രിക്കുന്ന അടിസ്ഥാന തത്വം. 'അല്ല' എന്ന അർത്ഥത്തിൽ ശാസ്ത്രത്തിന്റെ പരിധിക്കപ്പുറമുള്ള ബോധം, സ്വതന്ത്ര ഇച്ഛാശക്തി, പ്രേരണ തുടങ്ങിയ അളവുകോലാകാത്ത പരിധികളുടെ പ്രതിപ്രവർത്തനം ഇതിൽ ഉൾപ്പെടുന്നു.

സൂക്ഷ്മതലം മുതൽ കണ്ണിന് കാണാവുന്ന തലം വരെയുള്ള ഏത് തരത്തിലുള്ള ഇടപെടലിനും പ്രകൃതി നിയമങ്ങൾ അനുസരിക്കുന്നു എന്ന് ശാസ്ത്രം കണ്ടെത്തി. വാസ്തവത്തിൽ, ശ്രേഷ്ഠമായ ഭൗതിക ശാസ്ത്രം പ്രകൃതിയുടെ നിയമങ്ങളുടെ പഠനവും പ്രയോഗവുമാണ്. നിയമങ്ങൾ പ്രകൃതിയെ എല്ലാം നിയന്ത്രിക്കുന്നുവെങ്കിൽ, മനുഷ്യൻ മാത്രമാണ് നിയമത്തിൽ നിന്ന് ഒഴിവാക്കപ്പെട്ട വിചിത്ര മനുഷ്യൻ എന്ന് അവകാശപ്പെടുന്നത് തികച്ചും അശാസ്ത്രീയമായിരിക്കില്ലേ? തീർച്ചയായും, മനുഷ്യർക്ക് ബോധവും സ്വതന്ത്ര ഇച്ഛയും പോലുള്ള സൂക്ഷ്മമായ ഗുണങ്ങളുണ്ട്, അവ നിർജ്ജീവമായ പദാർത്ഥത്തിന് ഇല്ലാത്തതാണ്, കൃത്യമായി വിവേചിക്കാനും അളക്കാനും വിശദീകരിക്കാനുമുള്ള ഈ കഴിവ് ശ്രേഷ്ഠമായ ഭൗതികശാസ്ത്രത്തിന്റെ കഴിവിന് അപ്പുറമാണ്. എന്നിരുന്നാലും, ഒരു പ്രതിഭാസത്തെ വിശദീകരിക്കാനുള്ള ശ്രേഷ്ഠമായ ഭൗതിക ശാസ്ത്രത്തിന്റെ കഴിവില്ലായ്മ ആ പ്രതിഭാസത്തെ യാന്ത്രികമായി നിലവിലില്ലാത്തതോ അശാസ്ത്രീയമോ ആക്കുന്നുണ്ടോ? ബോധ

ത്തിന്റെ യാഥാർത്ഥ്യം അനിഷേധ്യമാണ്; നമുക്കെല്ലാവർക്കും അത് സ്വയം അനുഭവിച്ച യാഥാർത്ഥ്യമായി അതറിയാം. ബോധത്തിന്റെ അസ്തിത്വം നിഷേധിക്കുന്ന സന്ദേഹവാദികൾക്ക് പോലും അത് നിഷേധിക്കാൻ കഴിയുന്നത് അവർ ബോധമുള്ള വരായതുകൊണ്ടാണ്.

സത്യത്തിൽ, ശാസ്ത്രം എന്നാൽ കാര്യങ്ങൾ യാഥാർത്ഥ്യ മായി അറിയുക എന്നതാണ്. ഒരു മാവിന്റെ വിത്ത് വിതച്ചാൽ അതിൽ നിന്ന് ഒരു മാവ് വളരുന്നതായി നമുക്ക് കാണാൻ കഴിയും. ഇത് ശാസ്ത്രീയമാണ്, കർമ്മഫലവും പറയുന്നത് നമ്മൾ വിതയ്ക്കുന്നതുപോലെ തന്നെ കൊയ്യും എന്നാണ്. അതെ, കർമ്മഫലം ശാസ്ത്രീയവും ശാസ്ത്രത്തിന് അതീതവുമാണ്, കാരണം ഒരു അദൃശ്യ ശക്തിയുടെ സാന്നിധ്യവും ദിശയും കൂടാതെ ഒരു ചെറിയ വിത്ത് എങ്ങനെ ഒരു വലിയ വൃക്ഷമായി മാറുന്നു വെന്ന് മനസ്സിലാക്കാൻ പ്രയാസമാണ്. ശാസ്ത്രത്തിന് പരിമിതി കളുണ്ടെന്ന വസ്തുത നാം അംഗീകരിക്കണം, അത് തെളിയിക്കാൻ കഴിയാത്തതിനാൽ അത് സത്യമല്ലെന്ന് അർത്ഥമാകുന്നില്ല. ജീവിതകാലം മുഴുവൻ കിണറ്റിനുള്ളിൽ കഴിച്ചുകൂട്ടിയ കിണറ്റി നപ്പുറം ഒന്നുമില്ലെന്ന നിഗമനത്തിലെത്തിയ കിണറ്റിലെ തവള കളെപ്പോലെയാണ് നമ്മൾ. ഒരാളിൽ ആഴത്തിൽ വേരൂന്നിയ അഹങ്കാരത്തിൽ നിന്നുമാണ് തങ്ങൾ ഈ പ്രപഞ്ചത്തിന്റെ കേന്ദ്രമാണെന്ന് തോന്നിപ്പിക്കുന്നത്. നമ്മുടെ പരിമിതവും അപൂർണ്ണവുമായ ഇന്ദ്രിയങ്ങൾ ഉപയോഗിച്ച്, നമുക്ക് ഒരിക്കലും ഭഗവാന്റെ പൂർണ്ണമായ സൃഷ്ടിയെയും അതിനെ നിയന്ത്രിക്കുന്ന അത്യുന്നതമായ നിയമങ്ങളെയും മനസ്സിലാക്കാൻ കഴിയില്ല.

## ചോദ്യം 42

# ആചാരങ്ങളുടെ ആവശ്യകത എന്താണ്? ദൈവവിചാരമുണ്ടായാൽ മാത്രം പോരേ?

ദൈവത്തെക്കുറിച്ച് ചിന്തിക്കാനും അവനോടുള്ള നന്ദി പ്രകടിപ്പിക്കാനുമുള്ള അനിവാര്യമായ ബാഹ്യ മാർഗ്ഗമാണ് ആചാരങ്ങൾ. അവ നമ്മുടെ ബോധത്തെ പരമോന്നതവുമായി ബന്ധിപ്പിക്കുന്ന മാധ്യമമാണ്.

ആരെങ്കിലും നമ്മോട് 'ഞാൻ നിന്നെ സ്നേഹിക്കുന്നു, ഞാൻ നിന്നെ സ്നേഹിക്കുന്നു' എന്ന് പറഞ്ഞുകൊണ്ടിരിക്കുന്നു, എന്നാൽ കുത്തിയിരുപ്പല്ലാതെ മറ്റൊന്നും ചെയ്യുന്നില്ലെന്നും സങ്കൽപ്പിക്കുക! നമുക്ക് ഒരു ഗ്ലാസ് വെള്ളം തരാൻ ആ വ്യക്തിയോട് ആവശ്യപ്പെട്ടപ്പോൾ, ആ വ്യക്തി 'ഇല്ല' എന്ന് പറയുന്നു, എന്നാൽ അവൻ നമ്മെ സ്നേഹിക്കുന്നുവെന്ന് പറഞ്ഞുകൊണ്ടേയിരിക്കുന്നു. അത് കാപട്യമല്ലേ? തീർച്ചയായും അതെ. നമുക്ക് ആരോടെങ്കിലും സ്നേഹം തോന്നുന്നുവെങ്കിൽ, എന്തുകൊണ്ട് അത് നമ്മുടെ പ്രവൃത്തിയിലൂടെ പ്രകടിപ്പിക്കുന്നില്ല? എല്ലാത്തിനുമുപരി, പ്രവൃത്തികൾ വാക്കുകളേക്കാൾ ഉച്ചത്തിൽ സംസാരിക്കുന്നു, തീർച്ചയായും ചിന്തകളേക്കാൾ ഉച്ചത്തിൽ.

ആചാരങ്ങളിൽ വിരസതയോ ആശങ്കയോ തോന്നുകയാണെങ്കിൽ, അവ മതത്തിൽ മാത്രം ഒതുങ്ങുന്നതല്ലെന്ന് നാം മനസ്സിലാക്കണം. അവ ജീവിതത്തിന്റെ എല്ലാ മേഖലകളിലും വ്യാപിക്കുന്നു. നമുക്ക് രണ്ട് ഉദാഹരണങ്ങൾ പരിഗണിക്കാം :

1. നമ്മൾ ഒരു അപരിചിതനെ കണ്ടുമുട്ടുമ്പോൾ, കൈനീട്ടി, 'നിങ്ങളെ കണ്ടതിൽ എനിക്ക് സന്തോഷമുണ്ട്'

എന്ന് പറയുന്ന ചടങ്ങ്, സൗഹാർദ്ദവും ഊഷ്മളതയും പ്രകടിപ്പിക്കാനുള്ള നമ്മുടെ ആഗ്രഹത്തിന് മൂർത്തവും തിരിച്ചറിയാവുന്നതും വിലമതിക്കാനാവാത്തതുമായ രൂപം നൽകുന്നു.

2. ഒരു ജന്മദിനത്തിൽ, മെഴുകുതിരി ഊതി കേക്ക് മുറിക്കുന്ന ചടങ്ങ് ആഘോഷത്തിന്റെ ഘടനയും ആവേശവും കൊണ്ടു വരുന്നു.

മെഴുകുതിരി ഊതാതെ പിറന്നാൾ ആഘോഷം അപൂർണ്ണമാണെന്ന് പലരും കരുതുന്നു, എന്നിരുന്നാലും മെഴുകുതിരി ഊതലിന് ജന്മദിനവുമായി ആന്തരികമായ ബന്ധമില്ല. ആചാരം ഒരു സന്ദർഭത്തിന്റെ യാഥാർത്ഥ്യവുമായി ആന്തരികമായി ബന്ധപ്പെട്ടിരുന്നെങ്കിൽ, ആ അവസരത്തിൽ അത് എത്രത്തോളം ആവശ്യമാണ്? ഉദാഹരണത്തിന്, ഒരു വിശുദ്ധ സ്ഥലത്ത് വണങ്ങുകയോ മുട്ടുകുത്തുകയോ ചെയ്യുന്നത് ദൈവിക സാന്നിധ്യത്തിൽ നമ്മുടെ വിനയം പ്രകടിപ്പിക്കുന്നതിനുള്ള ഒരു ചടങ്ങാണ്. ചാരു കസേരയിൽ ചാരി, കൈപ്പത്തിയിൽ തല ചാരി ഇരിക്കുകയാണെങ്കിൽ, അതേ അഗാധമായ വിനയം നമുക്ക് അനുഭവിക്കാൻ കഴിയുമോ? ഇല്ല എന്ന് വാദിക്കാം.

മനസ്സിൽ ഭഗവാനെക്കുറിച്ച് ചിന്തിക്കുന്നതായി നടിച്ച് ഒരു സോഫയിൽ ഇരിക്കുന്നതിനേക്കാളും, ധൂപം, പുഷ്പം, മെഴുകുതിരി എന്നിവ അർപ്പിക്കുന്നത് ദൈവികതയെക്കുറിച്ച് നമ്മെ കൂടുതൽ ബോധവാന്മാരാക്കുന്നില്ലേ? തീർച്ചയായും അതുണ്ട്.

അപ്പോൾ ആന്തരിക സത്തയുമായി ബാഹ്യ ആചാരത്തിന്റെ കൃത്യമായ ബന്ധം എന്താണ്? അവിടെയൊരു ദ്വന്ദ്വമായ ബന്ധമുണ്ട് : ആചാരങ്ങൾ സാരാംശം പ്രകടിപ്പിക്കുന്നതിനും സാരാംശം അനുഭവിക്കുന്നതിനുമുള്ള ഉപാധികളാണ്. ഹസ്തദാനം സൗഹാർദ്ദത്തിന്റെ സാരാംശം പ്രകടിപ്പിക്കാൻ സഹായിക്കുന്നു, മെഴുകുതിരി ഊതുന്നത് സന്തോഷത്തിന്റെ സാരാംശം അനുഭവിക്കാൻ സഹായിക്കുന്നു, വണങ്ങുന്നത് വിനയത്തിന്റെ സാരാംശം പ്രകടിപ്പിക്കാനും അനുഭവിക്കാനും സഹായിക്കുന്നു.

ഇനി നമുക്ക് മറ്റൊരു ആചാരം പരിഗണിക്കാം : ദൈവനാമങ്ങളുടെ ആവർത്തിച്ചുള്ള ജപം. ദൈവം തന്റെ വിശുദ്ധ നാമങ്ങളിലൂടെ തന്റെ സാന്നിധ്യം നമ്മിലേക്ക് വ്യാപിപ്പിക്കുന്നുവെന്ന് ലോകത്തിന്റെ ആസ്തിക ജ്ഞാന-പാരമ്പര്യങ്ങൾ പ്രകീർത്തിക്കുന്നു. ദൈവത്തോടുള്ള ഭക്തിയുള്ളവർക്ക്, അവന്റെ നാമം

ജപിക്കുന്നത് അവനോടുള്ള ഭക്തി പ്രകടിപ്പിക്കാനുള്ള ചടങ്ങാണ്, ഇതുവരെ ആ ഭക്തി ഇല്ലാത്തവർക്ക്, ആ ഭക്തി അനുഭവിക്കാനുള്ള ആചാരമാണ് ജപം. ജപം എന്ന ബാഹ്യമായ ആചാരത്തിൽ നിന്നും അകന്നു നിൽക്കുന്നവർ, ദൈവത്തെക്കുറിച്ച് ആന്തരികമായി ചിന്തിക്കാനുള്ള അവരുടെ ശ്രമങ്ങളെ സ്വയം അഭിനന്ദനവും ഭ്രമാത്മകവുമാക്കാനുള്ള അപകടസാധ്യതയുണ്ട്, കാരണം അവർക്ക് ഒരു ഭക്തിയും അനുഭവപ്പെടില്ല.

സത്യസന്ധമായി പറഞ്ഞാൽ, ബാഹ്യമായി ചില ആത്മീയ ആചാരങ്ങളിൽ ആത്മാർത്ഥമായി ഏർപ്പെടാതെ ആന്തരികമായി ദൈവത്തെക്കുറിച്ച് ചിന്തിക്കുന്നത് വളരെ ബുദ്ധിമുട്ടാണ്. ആദ്യം ശരീരം ഇടപഴകണം, തുടർന്ന് ഹൃദയം പിന്തുടരും. ബാഹ്യ പരിശ്രമം കൂടാതെ ഇത് സംഭവിക്കുന്നില്ല.

എന്തുകൊണ്ടാണ് ചില ആളുകൾ ആചാരങ്ങൾ പൂർണ്ണമായും ഇല്ലാതാക്കാൻ ആഗ്രഹിക്കുന്നത്?

യഥാർത്ഥ ഭക്തിയില്ലാതെ, അനുഷ്ഠാനങ്ങൾ അനുഷ്ഠിക്കുന്നത് കാണുമ്പോൾ പലപ്പോഴും അവർ അതിൽ നിരാശരാണ്. ഇന്നിപ്പോൾ ആചാരങ്ങൾ തോക്കിൽ നിന്നും ഉതിർന്ന ഒഴിഞ്ഞ തിരപോലെയായി. വലിയ ശബ്ദമുണ്ട്, പക്ഷേ ഫലമില്ല. സാരാംശം നഷ്ടപ്പെട്ടു. എന്നിരുന്നാലും, ആചാരങ്ങളോടുള്ള അവരുടെ തിരസ്കരണം പൊതുവെ അവർക്ക് തിരിച്ചടിയാകുന്നു; അത് സാരാംശത്തിലേക്കുള്ള അവരുടെ പ്രവേശനത്തെ കേവലം ആശയപരമോ ഉപരിപ്ലവമോ ആയ തലത്തിലേക്ക് താഴ്ത്തുന്നു.

പലപ്പോഴും, ആളുകൾ ആചാരങ്ങളിൽ ഏർപ്പെടാൻ ആഗ്രഹിക്കുന്നില്ല, കാരണം അവർക്ക് ആവശ്യമില്ല. അവർ മനസ്സിൽ 'ദൈവത്തെക്കുറിച്ച് ചിന്തിക്കുക' എന്ന ഒഴിവ് കഴിവ് പറയുന്നു (പ്രക്ഷുബ്ധമായ, സംഭ്രാന്തമായ നമുക്ക് ഒരു നിയന്ത്രണമില്ലാത്ത മനസ്സുപോലെ).

പിന്നെ എങ്ങനെയാണ് നമുക്ക് സാരാംശത്തിലെത്താനും സാഹചര്യം ശരിയാക്കാനും കഴിയുക? ഇതിനെക്കുറിച്ച് സ്വയം ബോധവൽക്കരിക്കുകയാണ് വഴി :

1. എന്താണ് സാരാംശം
2. ആചാരവും സാരാംശവും തമ്മിലുള്ള ബന്ധം എന്താണ്
3. ആചാരത്തെ സാരാംശവുമായി ബന്ധിപ്പിക്കുന്നതിനുള്ള തത്വങ്ങളും സമ്പ്രദായങ്ങളും എന്തൊക്കെയാണ്

അത്തരം ചിട്ടയായ വിദ്യാഭ്യാസത്തിലൂടെ, അനുഷ്ഠാനങ്ങൾ ഹൃദയംഗമമായ ഭക്തിയുടെ സമാനവും ഏകകാലികവുമായ സമന്വയവുമാണെന്ന് നമുക്ക് ഉടൻ അനുഭവപ്പെടും.

എല്ലായ്പ്പോഴും ഹൃദയത്തിനുള്ളിൽ ഭഗവാനെക്കുറിച്ച് ചിന്തിക്കുക എന്നതാണ് പ്രധാന ലക്ഷ്യം, എന്നാൽ ആചാരങ്ങൾ പാലിക്കാതെ താൻ ആ ഘട്ടത്തിലെത്തിയെന്ന് പറയുന്നതോ എത്തുമെന്ന് പ്രതീക്ഷിക്കുന്നതോ ആയ ഏതൊരുവനും അറിവില്ലാത്തവനാണ്. പഠിക്കാതെ പിഎച്ച്ഡി നേടി എന്ന് പറയുന്നതുപോലെയാണ് ഇത്.

അതുകൊണ്ട് നാം നമ്മുടെ സ്വന്തം ഹൃദയങ്ങളിലേക്ക് നോക്കുകയും ആചാരങ്ങളിൽ ഏർപ്പെടാതിരിക്കാൻ ആഗ്രഹിക്കുന്നത് എന്തുകൊണ്ടാണെന്ന് കണ്ടെത്തുകയും വേണം; നിസ്സംഗത കൊണ്ടോ ആചാരങ്ങളോടുള്ള അനിഷ്ടം കൊണ്ടോ? നമ്മൾ വളരെ മടിയന്മാരാണോ അതോ അവ മടുപ്പിക്കുന്നത് കൊണ്ടാണോ? ഈ ചോദ്യങ്ങളിൽ ഏതെങ്കിലുമൊരു ഉത്തരം അതെ എന്നാണെങ്കിൽ, നമ്മുടെ മാനസികാവസ്ഥ ശരിയാക്കാൻ നമ്മൾ നന്നായി പ്രവർത്തിക്കണം, കാരണം നമ്മുടെ ബുദ്ധിയുൾപ്പെടെ നമുക്കുള്ളതെല്ലാം നൽകി അനുഗ്രഹിച്ച ഭഗവാനോട് നമുക്ക് 'നന്ദി' പറയാനുള്ള ഒരു മാർഗ്ഗം കൂടിയാണ് ആചാരങ്ങൾ. അദ്ദേഹവുമായി ബന്ധപ്പെടാൻ ആ ബുദ്ധി ഉപയോഗിക്കുന്നതിനുപകരം, ആചാരങ്ങളുടെ വിശുദ്ധ ശാസ്ത്രത്തിലൂടെ അവനെ സേവിക്കുന്നതിനെ ധിക്കരിക്കാൻ നമ്മൾ അത് ഉപയോഗിക്കുന്നു.

സ്നേഹിക്കുക എന്നാൽ സേവിക്കുക എന്നാണ്. നമ്മുടെ ഹൃദയത്തിൽ അവനോട് യഥാർത്ഥമായി സ്നേഹം തോന്നുന്നുവെങ്കിൽ, അത് സേവയിലൂടെയോ പ്രവൃത്തിയിലൂടെയോ (ആചാരങ്ങൾ) പ്രകടിപ്പിക്കണം.

ചോദ്യം 43

## ദൈവം ഉണ്ടെങ്കിൽ എന്തുകൊണ്ട് നമുക്ക് അദ്ദേഹത്തെ കാണാൻ കഴിയുന്നില്ല?

നമുക്കെല്ലാവർക്കും ദൈവത്തെ കാണാൻ കഴിയും, എന്നാൽ നമുക്ക് ദൂരെയുള്ള ഒരു ആകാശവസ്തുവിനെ കാണാൻ ഒരു ദൂരദർശിനി ആവശ്യമുള്ളതുപോലെ, ദൈവത്തെ കാണാൻ ഉചിതമായ ഉപകരണവും രീതിയും ആവശ്യമാണ്.

എണ്ണക്കുരുകളിൽ എണ്ണയുണ്ട്, പക്ഷേ നമുക്ക് നഗ്ന നേത്രങ്ങൾ കൊണ്ട് കാണാൻ കഴിയുമോ? ഇല്ല!

കരിമ്പിൽ പഞ്ചസാരയുണ്ട്, പക്ഷേ നമുക്ക് അത് നഗ്നനേത്രങ്ങൾ കൊണ്ട് കാണാൻ കഴിയുമോ? ഇല്ല!

പാലിൽ നെയ്യ് ഉണ്ടെങ്കിലും ഒരു നോട്ടം കൊണ്ട് നമുക്ക് അത് കാണാൻ കഴിയുമോ? ഇല്ല!

എന്നാൽ നിർദ്ദിഷ്ട പ്രക്രിയകളിലൂടെ, ഈ കാര്യങ്ങൾ കാണാൻ കഴിയും.

അതുപോലെ, ദൈവം അവന്റെ സൃഷ്ടിയിൽ ഉണ്ട്, ഒരു പ്രക്രിയയിലൂടെ അദ്ദേഹത്തെയും കാണാൻ കഴിയും. എന്നാൽ ഭൗതികവസ്തുക്കളെ കാണാനുള്ള പ്രക്രിയയും ദൈവത്തെ കാണാനുള്ള പ്രക്രിയയും വ്യത്യസ്തമാണ്, കാരണം ദൈവം ആത്മീയനാണ്. ഇപ്പോൾ നമ്മുടെ കണ്ണുകൾ ഭൗതികമാണ്, അതിനാൽ ഇവ ഉപയോഗിച്ച് നമുക്ക് അദ്ദേഹത്തെ ഗ്രഹിക്കാൻ കഴിയില്ല. അവൻ അധോക്ഷജ എന്നറിയപ്പെടുന്നു - ഭൗതിക ഇന്ദ്രിയങ്ങൾക്ക് അതീതനായവൻ. ഭൗതിക ഇന്ദ്രിയങ്ങൾക്ക് അതീതനായ ഒരാളെ ഭൗതിക ഇന്ദ്രിയങ്ങൾ കൊണ്ട് കാണാൻ കഴിയില്ല.

ഭൗതികശാസ്ത്രം, രസതന്ത്രം, ജീവശാസ്ത്രം എന്നിങ്ങനെ ശാസ്ത്രത്തിന്റെ മൂന്ന് പ്രധാന ശാഖകൾ ഉദാഹരണമായി എടുക്കുക :

1. **ഭൗതികശാസ്ത്രം** : ഒരു മേശയുടെ കോണളക്കാൻ, നമ്മൾ അളവുകോൽ ഉപയോഗിക്കുന്നു.
2. **രസതന്ത്രം** : ഒരു പദാർത്ഥത്തിന്റെ അമ്ലത അല്ലെങ്കിൽ ക്ഷാരം പരിശോധിക്കാൻ, നമ്മൾ ഒരു ലിറ്റ്മസ് കടലാസ് ഉപയോഗിക്കുന്നു.
3. **ജീവശാസ്ത്രം** : സൂക്ഷ്മാണുക്കളെ കാണാൻ, നമ്മൾ ഒരു സൂക്ഷ്മദർശനി ഉപയോഗിക്കുന്നു.

ഇനി, ഒരു പദാർത്ഥത്തിന്റെ അമ്ലത പരിശോധിക്കാൻ നമുക്ക് ഒരു സൂക്ഷ്മദർശനി ഉപയോഗിക്കാൻ കഴിയുമോ? ഇല്ല!

മേശയുടെ മൂല കോണളക്കാൻ ലിറ്റ്മസ് കടലാസ്സ് ഉപയോഗിക്കാമോ? ഇല്ല!

ഒരു സൂക്ഷ്മജീവിയെ കാണാൻ നമുക്ക് അളവുകോൽ ഉപയോഗിക്കുന്ന ഉപയോഗിക്കാമോ? ഇല്ല!

അതിനാൽ ഭൗതിക ശാസ്ത്രത്തിൽ പോലും, രീതികളും ഉപകരണങ്ങളും പരസ്പരം മാറ്റാവുന്നതല്ല. പിന്നെങ്ങനെ ആത്മീയമോ വസ്തുവിരുദ്ധമായ (ദൈവം) ഒന്നിനേയോ മനസ്സിലാക്കാൻ ഭൗതിക ശാസ്ത്രത്തിനുള്ളിൽ നിന്ന് നമുക്ക് എന്തെങ്കിലും ഉപയോഗിക്കാനാവും? ദൈവത്തെ കാണാനുള്ള രീതിയും ഉപകരണങ്ങളും വ്യത്യസ്തമായിരിക്കണം.

അപ്പോൾ എന്താണ് ഉപകരണം?

സ്നേഹം നിറഞ്ഞ കണ്ണുകൾ.

ഭഗവാൻ ബ്രഹ്മ സംഹിതയിൽ (5.38) വിശദീകരിക്കുന്നു :

*പ്രേമഞ്ജന-ച്ഛുരിത-ഭക്തി-വിലോചനേന*

'സ്നേഹത്തിന്റെ തൈലം പൂശിയിരിക്കുന്ന
ഏതൊരാൾക്കും ദൈവത്തെ എല്ലായിടത്തും
കാണാൻ സാധിക്കും.'

ആ സ്നേഹം വളർത്തിയെടുക്കാനുള്ള മാർഗ്ഗം എന്താണ്?

ഭഗവാൻ കൃഷ്ണൻ തന്നെ ഭഗവദ് ഗീതയിൽ (18.55) വിശദീകരിക്കുന്നു :

*ഭക്ത്യ മാം അഭിജനാതി*
*യാവാൻ യശ് ചാസ്മി തത്ത്വതഃ*
*തതോ മാം തത്ത്വതോ ജ്ഞാനത്വ*
*വിശതേ തദ്-അനന്തരം*

'ഭക്തിപരമായ സേവനത്തിലൂടെ മാത്രമേ
എന്നെ പരമപുരുഷനായി മനസ്സിലാക്കാൻ കഴിയൂ.
അങ്ങനെയുള്ള ഭക്തിയിലൂടെ ഒരാൾ എന്നെക്കുറിച്ച്
പൂർണ്ണ ബോധത്തിലായിരിക്കുമ്പോൾ, അവന്
ദൈവലോകത്ത് പ്രവേശിക്കാൻ കഴിയും.'

തന്നെ അറിയാനും കാണാനും ഉള്ള ഒരു മാർഗ്ഗമായി ഭക്തി യോഗ (ഭക്തി) ഇവിടെ അദ്ദേഹം വ്യക്തമായി പരാമർശിക്കുന്നു. കർമ്മമോ ധ്യാനമോ ജ്ഞാനമോ അല്ല, ഭക്തിയാണ്.

ഭഗവദ് ഗീത, ശ്രീമദ് ഭാഗവതം, രാമായണം, മഹാഭാരതം തുടങ്ങിയ ഗ്രന്ഥങ്ങളിൽ നിന്ന് അവന്റെ നാമം, പ്രശസ്തി, മഹത്വം, വിനോദങ്ങൾ എന്നിവ കേൾക്കുകയും ജപിക്കുകയും ചെയ്യുന്ന പ്രക്രിയയോടെയാണ് ഭക്തി അല്ലെങ്കിൽ ഭക്തി സേവനം ആരംഭിക്കുന്നത്.ഈ പ്രവർത്തനങ്ങളിൽഏർപ്പെടുന്നതിലൂടെ,നാംനമ്മുടെ ഇന്ദ്രിയങ്ങളെ ക്രമേണ ആത്മീയവൽക്കരിക്കുന്നു, അതിലൂടെ നാം അവനെ കാണാനുള്ള യോഗ്യത നേടുന്നു.

ഭക്തിനിർഭരമായ സേവനം ചെയ്യാതെ അവനെ സമീപിക്കുക അസാധ്യമാണ്. ഒരു മഹത്തായ വ്യക്തിത്വത്തെ നമുക്ക് കാണാൻ ആഗ്രഹമുണ്ടെങ്കിൽ, അവനെ കാണാൻ ആഗ്രഹിക്കുന്നതിനെക്കാൾ, അവൻ നമ്മെ കാണാൻ ആഗ്രഹിക്കണം.

ഉദാഹരണത്തിന്, ഒരു രാജ്യത്തിന്റെ പ്രധാനമന്ത്രിയുമായി ഒരു വ്യക്തിഗത വേദി പങ്കിടാൻ നമ്മൾ ആഗ്രഹിക്കുന്നുവെങ്കിൽ, നമ്മുടെ ആഗ്രഹം ശരിയാണ്, എന്നാൽ ഏറ്റവും പ്രധാനമായി, പ്രധാനമന്ത്രിയും നമ്മെ കാണാൻ തയ്യാറായിരിക്കണം. അദ്ദേഹത്തെ കാണാൻ നമുക്ക് യോഗ്യതയുണ്ടെങ്കിൽ അദ്ദേഹം നമ്മെ കാണാനും ആഗ്രഹിക്കും.

അമേരിക്കയുടെ മുപ്പത്തിയൊമ്പതാം രാഷ്ട്രപതിയായിരുന്ന ജിമ്മി കാർട്ടർ, രാഷ്ട്രപതിയായി തിരഞ്ഞെടുക്കപ്പെട്ട ശേഷം, പത്രങ്ങളിലൂടെ തന്റെ തിരഞ്ഞെടുപ്പ് പ്രചാരണത്തിന്റെ പത്ര റിപ്പോർട്ട് പരമ്പരകൾ അദ്ദേഹം കാണുമായിരുന്നു. പത്രങ്ങളിലൊന്നിലെ രസകരമായ ഒരു ചിത്രത്തിലേക്ക് അദ്ദേഹത്തിന്റെ

നോട്ടം പതിഞ്ഞു. തെരുവിൽ കീർത്തനം ചെയ്യുന്ന ഒരു കൂട്ടം ഹരേ കൃഷ്ണ ഭക്തർ ഉണ്ടായിരുന്നു, അവരിൽ ഒരു സാധാരണ വസ്ത്രം ധരിച്ച ഒരു മനുഷ്യനും ഉണ്ടായിരുന്നു. 'ജിമ്മി കാർട്ടറിന് വോട്ടുചെയ്യുക' എന്നെഴുതിയ ബോർഡ് അയാൾ കയ്യിൽ പിടിച്ചിരുന്നു. ഇത് രാഷ്ട്രപതിയെ ശരിക്കും രസിപ്പിച്ചു, അടുത്ത ദിവസം വൈറ്റ് ഹൗസിൽ ഈ വ്യക്തിയുമായി ഉച്ചഭക്ഷണം കഴിക്കണമെന്ന് അദ്ദേഹം തന്റെ ആളുകളോട് പറഞ്ഞു.

ഈ വ്യക്തി ആരാണെന്ന് ആർക്കും അറിയില്ല, പക്ഷേ അവർ അവനെ കണ്ടെത്തി. അടുത്ത ദിവസം, അമേരിക്കൻ രാഷ്ട്രപതിക്കൊപ്പം വൈറ്റ് ഹൗസിൽ ഈ വ്യക്തി ഉച്ചഭക്ഷണം കഴിക്കുകയായിരുന്നു. അദ്ദേഹത്തിന് സ്വയം എപ്പോഴെങ്കിലും രാഷ്ട്രപതിയെ വന്ന് കാണണം എന്നാഗ്രഹിച്ചിരുന്നുവെങ്കിൽ, അദ്ദേഹത്തിന് അത് സാധിക്കാനുള്ള സാധ്യത എന്തായിരുന്നു? ഏതാണ്ട് അവഗണിക്കപ്പെടാവുന്ന ആഗ്രഹം! എന്നാൽ രാഷ്ട്രപതി അദ്ദേഹത്തെ കാണാൻ ആഗ്രഹിച്ചപ്പോൾ അത് വളരെ എളുപ്പത്തിൽ സംഭവിച്ചു.

എന്തുകൊണ്ടാണ് രാഷ്ട്രപതി അദ്ദേഹത്തെ കാണാൻ ആഗ്രഹിച്ചത്? കാരണം ആ വ്യക്തിയുടെ സേവനത്തിൽ അദ്ദേഹം സംതൃപ്തനായിരുന്നു. അതുപോലെ, നമ്മുടെ സേവനത്തിലോ, പ്രവർത്തിയിലോ ദൈവം പ്രസാദിക്കുമ്പോൾ, അദ്ദേഹം തന്നെത്തന്നെ വെളിപ്പെടുത്തും. അദ്ദേഹം തന്റെ ഇച്ഛാശക്തിയിൽ നിന്ന് സ്വയം വെളിപ്പെടുത്തുമ്പോൾ മാത്രമേ നമുക്ക് അദ്ദേഹത്തെ കാണാൻ കഴിയൂ. നമ്മുടെ മുന്നിൽ പ്രത്യക്ഷപ്പെടാൻ അദ്ദേഹത്തെ നിർബന്ധിക്കാനാവില്ല, സൂര്യനെ നമുക്ക് ആവശ്യമുള്ളപ്പോൾ പ്രത്യക്ഷപ്പെടാൻ നിർബന്ധിക്കാൻ കഴിയില്ല എന്നതുപോലെ. സൂര്യൻ അതിന്റേതായ സമയത്ത് സ്വയം പ്രത്യക്ഷപ്പെടുകയുള്ളൂ.

ആത്മീയ മണ്ഡലത്തിലേക്ക് തള്ളിക്കയറാനാകില്ലെന്ന് നാം എപ്പോഴും ഓർക്കണം. നാം സ്വയം യോഗ്യത നേടുകയും ക്ഷണത്തിലൂടെ മാത്രം പ്രവേശിക്കുകയും വേണം. അതിനാൽ, നാം അദ്ദേഹത്തിന്റെ സേവയിൽ ഏർപ്പെടാൻ ശ്രമിക്കണം. ഒരു ദിവസം, അദ്ദേഹം സന്തോഷിക്കുമ്പോൾ, അദ്ദേഹം സ്വയം പ്രത്യക്ഷമാകും.

ചരിത്രത്തിലെ ഏറ്റവും വലിയ സന്ന്യാസിമാരിൽ ഒരാളായ ശ്രീല ഭക്തിസിദ്ധാന്ത സരസ്വതി താക്കൂർ പറഞ്ഞത് വളരെ ശരിയാണ്, 'ദൈവത്തെ കാണാൻ ശ്രമിക്കരുത്. അദ്ദേഹം

നിങ്ങളെ കാണാൻ ആഗ്രഹിക്കുന്ന വിധത്തിൽ അദ്ദേഹത്തെ സേവിക്കാൻ ശ്രമിക്കുക.'

അദ്ദേഹത്തെ കാണാൻ ആഗ്രഹിക്കുമ്പോൾ പല തടസ്സങ്ങളും ഉണ്ടാകും. എന്നാൽ അദ്ദേഹം നമ്മെ കാണാൻ ആഗ്രഹിക്കുമ്പോൾ, ആർക്കാണ് അദ്ദേഹത്തെ തടയാൻ കഴിയുക?

## ചോദ്യം 44

# പുനർജന്മത്തിന് എന്തെങ്കിലും തെളിവുണ്ടോ?

തീർച്ചയായും, പുനർജന്മത്തിന് ധാരാളം തെളിവുകൾ ഉണ്ട്.

നമുക്ക് മൂന്ന് ശരീരങ്ങളുണ്ട് :

1. നമുക്കെല്ലാവർക്കും കാണാൻ കഴിയുന്ന ബാഹ്യ ശരീരം അല്ലെങ്കിൽ പുറം ആവരണം.
2. മനസ്സ്, ബുദ്ധി, തെറ്റായ അഹംഭാവം തുടങ്ങിയ സൂക്ഷ്മ ഘടകങ്ങൾ അടങ്ങിയ സൂക്ഷ്മ ശരീരം.
3. നമ്മുടെ ശരീരത്തിനുള്ളിൽ വസിക്കുന്ന ആത്മാവ് അല്ലെങ്കിൽ ആത്മീയ ശരീരം.

മരണസമയത്ത് ആത്മാവ് സൂക്ഷ്മ ശരീരത്തോടൊപ്പം, നിലവിലുള്ള ബാഹ്യ ശരീരത്തെ ഉപേക്ഷിച്ച് അടുത്ത ബാഹ്യ ശരീരത്തിലേക്ക് പോകുന്നു. അതേ സൂക്ഷ്മശരീരം അടുത്ത ജീവിതത്തിലേക്ക് കൊണ്ടുപോകുമ്പോൾ, ആത്മാവുമായി ബന്ധപ്പെട്ട ഭക്തി അനുഭവങ്ങൾ ഉൾപ്പെടെ സൂക്ഷ്മ ശരീരവുമായി ബന്ധപ്പെട്ട വശങ്ങൾ – കഴിവുകൾ, ഭയം, ഓർമ്മകൾ – ഈ ജീവിതത്തിൽ നിന്ന് അടുത്ത ജീവിതത്തിലേക്ക് കൊണ്ടുപോകുന്നു. സൂക്ഷ്മ ശരീരവുമായി ബന്ധപ്പെട്ട വശങ്ങൾ അടുത്ത ജന്മത്തിൽ ഓർമ്മിക്കപ്പെടുമോ ഇല്ലയോ എന്നത് അവയുമായി ബന്ധപ്പെട്ട പ്രവർത്തനങ്ങൾ മനസ്സിൽ സൃഷ്ടിച്ച മതിപ്പുകളുടെ വ്യാപ്തിയെ ആശ്രയിച്ചിരിക്കുന്നു.

പുനർജന്മത്തെ ബോധ്യപ്പെടുത്തുന്ന പ്രതിഭാസങ്ങളുടെ ഉദാഹരണങ്ങൾ ഇതാ :

- പ്രായത്തിനപ്പുറം കഴിവുകളുള്ള പ്രായപൂർത്തിയാകാത്ത കുട്ടികൾ ഒരു മെഡിക്കൽ രഹസ്യമാണ്. ബിരുദതലത്തിലുള്ള വിദ്യാർത്ഥികൾ ബുദ്ധിമുട്ടുന്ന സങ്കീർണ്ണമായ ഗണിതപരമായ പ്രശ്നങ്ങൾ അഞ്ച് വയസ്സുള്ള ഒരു കുട്ടി എങ്ങനെ പരിഹരിക്കും? കാരണം അദ്ദേഹം മുൻ ജന്മത്തിൽ ഗണിത വൈദഗ്ധ്യം വളർത്തിയെടുത്തിരുന്നു.

- സാധാരണ മാനസികരോഗ ചികിത്സകൊണ്ട് ഭേദമാക്കാനാകാത്ത മാനസിക പ്രശ്നങ്ങളുള്ള, പ്രത്യേകിച്ച് ഭയം, അമേരിക്കയിലെ സിനായ് വൈദ്യപരിശോധന കേന്ദ്രത്തിലെ (മെഡിക്കൽ റിസർച്ച് സെന്ററിലെ) ഡോക്ടർ ബ്രയാൻ വെയ്സ് സുഖപ്പെടുത്തിയിട്ടുണ്ട്. ഹിപ്നോട്ടിക് (യോഗനിദ്ര) പ്രേരിത ഭൂതകാല പിൻവാങ്ങലിലൂടെ, ഈ ജീവിതത്തിൽ അസാധാരണമായ ഭീതി ഉടലെടുക്കുന്നത്, മുൻ ജന്മത്തിൽ ആ വ്യക്തിക്ക് അസാധാരണമായ ഭീതിയുള്ള ഒരു വസ്തുവിനാൽ സംഭവിച്ച ഒരു ആഘാതകരമായ മരണത്തിൽ നിന്നാണ് എന്ന് നിർണ്ണയിക്കാൻ അദ്ദേഹത്തിന് കഴിഞ്ഞു. ഉദാഹരണത്തിന്, ജലത്തെ ഭയപ്പെടുന്ന നിരവധി രോഗികൾ മുൻകാല ജീവിതത്തിൽ മുങ്ങിമരിച്ചുവെന്ന് അദ്ദേഹം കണ്ടെത്തി. അസാധാരണമായ ഭീതിയുടെ കാരണം രോഗികൾ മനസ്സിലാക്കുമ്പോൾ, അവരുടെ ഭയം അപ്രത്യക്ഷമാകുകയോ കുറഞ്ഞപക്ഷം നാടകീയമായി കുറയുകയോ ചെയ്യുന്നു. പുനർജന്മത്തെ യഥാർത്ഥമായി പരിഗണിക്കാത്തവർക്ക് സംഭവിച്ച രോഗശാന്തിയെക്കുറിച്ച് ഒരു വിശദീകരണവുമില്ല.

- ഡോ. ഇയാൻ സ്റ്റീവൻസനെപ്പോലുള്ള കൃത്യതയുള്ള ഗവേഷകർ അദ്ദേഹത്തിന്റെ പുസ്തകങ്ങളിൽ, പ്രത്യേകിച്ചും, വെയർ റീഇൻകാർനേഷൻ ആൻഡ് ബയോളജി ഇന്റർസെക്ട് മുൻകാല ജീവിത സ്മരണകളുടെ നിരവധി സംഭവങ്ങൾ രേഖപ്പെടുത്തിയിട്ടുണ്ട്. ഡോ. സ്റ്റീവൻസന്റെ ഗവേഷണത്തിന്റെഗുണനിലവാരം അമേരിക്കൻമെഡിക്കൽ അസ്സോസിയേഷന്റെ പ്രശസ്തമായ പത്രലേഖനത്തിൽ അംഗീകരിക്കപ്പെട്ടു: '[ഡോ. സ്റ്റീവൻസൺ] കഠിനാധ്വാനവും വികാരരഹിതവുമായ ഒരു വിശദമായ സംഭവങ്ങൾ ശേഖരിച്ചു, അതിൽ പുനർജന്മത്തിനുള്ള തെളിവുകൾ മറ്റേതെങ്കിലും കാരണങ്ങളാൽ മനസ്സിലാക്കാൻ പ്രയാസമാണ്...

> അവഗണിക്കാൻ കഴിയാത്ത ഒരു വലിയ അളവിലുള്ള വിവരങ്ങൾ അദ്ദേഹം രേഖകളിൽ സൂക്ഷിച്ചു.

ഈ ഒന്നിലധികം തെളിവുകൾ പരിഗണിക്കുമ്പോൾ, എഴുത്തുകാരൻ കോളിൻ വാട്സൺ പറഞ്ഞു, 'മരണാനന്തരം അതിജീവനത്തിനുള്ള തെളിവുകളുടെ ശേഖരം വളരെ വലുതാണ്, അത് അവഗണിക്കുന്നത് എവറസ്റ്റിന്റെ ചുവട്ടിൽ നിൽക്കുകയും നിങ്ങൾക്ക് പർവ്വതം കാണാൻ കഴിയില്ലെന്ന് ശഠിക്കുകയും ചെയ്യുന്നത് പോലെയാണ്.'

## ചോദ്യം 45

# ധാന്യങ്ങളും നെയ്യും അഗ്നിയിൽ ഒഴിക്കുന്ന യജ്ഞങ്ങൾ ധനനഷ്ടമുണ്ടാക്കുന്ന വിഡ്ഢിത്തമല്ലേ?

നാം അറിവില്ലാത്തവരായി ഇരിക്കുന്നിടത്തോളം മാത്രമേ യജ്ഞങ്ങൾ പാഴ്വസ്തുവായി തോന്നുകയുള്ളൂ.

ഭഗവദ് ഗീതയിൽ (3.10) ഒരു യജ്ഞത്തിന്റെ ഉദ്ദേശ്യം ഭഗവാൻ കൃഷ്ണൻ വിശദീകരിക്കുന്നു :

*സഹയജ്ഞാ: പ്രജാ: സൃഷ്ട്വാ*
*പുരോവാച പ്രജാപതി:*
*അനേന പ്രസവിഷ്യധ്വം*
*ഏഷ വോ/സ്ത്വിഷ്ടകാമധുക്.*

'സൃഷ്ടിയുടെ തുടക്കത്തിൽ, എല്ലാ സൃഷ്ടികളുടെയും ഭഗവാൻ യജ്ഞങ്ങളോടൊപ്പം മനുഷ്യരെയും ദേവതകളെയും അടുത്ത തലമുറകളിലേക്ക് അയച്ചുകൊണ്ട് അവരെ അനുഗ്രഹിച്ചു, "ഈ യജ്ഞം [യാഗം] കൊണ്ട് നിങ്ങൾ സന്തോഷവാനായിരിക്കുക, കാരണം അതിന്റെ പ്രകടനം നിങ്ങൾക്ക് ആവശ്യമുള്ളതെല്ലാം നൽകും. സന്തോഷത്തോടെ ജീവിക്കുകയും മുക്തി നേടുകയും ചെയ്യുന്നു."'

ലോകത്തിലെ നമ്മുടെ അടിസ്ഥാന ആവശ്യങ്ങൾ നിറവേറ്റുന്നതിനായി പരമാത്മാവ് തന്നെ സൃഷ്ടിയുടെ തുടക്കത്തിൽ ഈ യജ്ഞ സമ്പ്രദായം സൃഷ്ടിച്ചു. നാം യജ്ഞങ്ങൾ നടത്തുമ്പോൾ, പകരമായി നമുക്ക് ജീവിതാവശ്യങ്ങൾ നൽകപ്പെടുകയും അങ്ങനെ ഈ

ലോകത്ത് സന്തോഷത്തോടെ ജീവിക്കുകയും ചെയ്യുന്നു (മുകളിൽ കൊടുത്തിരിക്കുന്ന വാക്യത്തിൽ പറഞ്ഞിരിക്കുന്നപോലെ).

ഒരു രാജ്യത്ത് ജീവിക്കുമ്പോൾ ദേശീയ സർക്കാർ നൽകുന്ന സൗകര്യങ്ങൾക്ക് നികുതി അടയ്ക്കാൻ നമ്മൾ ബാധ്യസ്ഥരാണ്. അതുപോലെ, പ്രപഞ്ചത്തിൽ ജീവിക്കുമ്പോൾ, ദൈവത്തിന്റെ നേതൃത്വത്തിലുള്ള പ്രപഞ്ചസംബന്ധിയായ സർക്കാർ (കോസ്മിക് ഗവൺമെന്റ്) പ്രകൃതിയിലൂടെ പ്രദാനം ചെയ്യുന്ന ഉപയോഗ യോഗ്യമായ പ്രകൃതിവിഭവങ്ങൾക്കായി പ്രപഞ്ചസംബന്ധിത നികുതി നൽകുമെന്ന് പ്രതീക്ഷിക്കുന്നു. നമുക്ക് എന്ത് ലഭിച്ചാലും അതിനുള്ള നന്ദിയുടെ ഒരു പ്രവൃത്തി കൂടിയാണിത്.

ഭക്ഷണം, വെള്ളം, വായു, മരങ്ങൾ, പാറകൾ, ലോഹങ്ങൾ, ആഭരണങ്ങൾ, എണ്ണ തുടങ്ങിയവയുടെ പ്രയോജനങ്ങൾ പ്രകൃതിയിൽ [15 മെയ് 1997] വിവരിച്ചിരിക്കുന്നതുപോലെ, പ്രതി വർഷം 16 ട്രില്യൺ മുതൽ 54 ട്രില്യൺ ഡോളർ വരെ 'പ്രകൃതിയിലേക്കുള്ള കണക്കിലേക്ക്'' നയിക്കുന്നു.

നിലവിലുള്ള സാമൂഹിക സാംസ്കാരിക ക്രമീകരണത്തിന് അനുസൃതമായി സാമ്പത്തിക വിനിമയ മാധ്യമം വളരെ വ്യത്യാസ പ്പെട്ടിരിക്കുന്നു. ഉദാഹരണത്തിന്, വേദയുഗത്തിലെ ഒരു പുരാതന മനുഷ്യനെ നമ്മുടെ സമൂഹത്തിലേക്ക് കാലക്രമേണ കൊണ്ടു വന്നാൽ, കറൻസി നോട്ടുകൾ എന്ന് വിളിക്കുന്ന കടലാസ് കഷണങ്ങൾക്ക് നാം നൽകുന്ന മൂല്യം കണ്ട് അയാൾ അമ്പരന്നു പോകും. നമ്മുടെ വിനിമയ മാധ്യമം – പണത്തിന്റെ – ഒരു പുരാതന വ്യക്തിക്ക് മനസ്സിലാക്കാൻ കഴിയാത്തതുപോലെ, അന്തർ-സാർവ്വ ത്രിക വിനിമയത്തിന്റെ വേദ മാധ്യമമായ – വിശുദ്ധീകരിക്കപ്പെട്ട അഗ്നിയും യജ്ഞരൂപത്തിലുള്ള ശബ്ദവും – നമുക്ക് മനസ്സിലാക്കാൻ കഴിയില്ല. ഒരു ബുദ്ധിമാനായ വ്യക്തി ശ്രദ്ധ കേന്ദ്രീകരിക്കുന്നത് വിനിമയ മാധ്യമത്തിലല്ല, തത്വത്തിലാണ്. ആധുനിക സമൂഹം പണം സമ്പാദിക്കാൻ നമുക്ക് വിലപ്പെട്ട വസ്തുക്കളും സമയവും ഊർജ്ജവും നൽകുന്നു. പണം നൽകുന്നതിലൂടെ നമുക്ക് പ്രധാന പ്പെട്ട കാര്യങ്ങൾ – ജീവിതത്തിന്റെ ആവശ്യകതകളും ലഭിക്കുന്നു. അതുപോലെ, വൈദിക അനുയായികൾ പ്രപഞ്ചസംബന്ധിത നിയന്ത്രിതാവിനെ തൃപ്തിപ്പെടുത്തുന്നതിനായി പവിത്രമായ അഗ്നി യിലേക്ക് വഴിപാടുകൾ അർപ്പിക്കുന്നു, പകരം പ്രകൃതിയുടെ എല്ലാ സമ്മാനങ്ങളും സ്വീകരിക്കുന്നു.

മധുരപലഹാരത്തിന്റെ തെളിവ് കഴിക്കുന്നതിലാണ്; യജ്ഞ

ങ്ങളുടെ ആധികാരികതയുടെ തെളിവ് ഫലമായുണ്ടാകുന്ന അഭിവൃദ്ധിയിലാണ്. ശ്രീമദ് ഭാഗവതം പോലുള്ള വേദസാഹിത്യങ്ങളിലും എ.എൽ ബാഷം ഉൾപ്പെടെയുള്ള നിരവധി ചരിത്രകാരന്മാരും അദ്ദേഹത്തിന്റെ *ദി വണ്ടർ ദാറ്റ് വാസ് ഇന്ത്യ* എന്ന പുസ്തകത്തിൽ വിവരിച്ചതുപോലെ, പുരാതന ഇന്ത്യയുടെ അഭിവൃദ്ധി നന്നായി അറിയാം. വാസ്തവത്തിൽ, ഇന്ത്യയുടെ അഭിവൃദ്ധി കൈവരിക്കാൻ പര്യവേക്ഷകർ പുതിയ കപ്പൽ പാതകൾ തേടുമ്പോഴാണ് ലോകത്തിലെ ഇന്നത്തെ ഏറ്റവും സമ്പന്നമായ രാഷ്ട്രമായ അമേരിക്ക കണ്ടെത്തിയത്! നമ്മുടെ പ്രപഞ്ചസംബന്ധിതമായ നികുതി അടയ്ക്കാത്തതിനാൽ പ്രകൃതിവിഭവങ്ങളുടെ നിലവിലെ ക്രമരഹിതമായ വിതരണത്തിലൂടെയും പ്രാപഞ്ചിക ഭരണത്തിന്റെ തത്വം വ്യക്തമാണ്. വരൾച്ച, ക്ഷാമം, വിഭവങ്ങളുടെ ദൗർലഭ്യം മുതലായവ നാം കാണുന്നത് നമ്മുടെ പ്രാപഞ്ചിക നികുതികൾ നൽകാത്തതുകൊണ്ടാണ്. ഒരു നഗരത്തിൽ താമസിക്കുമ്പോൾ, മുനിസിപ്പാലിറ്റിക്ക് ബില്ലുകൾ അടയ്ക്കുന്നത് നിർത്തുമ്പോൾ, വെള്ളത്തിന്റെയും വൈദ്യുതിയുടെയും വിതരണം തടസ്സപ്പെട്ടും. അതുപോലെ, നമ്മൾ പ്രകൃതിയിൽ നിന്ന് വരദാനങ്ങൾ സ്വീകരിച്ചുകൊണ്ടേയിരിക്കുമ്പോൾ, മുകളിൽ സൂചിപ്പിച്ച സാർവ്വത്രിക വ്യവസ്ഥയ്ക്ക് അനുസൃതമായി പ്രതിഫലം നൽകാതിരിക്കുമ്പോൾ, ഒടുവിൽ നമുക്ക് വരദാനങ്ങൾ നഷ്ടപ്പെടുന്നു.

എന്നാൽ നമ്മൾ എന്താണ് ചെയ്യേണ്ടത്? ഏതൊക്കെ യജ്ഞങ്ങളാണ് നമ്മൾ ചെയ്യേണ്ടത്? അവ നിർവ്വഹിക്കാൻ യോഗ്യരായ ആളുകൾ നമുക്കുണ്ടോ? ഇന്നത്തെ യുഗത്തിൽ, ആവശ്യമായ വഴിപാടുകളുടെ വിലക്കയറ്റം മൂലവും സങ്കീർണ്ണമായ മന്ത്രങ്ങൾ കൃത്യമായി ജപിക്കാൻ കഴിവുള്ള പുരോഹിതന്മാരുടെ ലഭ്യതയില്ലാത്തതിനാലും യജ്ഞങ്ങൾ പ്രായോഗികമല്ല. അതിനാൽ, വേദഗ്രന്ഥങ്ങൾ അഗ്നിയാഗങ്ങളേക്കാൾ പ്രായോഗികമായ ഒരു രീതി ശുപാർശ ചെയ്യുന്നു : സങ്കീർത്തന യജ്ഞം, ഭഗവാന്റെ വിശുദ്ധനാമങ്ങളുടെ ഭക്തിനിർഭരമായ ജപം :

ഹരേ കൃഷ്ണ ഹരേ കൃഷ്ണ കൃഷ്ണ കൃഷ്ണ ഹരേ ഹരേ
ഹരേ രാമ ഹരേ രാമ രാമ രാമ ഹരേ ഹരേ

നമുക്ക് ഈ ഒരു യജ്ഞത്തിൽ ഏർപ്പെടാൻ കഴിയുമെങ്കിൽ, ഭഗവാനോടുള്ള നമ്മുടെ കടപ്പാട് നമ്മൾ നിറവേറ്റും ആർക്കും ഒരു വിഭവങ്ങളുടെയും കുറവുണ്ടാകില്ല.

ഈ യജ്ഞത്തിന് എന്തെങ്കിലും ചിലവുകളോ സങ്കീർണ്ണമായ മന്ത്രങ്ങളോ ഇല്ല.

അതിനാൽ യജ്ഞങ്ങൾ പണം പാഴാക്കലല്ല, മറിച്ച്, പരമേശ്വരൻ കൃഷ്ണൻ രൂപകല്പന ചെയ്ത വ്യവസ്ഥയനുസരിച്ച്, ജീവിതത്തിന്റെ വിവിധ ആവശ്യങ്ങൾക്കായി നൽകുന്ന പ്രകൃതിയുടെ വരദാനങ്ങൾ സ്വീകരിക്കാൻ നാം നിറവേറ്റേണ്ട കടമയും നന്ദിയും കടപ്പാടുമാണ്.

ചോദ്യം 46

## സമ്മർദ്ദത്തിൽ നിന്നും ഭയത്തിൽ നിന്നും ഒരാളെ മോചിപ്പിക്കാൻ ആത്മീയതയ്ക്ക് കഴിയുമോ?

അതെ, അതിന് കഴിയും.

*ഈസ് റിലീജിയൻ ഡെയ്ഞ്ചറസ്?* എന്ന തന്റെ പുസ്തകത്തിൽ കീത്ത് വാർഡ് എഴുതുന്നു :

'ശക്തമായ ആത്മീയ അടിത്തറയുള്ള ആളുകൾ മാനസിക മായി ശക്തരും, വിഷാദരോഗം, രക്തസമ്മർദ്ദം, എന്നിവയ്ക്ക് സാധ്യത കുറവും ക്രിമിനൽ പ്രവണതകൾക്കുള്ള സാധ്യതയും കുറവാണ്.'

നിങ്ങൾ ഒരു തെരുവിലൂടെ, രാത്രി വൈകി നടക്കുന്നു വെന്നിരിക്കട്ടെ. പൊടുന്നനെ, ബലവാനായ, സംശയാസ്പദമായ രൂപത്തിലുള്ള ഒരാൾ നിങ്ങളുടെ നേരെ അക്രമിക്കാനായി അടുക്കുന്നത് നിങ്ങൾ കാണുന്നു. ഭയം നിങ്ങളുടെ നട്ടെല്ലിലേക്ക് അരിച്ച് കയറാൻ തുടങ്ങുമ്പോൾ, സമീപത്ത് കാവൽ നിൽക്കുന്ന ഒരു സായുധ പോലീസുകാരനെ നിങ്ങൾ ശ്രദ്ധിക്കുന്നു. തൽക്ഷണം നിങ്ങളുടെ ഭയം അപ്രത്യക്ഷമാകുന്നു.

കാര്യങ്ങൾ നമ്മുടെ നിയന്ത്രണത്തിലല്ലെന്ന് തോന്നു മ്പോഴാണ് ഭയവും ഉത്കണ്ഠയും വരുന്നത്. എന്നാൽ അവ നമ്മുടെ നിയന്ത്രണത്തിന് അതീതമായിരിക്കാമെന്നും എന്നാൽ ഒരിക്കലും ദൈവത്തിന്റെ നിയന്ത്രണത്തിന് അതീതമായിരി ക്കില്ലെന്നും ആത്മീയത നമ്മെ പഠിപ്പിക്കുന്നു. ഇത് നമുക്ക് പ്രത്യാശ നൽകുന്നു, നമുക്ക് പ്രത്യാശ ഉള്ളിടത്തോളം കാലം നമ്മൾ അതിജീവിക്കും.

വാസ്തവത്തിൽ, ഏറ്റവും പ്രമുഖമായ ഗ്രന്ഥങ്ങൾ – ഭഗവദ് ഗീതയും ശ്രീമദ് ഭാഗവതവും പോലും – കഠിനമായ ദുരിതത്തിന്റെ സമയങ്ങളിൽ തെളിഞ്ഞതാണ്.

മഹാനായ പോരാളിയായ അർജ്ജുനൻ ഒരു ധർമ്മ സങ്കടത്തെ അഭിമുഖീകരിക്കുകയും, അത് തന്റെ കർത്തവ്യം ചെയ്യാൻ അദ്ദേഹത്തെ വിസമ്മതിക്കുന്നതിലേക്ക് നയിക്കുകയും ചെയ്തു, അങ്ങനെ അദ്ദേഹം അതിൽ നിന്നും പിന്തിരിഞ്ഞു. അത്തരമൊരു സാഹചര്യത്തിൽ, അദ്ദേഹം തന്റെ ഗുരുവായ ഭഗവാൻ കൃഷ്ണനിൽ അഭയം പ്രാപിക്കുകയും ചെയ്തു. പിന്നീട് അദ്ദേഹം ശ്രീകൃഷ്ണനിൽ നിന്ന് ഗീത ശ്രവിക്കുകയും ആശയക്കുഴപ്പത്തിൽ നിന്ന് പ്രചോദനം ഉൾക്കൊണ്ട് തന്റെ പവിത്രമായ കർത്തവ്യം നിർവ്വഹിക്കാൻ തയ്യാറാവുകയും ചെയ്തു. ഇത് കാര്യങ്ങൾ തെറ്റായി സംഭവിക്കുമ്പോൾ എന്തുചെയ്യണം എന്നതിനെക്കുറിച്ചുള്ള ആത്മീയതയുടെ വളരെ പ്രസക്തമായ ഒരു പാഠം നമ്മെ പഠിപ്പിച്ചു.

നാം ആരുതന്നെയായാലും മേൽപ്പറഞ്ഞ കഥയിലെ പോലെ, സാമ്പത്തികമോ കുടുംബപരമോ സാമൂഹികമോ വിദ്യാഭ്യാസമോ തൊഴിൽപരമോ ശാരീരികമോ ആയ പ്രശ്നങ്ങൾ ഏതു നിമിഷവും, നമ്മുടെ മേൽ വന്നേക്കാം. ഈ പ്രശ്നങ്ങൾ – അവരുടെ ചിന്ത പോലും – നമ്മിൽ ഭയം ജനിപ്പിക്കുന്നു. എന്നാൽ എപ്പോഴും നമ്മുടെ അരികിലായി, ആവശ്യമുള്ളപ്പോഴെല്ലാം നമ്മെ സംരക്ഷിക്കാൻ തയ്യാറായി ഭഗവാനെ കാണാൻ കഴിയുമെങ്കിൽ, നമ്മുടെ ഭയം ശമിക്കും. ഭഗവദ് ഗീത (5.29) വിവരിക്കുന്നത് ഭഗവാൻ എപ്പോഴും നമ്മുടെ ഹൃദയത്തിൽ ഉണ്ടെന്നും എന്നാൽ അവിടെ അവന്റെ സാന്നിദ്ധ്യം ഗ്രഹിക്കാൻ നാം നമ്മുടെ ഭക്തി ദർശനം പരിഷ്കരിക്കേണ്ടതുണ്ടെന്നുമാണ്. ദൈവത്തിന്റെ സംരക്ഷണ സാന്നിദ്ധ്യം അനുഭവിക്കുന്നതിനുള്ള ദ്രുതവും ഫലപ്രദവുമായ രണ്ട് വഴികൾ ഇവയാണ് : അദ്ദേഹത്തോട് പ്രാർത്ഥിക്കുകയും അദ്ദേഹത്തിന്റെ വിശുദ്ധ നാമങ്ങൾ ജപിക്കുകയും ചെയ്യുക.

സമ്മർദ്ദം, ഭയം, ഉത്കണ്ഠ എന്നിവ അനിയന്ത്രിതമായ മനസ്സിന്റെ അവസ്ഥയാണ്, നമ്മുടെ വേദ ജ്ഞാനം മികച്ച പ്രതിവിധി നിർദ്ദേശിക്കുന്നു : മന്ത്ര ധ്യാനം. മന്ത്രം എന്ന വാക്കിന്റെ അർത്ഥം *'മനസ് ത്രയതേ ഇതി മന്ത്രം'* – നമ്മൾ മഹാമന്ത്രം ജപിക്കുമ്പോൾ, 'മനസ്സ്' അല്ലെങ്കിൽ 'മൻ' എന്നതിനെ അത് സ്വതന്ത്രമാക്കുന്നു.

ഹരേ കൃഷ്ണ ഹരേ കൃഷ്ണ കൃഷ്ണ കൃഷ്ണ ഹരേ ഹരേ
ഹരേ രാമ ഹരേ രാമ രാമ രാമ ഹരേ ഹരേ

ഒരേ സമയം മന്ത്രത്തിന്റെ ശബ്ദം കേൾക്കുകയും അതിൽ ശ്രദ്ധ കേന്ദ്രീകരിക്കുകയും ചെയ്യുന്നു, അത് ക്രമേണ മനസ്സിനെ ശാന്തമാക്കുന്നു, അങ്ങനെ നമ്മുടെ സമ്മർദ്ദം ഗണ്യമായി കുറയ്ക്കുന്നു.

ഭയത്തെ മറികടക്കാനുള്ള മറ്റൊരു മാർഗ്ഗം ആത്മീയ ജ്ഞാനത്താൽ നമ്മെത്തന്നെ പ്രകാശിപ്പിക്കുക എന്നതാണ്. ഒരു ഇരുണ്ട മുറിയിൽ പ്രവേശിക്കുമ്പോൾ, അതിനുള്ളിൽ വിവിധ അപകടങ്ങൾ സങ്കൽപ്പിക്കുകയും ഭയം തോന്നുകയും ചെയ്യുന്നു. എന്നാൽ ലൈറ്റ് ഇടുമ്പോൾ, നമ്മുടെ ഭയം അടിസ്ഥാനരഹിതമാണെന്ന് നമ്മൾ കാണുന്നു. അജ്ഞത ഇരുട്ടാണ്, അറിവ് വെളിച്ചമാണ്. നാം ആത്മീയമായി അറിവില്ലാത്തവരായിരിക്കുമ്പോൾ, ജീവിതം നമുക്ക് ഒരു ഇരുണ്ട മുറി പോലെയാണ്, അതിനാൽ ഭാവിയിൽ സംഭവിക്കുന്ന കാര്യങ്ങൾ പലപ്പോഴും നാം സങ്കൽപ്പിക്കുകയും സ്വയം ഭയപ്പെടുകയും ചെയ്യുന്നു. നമ്മുടെ ഹൃദയത്തിൽ ദൈവിക ജ്ഞാനത്തിന്റെ വെളിച്ചം തിരിയുമ്പോൾ, ജീവിതത്തിന്റെ യാഥാർത്ഥ്യവും എന്തുകൊണ്ടാണ് കാര്യങ്ങൾ ഒരു പ്രത്യേക രീതിയിൽ സംഭവിക്കുന്നതെന്നും അവയോട് എങ്ങനെ പ്രതികരിക്കണമെന്നും നാം മനസ്സിലാക്കുന്നു. അങ്ങനെ പ്രകാശിതമാകുമ്പോൾ, യാഥാർത്ഥ്യബോധമുള്ള പ്രതീക്ഷകൾ ഉണ്ടായിരിക്കാൻ നമ്മൾ പഠിക്കുന്നു, അതുവഴി നമ്മുടെ സമ്മർദ്ദം കുറയുന്നു.

ചോദ്യം 47

## ഒരു പുണ്യസ്ഥലം മറ്റേതൊരു സ്ഥലത്തുനിന്നും എങ്ങനെ വ്യത്യാസപ്പെട്ടിരിക്കുന്നു?

വൃന്ദാവനം, ദ്വാരക, മഥുര, ജഗന്നാഥ പുരി, തിരുപ്പതി തുടങ്ങിയ പുണ്യസ്ഥലങ്ങൾ ആത്മീയമായും മറ്റുള്ളവയിൽ നിന്ന് വ്യത്യസ്തമായും കണക്കാക്കപ്പെടുന്നു, കാരണം അവ മറ്റ് സ്ഥലങ്ങളെപ്പോലെ ഭൗതിക തലത്തിൽ മാത്രമല്ല, ഉയർന്ന അളവിലുള്ള ആത്മീയ തലത്തിൽ സമാന്തര യാഥാർത്ഥ്യമായും നിലനിൽക്കുന്നു.

ഒരു സ്ഥലത്തെ വിശുദ്ധമാക്കുന്നത് ദൈവത്തിന്റെയും വിശുദ്ധരുടെയും സാന്നിധ്യമാണ്.

ഭഗവാൻ എവിടെ പാദങ്ങൾ പതിപ്പിക്കുകയും അവന്റെ വിനോദങ്ങൾ നടത്തുകയും ചെയ്യുന്നുവോ, അവന്റെ ഭക്തർ അവന്റെ ഭക്തിനിർഭരമായ സേവനത്തിൽ മുഴുകിയിരിക്കുന്നുവോ ഇവയെല്ലാം പുണ്യസ്ഥലമാണ്. അത്തരം സ്ഥലങ്ങൾ ഭഗവാൻ തന്റെ സാന്നിധ്യം അനുഭവിച്ചറിയാനാകും വിധം ഒരുക്കിയിരിക്കുന്നു. വിശുദ്ധരായ ആളുകൾ അവരുടെ ഭക്തിപരമായ പ്രവർത്തനങ്ങൾ സ്നേഹത്തോടും സമർപ്പണത്തോടും കൂടി നിർവ്വഹിക്കുന്നു, ആത്മീയ വിശുദ്ധിയുടെ ഉയർന്ന തലങ്ങളും ചുറ്റുപാടും ശക്തമായ പ്രകമ്പനവും സൃഷ്ടിക്കുന്നു. അങ്ങനെ, ഈ സ്ഥലങ്ങൾ നമ്മുടെ എല്ലാ കഷ്ടപ്പാടുകളുടെയും മൂലകാരണമായ നമ്മുടെ പാപകർമ്മങ്ങളെ പോലും നിർവീര്യമാക്കാൻ പ്രാപ്തമായ ആത്മീയ ഊർജ്ജത്താൽ നിറയുന്നു. നമ്മൾ ഈ സ്ഥലങ്ങളിൽ ആയിരിക്കുമ്പോൾ, നമ്മൾ അതേ ഊർജ്ജം ഉൾക്കൊള്ളാനുള്ള പ്രവണത ഉണ്ടാവുകയും അങ്ങനെ ഒരു വലിയ ആത്മീയ പരിവർത്തനവും പുരോഗ

തിയും അനുഭവിക്കുകയും ചെയ്യുന്നു, അല്ലാത്തപക്ഷം ഒരു സാധാരണ സ്ഥലത്ത് അത് നേടാൻ വർഷങ്ങളെടുക്കും.

എന്നാൽ ഇതെല്ലാം യാന്ത്രികമല്ല. എല്ലായിടത്തും ശക്തമായ ഊർജ്ജം ഉണ്ട്, എന്നാൽ അതിനെ ഉൾക്കൊള്ളാൻ, നമുക്ക് ഒരു പ്രതിനിധി ആവശ്യമാണ്, അത് ഭഗവാന്റെ വിശുദ്ധ നാമങ്ങൾ ജപിക്കുകയും ഭഗവദ് ഗീത, ശ്രീമദ് ഭാഗവതം തുടങ്ങിയ ഗ്രന്ഥങ്ങളിൽ നിന്ന് അവന്റെ മഹത്വങ്ങൾ കേൾക്കുകയും ചെയ്യുന്ന നമ്മുടെ ഭക്തിപരമായ ആചാരമാണ്. പുണ്യസ്ഥലങ്ങൾ വിനോദ സഞ്ചാരികളെ പോലെയുള്ള ആസ്വാദന മനോഭാവത്തോടെ പലരും സന്ദർശിക്കുന്നു, അവിടെ ലഭ്യമായ കൃപയിലേക്ക് പ്രവേശിക്കാൻ കഴിയുന്നില്ല. എന്നാൽ ആത്മീയ പുരോഗതി കൈവരിക്കാനും ആത്മീയ ഗുണങ്ങൾ നേടാനും പോകുന്നവർ അതിനനുസരിച്ച് അനുഗ്രഹീതരാണ്.

പുണ്യസ്ഥലങ്ങൾ സന്ദർശിക്കുന്നത് ഇന്ത്യൻ സംസ്കാരത്തിന്റെ വളരെ പ്രധാനപ്പെട്ട ഭാഗമാണ്. ലോകം മുഴുവനും ആത്മീയതയ്ക്കും അവയുടെ ആത്മീയ പ്രാധാന്യം മനസ്സിലാക്കുന്നതിനും വേണ്ടി ഇന്ത്യയിലേക്ക് തിരിയുന്നു; ലോകമെമ്പാടുമുള്ള ലക്ഷക്കണക്കിന് ആളുകൾ ഓരോ വർഷവും ഇന്ത്യയിലെ പുണ്യസ്ഥലങ്ങൾ സന്ദർശിക്കുന്നു.

## ചോദ്യം 48

## ദീപാവലിയുടെ പ്രാധാന്യം എന്താണ്?

കാലക്രമേണ, നമ്മുടെ രാജ്യം എല്ലാ വർഷവും ആഘോഷിക്കുന്ന എണ്ണമറ്റ വിശുദ്ധ സന്ദർഭങ്ങളുടെയും ആചാരങ്ങളുടെയും പിന്നിലെ കാരണങ്ങളും ചൈതന്യവും നമ്മളിൽ ഭൂരിഭാഗവും മറന്നു. എന്തെങ്കിലും തുടർന്നുകൊണ്ടുപോകാൻ, നമുക്ക് രണ്ട് കാര്യങ്ങൾ ആവശ്യമാണ് : പ്രോത്സാഹനവും പ്രബുദ്ധതയും.

ബോധോദയമില്ലാതെ പ്രോത്സാഹനം മാത്രമുള്ളപ്പോഴും, തിരിച്ചായിരിക്കുമ്പോഴും കാര്യങ്ങൾ നിലനിൽക്കില്ല.

നമ്മളിൽ പലരും ദീപാവലി ആഘോഷിക്കുന്നത് അതിന്റെ പിന്നിലെ കാരണം അറിയാതെയാണ്. അല്ലെങ്കിലും നമുക്ക് അതിനെക്കുറിച്ച് അറിയാമെങ്കിലും ആത്മാവിനെക്കുറിച്ച് നമുക്ക് ബോധമില്ല. പടക്കം പൊട്ടിക്കുന്നതിനും മധുരപലഹാരങ്ങൾ വിതരണം ചെയ്യുന്നതിനും പുതിയ സാധനങ്ങൾ വാങ്ങുന്നതിനും ഐശ്വര്യത്തിനായി ലക്ഷ്മി ദേവിയെ ആരാധിക്കുന്നതിനുമുള്ള അവസരമായി നമ്മളിൽ പലരും ഇത് ഉപയോഗിക്കുന്നു. ആഘോഷത്തിന്റെ പിന്നിലെ യഥാർത്ഥ കാരണം ആരും ഓർക്കുന്നില്ല. ഏറ്റവും മോശമായത് എന്തെന്നാൽ, ദീപാവലി പാർട്ടികളിലൂടെയും ചീട്ടുകളിയിലൂടെയും തങ്ങളുടെ ആസ്വാദന മനോഭാവം വർദ്ധിപ്പിക്കാൻ ചിലർ ഈ സന്ദർഭം ഉപയോഗിക്കുന്നു. ഈ പ്രവർത്തനങ്ങൾ ദീപാവലിയുമായോ ശ്രീരാമനുമായോ എങ്ങനെ ബന്ധപ്പെട്ടിരിക്കുന്നുവെന്ന് നമ്മൾ അത്ഭുതപ്പെടുന്നു.

നമ്മുടെ സ്വന്തം ഉദ്ദേശ്യങ്ങൾക്കനുസൃതമായി അത്തരം പുണ്യദിനങ്ങൾ ഉപയോഗിക്കുന്നതിന് (ദുരുപയോഗം ചെയ്യാൻ) നമ്മൾക്ക് പ്രശ്നമില്ല എന്നത് നമ്മിൽ സ്വാർത്ഥത വളരെ ആഴത്തിൽ

വേരുന്നിയതിനാലാണ്. അപാരമായ കൃപയാൽ നിറയുന്ന ദിവസങ്ങളാണിത്, ആ ദിവ്യകാരുണ്യം പ്രാപ്യമാക്കുന്നതിന് മറ്റെല്ലാം ഉപേക്ഷിച്ച് ഭഗവാന്റെ സ്മരണയിൽ മുഴുകണം. നിർഭാഗ്യവശാൽ, ഈ കാലഘട്ടത്തിൽ, നമ്മിൽ സാരാംശം നഷ്ടപ്പെട്ടു.

ഇന്ത്യൻ കലണ്ടറിലെ ഏറ്റവും പ്രശസ്തമായ ഉത്സവങ്ങളിലൊന്നാണ് ദീപാവലി. ലക്ഷ്മീദേവിയുടെയും ധന്വന്തരിയുടെയും (ആയുർവേദത്തിന്റെ ദേവൻ) ജനനം പോലെയുള്ള നിരവധി ശുഭകരമായ ചരിത്ര സംഭവങ്ങളുടെ വാർഷികങ്ങൾ ഈ പുരാതന ഉത്സവത്തിന് മൂല്യം വർദ്ധിപ്പിക്കുന്നു.

അയോധ്യയിലെ ആഹ്ലാദഭരിതരായ പൗരന്മാർ ശ്രീരാമനെ വനവാസത്തിനുശേഷം അവരുടെ നഗരത്തിലേക്ക് തിരികെ സ്വീകരിച്ച ദിവസമാണിത്. മന്ഥരയുടെയും കൈകേയിയുടെയും ഗൂഢാലോചനയെത്തുടർന്ന് ശ്രീരാമൻ നാടുകടത്തപ്പെട്ടപ്പോൾ അയോധ്യ ഒരു പ്രേതനഗരമായി മാറിയതെങ്ങനെയെന്ന് രാമായണം വിവരിക്കുന്നു. അതിലെ എല്ലാ പൗരന്മാരും പതിന്നാലു വർഷക്കാലം വേർപിരിയലിന്റെയും ദുഃഖത്തിന്റെയും മഹാസമുദ്രത്തിൽമുങ്ങി. ഒടുവിൽ ശ്രീരാമൻ തിരിച്ചെത്തിയപ്പോൾ അവരുടെ ഹൃദയത്തിന്റെ ഉള്ളിലെ ആഗ്രഹം ഒടുവിൽ സഫലമായി. ദിവ്യസ്നേഹത്തിന്റെ ഈ സന്തോഷകരമായ പുനഃസംഗമം അവർ സ്വയമേ ആഘോഷിച്ചു, അവരുടെ വീടുകൾ വിളക്കുകൾ കൊണ്ട് പ്രകാശിപ്പിച്ചു. വിളക്കുകളുടെ (ദീപം) നീണ്ട നിരകൾ (ആവലി) ഉണ്ടായിരുന്നു. അങ്ങനെയാണ് 'ദീപാവലി' എന്ന പേര് ലഭിച്ചത്.

ഒരു ചരിത്ര യാഥാർത്ഥ്യം എന്നതിലുപരി, ഈ സംഭവത്തിന് നമ്മുടെ ജീവിതത്തിലും വലിയ പ്രസക്തിയുണ്ട്. അയോധ്യ നമ്മുടെ ഹൃദയം പോലെയാണ്, ശ്രീരാമൻ നമ്മുടെ ഹൃദയത്തിന്റെ നാഥനുമാണ്, നമ്മുടെയെല്ലാം സ്നേഹത്തിന്റെയും ഭക്തിയുടെയും പരമോന്നത വസ്തുവാണ്. ദൗർഭാഗ്യകരമായ തെറ്റിദ്ധാരണകൾ നിമിത്തം, നാമും നമ്മുടെ ഹൃദയത്തിൽ നിന്ന് ഭഗവാനെ നാടുകടത്തിയിരിക്കുന്നു. ശ്രീരാമൻ പോയപ്പോൾ അയോധ്യ ഒരു പ്രേതനഗരമായി മാറിയതുപോലെ, നമ്മുടെ ഹൃദയവും ഉത്കണ്ഠ, വിരസത, ഏകാന്തത, വിഷാദം, സമ്മർദ്ദം, മുൻവിധി, അസൂയ, കോപം, വെറുപ്പ് തുടങ്ങിയ പ്രേത വികാരങ്ങളാൽ നിറഞ്ഞിരിക്കുന്നു. കൂടാതെ, അയോധ്യയിലെ പൗരന്മാരെപ്പോലെ, നമ്മുടെ ജീവിതവും ശൂന്യതയും വിലാപവും കൊണ്ട് നിറഞ്ഞിരിക്കുന്നു.

എന്നാൽ നമ്മളും അയോധ്യയിലെ പൗരന്മാരും തമ്മിൽ ഒരു പ്രധാന വ്യത്യാസമുണ്ട്. ഭഗവാന്റെ അഭാവവും വേർപിരിയലുമാണ് തങ്ങളുടെ ദുഃഖത്തിന് കാരണമെന്ന് അവർക്ക് വ്യക്തമായി അറിയാമായിരുന്നു, എന്നാൽ നമ്മുടെ ദുരിതങ്ങളുടെ മൂലകാരണം നാം അറിയുകയോ തിരിച്ചറിയാൻ പലപ്പോഴും വൈകുകയോ ചെയ്യുന്നു. സമ്പത്ത്, ആസ്വാദനം, വിനോദം, പ്രശസ്തി, അധികാരം, സ്ഥാനം എന്നിങ്ങനെയുള്ള ലൗകിക ലക്ഷ്യങ്ങൾക്കായി അതിന്റെ വേഗത ത്വരിതപ്പെടുത്തിക്കൊണ്ട് നമ്മുടെ ജീവിതത്തിന്റെ അസ്തിത്വ ശൂന്യത മറയ്ക്കാനും നമ്മൾ ശ്രമിക്കുന്നു. എന്നാൽ ദൈവവുമായുള്ള നമ്മുടെ ശാശ്വത ബന്ധത്തിന് ഈ മിഥ്യാധാരണ പകരക്കാർക്ക് ശാശ്വത നിവൃത്തി നല്കാൻ കഴിയില്ല, മങ്ങിയ ആശ്വാസം മാത്രമേ നൽകാൻ കഴിയൂ. തൽഫലമായി, നമ്മുടെ ജീവിതത്തിന്റെ അഭിമാനമായ ഭ്രാന്തമായ വേഗതയും ജാസി ഉപകരണങ്ങളും ഉണ്ടായിരുന്നിട്ടും, നമ്മൾ വലിയ തോതിൽ പൂർത്തീകരിക്കപ്പെടാതെ നിരാശരായി തുടരുന്നു.

ചരിത്രപരമായി, ദീപാവലിയുടെ അർത്ഥം വിളക്ക് കൊളുത്തലല്ല, മറിച്ച് ശ്രീരാമന്റെ അയോധ്യയിലേക്കുള്ള മടങ്ങി വരവാണ്. അതിനാൽ വിളക്ക് കൊളുത്തുന്നതിൽ നാം സ്വയം പരിമിതപ്പെടുത്തിയാൽ നമ്മുടെ ദീപാവലി ആഘോഷം അപൂർണ്ണമായിരിക്കും. പിന്നെ എങ്ങനെയാണ് നമുക്ക് ഭഗവാനെ നമ്മുടെ ഹൃദയങ്ങളിലേക്ക് സ്വാഗതം ചെയ്യാനും ദീപാവലിയുടെ സാരാംശം അനുഭവിക്കാനും കഴിയുക?

അദ്ദേഹത്തിന്റെ വിശുദ്ധ നാമങ്ങൾ ജപിച്ചും, അദ്ദേഹത്തിന്റെ വിശുദ്ധ ദൈവത്തെ ആരാധിച്ചും, അദ്ദേഹത്തിന്റെ മാതൃക സ്മരിച്ചും, അദ്ദേഹത്തിന്റെ നിർദ്ദേശങ്ങൾ നമ്മുടെ ദൈനംദിന ജീവിതത്തിൽ പ്രയോഗിക്കുന്നതിലൂടെയും, ഏറ്റവും പ്രധാനമായി, അത് മറ്റുള്ളവരുമായി പങ്കിടുന്നതിലൂടെയും. അതിനാൽ, ഈ ദീപാവലിക്ക് മൺവിളക്ക് കൊളുത്തുമ്പോൾ, ദൈവിക ജ്ഞാനത്താലും സ്നേഹത്താലും നമ്മുടെ ഹൃദയങ്ങളെ പ്രകാശിപ്പിക്കാം.

## ചോദ്യം 49

# നമ്മെ ആവർത്തിച്ച് വേദനിപ്പിക്കുന്ന ഒരാളോട് ക്ഷമിക്കാൻ സാധിക്കുമോ?

ആരെങ്കിലും നമ്മെ വേദനിപ്പിക്കുമ്പോൾ, ആ വ്യക്തിയോട് ക്ഷമിക്കുന്നതാണ് നമ്മുടെ ഏറ്റവും നല്ല പ്രതികരണം. എന്നാൽ പലപ്പോഴും നമ്മുടെ രോഷാകുലമായ വികാരങ്ങൾ ഒരു വ്യക്തിയെ വിശ്വസിക്കുന്നതിൽ നിന്നും ഒരു വ്യക്തിയോട് ക്ഷമിക്കുന്നതിനെ വ്യത്യസ്തമാക്കുന്ന സൂക്ഷ്മവും എന്നാൽ സുപ്രധാനവുമായ രേഖയെ അവഗണിക്കാൻ നമ്മെ പ്രേരിപ്പിക്കുന്നു : ക്ഷമ എന്നത് ഭൂതകാലമാണ്; വിശ്വാസം ഭാവിയിലേക്കുള്ളതാണ്. ഉടൻ ക്ഷമിക്കാൻ നമ്മൾ ആവശ്യപ്പെടുന്നു, എന്നാൽ തെറ്റ് ചെയ്തയാളെ ഉടനടി വിശ്വസിക്കരുത്. നമുക്ക് ഈ വ്യത്യാസം പര്യവേക്ഷണം ചെയ്യാം.

ഒരു വ്യക്തി മുൻകാലങ്ങളിൽ ചെയ്ത തെറ്റുകളൊന്നും മാറ്റാൻ കഴിയില്ല; ഭൂതകാലത്തെ നീരസത്തോടെ കാണുന്ന കാലമത്രയും നാം അതിൽ കുടുങ്ങിക്കിടക്കും. തൽഫലമായി, നമ്മുടെ ചിന്തകളും വാക്കുകളും പ്രവൃത്തികളും ജീവിതവും പോലും നീരസത്താൽ നയിക്കപ്പെട്ടാം, അത് നമ്മെ നിശബ്ദമാക്കുകയോ പൊട്ടിത്തെറിപ്പിക്കുകയോ ചെയ്യും. നാം നിശബ്ദമായിരിക്കുമ്പോൾ, നമ്മുടെ കോപത്തെ ഉള്ളിലേക്ക് ആഴത്തിൽ നയിക്കുകയും അതുവഴി അനാവശ്യമായി നമ്മുടെ മാനസികാവസ്ഥയിൽ വികൃതമായ മുറിവുകൾ ഉണ്ടാക്കുകയും അത് നമ്മുടെ വ്യക്തിത്വത്തെ വികലമാക്കുകയും ചെയ്യും. നമ്മൾ പൊട്ടിത്തെറിക്കുമ്പോൾ, നമ്മുടെ കോപം അക്രമിയോട് മാത്രമല്ല, പൊട്ടിത്തെറിക്കുന്ന സമയത്ത് നമ്മുടെ കൂടെയുള്ളവരോടും, അതുവഴി നമ്മുടെ

പ്രശസ്തിയെയും ഒരു നിരപരാധിയെയും അത് വ്രണപ്പെടുത്തുന്നു. അങ്ങനെ, നിശബ്ദതയായാലും പൊട്ടിത്തെറിക്കുകയായാലും നീരസത്താൽ നയിക്കപ്പെടുന്ന രണ്ട് പ്രതികരണങ്ങളും ചെയ്യുന്നത് വിപരീതഫലമാണ്.

അതിനാൽ, ഏറ്റവും നല്ല പ്രതികരണം നമ്മെ നീരസത്തിൽ നിന്ന് മോചിപ്പിക്കുന്നതാണ് – ക്ഷമയ്ക്ക് മാത്രമേ അത് ചെയ്യാൻ കഴിയൂ. മുന്നോട്ട് പോകാൻ ക്ഷമ ആവശ്യമാണ്. നാം ഒരു വ്യക്തിയോട് ക്ഷമിക്കുമ്പോൾ, തെറ്റുപറ്റുന്ന മറ്റൊരു വ്യക്തി, ഒരു മനുഷ്യനായിരിക്കുമ്പോൾ, നമ്മെപ്പോലെ അപൂർണ്ണനാണെന്ന യാഥാർത്ഥ്യം നാം അംഗീകരിക്കുന്നു. നമുക്കും നാളെ തെറ്റുപറ്റിയേക്കാം, ക്ഷമ ആവശ്യമായി വന്നേക്കാം. വാസ്തവത്തിൽ, കർമ്മത്തിന്റെ യുക്തി സൂചിപ്പിക്കുന്നത്, ഇപ്പോൾ ആരെങ്കിലും നമ്മെ വേദനിപ്പിച്ചതുപോലെ, മുൻകാലങ്ങളിൽ നാം ആരെയെങ്കിലും വേദനിപ്പിച്ചിട്ടുണ്ടാകാം എന്നാണ്. അപ്പോൾ നമ്മൾ തെറ്റ് ചെയ്യുന്നയാളെ കാരണമായി കാണുന്നില്ല, മറിച്ച് നമ്മുടെ ഭൂതകാല സംവേദനക്ഷമതയിൽ നിന്ന് ഉത്ഭവിച്ച നമ്മുടെ കഷ്ടതയുടെ ഉപാധിയായിട്ടാണ്. ദാർശനികമായി അറിവുള്ള ഈ ദർശനം മനസ്സിലാക്കി, 'നമ്മുടെ കർമ്മത്തിന്റെ ഹേതുവിനോട്' നാം ദേഷ്യപ്പെടരുത്. നമ്മുടെ രോഷാകുലമായ വികാരങ്ങൾ കർമ്മത്തിന്റെ യുക്തിയെ ദഹിപ്പിക്കാൻ പ്രയാസകരമാക്കിയാലും, ക്ഷമ നമ്മെ നീരസത്തിൽ നിന്ന് മോചിപ്പിക്കാനുള്ള കഴിവ് നിലനിർത്തുന്നു.

ഒരു വ്യക്തിയോട് ക്ഷമിക്കുക എന്നത്, മറ്റൊരു വ്യക്തിയെ ദ്രോഹകരമായ പെരുമാറ്റം തുടരാൻ അനുവദിക്കുമെന്ന് അർത്ഥമാക്കുന്നില്ല. നാം സൗമ്യമായി എന്നാൽ ദൃഢമായി ഒരു രേഖ വരയ്ക്കുകയും അവർക്ക് അത് മറികടക്കാൻ കഴിയില്ലെന്ന് ആ വ്യക്തിയെ അറിയിക്കുകയും വേണം.

ഒരിക്കൽ മഹാഭക്തനായ നാരദമുനിയുടെ നിർദ്ദേശപ്രകാരം ഒരു പാമ്പ് ഭക്തനായി. അഹിംസാവാദിയാകാനും ഇനി ആരെയും കടിക്കരുതെന്നും നാരദമുനി പാമ്പിനോട് നിർദ്ദേശിച്ചു.

നിർഭാഗ്യവശാൽ, പാമ്പിന്റെ ഭാഗത്ത് നിന്നുള്ള ഈ അഹിംസയെ ആളുകൾ മുതലെടുത്തു, പ്രത്യേകിച്ച് കുട്ടികൾ, അതിനു നേരെ കല്ലേറിയാൻ തുടങ്ങി.

എന്നിരുന്നാലും, അത് ആരെയും കടിച്ചില്ല, കാരണം അതിന്റെ ആത്മീയ ഗുരു അതിനോട് നിർദ്ദേശിക്കുന്നത് ആരെയും കടിക്കരുത് എന്നാണ്.

കുറച്ച് നാളുകൾക്ക് ശേഷം, പാമ്പ് നാരദനെ വീണ്ടും കണ്ടുമുട്ടിയപ്പോൾ, 'നിരപരാധികളായ ജീവികളെ കടിക്കുന്ന ദുശ്ശീലം ഞാൻ ഉപേക്ഷിച്ചു, പക്ഷേ അവർ എന്നെ കല്ലെറിഞ്ഞ് എന്നോട് മോശമായി പെരുമാറുന്നു' എന്ന് പരാതിപ്പെട്ടു.

ഇതുകേട്ട നാരദമുനി അതിനെ ഉപദേശിച്ചു, 'കടിക്കരുത്, എന്നാൽ കടിക്കാൻ പോകുന്നതുപോലെ നിന്റെ പത്തി വിടർത്താൻ മറക്കരുത്, അപ്പോൾ അവർ പോകും.'

നമ്മൾ അനുവദിക്കുന്നത് തുടരും. നമ്മെയും മറ്റേ വ്യക്തിയെയും വളരാൻ അനുവദിക്കുന്ന ആ സമതുലിതമായ പ്രവർത്തന ഗതി നാം കണ്ടെത്തേണ്ടതുണ്ട്.

ചുരുക്കിപ്പറഞ്ഞാൽ, ക്ഷമയിൽ, മറ്റേ വ്യക്തിയിൽ നിന്ന് സ്വതന്ത്രമായി നമ്മുടെ ഗുണം നട്ടുവളർത്തുന്നത് ഉൾപ്പെടുന്നു, അതേസമയം വിശ്വാസം ആ വ്യക്തിയുടെ നട്ടുവളർത്തുന്ന സദ്ഗുണത്തിന് സോപാധികമായ നമ്മുടെ പരസ്പര സഹകരണമാണ്. ഇവ രണ്ടും തമ്മിലുള്ള വ്യത്യാസം മനസ്സിലാക്കുന്നതിലൂടെ, നമ്മുടെ ബന്ധങ്ങളിലെ നിർഭാഗ്യകരമായ സംഭവങ്ങളെ നമുക്കുതന്നെ – ഒരുപക്ഷേ മറ്റൊരാൾക്ക് പോലും വളർച്ചാ അവസരങ്ങളാക്കി മാറ്റാൻ കഴിയും.

## ചോദ്യം 50

# എന്തുകൊണ്ടാണ് ഭഗവദ്ഗീത നിസ്സംഗതയോടെ പ്രവർത്തിക്കാൻ ശുപാർശ ചെയ്യുന്നത്?

ന്യായമായ അളവിലുള്ള അകൽച്ച വളർത്തിയെടുക്കാൻ ഭഗവദ് ഗീത ശുപാർശ ചെയ്യുന്നു. ആരെങ്കിലും ഇത് നിരാശാജനകമോ നിരുത്സാഹപ്പെടുത്തുന്നതോ ആയി കണ്ടെത്തിയേക്കാം, പക്ഷേ അങ്ങനെയല്ല. എല്ലാവരുടെയും ഏറ്റവും വലിയ അഭ്യുദയ കാംക്ഷിയായ പരമേശ്വരനാണ് ഭഗവദ് ഗീതയിലെ വാക്കുകൾ പറഞ്ഞതെന്ന് നാം മറക്കരുത്. നാം എന്തിന് അകൽച്ച വളർത്തിയെടുക്കണം എന്നതിന് പിന്നിൽ ആഴത്തിലുള്ള ഒരു കാരണമുണ്ട്.

1. **ഉത്കണ്ഠയിൽ നിന്ന് നമ്മെ രക്ഷിക്കാൻ :** സന്തോഷത്തിനും വിജയത്തിനും വേണ്ടി നമ്മൾ എല്ലാവരും കഠിനാധ്വാനം ചെയ്യുന്നു, എന്നാൽ യാഥാർത്ഥ്യം നമ്മുടെ ഭൂതകാല കർമ്മത്തെയോ വിധിയെയോ അടിസ്ഥാനമാക്കിയാണ്. ചിലപ്പോൾ ഫലങ്ങൾ നമുക്ക് അനുകൂലമായേക്കില്ല, നമ്മൾ അവരോട് ചേർന്നുനിൽക്കുകയാണെങ്കിൽ, നമ്മൾ വിഷാദ രോഗിയാകും. അതുകൊണ്ടാണ് ഭഗവദ് ഗീത നമ്മോട് കഴിയുന്നത്ര മികച്ച രീതിയിൽ നമ്മുടെ കർത്തവ്യം ചെയ്യുന്നതിൽ ഉറച്ച നിൽക്കാൻ പറയുന്നത്, പക്ഷേ ഫലങ്ങളിൽ ബന്ധിയാകരുത്, അതിലൂടെ നമുക്ക് അനാവശ്യമായ മാനസിക ആഘാതം ഒഴിവാക്കാം. അതിനർത്ഥം നമ്മുടെ നിയന്ത്രണത്തിലുള്ള കാര്യങ്ങളിൽ ശ്രദ്ധ കേന്ദ്രീകരിക്കണമെന്നും അതിനപ്പുറമുള്ള കാര്യങ്ങളെക്കുറിച്ച് വിഷമിക്കേണ്ടതില്ല എന്നുമാണ്.

2. **ആത്യന്തിക ലക്ഷ്യത്തിലേക്ക് മുന്നേറാൻ നമ്മെ സഹായിക്കുന്നതിന് :** ഭഗവദ് ഗീത പരമമായ ശാശ്വത വീക്ഷണ കോണിൽ നിന്നാണ് സംസാരിക്കുന്നത്. നാമെല്ലാവരും ആത്മീയ ജീവികളാണ്, എന്നാൽ ഇപ്പോൾ, 'ഞാൻ, എന്റേത്'' എന്നതിന്റെ അടിസ്ഥാനത്തിൽ നമ്മുടെ വ്യക്തിപരമായ ആഗ്രഹങ്ങളാൽ അഭിരമിക്കുന്നതിനാൽ നാം ആത്മീയതയിൽ നിന്ന് വേർപെട്ടിരിക്കുന്നു. നാം സ്വാർത്ഥമായി പെരുമാറുന്നു, നമ്മുടെ സന്തോഷത്തിൽ മാത്രം ശ്രദ്ധാലുവാണ്. എന്നിരുന്നാലും, യഥാർത്ഥ സന്തോഷം എവിടെയാണെന്ന് നമുക്കറിയില്ല. മനുഷ്യജീവിതം ആത്മീയതയോടുള്ള ആസക്തി വളർത്തിയെടുക്കാൻ ഉദ്ദേശിച്ചുള്ളതാണ്, ഇത് നേടുന്നതിന്, സാരാംശത്തിൽ നിന്ന് വേർപിരിയൽ ആവശ്യമാണ്. നാം സാരാംശവുമായി ബന്ധപ്പെട്ടിരിക്കുന്നിടത്തോളം കാലം, നമ്മുടെ വിമോചനം അസാധ്യമാണ്, അതേ ദുരിതങ്ങൾ വീണ്ടും വീണ്ടും അനുഭവിക്കുന്നതിനായി നാം ഭൗതിക ലോകത്തേക്ക് മടങ്ങിക്കൊണ്ടിരിക്കും. ജോലിയുടെ ഹ്രസ്വകാല ഭൗതിക ഫലങ്ങളോടുള്ള അഭിനിവേശം ദീർഘകാല ആത്മീയ ഫലങ്ങളിൽ നിന്ന് നമ്മെ അകറ്റുന്നു.

നമുക്ക് ഉടനടി നേടാനുള്ള ലക്ഷ്യങ്ങൾ ഉണ്ടാകാം, സംശയമില്ല, എന്നാൽ ആത്യന്തിക ലക്ഷ്യം മറക്കരുത്.

എങ്ങനെയാണ് നമ്മൾ അകന്നു നിൽക്കൽ പരിശീലിക്കുന്നത്?

നമ്മൾ സ്വയം അകന്നു നിൽക്കാൻ ശ്രമിച്ചാൽ, മറ്റുള്ളവരോട് നാം നിർവ്വികാരമായി മാറിയേക്കാം. ഇത് ഒഴിവാക്കാൻ, അകന്നു നിൽക്കലിന്റെ ലക്ഷ്യം മനസ്സിലാക്കണം.

അകന്നു നിൽക്കലിന്റെ ലക്ഷ്യം ദൈവത്തോടുള്ള അടുപ്പമാണ്.

ഉദാഹരണത്തിന്, ചില കാര്യങ്ങൾ കഴിക്കുന്നത് നിർത്താൻ ഒരു ഡോക്ടർ രോഗിയോട് പറയുന്നത് എന്തുകൊണ്ട്? കാരണം, ആ വ്യക്തി തെറ്റായ കാര്യങ്ങൾ കഴിക്കുന്നു. എന്നാൽ അവന്റെ ഭക്ഷണം കഴിക്കുന്നത് നിർത്തലാണോ അത് ഒഴിവാക്കുന്നതിന്റെ ലക്ഷ്യം? ഒരിക്കലുമില്ല! അവന്റെ ആരോഗ്യം പുനഃസ്ഥാപിക്കുക എന്നതാണ് ലക്ഷ്യം, അതായത്, ആരോഗ്യകരമായ ഭക്ഷണശീലങ്ങൾ വളർത്തിയെടുക്കുക.

ജീവജാലങ്ങളുടെ സ്വാഭാവിക ആരോഗ്യം ഭഗവാന്റെ ഭക്തിനിർഭരമായ സേവനത്തിൽ നാം എത്രമാത്രം വ്യാപൃതരാണ് എന്നതിനെ ആശ്രയിച്ചിരിക്കുന്നു. നമ്മൾ തെറ്റായി ഇടപഴകിയിരിക്കുന്നതിനാൽ, നമ്മുടെ ഭൗതിക ഇടപഴകലിൽ നിന്ന് ക്രമാനുഗതമായ വേർപിരിയലിന്റെ പാത ശുപാർശ ചെയ്യുന്നു, അതിനാൽ നമുക്ക് നമ്മുടെ സ്വാഭാവിക അവസ്ഥയിലേക്ക് മടങ്ങാം. എന്നാൽ, ആരെങ്കിലും തന്റെ സേവനത്തിലൂടെ ദൈവവുമായി ആത്മാർത്ഥമായും ഗൗരവമായും ബന്ധപ്പെട്ടിട്ടുണ്ടെങ്കിൽ, അവൻ സ്വയം വേർപെടുത്തേണ്ടതില്ല, കാരണം അകൽച്ചയുടെ ലക്ഷ്യം, ദൈവത്തോടുള്ള അടുപ്പത്തിലേക്ക് ഇതിനകം എത്തിക്കഴിഞ്ഞു.

വാസ്തവത്തിൽ, ഭഗവദ് ഗീത അകന്നിരിക്കുന്നതിന്റെ പാതയാണ് ശുപാർശ ചെയ്യുന്നതെന്ന് നമുക്ക് പറയാം, അല്ലാതെ വേർപിരിയലല്ല, അതിനാലാണ് ഇത് 'യോഗ ശാസ്ത്രം' എന്നും അറിയപ്പെടുന്നത്. 'യോഗ' എന്നാൽ പരമോന്നതവുമായി ബന്ധിപ്പിക്കുക അല്ലെങ്കിൽ 'ചേരുക' എന്നാണ് അർത്ഥമാക്കുന്നത്. കർമ്മം, ജ്ഞാനം, ധ്യാനം, ആത്യന്തികമായ ഭക്തി എന്നിവയിലൂടെ എല്ലാ വഴികളിലും പരമോന്നതമായ, ഒന്നും ഉപേക്ഷിക്കാതെ, പരമോന്നതവുമായി വീണ്ടും ബന്ധപ്പെടാനുള്ള പാത ഭഗവദ് ഗീത ശുപാർശ ചെയ്യുന്നു.

അതിനാൽ, നമ്മുടെ ജോലിയുടെ ലൗകിക ഫലങ്ങൾ അവഗണിക്കാനോ നിരസിക്കാനോ പഠിപ്പിച്ചുകൊണ്ട് ഭഗവദ് ഗീത നമ്മെ തളർത്തുന്നില്ല, എന്നാൽ അവയിൽ കുടുങ്ങിപ്പോകരുതെന്നും ഉയർന്ന ലക്ഷ്യം മനസ്സിൽ സൂക്ഷിക്കണമെന്നും അത് നമ്മെ പ്രേരിപ്പിക്കുന്നു.

## ചോദ്യം 51

# എന്തുകൊണ്ടാണ് പ്രകൃതി ദുരന്തങ്ങൾ സംഭവിക്കുന്നത്?

പ്രകൃതി ദുരന്തങ്ങൾ മനുഷ്യനേക്കാൾ മഹത്തായ ഒരു ശക്തിയുടെ പ്രകടനമാണ്. നമ്മുടെ സംതൃപ്തിയില്ലാത്ത ദിനചര്യകളിൽ നിന്ന് അവ നമ്മെ ഞെട്ടിക്കുകയും ചിന്തിക്കാൻ പ്രേരിപ്പിക്കുകയും ചെയ്യുന്നു : എന്തുകൊണ്ടാണ് ഇത്തരം പ്രകൃതി ദുരന്തങ്ങൾ സംഭവിക്കുന്നത്? അതിനോട് നമ്മൾ എങ്ങനെ പ്രതികരിക്കണം? അവ ആവർത്തിക്കാതിരിക്കാൻ നമുക്ക് എന്തെങ്കിലും ചെയ്യാൻ കഴിയുമോ?

ലോകത്തിലെ മഹത്തായ ആത്മീയ പാരമ്പര്യങ്ങൾ അനുസരിച്ച്, നമ്മുടെ എല്ലാ പ്രവൃത്തികൾക്കും നാം ദൈവത്തോട് ഉത്തരവാദികളാണ്. പ്രാചീന ഇന്ത്യയിലെ വേദഗ്രന്ഥങ്ങൾ ഈ പ്രാപഞ്ചികമായ ഉത്തരവാദിത്ത സമ്പ്രദായത്തെക്കുറിച്ച് ഏറ്റവും യോജിച്ച ധാരണ നൽകുന്നു. കർമ്മ ഫലം എന്നറിയപ്പെടുന്ന, ഈ സാർവ്വത്രികമായ, പ്രവർത്തന-പ്രതികരണ നിയമം, ശരിയോ തെറ്റോ ആകട്ടെ, നമ്മുടെ പ്രവൃത്തികൾക്കനുസരിച്ച് നമുക്കെല്ലാവർക്കും അർഹമായ സുഖദുഃഖങ്ങൾ നൽകുന്നു. അതിനാൽ വേദഗ്രന്ഥങ്ങളിൽ നമ്മുടെ പ്രവർത്തനങ്ങളിൽ നമ്മെ നയിക്കാനുള്ള കുറിപ്പടികളും വിലക്കുകളും അടങ്ങിയിരിക്കുന്നു. ഈ ഉത്തരവുകൾ ലംഘിക്കുന്ന ഏതൊരാളും അനന്തര ഫലങ്ങൾക്ക് സ്വയം കുറ്റപ്പെടുത്തേണ്ടതുണ്ട്.

കർമ്മ ശിക്ഷ മനുഷ്യരാശിയുടെ മേൽ വരുന്നതായി വേദഗ്രന്ഥങ്ങൾ വിശദീകരിക്കുന്നത് *'ത്രി-വിധ തപ'* എന്ന് വിളിക്കപ്പെടുന്ന മൂന്ന് തരം ദുരിതങ്ങളുടെ രൂപത്തിലാണ് :

1. നമ്മുടെ സ്വന്തം ശരീരവും മനസ്സും (ആദ്ധ്യാത്മിക-ക്ലേശം) ഉണ്ടാക്കുന്ന ദുരിതങ്ങൾ, ഉദാഹരണത്തിന്, പനി, ദഹന ക്കേട്, സമ്മർദ്ദം, വിഷാദം തുടങ്ങിയവ.
2. മറ്റ് ജീവജാലങ്ങൾ (അധിഭൗതിക ക്ലേശം) ഉണ്ടാക്കുന്ന ദുരിതങ്ങൾ, ഉദാഹരണത്തിന്, കൊതുകുകൾ, മത്സരാർത്ഥി കൾ, മേലുദ്യോഗസ്ഥർ, ബന്ധുക്കൾ തുടങ്ങിയവർ.
3. ഉയർന്ന പ്രകൃതിശക്തികൾ (ആദിദൈവിക ക്ലേശം) മൂല മുണ്ടാകുന്ന ദുരിതങ്ങൾ, ഉദാഹരണത്തിന്, കടുത്ത ചൂട് അല്ലെങ്കിൽ തണുപ്പ്, വെള്ളപ്പൊക്കം, കൊടുങ്കാറ്റുകൾ തുടങ്ങിയവ.

അതിനാൽ, ബുദ്ധിയുള്ളവർക്ക് കർമ്മത്തിന്റെ യാഥാർത്ഥ്യം കാണാൻ പ്രയാസമില്ല. നമുക്ക് നിയമം ലംഘിക്കാനാവില്ല; നിയമത്തിനെതിരെ നമുക്ക് സ്വയം തകർക്കാൻ മാത്രമേ കഴിയൂ. നൂറ് നിലയുള്ള കെട്ടിടത്തിന്റെ മുകളിൽ നിന്ന് ചാടുന്ന ഒരു സന്ദേഹവാദിക്ക് ഗുരുത്വാകർഷണ നിയമമില്ലെന്ന് സങ്കൽപ്പി ക്കാൻ കഴിയും - എന്നാൽ അവൻ നിലത്തു വീഴുന്നതുവരെ മാത്രം. അതുപോലെ, കർമ്മ ഫലങ്ങളൊന്നുമില്ലെന്ന് സങ്കൽപ്പിച്ച്, കർമ്മ പ്രതിഫലങ്ങൾ സുനാമിയോ തീവ്രവാദമോ യുദ്ധമോ പാരിസ്ഥി തിക വിപത്തോ ആയി നമ്മെ ബാധിക്കുന്നതുവരെ നമുക്ക് നമ്മുടെ ദൈവരഹിതമായ പാപവഴികളുമായി മുന്നോട്ട് പോകാം.

പ്രകൃതിക്ഷോഭം മൂലമുള്ള നാശനഷ്ടങ്ങൾ കുറയ്ക്കണമെങ്കിൽ, ീകച്ച കണ്ടെത്തൽ സാങ്കേതിക വിദ്യകൾ മാത്രം മതിയാകില്ല. തക്കസമയത്ത് ഒരു ദുരന്തം കണ്ടെത്തി അതിൽ നിന്ന് സ്വയം രക്ഷിച്ചാലും, നമ്മുടെ കർമ്മം മറ്റേതെങ്കിലും വിധത്തിൽ നമുക്ക് അർഹമായ കഷ്ടപ്പാടുകൾ നൽകും. മനുഷ്യ ശിക്ഷാ സമ്പ്രദായത്തിൽ നിന്ന് വ്യത്യസ്തമായി, കർമ്മം കുറ്റമറ്റ നീതിന്യായ വ്യവസ്ഥയാണ്. ശാസ്ത്രം കൊണ്ടോ മറ്റേതെങ്കിലും ഭൗതിക മാർഗ്ഗങ്ങൾ ഉപയോഗിച്ചോ, നമ്മുടെ കർമ്മ പ്രതിപ്രവർത്തനങ്ങൾ എങ്ങനെ, എപ്പോൾ, എവിടെയാണ് നമ്മുടെ മേൽ വരുന്നതെന്ന് നമുക്ക് മാറ്റം വരുത്താം, പക്ഷേ അവയിൽ നിന്ന് രക്ഷപ്പെടാൻ നമുക്ക് ഒരിക്കലും കഴിയില്ല. അതിനാൽ, നമുക്ക് കഷ്ടപ്പാടുകളിൽ നിന്ന് രക്ഷപ്പെടണമെങ്കിൽ, മോശമായ കർമ്മം നാം സൂക്ഷ്മമായി ഒഴിവാക്കണം. കൂടാതെ, ദൈവവുമായി നമ്മെത്തന്നെ പുനഃക്രമീകരിച്ചുകൊണ്ട് നമ്മുടെ മുൻകാല ദുഷ്പ്രവൃത്തികളിൽ നിന്ന് നമ്മെത്തന്നെ സംരക്ഷിക്കണം.

ദൈവത്തിന്റെ വിശുദ്ധനാമങ്ങളിൽ, പ്രത്യേകിച്ച് മഹാമന്ത്ര ത്തിൽ, വിഭാഗീയതയില്ലാത്ത, സാർവ്വത്രിക ധ്യാനം സ്വീകരിക്കു ന്നതിലൂടെ ഇത് എളുപ്പത്തിലും ഫലപ്രദമായും ചെയ്യാൻ കഴിയും :

ഹരേ കൃഷ്ണ ഹരേ കൃഷ്ണ കൃഷ്ണ കൃഷ്ണ ഹരേ ഹരേ
ഹരേ രാമ ഹരേ രാമ രാമ രാമ ഹരേ ഹരേ

ഒരു കുറ്റവാളി നിയമപാലകനാകുമ്പോൾ, ശിക്ഷയുടെ കാഠിന്യം പലപ്പോഴും കുറയുന്നു. ഈ തത്ത്വം പ്രാപഞ്ചിക നീതിയിലും സത്യമാണ്, കാരണം ദൈവം നമ്മുടെ ദയയുള്ള പിതാവാണ്. ഈ ജീവിതത്തിലും ഈ ലോകത്തിൽ പോലും, ദൈവവുമായി യോജിച്ചുകൊണ്ട്, ദൈവത്തെ വെല്ലുവിളിക്കുന്നതിനേക്കാൾ, കൂടുതൽ സമാധാനവും സന്തോഷവും ഉള്ളവരായിരിക്കാൻ നമുക്ക് കഴിയും.

ഈ ഭൂമിയിലെ നമ്മുടെ സഹപൗരന്മാരെ യഥാർത്ഥത്തിൽ സഹായിക്കാൻ നമ്മൾ ആഗ്രഹിക്കുന്നുവെങ്കിൽ, മാനുഷിക സഹായം മതിയാകില്ല. ഈശ്വരബോധത്തിൽ നിന്ന് ലഭിക്കുന്ന പ്രബുദ്ധതയും ശാക്തീകരണവും നൽകി നാം ആത്മീയ സഹായം നൽകണം. മോശമായ കർമ്മത്തിൽ നിന്നും അതിന്റെ പ്രതികരണ ങ്ങളിൽ നിന്നും സ്വയം പരിരക്ഷിക്കാൻ അത് അവരെ സജ്ജരാക്കും.

ചോദ്യം 52

## എന്തുകൊണ്ടാണ് നമുക്ക് ഈ ജീവിതത്തിൽ തന്നെ കർമ്മ-പ്രതികരണം (കർമ്മഫലം) ലഭിക്കാത്തത്?

ആരെങ്കിലും ചോദിച്ചേക്കാം, 'മുൻ ജന്മത്തിലെ എന്റെ പ്രവൃത്തികൾക്ക് ഞാൻ ഇപ്പോൾ എന്തിന് കഷ്ടപ്പെടണം? എന്തിനാ ഇത്ര താമസം?'

വ്യത്യസ്ത വിത്തുകൾ വ്യത്യസ്ത സമയ കാലയളവിനുശേഷം ഫലം കായ്ക്കുന്നു. ധാന്യങ്ങൾ രണ്ടോ മൂന്നോ മാസങ്ങൾക്ക് ശേഷം വിളവെടുക്കുന്നു, ചില പഴങ്ങളുടെ വിത്തുകൾ ഇരുപത് വർഷത്തിന് ശേഷം ഫലം തരുന്നു, ചില വിത്തുകൾ കായ്ക്കാൻ നൂറ് വർഷമെടുക്കും. നാം ചെയ്യുന്ന ഓരോ പ്രവൃത്തിയും വിതച്ച വിത്ത് പോലെയാണ്. വിത്ത് ഫലം തരും, നമ്മുടെ കർമ്മ പരിണിതഫലം. 'എനിക്ക് ഈ പഴം ഇഷ്ടമല്ല, എനിക്കിത് വേണ്ട' എന്ന് ഒരാൾ പറഞ്ഞേക്കാം. പക്ഷേ, മുള്ളുകൾ നിറഞ്ഞതാണെങ്കിലും ആ പഴം കഴിക്കാൻ അയാൾ നിർബന്ധിതനാകും. പ്രതികരണങ്ങൾ വരും, എന്നാൽ വ്യത്യസ്ത തരത്തിലുള്ള കർമ്മ വിത്തുകൾക്ക് (പ്രവൃത്തികൾ) വ്യത്യസ്ത സമയ ദൈർഘ്യമുണ്ട്, അതിനുശേഷം അവ ഫലവത്താകുന്നു.

എന്തുകൊണ്ടാണ് വ്യത്യസ്ത പ്രവർത്തനങ്ങൾ വ്യത്യസ്ത സമയ കാലയളവുകൾക്ക് ശേഷം പ്രതികരണങ്ങൾ നൽകുന്നത്? ഇത് മനസ്സിലാക്കാൻ, മഹാഭാരതത്തിൽ നിന്നുള്ള ഒരു സംഭവത്തിലൂടെ വിവരിക്കുന്നതുപോലെ, കർമ്മത്തിന്റെ രീതി കൂടുതൽ ആഴത്തിൽ അന്വേഷിക്കാം.

രക്തരൂക്ഷിതമായ കുരുക്ഷേത്രയുദ്ധത്തിനുശേഷം, ധൃതരാഷ്ട്രർ ശ്രീകൃഷ്ണനോട് ചോദിച്ചു, 'എനിക്ക് നൂറ് പുത്രന്മാരുണ്ടായിരുന്നു, എന്തുകൊണ്ട് അവരെല്ലാം യുദ്ധത്തിൽ കൊല്ലപ്പെട്ടു?' ഭഗവാൻ മറുപടി പറഞ്ഞു, 'അമ്പതു ജന്മങ്ങൾക്കുമുമ്പ് നീ ഒരു വേട്ടക്കാരനായിരുന്നു. വേട്ടയാടുന്നതിനിടയിൽ, നിങ്ങൾ ഒരു ആൺ പക്ഷിയെ അമ്പെയ്യാൻ ശ്രമിച്ചു, പക്ഷേ അത് പറന്നു പോയി. കോപത്തിൽ, നിങ്ങൾ അതിന്റെ കൂട്ടിൽ ഉണ്ടായിരുന്ന നൂറ് പക്ഷിക്കുഞ്ഞുങ്ങളെ നിഷ്കരുണം കൊന്നുകളഞ്ഞു. പിതൃ-പക്ഷിക്ക് നിസ്സഹായതയോടെ നോക്കിനിൽക്കേണ്ടി വന്നു. ആ പിതൃപക്ഷിക്ക് തന്റെ നൂറ് ആൺമക്കളുടെ മരണം കാണുന്നതിന്റെ വേദന നീ ഉണ്ടാക്കിയതുകൊണ്ട്, നിന്റെ നൂറ് ആൺമക്കൾ മരിക്കുന്നതിന്റെ വേദന നിങ്ങൾക്കും വഹിക്കേണ്ടി വന്നു.'

'എന്നാൽ ഞാൻ എന്തിന് അമ്പത് ജന്മങ്ങൾ കാത്തിരിക്കേണ്ടിവന്നു?' എന്ന ധൃതരാഷ്ട്രരുടെ ചോദ്യത്തിന്, ഭഗവാൻ കൃഷ്ണൻ മറുപടി പറഞ്ഞു, 'കഴിഞ്ഞ അമ്പത് ജന്മങ്ങളിൽ നൂറ് പുത്രന്മാരെ ജനിപ്പിക്കാൻ നിങ്ങൾ പുണ്യങ്ങൾ (ഭക്തിപരമായ ഫലം) ശേഖരിക്കുകയായിരുന്നു, കാരണം അതിന് ധാരാളം പുണ്യങ്ങൾ ആവശ്യമാണ്. അമ്പത് ജന്മങ്ങൾ മുമ്പ് നിങ്ങൾ ചെയ്ത (പാപം) പാപത്തിന് പ്രതികരണം നിങ്ങൾക്ക് ലഭിച്ചു.'

ഭഗവാൻ കൃഷ്ണൻ ഭഗവദ് ഗീതയിൽ (4.17) പറയുന്നു, *'ഗഹന കർമ്മണോ ഗതിഃ'*, പ്രവർത്തനവും പ്രതികരണവും പ്രവർത്തിക്കുന്ന രീതി വളരെ സങ്കീർണ്ണമാണ്. ഏത് സമയത്തും ഏത് അവസ്ഥയിലും ഏത് പ്രതികരണമാണ് നൽകേണ്ടതെന്ന് ദൈവത്തിന് നന്നായി അറിയാം. അതിനാൽ, ചില പ്രതികരണങ്ങൾ ഈ ജീവിതത്തിൽ വരാം, ചിലത് അടുത്ത ജീവിതത്തിലും ചിലത് വിദൂര ഭാവിയിലും.

ഒരു പഴഞ്ചൊല്ലുണ്ട്, 'ദൈവത്തിന്റെ മില്ലുകളിൽ പതുക്കെ പൊടിക്കുന്നു, പക്ഷേ അവ വളരെ നന്നായി പൊടിക്കുന്നു.' അതിനാൽ, ഓരോ പ്രവൃത്തിയും എത്രയും വേഗം അല്ലെങ്കിൽ പിന്നീട് കണക്കാക്കും. ശ്രീമദ് ഭാഗവതം ഒരു ഉദാഹരണം നൽകുന്നു : നമുക്ക് ആയിരം പശുക്കിടാക്കളുള്ള ഒരു പശുത്തൊഴുത്തുണ്ടെങ്കിൽ, ഒരു തള്ള പശുവിനെ അവിടേയ്ക്ക് അയച്ചാൽ, അവൾ തന്റെ പശുക്കുട്ടിയെ ആ ആയിരങ്ങൾക്കിടയിൽ എളുപ്പത്തിൽ കണ്ടെത്തും. അവൾക്ക് ഈ യോഗാത്മകദർശന കഴിവുണ്ട്. അതുപോലെ, ഈ ഗ്രഹത്തിലെ ദശലക്ഷക്കണക്കിന്

ആളുകൾക്കിടയിൽ നമ്മുടെ കർമ്മഫലം നമ്മെ കണ്ടെത്തും. റോഡിൽ ആയിരക്കണക്കിന് ആളുകൾ യാത്ര ചെയ്യുന്നുണ്ടാകാം, എന്നാൽ അവരിൽ ഒരാൾ മാത്രമാണ് അപകടത്തിൽപ്പെടുന്നത്. അത് യാദൃശ്ചികമല്ല, കർമ്മം കൊണ്ടാണ്. അങ്ങനെ, കർമ്മഫലം വളരെ നന്നായി പ്രവർത്തിക്കുന്നു; അത് പ്രവർത്തിക്കുന്നത് മന്ദഗതിയിലായിരിക്കാം, പക്ഷേ ആർക്കും അതിൽ നിന്ന് രക്ഷപ്പെടാനാവില്ല.

## ചോദ്യം 53

# എന്തുകൊണ്ട് അജ്ഞർക്ക് കർമ്മഫലം മാപ്പ് നൽകുന്നില്ല?

ഒരിക്കൽ ബൈക്ക് ഓടിക്കുന്ന ഒരാൾ ചുവന്ന മുന്നറിയിപ്പ് സിഗ്നൽ കണ്ട് വേഗത കുറച്ചു. അപ്പോഴാണ് ഒരു പോത്ത് മുന്നറിയിപ്പ് കണക്കിലെടുക്കാതെ റോഡിലൂടെ ആത്മവിശ്വാസത്തോടെ നടക്കുന്നത് കണ്ടത്. ഇതുകണ്ട് ഇയാളും നീങ്ങിത്തുടങ്ങി, ഉടൻ തന്നെ ഗതാഗത നിയമപാലകൻ അയാളെ തടഞ്ഞു നിർത്തി പിഴ ചുമത്തി. അയാൾ നിയമപാലകനോട് ചോദിച്ചു, 'താങ്കൾ ആ പോത്തിന് പിഴ ചുമത്തിയില്ല, പിന്നെ എന്തിനാണ് എനിക്ക് പിഴ ചുമത്തുന്നത്?' അതിനു നിയമപാലകൻ നൽകിയ മറുപടി ഇങ്ങനെയായിരുന്നു, 'കാരണം നിങ്ങൾ വലിയ ഒരു പോത്താണ്!'

പോത്തിന് നിയമം മനസ്സിലാക്കാനുള്ള ബുദ്ധിയില്ല, പക്ഷേ നമ്മൾ മനുഷ്യർക്കുണ്ട്. നമ്മൾ വാഹനമോടിക്കുകയാണെങ്കിൽ, ഭരണകൂടത്തിന്റെ നിയമങ്ങളെക്കുറിച്ച് നമ്മളെ പഠിപ്പിക്കേണ്ടത് സർക്കാരിന്റെ കടമയല്ല. സംസ്ഥാന നിയമങ്ങൾ പഠിക്കേണ്ടത് നമ്മുടെ കടമയാണ്. അതുപോലെ, നാം ഈ ലോകത്ത് ജീവിക്കുന്നത് അതിലെ വായു, വെള്ളം, സൂര്യപ്രകാശം, ഭക്ഷണം എന്നിവയാലാണെങ്കിൽ, നാം ദൈവം നിശ്ചയിച്ചിട്ടുള്ള നിയമങ്ങൾ പാലിക്കേണ്ടതുണ്ട്.

ഒരാൾ ഹോട്ടലിൽ താമസിച്ചാൽ, ഭക്ഷണം കഴിക്കുന്ന, ഉറങ്ങുന്ന, ടിവി കാണുന്ന, അങ്ങനെയെങ്കിൽ, തീർച്ചയായും, ഹോട്ടൽ നൽകുന്ന എല്ലാ സൗകര്യങ്ങൾക്കും അയാൾ പണം

നൽകേണ്ടിവരും. ബില്ല് അടച്ചില്ലെങ്കിൽ ഓർമ്മപ്പെടുത്തലുകൾ വരും. ഇനിയും ബില്ല് അടച്ചില്ലെങ്കിൽ കടുത്ത ശിക്ഷ വരുമെന്ന് ഉറപ്പാണ്. ആ സമയത്ത്, 'ഹോട്ടലിൽ താമസിച്ചതിന് ബില്ലടയ്ക്കണമെന്ന് എനിക്കറിയില്ലായിരുന്നു' എന്ന് വെറുതെ പറയാൻ കഴിയില്ല.

അതുപോലെ, നമ്മുടെ കടമകൾ നമ്മെ പഠിപ്പിക്കുന്നത് ഭൗതിക പ്രകൃതിയല്ല. കർമ്മ ഫലങ്ങൾ പഠിക്കേണ്ടത് നമുക്ക് വേണ്ടിയാണ്. പത്തുനിലക്കെട്ടിടത്തിന്റെ മുകളിൽ നിന്ന് ചാടി എല്ലുകൾ ഒടിഞ്ഞാൽ,'പത്തുനിലക്കെട്ടിടത്തിൽ നിന്ന് ചാടിയാൽ താഴെ വീണ് എല്ലുകൾ ഒടിഞ്ഞുപോകുമെന്ന് എനിക്കറിയില്ലായിരുന്നു' എന്ന് ഒരു കുട്ടിക്ക് പറയാനാവില്ല. ഗുരുത്വാകർഷണ നിയമം അവനോട് ക്ഷമിക്കില്ല. ഗുരുത്വാകർഷണ നിയമം പക്ഷപാതരഹിതവും ഒഴിച്ചുകൂടാനാവാത്തതും ആയതുപോലെ, കർമ്മ ഫലവും.

അജ്ഞത പാപത്തിനുള്ള ഒരു ഒഴികഴിവല്ല; മറിച്ച്, അജ്ഞത പാപത്തിന്റെ അനന്തരഫലമാണ്. ഉദാഹരണത്തിന്, ഒരു വ്യക്തി ഒരു കുറ്റകൃത്യം ചെയ്യുമ്പോൾ, അവനെ ജയിലിൽ അടയ്ക്കുന്നു. ഒരു സാധാരണ ജയിലിൽ, തടവുകാരെ നല്ല പൗരന്മാരാക്കി മാറ്റാനുള്ള ശ്രമത്തിൽ അവരെ ഉപദേശിക്കുന്ന പരിഷ്കർത്താക്കൾ പലപ്പോഴും ഉണ്ടാകാറുണ്ട്. എന്നാൽ ജയിലിലും തടവുകാരൻ സഹതടവുകാരെയും പരിഷ്കർത്താക്കളെയും ജയിൽ പാലകരെയും ആക്രമിക്കുകയാണെങ്കിൽ, അവനെ സാധാരണ ജയിൽ തടവറയിൽ നിന്ന് മാറ്റി ജനാല വഴി ഭക്ഷണം നൽകുന്ന, ഉപദേശിക്കാനാരും വരാത്ത ഇരുണ്ട തടവറയിലാക്കും, എന്തുകൊണ്ടാണത്? നേരത്തെ കൗൺസിലിങ്ങിനുള്ള അവസരം നിരസിച്ചതിനാൽ, ഇപ്പോൾ കൗൺസിലിംഗ് ലഭിക്കാത്ത സ്ഥലത്താക്കിയിരിക്കുകയാണ് അയാളെ.

അതുപോലെ, കർമ്മഫലത്തെക്കുറിച്ച് പഠിക്കാത്ത ഒരു സാമൂഹിക സാഹചര്യത്തിലോ സാംസ്കാരിക ചുറ്റുപാടിലോ ആരെങ്കിലും ജനിച്ചാൽ, ദൈവത്തിന്റെ നിയമങ്ങളെക്കുറിച്ച് അറിയാൻ തങ്ങൾക്ക് താൽപ്പര്യമില്ലെന്ന് അവരുടെ മുൻകാല പ്രവൃത്തികളിലൂടെ അവർ ദൈവത്തെ കാണിച്ചതന്നതുകൊണ്ടാണ്. അതുകൊണ്ടാണ് ദൈവത്തെക്കുറിച്ച് അറിയാൻ അവസരമില്ലാത്ത ഒരിടത്ത് അവരെ ആക്കിയിരിക്കുന്നത്. ഇപ്പോഴത്തെ കലിയുഗം യഥാർത്ഥത്തിൽ അത്തരമൊരു ഇരുണ്ട

യുഗമാണ്. കലിയുഗത്തിൽ ജനിക്കുന്ന ആത്മാക്കൾ, സത്യ, ത്രേതായുഗ, ദ്വാപർ എന്നീ യുഗങ്ങളിൽ ദൈവത്തിന്റെ നിയമങ്ങൾ തങ്ങൾ ശ്രദ്ധിക്കുന്നില്ലെന്ന് തങ്ങളുടെ പ്രവൃത്തികളിലൂടെ തെളിയിച്ചവരാണ്. അതുകൊണ്ടാണ് അവരിൽ പലരും ദൈവത്തിന്റെ നിയമങ്ങളെക്കുറിച്ച് പഠിക്കാത്ത സാഹചര്യത്തിൽ ജനിക്കുന്നത്.

എന്നിരുന്നാലും, ദൈവം ഒരു ന്യായാധിപൻ മാത്രമല്ല. അവൻ സ്നേഹവാനായ ഒരു പിതാവ് കൂടിയാണ്, അങ്ങനെ നമ്മുടെ ജീവിതത്തിൽ ഒരിക്കലെങ്കിലും നാം എന്തിനു വേണ്ടിയാണ് ജീവിക്കുന്നതെന്നും ജീവിതത്തിന്റെ ഉദ്ദേശ്യം എന്താണെന്നും ചിന്തിക്കാൻ അവസരമുള്ള സാഹചര്യങ്ങൾ ക്രമീകരിക്കുന്നു. അത്തരം കാലത്ത് അജ്ഞതയുടെ തിരശ്ശീലകൾ അഴിഞ്ഞുവീണ് ജ്ഞാനപ്രവാഹം കടന്നുവരാൻ തുടങ്ങുന്നു. ആ സമയത്ത് നാം മാർഗ്ഗനിർദ്ദേശവും ജ്ഞാനവും തേടുകയാണെങ്കിൽ, തീർച്ചയായും അത് ലഭിക്കുന്ന ഒരു സ്ഥലത്തേക്ക് ദൈവം നമ്മെ നയിക്കും.

ചോദ്യം 54

## എന്തുകൊണ്ടാണ് പ്രകൃതി ദുരന്തങ്ങൾ ആയിരക്കണക്കിന് നിരപരാധികളെ കൊല്ലുന്നത്?

കുറച്ച് വർഷങ്ങൾക്ക് മുമ്പ് ഇന്ത്യൻ ഉപഭൂഖണ്ഡത്തെ ബാധിച്ച സുനാമി ദുരന്തത്തിന്റെ സമയത്ത് നടന്ന അധികം അറിയപ്പെടാത്ത ഒരു സംഭവം നമുക്ക് പരിഗണിക്കാം.

ആ ദുരന്തത്തിന്റെ പ്രഭാതത്തിൽ, സുനാമി ആഞ്ഞടിക്കുന്നതിന് തൊട്ടുമുമ്പ്, ചില അന്തർജല സാരഥി (സ്കൂബാ ഡൈവർമാർ) ആഭരണങ്ങൾ തിരയാൻ കടലിൽ പോയി. അവർ വെള്ളത്തിനടിയിൽ പോയപ്പോൾ പെട്ടെന്ന് ഒരു ശക്തി മുകളിലേക്ക് തള്ളുന്നതായി അവർക്ക് തോന്നി. ശക്തി കുറയുന്നതുവരെ ചെറുത്തുനിൽക്കാൻ അവർ പാടുപെട്ടു. എന്നിട്ട് അവർ വെള്ളത്തിനടിയിലേക്ക് കൂടുതൽ ആഴത്തിൽ പോയി, പര്യവേക്ഷണം നടത്തി, സമുദ്രത്തിന്റെ ഉപരിതലത്തിലേക്ക് മടങ്ങി, തീരപ്രദേശത്തേക്ക് നീന്തി – എന്നാൽ തീരപ്രദേശം മാത്രം കണ്ടെത്താനായില്ല! അവർ വെള്ളത്തിനടിയിലായിരിക്കുമ്പോൾ, സുനാമി എല്ലാം തകർത്തു. സുനാമി കരയിലുണ്ടായിരുന്നവരെ കൊന്നൊടുക്കി, പക്ഷേ വെള്ളത്തിനടിയിലായവർക്ക് പരിക്കില്ല! ഈ അന്തർജല സാരഥിമാർ (സ്കൂബ ഡൈവർമാർ) അൽപ്പം വൈകിയോ അല്ലെങ്കിൽ അൽപ്പം മുമ്പോ സമുദ്രത്തിലേക്ക് ഇറങ്ങിയിരുന്നെങ്കിൽ, കൊലയാളി തിരമാല ആഞ്ഞടിക്കുമ്പോൾ അവർ കരയിൽ ഉണ്ടായിരുന്നേനെ. എന്നാൽ അവരുടെ കർമ്മഫലത്താൽ അവർ ആ സമയത്ത് മരിക്കേണ്ടിയിരുന്നില്ല, അതിനാൽ അവർ സുനാമിയോട് ഏറ്റവും അടുത്തിരുന്നെങ്കിലും അവർ മരിച്ചില്ല.

അതിലും അതിശയകരമായ മറ്റൊരു ഉദാഹരണം : ഗുജറാത്തിൽ ഒരു ഭൂകമ്പ സമയത്ത്, ഒരു ചെറിയ കുഞ്ഞ് അമ്മയുടെ കയ്യിൽ കിടന്ന് പാലുകുടിക്കുന്നുണ്ടായിരുന്നു. പെട്ടെന്ന്, ഭൂകമ്പം ഉണ്ടായി, മേൽക്കൂരയുടെ ഒരു കോളം അമ്മയുടെ മേൽ പതിച്ചു. അമ്മ സംഭവസ്ഥലത്തുതന്നെ മരിച്ചു. ഏകദേശം ഇരുപത്തിനാല് മണിക്കൂറിന് ശേഷം, രക്ഷാപ്രവർത്തകർ അവശിഷ്ടങ്ങൾക്കിടയിലൂടെ താഴേക്ക് ഇറങ്ങിയപ്പോൾ, അമ്മ മരിച്ചുകിടക്കുന്നതായും അമ്മയുടെ മുലയിൽ മുറുകെപ്പിടിച്ച് കൈകളും കാലുകളും ചലിപ്പിക്കുന്ന ശിശുവിനെയും കണ്ടെത്തി. ആ കുഞ്ഞ് വളരെ ആർദ്രതയുള്ളവനാണ്, ഒരു ചെറിയ പ്രഹരം അവനു മാരകമായി മാറും, എന്നിട്ടും ആരോഗ്യമുള്ള പല മുതിർന്നവർക്കും മാരകമായി മാറിയ ഒരു ഭൂകമ്പത്തിനിടയിൽ അവൻ സുരക്ഷിതനായിരുന്നു.

ഇത്തരം സംഭവങ്ങളിൽ നിന്ന് നമ്മൾ മനസ്സിലാക്കുന്നത് പ്രകൃതി ദുരന്തങ്ങൾ കൂട്ടത്തോടെ കൊല്ലപ്പെടുമെങ്കിലും അവ അന്ധമായി കൊല്ലുന്നില്ല എന്നതാണ്.

പലതരത്തിലുള്ള ദുഷ്കർമ്മങ്ങൾ ചെയ്തിട്ടുള്ള ഒരു കൂട്ടം ആളുകളെയാണ് മുഖ്യമായും കർമ്മത്തിൽ ഉൾപ്പെടുത്തുന്നത്. അവരെല്ലാം ഇഹലോകവാസം വെടിയണമെന്നതാണ് അവരുടെ കർമ്മഫലത്തിന്റെ പ്രതികരണം. ഭൗതിക പ്രകൃതി ഒരു ദുരന്തത്തിലൂടെ ഒരു പ്രഹരത്തിൽ കാര്യക്ഷമമായി നിരവധി ആളുകൾക്ക് ആ പ്രതികരണം നൽകുന്നു. ഉദാഹരണത്തിന്, അത്തരം ആളുകളെയെല്ലാം ഒരു വിമാനത്തിൽ ഒരുമിച്ച് കൊണ്ടുവന്നേക്കാം, ആ വിമാനം തകരും. മരിക്കാൻ പാടില്ലാത്ത ആൾ ആ ഫ്ലൈറ്റിൽ ഉണ്ടാകില്ല, ഒരു പക്ഷെ എയർപോർട്ടിലേക്കുള്ള വഴിയിൽ കാർ പ്രവർത്തന രഹിതമായതുകൊണ്ടാവാം വിമാനം നഷ്ടമായത്.

ഈ രീതിയിൽ, *കർമ്മണാ ദൈവ നേത്രേണ* – കർമ്മഫലം ഭഗവാന്റെ ദിവ്യ മേൽനോട്ടത്തിൽ പ്രവർത്തിക്കുന്നു. ഒരു മഹാവിപത്തിൽ പോലും അന്ധമായി ആരും കൊല്ലപ്പെടുന്നില്ല; ഓരോരുത്തർക്കും അവരവരുടെ കർമ്മത്തിന്റെ പ്രതികരണം ലഭിക്കുന്നു.

## ചോദ്യം 55

# എന്തുകൊണ്ടാണ് ഭഗവദ് ഗീത അക്രമത്തിന് ആഹ്വാനം ചെയ്യുന്നത്?

ജീവിതം കറുപ്പും വെളുപ്പും അല്ല. മറിച്ച്, ചാരനിറത്തിലുള്ള വ്യത്യസ്ത നിറഭേദങ്ങളാണ്. ഭഗവദ് ഗീത പോലുള്ള ഗ്രന്ഥങ്ങൾ ധർമ്മത്തിന്റെ പൊതുതത്ത്വങ്ങളെക്കുറിച്ച് സംസാരിക്കുന്നു, എന്നാൽ ഈ തത്ത്വങ്ങളുടെ പ്രയോഗം ശരിയായ ഗുരുവിൽ നിന്ന് മനസ്സിലാക്കണം. ഒരു പ്രത്യേക സമയം, സ്ഥലം, സാഹചര്യം എന്നിവയെ ആശ്രയിച്ച്, ധർമ്മം അധർമ്മമായി മാറിയേക്കാം, തിരിച്ചും. ഉദാഹരണത്തിന്, ഒരു കശാപ്പുകാരൻ പശുവിന്റെ പിന്നാലെ വാളുമായി ഓടുന്ന ഒരു കഥ പുരാണങ്ങൾ പറയുന്നു. പശു ബ്രാഹ്മണന്റെ കുടിലിലൂടെ ഓടി കുറ്റിക്കാട്ടിൽ മറഞ്ഞു. ബ്രാഹ്മണൻ ജീവിതത്തിൽ ഒരിക്കലും കള്ളം പറഞ്ഞിട്ടില്ല. കശാപ്പുകാരൻ വന്ന് പശു എവിടെയാണെന്ന് ചോദിച്ചപ്പോൾ, എന്തുവിലകൊടുത്തും കള്ളം പറയാൻ തയ്യാറല്ലാത്ത ബ്രാഹ്മണൻ, പശുകിടക്കുന്ന കുറ്റിക്കാട്ടിലേക്ക് ഒരു മടിയും കൂടാതെ ചൂണ്ടിക്കാണിച്ചു. കശാപ്പുകാരൻ പോയി പാവപ്പെട്ട ജീവിയെ കൊന്നു. തൽഫലമായി, ബ്രാഹ്മണന് കഷ്ടപ്പാടുകൾ അനുഭവിക്കാൻ നരകത്തിൽ പോകേണ്ടി വന്നു. അതിനാൽ, ധർമ്മം പിന്തുടരുന്നതിൽ അദ്ദേഹം ശരിയായിരുന്നുവെങ്കിലും, അതിന്റെ ശരിയായ പ്രയോഗത്തെക്കുറിച്ച് അദ്ദേഹം അജ്ഞനായിരുന്നു. സത്യസന്ധത ഏറ്റവും വലിയ പുണ്യങ്ങളിൽ ഒന്നാണ്, കള്ളം ഒരു പാപമാണ്, എന്നാൽ ഈ സാഹചര്യത്തിൽ പുണ്യത്തിന്റെ ഫലമായി ഒരു നിരപരാധി

യായ ജീവന്റെ നാശത്തിൽ കലാശിച്ചു. അങ്ങനെ അത് പാപമായി മാറി.

അതുപോലെ, അക്രമം മോശമാണെന്ന് ധർമ്മം പറയുന്നു, എന്നാൽ ചില സന്ദർഭങ്ങളിൽ അത് ആവശ്യമായി വന്നേക്കാം. ഭഗവദ് ഗീത മനുഷ്യജീവിതത്തിനായുള്ള കൈപ്പുസ്തകമാണ്, പ്രായോഗിക തിരഞ്ഞെടുപ്പുകളുടെ ഒരു പുസ്തകമാണ്. അത് അക്രമം പ്രചരിപ്പിക്കുന്നില്ല, മറിച്ച് ചില സാഹചര്യങ്ങളിൽ സമാധാനം നിലനിർത്തേണ്ടത് ആവശ്യമാണെന്ന് പഠിപ്പിക്കുന്നു. അതുകൊണ്ടാണ് നമുക്ക് ഐക്യരാഷ്ട്രസഭയുടെ സമാധാന സേനയുള്ളത്. അത് പരസ്പര വിരുദ്ധമായി തോന്നുന്നില്ലേ? സേനയും സമാധാനവും? അങ്ങനെയല്ല. സമാധാനം നിലനിർത്താൻ, ചിലപ്പോൾ ബലപ്രയോഗം ആവശ്യമാണ്. നിരപരാധികളെ ചൂഷണം ചെയ്യുന്ന അനാവശ്യ ഘടകങ്ങളെ നിയന്ത്രിക്കേണ്ടിവരുമ്പോൾ നിയമം സംരക്ഷിക്കുന്നവർ ഉപയോഗിക്കുന്ന അങ്ങേയറ്റത്തെ മാർഗ്ഗങ്ങളിലൊന്നാണ് അക്രമം. ഒരു കുറ്റവാളി മറ്റുള്ളവരെ ദ്രോഹിക്കുന്നത് നോക്കിനിൽക്കാനും ഒന്നും ചെയ്യാതിരിക്കാനും ഒരു നിയമപാലകന് കഴിയില്ല. അക്രമം മോശമാണെന്ന് പറയാനാവില്ല. വാസ്തവത്തിൽ, നൂറുകണക്കിന് ആളുകളെ രക്ഷിക്കാൻ, അവൻ തെറ്റ് ചെയ്തയാളെ ശിക്ഷിക്കാൻ തയ്യാറായിരിക്കണം. അങ്ങനെ ചെയ്തില്ലെങ്കിൽ, അവൻ തന്റെ കർത്തവ്യം അവഗണിക്കുകയാണ്.

മഹാഭാരതത്തിൽ ശ്രീകൃഷ്ണനും പാണ്ഡവരും കൗരവരുമായുള്ള യുദ്ധം ഒഴിവാക്കാൻ തങ്ങളാൽ കഴിയുന്നതെല്ലാം ശ്രമിച്ചിരുന്നു. വാസ്തവത്തിൽ, ഒരു സമ്പൂർണ്ണ പർവ്വമുണ്ട്, ഉദ്യോഗ പർവ്വം, അത് സഹോദരഹത്യ ഒഴിവാക്കാൻ പാണ്ഡവർ നടത്തിയ ശ്രമങ്ങളെക്കുറിച്ച് മാത്രം സംസാരിക്കുന്നു. പാണ്ഡവർക്ക് വേണ്ടി കൗരവരുടെ അടുക്കൽ സമാധാന ദൂതനായി ശ്രീകൃഷ്ണൻ പോയപ്പോൾ, ദുര്യോധനൻ സമാധാനത്തിന്റെ പേരിൽ പാണ്ഡവർക്ക് വെറും അഞ്ച് ഗ്രാമങ്ങൾ നൽകണമെന്നും ലോകത്തിന്റെ ഭരണാധികാരിയായി തുടരാമെന്നും അദ്ദേഹം നിർദ്ദേശിച്ചു. പാണ്ഡവർ അതിൽ സന്തോഷിക്കുകയും ദുര്യോധനന്റെ മിത്രങ്ങളായി ജീവിക്കുകയും ചെയ്യും. ഇത്രയും ശക്തമായ പിന്തുണ ലഭിച്ചാൽ ആർക്കും അദ്ദേഹത്തെ വെല്ലുവിളിക്കാൻ കഴിയില്ല. അങ്ങനെ യുദ്ധം ഒഴിവാക്കാനും എണ്ണമറ്റ ജീവൻ രക്ഷിക്കാനും കഴിയുമായിരുന്നു. എന്നാൽ പാണ്ഡവർക്ക് ഒരു കുറ്റി അടിക്കാൻ

പോലും മതിയായ ഭൂമി നൽകില്ലെന്ന് പറഞ്ഞ് ദുര്യോധനൻ വിസമ്മതിച്ചു. ഒടുവിൽ, സമാധാനം നിലനിർത്താനുള്ള എല്ലാ ശ്രമങ്ങളും പരാജയപ്പെട്ടപ്പോൾ, അവസാനത്തെ മാർഗ്ഗമെന്ന നിലയിൽ യുദ്ധം അനിവാര്യമായിരുന്നു.

ഭക്തരെ സംരക്ഷിക്കാനും അസുരനെ നശിപ്പിക്കാനും ധർമ്മം സ്ഥാപിക്കാനും ഭഗവാൻ കൃഷ്ണൻ ഇറങ്ങി. ദുര്യോധനനെയും ദുശ്ശാസനനെയും പോലുള്ളവരുടെ നേതൃത്വത്തിലുള്ള അസുരശക്തികളാൽ ലോകം ഭരിക്കപ്പെടുന്നത് അദ്ദേഹത്തിന് അനുവദിക്കാൻ കഴിഞ്ഞില്ല. അതുകൊണ്ടാണ് ആയുധമെടുത്ത് യുദ്ധം ചെയ്യാൻ അദ്ദേഹം അർജ്ജുനനെ പ്രോത്സാഹിപ്പിച്ചത്, കാരണം അത് ധർമ്മത്തെ സംരക്ഷിക്കുന്നതിനെക്കുറിച്ചാണ്, ഒരു നിയമപാലകൻ നിയമം സംരക്ഷിക്കാൻ ബാധ്യസ്ഥനാകുന്നതുപോലെ ഒരു ക്ഷത്രിയനായ അർജ്ജുനനും അത് ചെയ്യാൻ ബാധ്യസ്ഥനായിരുന്നു. സമയവും സ്ഥലവും സാഹചര്യവും കണക്കിലെടുക്കാതെ നമുക്ക് ശാഠ്യം പിടിക്കാനും ഒരു നിലപാടിൽ ഉറച്ചുനിൽക്കാനും കഴിയില്ല. അക്രമം മോശമാണ്, എന്നാൽ ചില സന്ദർഭങ്ങളിൽ അത് മാത്രമേ അവശേഷിക്കുന്നുള്ളൂ, പ്രത്യേകിച്ചും മറ്റുള്ളവരുടെ ബഹുമാനം സംരക്ഷിക്കുമ്പോൾ. താഴെ പറഞ്ഞിരിക്കുന്ന സംഭവത്തിൽ നിന്ന് നമ്മൾ പഠിക്കുന്നതുപോലെ ഉദ്ദേശ്യം മാർഗ്ഗത്തെ സാധൂകരിക്കുന്നു.

ഒരു യഥാർത്ഥ സംഭവം :

ഒരിക്കൽ, ഒരു ഇസ്കോൺ ഭക്തൻ ഒരു സമ്മേളനത്തിൽ ചില സന്ദർഭങ്ങളിൽ എങ്ങനെ അക്രമം അനിവാര്യമാണെന്നതിനെക്കുറിച്ച് സംസാരിക്കുകയായിരുന്നു. സദസ്സിലുണ്ടായിരുന്ന ഒരാൾ ഇതിൽ രോഷാകുലനായി, എല്ലാ സാഹചര്യങ്ങളിലും അഹിംസയാണ് ഏക മാർഗ്ഗമെന്ന് ഭക്തനോട് ആക്രോശിച്ചു. ഭക്തൻ പറയാൻ ശ്രമിക്കുന്നത് കേൾക്കാനോ മനസ്സിലാക്കാനോ അദ്ദേഹം തയ്യാറായില്ല. ഒടുവിൽ, ഭക്തൻ അയാളോട് ഒരു ലളിതമായ ചോദ്യം ചോദിച്ചു, 'നിങ്ങളുടെ കൺമുന്നിൽ വെച്ച് ആരെങ്കിലും നിങ്ങളുടെ ഭാര്യയെ തട്ടിക്കൊണ്ടു പോകാൻ ശ്രമിച്ചാലോ? ഒന്നും ചെയ്യാതെ മിണ്ടാതിരിക്കുമോ? നിങ്ങൾ അപ്പോഴും അഹിംസാവാദി ആയിരിക്കുമോ?' ആ മനുഷ്യൻ സ്തംഭിച്ചുപോയി, എല്ലാവരും അയാളുടെ മറുപടിയ്ക്കായി കാത്തിരിക്കുകയായിരുന്നു. എന്നിരുന്നാലും, തന്റെ അഹംഭാവം സംരക്ഷിക്കാൻ ആ മനുഷ്യൻ പറഞ്ഞു, 'അതെ! ഞാൻ ഒന്നും

ചെയ്യില്ല.' ബാക്കി, അവർ പറയുന്നതുപോലെ, ചരിത്രമാണ്. ഭർത്താവിന്റെ മറുപടി കേട്ട് രോഷാകുലയായി അയാളുടെ അടുത്തിരുന്ന ഭാര്യ മുറിയിൽ നിന്ന് ഇറങ്ങിയോടി.

അങ്ങനെ, ഭഗവദ് ഗീത പ്രായോഗികമായത് പഠിപ്പിക്കുന്നതായി നാം കാണുന്നു. പക്ഷേ നിരപരാധികളെ സംരക്ഷിക്കാനും നീതി ഉയർത്തിപ്പിടിക്കാനും അക്രമം ചിലപ്പോൾ ആവശ്യമാണ്. എന്നിരുന്നാലും, ആരെങ്കിലും വിവേചനരഹിതമായി അതിൽ ഏർപ്പെടാൻ ശ്രമിച്ചാൽ, അവൻ ശിക്ഷിക്കപ്പെടണം.

ചോദ്യം 56

## നല്ലവനായിരിക്കുകയും മറ്റുള്ളവർക്ക് നന്മ ചെയ്യുകയും ചെയ്താൽ പോരേ? ഞാൻ സത്യസന്ധമായി ജീവിക്കുന്നു, മറ്റുള്ളവരെ ഉപദ്രവിക്കുന്നുമില്ല. എനിക്ക് ദൈവത്തിന്റെ ആവശ്യം എന്താണ്?

ഭഗവദ് ഗീതയിൽ കർമ്മം, വികർമ്മം, അകർമ്മം എന്നിങ്ങനെ മൂന്ന് തരത്തിലുള്ള കർമ്മങ്ങളെക്കുറിച്ച് പറയുന്നുണ്ട്.

1. **കർമ്മം :** പൊതുവെ നല്ല കർമ്മം അല്ലെങ്കിൽ പുണ്യം എന്നറിയപ്പെടുന്നു. ആഹാരം, വസ്ത്രം, പാർപ്പിടം, മരുന്ന്, വിദ്യാഭ്യാസം തുടങ്ങി അശരണരെ സഹായിക്കുക തുടങ്ങിയ നല്ല പ്രവൃത്തികൾ.

2. **വികർമ്മം :** മാംസാഹാരം, ലഹരി, അവിഹിതബന്ധങ്ങൾ, ചൂതാട്ടം, വഞ്ചന, നുണ പറയൽ, മറ്റുള്ളവരെ വാക്കാലോ ശാരീരികമായോ വേദനിപ്പിക്കൽ തുടങ്ങിയ പാപകരമായ പ്രവർത്തനങ്ങൾ.

3. **അകർമ്മം :** ദൈവവുമായി ബന്ധപ്പെട്ട പ്രവർത്തനങ്ങൾ, അവന്റെ നാമങ്ങൾ ജപിക്കുക, അവന്റെ ദേവരൂപങ്ങളെ ആരാധിക്കുക, അവന്റെ ക്ഷേത്രം പണിയുക, അവന്റെ മഹത്വങ്ങളും വേദഗ്രന്ഥങ്ങളിൽ നിന്നുള്ള സന്ദേശവും കേൾക്കുക, അവന്റെ സേവനവും ദൗത്യവും വിപുലീകരിക്കാൻ നമ്മുടെ പണവും വിഭവങ്ങളും ഉപയോഗിക്കുന്നു.

നല്ല കർമ്മം സമാധാന ബോധം, സ്വർഗ്ഗീയ ഗ്രഹങ്ങളിലേക്കുള്ള ഉയർച്ച, ഫലമായുണ്ടാകുന്ന നല്ല ജനനം, സുഖസൗകര്യങ്ങളുടെ സമൃദ്ധി തുടങ്ങിയവയിലേക്ക് നയിക്കും.

ഭാവിയിലെ ദുരിതങ്ങൾ, നിയമപരമായ പ്രത്യാഘാതങ്ങൾ, വിട്ടുമാറാത്ത രോഗം, ചിലപ്പോഴൊക്കെ പ്രാഥമിക ആവശ്യങ്ങൾ പോലും ഇല്ലാത്ത താഴ്ന്ന ഉല്പത്തി എന്നിങ്ങനെയുള്ള പ്രതി പ്രവർത്തനങ്ങൾക്ക് വികർമ്മം കാരണമാകുന്നു.

**ഉത്തരേന്ത്യയിൽ നിന്നുള്ള സത്നാം കൗർ എന്ന സ്ത്രീയുടെ യഥാർത്ഥ ജീവിതത്തിലെ സംഭവങ്ങളിൽ നിന്ന് വ്യക്തമാകുന്നതു പോലെ, ദൈവസേവനത്തിൽ നമ്മുടെ സമയത്തിന്റെ ഒരു ചെറിയ നിക്ഷേപം പോലും വലിയ ദുരന്തങ്ങളിൽ നിന്ന് നമ്മെ രക്ഷിക്കും.** സിഖ് മതത്തിന്റെ ചില പ്രബോധകർ നഗരങ്ങളിൽ നിന്ന് നഗരങ്ങളിലേക്ക് യാത്ര ചെയ്തു, അവരുടെ വിശുദ്ധ ഗ്രന്ഥമായ ഗുരു ഗ്രന്ഥ സാഹിബിൽ നിന്നുള്ള സന്ദേശം പങ്കുവെച്ചു. അവരിൽ ഒരാൾ ഒരു പ്രത്യേക സ്ത്രീയെ ശ്രദ്ധിച്ചു, അവർ ഏത് നഗരത്തിൽ പ്രസംഗിച്ചാലും, എല്ലാ സമ്മേളനങ്ങളിലും തൊട്ടുമുമ്പിൽ ഇരിക്കും. അയാൾ ജിജ്ഞാസയോടെ അവളുടെ ഉത്സാഹത്തിനും അർപ്പണബോധത്തിനും പിന്നിലെ കാരണം കണ്ടെത്താൻ തീരുമാനിച്ചു.

ഒരു പ്രസംഗത്തിനുശേഷം, അയാൾ അവളുടെ അടുത്ത് ചെന്ന് പറഞ്ഞു, 'ഞങ്ങൾ എവിടെയായിരുന്നാലും എല്ലാ സത്സംഗങ്ങളിലും (മത സമ്മേളനങ്ങളിൽ) ഞാൻ നിങ്ങളെ കണ്ടിട്ടുണ്ട്. അടുത്ത സത്സംഗം അഞ്ഞൂറ് കിലോമീറ്റർ അകലെയാണെങ്കിലും, നിങ്ങൾ അവിടെ ഇരുന്നു ശ്രദ്ധയോടെ കേൾക്കുന്നത് കാണാം. എല്ലാം ശരിയാണോ? നിങ്ങളെ വിഷമി പ്പിക്കുന്ന എന്തെങ്കിലും ഉണ്ടോ? നിങ്ങളുടെ കുടുംബജീവിതം നിങ്ങളെ ശല്യപ്പെടുത്തുന്നുണ്ടോ?'

'ഇല്ല.' അവൾ മറുപടി പറഞ്ഞു, 'എന്റെ പേര് സത്നാം കൗർ. സാധ്യമായ എല്ലാ വഴികളിലും എന്റെ കുടുംബം വളരെ സ്നേഹവും പിന്തുണയുമാണ്. എന്നാൽ ഒരു സത്സംഗം പോലും നഷ്ടപ്പെടുത്തരുതെന്ന് ഞാൻ തീരുമാനിച്ചതിന് ശേഷം എന്റെ ജീവിതത്തിൽ ചിലത് സംഭവിച്ചു.'

അവൾ തുടർന്നു, 'എന്റെ ജീവിതത്തിലുടനീളം ഞാൻ ഒരുപാട് നല്ല ജോലികൾ ചെയ്തിട്ടുണ്ട് – പാവപ്പെട്ടവർക്ക് ഭക്ഷണം നൽകൽ, മരുന്നുകൾ, പുതപ്പുകൾ മുതലായവ വിതരണം

ചെയ്യുക മുതലായവ. എത്ര ജീവകാരുണ്യ പ്രവർത്തനങ്ങളിൽ ഞാൻ ഏർപ്പെട്ടിട്ടുണ്ട് എന്നതിന് പരിധിയില്ല. അത് ചെയ്യാൻ ഞാൻ ഇഷ്ടപ്പെട്ടിരുന്നു, പക്ഷേ സത്സംഗത്തിലോ ദൈവത്തിലോ എനിക്കൊന്നും താൽപ്പര്യം ഉണ്ടായിരുന്നില്ല. ഓരോ സത്സംഗത്തിലും പങ്കെടുക്കാൻ എന്റെ വീട്ടുകാർ എന്നെ പ്രേരിപ്പിക്കും, പക്ഷേ എനിക്ക് ഒട്ടും താൽപ്പര്യമില്ലായിരുന്നു.

'ഒരിക്കൽ, അവർ എന്നെ ഒരു സത്സംഗത്തിൽ ഇരിക്കാൻ നിർബന്ധിച്ചു, പക്ഷേ ഞാൻ വിരസതയോടെ ഇരുപത് മിനിറ്റ് കഴിഞ്ഞ് ഇറങ്ങി പോയി. അങ്ങനെയിരിക്കെ ഒരു ദിവസം ഞാൻ മരിച്ചു. അങ്ങേയറ്റം ഭയാനകമായ ചില ക്രൂരന്മാർ എന്നെത്തന്നെ വലിച്ചിഴയ്ക്കുന്നത് എനിക്ക് കാണാമായിരുന്നു. അവർ എന്നെ കയറുകൊണ്ട് ബന്ധിച്ച് ഒരു മരുഭൂമിയിലെ ഒരു വഴിയിലൂടെ വലിച്ചിഴയ്ക്കുകയായിരുന്നു. നിലം ചുട്ടുപൊള്ളുന്നുണ്ടായിരുന്നു, മുകളിൽ സൂര്യൻ അശ്രാന്തമായി നിർദ്ദയമായി നിലകൊള്ളുന്നുണ്ടായിരുന്നു. അവർ എന്നോട് ആക്രോശിക്കുന്നുണ്ടായിരുന്നു.'

എനിക്ക് ദാഹം തോന്നി കുറച്ച് വെള്ളം ചോദിച്ചു, പക്ഷേ അവർ പറഞ്ഞു : 'ഇവിടെ വെള്ളമില്ല.' ഒരു നദിയിൽ എത്തുന്നതുവരെ അവർ എന്നെ വലിച്ചിഴച്ചുകൊണ്ടിരുന്നു, അതിൽ നിന്ന് കുടിക്കാൻ അവർ എന്നോട് പറഞ്ഞു. ഞാൻ അടുത്ത് ചെന്നപ്പോൾ, അതിൽ അസഹ്യമായ പദാർത്ഥങ്ങൾ നിറഞ്ഞിരിക്കുന്നത് കണ്ട് ഞാൻ ഭയന്നുപോയി. ഞാൻ വെറുപ്പോടെ പിന്തിരിഞ്ഞു, 'ഇല്ല! എനിക്ക് ഇത് കുടിക്കാൻ കഴിയില്ല.' അവർ പറഞ്ഞു, 'കുടിക്കു? നീ നീന്തി ഈ നദി കടക്കണം.'

സത്നാം കൗർ തുടർന്നു, 'എന്ത് ചെയ്യണമെന്നറിയാതെ ഞാൻ വിയർക്കുകയും, വിറയ്ക്കുകയും ചെയ്തു. എന്നാൽ പെട്ടെന്ന് പതിനാറ് വയസ്സുള്ള ഒരു പെൺകുട്ടി എവിടെ നിന്നോ പ്രത്യക്ഷപ്പെട്ട് പറഞ്ഞു, 'വിഷമിക്കേണ്ട. ഞാൻ നിന്നെ സഹായിക്കാം.' അവൾ എന്നെ എടുത്ത് അവളുടെ ഗൂഢമായ ശക്തികളാൽ എന്നെ മറുവശത്ത് എത്തിച്ചു. ഞാൻ അവളോട് വളരെയധികം നന്ദി പറഞ്ഞു, പക്ഷേ അവൾ മറുപടി പറഞ്ഞു, 'ഇല്ല, ഇല്ല! നിങ്ങൾ എന്നോട് നന്ദി പറയേണ്ടതില്ല. നിങ്ങൾ ചെയ്ത ഇരുപത് മിനിറ്റ് സത്സംഗത്തിന്റെ ഫലമായി സഹായിക്കാൻ ഞാൻ ഇവിടെയുണ്ട്.'

ഞാൻ ഞെട്ടിത്തരിച്ച് ചോദിച്ചു, 'ഇരുപതു മിനിറ്റ് സത്സംഗമാണോ? ഞാൻ ചെയ്ത എല്ലാ നല്ല പ്രവൃത്തികളുടെ കാര്യമെന്താണ്?'

അവൾ മറുപടി പറഞ്ഞു, 'അതിന് ഈ ഗ്രഹത്തിൽ തന്നെ നിങ്ങൾക്ക് പ്രതിഫലം ലഭിക്കും. എന്നാൽ നമ്മുടെ ഏറ്റവും വലിയ ആവശ്യമായ സമയങ്ങളിൽ നമ്മെ സംരക്ഷിക്കുന്നത് ദൈവവുമായി ബന്ധപ്പെടാൻ ചെലവഴിക്കുന്ന സമയവും ഊർജ്ജവുമാണ്.'

ഈ ഞെട്ടിപ്പിക്കുന്ന വെളിപ്പെടുത്തലിനുശേഷം, അവൾ അപ്രത്യക്ഷയായി, ജീവജാലങ്ങളെ അവരുടെ കർമ്മമനുസരിച്ച് വിധിക്കുകയും ഉചിതമായ പ്രതിഫലവും ശിക്ഷയും നൽകുകയും ചെയ്യുന്ന സാർവ്വത്രിക ന്യായാധിപനായ യമരാജന്റെ മുന്നിൽ എന്നെ കൊണ്ടുപോയി.

'എന്നെ കണ്ടയുടനെ അവൻ തന്റെ ദൂതന്മാരോട് പറഞ്ഞു, "ഓ! നിങ്ങൾ ആരെയാണ് കൊണ്ടുവന്നത്? ഈ സത്നാം കൗറല്ല, അവളുടെ അയൽവാസിയായ സത്നാം കൗറിനെ എന്റെ അടുക്കൽ കൊണ്ടുവരേണ്ടതായിരുന്നു." അവൻ ഇത് പറഞ്ഞപ്പോൾ, ഞാൻ ഉണർന്നു, ഇത് ഒരു സ്വപ്നമാണെന്ന് ആദ്യം കരുതി. പക്ഷേ, അപ്പോൾ ഞാൻ എന്നെത്തന്നെ വെള്ള പുതച്ചും എനിക്ക് ചുറ്റും കൂടിയിരുന്ന കരയുന്ന എന്റെ ബന്ധുക്കളെയും കണ്ടു. ഞങ്ങളുടെ അയൽവാസിയുടെ വീട്ടിൽ ചിലർ കരയുന്നത് ഞാൻ കേട്ടു, ഇത് എല്ലാം സത്യമാണെന്നും മറ്റേ സത്നാം കൗർ മരിച്ചുവെന്നും എനിക്ക് വിശ്വസിക്കേണ്ടിവന്നു.

'അന്ന്, ഇരുപത് മിനിറ്റ് സത്സംഗത്തിന് എന്നെ ജീവിതത്തിലേക്ക് തിരികെ കൊണ്ടുവരാൻ കഴിയുമെങ്കിൽ, അവസാനം അത് മാത്രമാണ് പ്രധാനമെന്ന് ഞാൻ തീരുമാനിച്ചു, അതുകൊണ്ട് എവിടെ നടന്നാലും ഞാൻ ഒരിക്കലും ഒരു സത്സംഗം പോലും നഷ്ടപ്പെടുത്തില്ല. അതുകൊണ്ടാണ് നിങ്ങൾ എന്നെ എല്ലായിടത്തും കാണുന്നത്.'

നമ്മുടെ നല്ല കർമ്മങ്ങളിൽ നിന്ന് സമ്പാദിക്കുന്ന എത്രമാത്രം മതിയാകില്ല എന്നതിന്റെ മികച്ച ഉദാഹരണമാണ് ഈ കഥ. നമ്മുടെ ഭക്തിപരമായ കർമ്മങ്ങൾ മാത്രമേ നമ്മെ രക്ഷിക്കുകയുള്ളൂ. അതിനാൽ, നല്ലവരായിരിക്കുന്നതിനൊപ്പം, നാം ദൈവഭക്തരായിരിക്കുകയും വേണം.

## ചോദ്യം 57

# എന്തുകൊണ്ടാണ് ആളുകൾ ആത്മഹത്യ ചെയ്യുന്നത്?

ജീവിക്കുന്നത് മരിക്കുന്നതിനേക്കാൾ വേദനാജനകമാണ് എന്ന ചിന്തയിൽ നിന്നാണ് ആത്മഹത്യ ചെയ്യാനുള്ള ആഗ്രഹം ഉടലെടുക്കുന്നത്.ലോകാരോഗ്യസംഘടനയുടെകണക്കനുസരിച്ച്, പ്രതിവർഷം 700 ആയിരം ആളുകൾ ആത്മഹത്യ ചെയ്യുന്നു. ഈ സംഖ്യ യുദ്ധങ്ങളിലും ഭീകരാക്രമണങ്ങളിലും കൊലപാതക കുറ്റകൃത്യങ്ങളിലും കൊല്ലപ്പെട്ടവരുടെ എണ്ണത്തേക്കാൾ കൂടുതലാണ്. ഈ അസ്വസ്ഥജനകമായ ആഗോള പ്രവണതയെ WHO വിളിക്കുന്നത് 'ഒരു ദാരുണമായ സാമൂഹിക ആരോഗ്യ പ്രശ്നം' എന്നാണ്.

നമ്മൾ എങ്ങോട്ടാണ് പോകുന്നത്? സ്വയം കൊല്ലുന്നവരുടെ എണ്ണം മറ്റുള്ളവരാൽ കൊല്ലപ്പെടുന്നവരുടെ എണ്ണത്തേക്കാൾ കൂടുതലാണെന്നാണ് ഈ കണക്കുകൾ കാണിക്കുന്നത്. ഇത് ഭയാനകമല്ലേ? ഒരു കൊലപാതകം, അവിടെ വളരെ ഒച്ചപ്പാടും നിലവിളിയും. ഒരു യുദ്ധം, ലോകം മുഴുവൻ അതിനെക്കുറിച്ച് സംസാരിക്കാൻ തുടങ്ങുന്നു. കൂടുതൽ ആളുകൾ ആത്മഹത്യ ചെയ്യുന്നു, എന്നിട്ടും ആരും ശ്രദ്ധിക്കുന്നില്ല.

അത്തരമൊരു ഘട്ടത്തിലേക്ക് നമ്മെ എത്തിക്കുന്നത് എന്താണ്?

ഒരു പരാജയം അല്ലെങ്കിൽ ഒരു തിരിച്ചടി കൊണ്ട് നമ്മുടെ മുഴുവൻ ജീവിതത്തെയും നിർവ്വചിക്കാൻ തുടങ്ങുമ്പോൾ.

എന്നിരുന്നാലും, ജീവിതത്തെക്കുറിച്ച് വിശാലമായ ഒരു

വീക്ഷണം നൽകിക്കൊണ്ട് കൂടുതൽ മാന്യമായ രീതിയിൽ ഈ ഘട്ടത്തെ മറികടക്കാൻ ആത്മീയത നമ്മെ സഹായിക്കും.

നമ്മുടെ വേദഗ്രന്ഥങ്ങൾ പറയുന്നത് ജീവിതം നൂറ് മീറ്റർ കുതിച്ചോട്ടമല്ല, മറിച്ച് ആയിരം കിലോമീറ്റർ അതിദൂരം താണ്ടേണ്ട ചിലപ്പോൾ നാം വീണുപോകുന്ന മാരത്തോണാണ്. എന്നാൽ ആ വീഴ്ച ലോകാവസാനമല്ല. എഴുന്നേറ്റ് വീണ്ടും അതിദൂരം താണ്ടേണ്ട ഓട്ടം തുടങ്ങാൻ നമുക്ക് എപ്പോഴും ഒരു തിരഞ്ഞെടുപ്പ് നടത്താം.

അതുപോലെ, ഒരു പരാജയം നമ്മുടെ ജീവിതം മുഴുവൻ പരാജയമാണെന്നതിന്റെ തെളിവല്ല. ഒരു മോശം ദിവസം എന്നതിനർത്ഥം നമുക്ക് മോശം ജീവിതം ഉണ്ടെന്നല്ല. തെറ്റ് സംഭവിച്ചതിൽ നിന്ന് പാഠം പഠിച്ച് മുന്നോട്ട് പോകാം. ഓരോ സാഹചര്യവും ഒരു പഠനാനുഭവമായി ഉപയോഗിക്കുന്നത് അട്ടിമറി ചിന്തകളെ നേരിടാൻ നമ്മെ സഹായിക്കും. 'ചിലപ്പോൾ നമ്മൾ ജയിക്കും, ചിലപ്പോൾ നമ്മൾ പഠിക്കും' എന്ന പഴഞ്ചൊല്ല്.

കാര്യങ്ങൾ നമ്മുടെ നിയന്ത്രണത്തിലല്ലെങ്കിൽ, അവ കൈകാര്യം ചെയ്യാൻ കഴിയില്ലെന്ന് നമ്മൾ കരുതുന്നു. എന്നാൽ നമ്മുടെ ജീവിതം ഒരു അനേകം കാലഘട്ടങ്ങളായുള്ള മത്സരമാണെന്ന് ആത്മീയത നമ്മെ പഠിപ്പിക്കുന്നു, കാര്യങ്ങൾ നമ്മുടെ നിയന്ത്രണത്തിന് അതീതമായിരിക്കാം, എന്നാൽ പൂർണ്ണ നിയന്ത്രണം കൈയ്യിലുള്ള ഒരാൾ അവിടെ ഇരിക്കുന്നു, ഇത് നമുക്ക് പ്രതീക്ഷ നൽകുന്നു. പ്രതീക്ഷയുള്ളിടത്തോളം നമ്മൾ അതിജീവിക്കും. തുരങ്കത്തിന്റെ അറ്റത്ത് ഭാവിയോ വെളിച്ചമോ കാണാത്തതിനാൽ ആരെങ്കിലും തങ്ങളുടെ അസ്തിത്വം അവസാനിപ്പിക്കാൻ തീരുമാനിക്കുന്നത് പ്രതീക്ഷയില്ലാത്തവരായിരിക്കുമ്പോൾ മാത്രമാണ്.

നമ്മൾ എന്ത് സൗകര്യം ചെയ്താലും വെള്ളത്തിനു പുറത്ത് ഒരു മത്സ്യം എപ്പോഴും അസ്വസ്ഥമായിരിക്കും. നാം ആത്മീയ ജീവികളാണെന്നും അതിനാൽ ആത്മീയ പരിതസ്ഥിതി നമ്മുടെ സ്വാഭാവികമായ പരിസ്ഥിതിയാണെന്നും ഭഗവദ് ഗീത വിശദീകരിക്കുന്നു. നമ്മുടെ സ്വാഭാവികമായ പരിസ്ഥിതിയുമായി നാം എത്രത്തോളം ബന്ധപ്പെട്ടിരിക്കുന്നുവോ അത്രത്തോളം നമുക്ക് അസ്വസ്ഥത കുറയും.

ആളുകൾക്ക് ആത്മീയ അറിവ് ഇല്ലെങ്കിൽ, അവർ സ്വാഭാവികമായും ലൗകിക ലക്ഷ്യങ്ങൾക്കായി ജീവിക്കുന്നു. അവരുടെ സ്വത്വബോധവും ആത്മാഭിമാനവും ഉണ്ടാകുന്നത് സമ്പത്ത്,

ഇന്ദ്രിയ സുഖം, സ്വത്ത്, സ്ഥാനം തുടങ്ങിയ ഭൗതിക ലക്ഷ്യങ്ങൾ പിന്തുടരുകയും നേടുകയും ചെയ്യുന്നതിൽ നിന്നാണ്. ഭൗതിക നേട്ടങ്ങളുടെ അടിസ്ഥാനത്തിൽ വിജയത്തിന്റെ ഈ സങ്കുചിത മായ നിർവ്വചനം ആത്മഹത്യാ ചിന്തയുടെ അടിത്തട്ടിലാണ്. എന്തുകൊണ്ട്? കാരണം, അത്തരം ലക്ഷ്യങ്ങൾ പിന്തുടരുന്ന ആളുകൾ വൈകാതെ അല്ലെങ്കിൽ പിന്നീട് അവർ നേടുന്നതിൽ പരാജയപ്പെടുന്ന ഒരു സാഹചര്യത്തെ അഭിമുഖീകരിക്കും. നേട്ടങ്ങ ളാണ് ആത്മഹത്യാ ചിന്തയുടെ അടിസ്ഥാനം. എന്തുകൊണ്ട്? കാരണം, അത്തരം ലക്ഷ്യങ്ങൾ പിന്തുടരുന്ന ആളുകൾ വൈകാതെ അല്ലെങ്കിൽ പിന്നീട് അവർ നേടുന്നതിൽ പരാജയപ്പെടുന്ന ഒരു സാഹചര്യത്തെ അഭിമുഖീകരിക്കും. അതുപോലെ, ഈ വസ്തുക്കൾ കൈവശം വച്ചിരിക്കുന്നവർക്ക് അവ നഷ്ടപ്പെടുന്ന അല്ലെങ്കിൽ അതോടൊപ്പം ജീവിക്കുന്നത് നഷ്ടപ്പെടുമെന്ന് ഭയപ്പെടുന്ന സാഹ ചര്യങ്ങളെ അഭിമുഖീകരിക്കുകയും ചെയ്യുന്നു. അത്തരം സാഹചര്യ ങ്ങളിൽ, ആളുകൾക്ക് അവരുടെ വ്യക്തിത്വവും ലക്ഷ്യവും നഷ്ടപ്പെടും, ജീവിതം ജീവിക്കാൻ യോഗ്യനല്ലെന്ന്, തങ്ങളുടെ അസ്തിത്വം സ്വയം നശിപ്പിക്കുന്നത് മാത്രമാണ് ഒരേയൊരു രക്ഷപ്പെടലെന്ന് തോന്നുന്നു.

ഉദാഹരണത്തിന്, ഉയർന്ന ഗ്രേഡുകൾ നേടുക എന്നത് തന്റെ ജീവിതത്തിന്റെ ഏക ലക്ഷ്യമായി കരുതുന്ന ഒരു വിദ്യാർ ത്ഥിക്ക് ഒന്നാമനാവുക എന്നതിൽ സന്തോഷമുണ്ടാകും. പക്ഷേ, അവൻ പരാജയപ്പെട്ടാൽ തകർന്നുപോകാനുള്ള സാധ്യതയുണ്ട്. ഉയർന്ന മാർക്കുകൾ നേടുക എന്നതാണ് തന്റെ ജീവിതത്തിലെ ഏക മുൻഗണന എന്ന് അവൻ കരുതുന്നുവെങ്കിൽ, അങ്ങനെ ചെയ്യുന്നതിൽ പരാജയപ്പെടുകയും തന്റെ ജീവിതം അപമാന കരമായ പരാജയമായി കണക്കാക്കുകയും ജീവിതം അവസാനിപ്പി ക്കാൻ തീരുമാനിക്കുകയും ചെയ്യുന്നു.

ഭഗവാന്റെ വിശുദ്ധ നാമങ്ങൾ ജപിക്കുക (ഹരേ കൃഷ്ണ ഹരേ കൃഷ്ണ കൃഷ്ണ കൃഷ്ണ ഹരേ ഹരേ, ഹരേ രാമ ഹരേ രാമ രാമ രാമ ഹരേ ഹരേ), ഭഗവദ് ഗീത, രാമായണം തുടങ്ങിയ ഗ്രന്ഥങ്ങളിൽ നിന്ന് കേൾക്കുകയോ പഠിക്കുകയോ ചെയ്യുക, ഭഗവാന്റെ മനോഹരമായ രൂപത്തെ ധ്യാനിക്കുക, കൂടാതെ വിശുദ്ധരായ ആളുകളുമായി സഹവസിക്കുന്നത് നല്ല മാനസികാവസ്ഥയിൽ തുടരാൻ നമ്മെ സഹായിക്കും. ആത്മഹത്യ പോലുള്ള സ്വയം വിനാശകരമായ ഉപായങ്ങളിൽ നിന്ന് ഇത് നമ്മെ രക്ഷിക്കും.

ഒരു വ്യക്തി എത്രത്തോളം ദൈവത്തോട് പ്രാർത്ഥിക്കുന്നുവോ, ക്ഷേത്രം സന്ദർശിക്കുന്നുവോ, ആത്മീയ ഗ്രന്ഥങ്ങൾ വായിക്കുന്നുവോ അത്രയും അയാൾ ആത്മഹത്യ ചെയ്യാനുള്ള സാധ്യത കുറവാണെന്ന് സാമൂഹ്യശാസ്ത്ര ഗവേഷണം സ്ഥിരീകരിക്കുന്നു. ജീവിതത്തിന്റെ ആത്മീയ വശം അവൻ എത്രത്തോളം വലിച്ചെറിയുന്നുവോ അത്രയധികം അയാൾക്ക് ആത്മഹത്യാ പ്രവണത ഉണ്ടാകാനുള്ള സാധ്യത കൂടുതലാണ്. അതിനാൽ, ആത്മീയ ജ്ഞാനം സ്വാംശീകരിക്കാനും പ്രചരിപ്പിക്കാനും നമുക്ക് പരിശ്രമിക്കാം, ഒപ്പം സന്തുലിതവും അർത്ഥപൂർണ്ണവും സമാധാനപരവും സന്തോഷപ്രദവുമായ ജീവിതം നയിക്കാൻ ആളുകളെ സഹായിക്കുകയും ചെയ്യാം.

## ചോദ്യം 58

# ജോലി ആരാധനയാണോ?

എല്ലാ ജോലിയും ആരാധനയാണെങ്കിൽ, ഏറ്റവും കഠിനാധ്വാനം ചെയ്യുന്ന കഴുതയല്ലേ ഏറ്റവും വലിയ ആരാധകൻ?

'ജോലി' പൊതുവെ ലൗകികമായ കാര്യങ്ങളെയാണ് കൈകാര്യം ചെയ്യുന്നത്—പണം സമ്പാദിക്കുക, ഗാർഹിക കാര്യ ങ്ങൾ കൈകാര്യം ചെയ്യുക, ശാരീരിക ആവശ്യങ്ങൾ നിറവേറ്റുക. നേരെമറിച്ച്, 'ആരാധന' സാധാരണയായ ദൈവിക-പ്രാർത്ഥന, മന്ത്രം, ധ്യാനം എന്നിവയിൽ ശ്രദ്ധ കേന്ദ്രീകരിക്കുന്നു. അതിനാൽ ജോലിയും ആരാധനയും യഥാക്രമം ലൗകികവും ദൈവികവുമായ രണ്ട് വ്യത്യസ്ത മേഖലകളിൽ പെടുന്നു. രണ്ടുപേരെയും ഒരുമിച്ച് യോജിപ്പിക്കാൻ കഴിക്കാമോ?

അതെ, തീർച്ചയായും. അതാണ് ഭഗവദ് ഗീത നിർദ്ദേശി ക്കുന്നത് : കർമ്മയോഗത്തിന്റെ പാത.

പരമേശ്വരന്റെ പ്രിയപ്പെട്ട മക്കളായ നാം ശാശ്വത ആത്മീയ ജീവികളാണ്. എന്നാൽ ഇപ്പോൾ, നാം അവനിൽ നിന്ന് വിച്ഛേദിക്കപ്പെട്ടിരിക്കുന്നു. ഈ ലോകത്ത് നാം നമ്മുടെ ജോലിയോ കർമ്മമോ ചെയ്തുകൊണ്ടേയിരിക്കുന്നു, എന്നാൽ മിക്കപ്പോഴും, നമ്മുടെ അധ്വാനത്തിന്റെ ഫലം നമ്മുടെ ഏകവും ആത്യന്തികവുമായ ലക്ഷ്യമായി തുടരുന്നു. അത് കിട്ടിയാൽ നമ്മൾ തൃപ്തരാണ്. നമ്മൾ ചെയ്യുന്നില്ലെങ്കിലും, നമ്മുടെ ജോലി ചെയ്യുന്നിടത്തോളംകാലം എല്ലാം ശരിയാണെന്ന് നമുക്ക് തോന്നുന്നു, ജീവിതം ഇതാണ് എന്ന് നമ്മൾ കരുതുന്നു. എന്നാൽ വെറുതെ ജോലി ചെയ്താൽ പോരാ. പരമാത്മാവുമായി വീണ്ടും ബന്ധപ്പെടാൻ നമ്മുടെ പ്രവൃത്തി നമ്മെ സഹായിക്കുന്നുവെങ്കിൽ,

അത് ആരാധനയോ കർമ്മയോഗമോ ആയിത്തീരുന്നു. അല്ലെങ്കിൽ അത് കേവലം കർമ്മമായി അവശേഷിക്കുന്നു, അത് ആത്യന്തികമായി കർമ്മ ഫലത്തിന്റെ ബന്ധനത്തിലേക്ക് നയിക്കും.

ഈ ലോകത്ത് നാം എങ്ങനെ പ്രവർത്തിക്കണമെന്ന് ഭഗവദ് ഗീതയിൽ (8.7) ഭഗവാൻ കൃഷ്ണൻ ശുപാർശ ചെയ്യുന്നു :

*തസ്മാത് സർവേഷു കലേഷു*
*മാം അനുസ്മര യുധ്യ ചാ*
*മെയ്യ് അർപിത-മനോ-ബുദ്ധിർ*
*മാം ഏവിഷ്യസ്യ അസംശയഃ*

'അതിനാൽ, അർജ്ജുനാ, നീ എപ്പോഴും എന്നെ
കൃഷ്ണരൂപത്തിൽ വിചാരിക്കുകയും അതോടൊപ്പം യുദ്ധം
എന്ന നിശ്ചിത കർത്തവ്യം നിർവ്വഹിക്കുകയും വേണം.
നിങ്ങളുടെ പ്രവർത്തനങ്ങൾ എനിക്കുവേണ്ടി സമർപ്പിക്കുകയും
നിങ്ങളുടെ മനസ്സും ബുദ്ധിയും എന്നിൽ ഉറപ്പിക്കുകയും ചെയ്താൽ,
സംശയമില്ലാതെ നിങ്ങൾ എന്നെ പ്രാപിക്കും.'

അതിനാൽ, നമ്മുടെ കർത്തവ്യങ്ങൾ നിർവ്വഹിക്കുമ്പോൾ, ഒരേ സമയം നമ്മുടെ ബോധം പരമേശ്വരനിൽ ഉറപ്പിക്കണം, അത് നമ്മുടെ ജോലിയെ ഒരു പുണ്യ കർത്തവ്യമാക്കും.

ഇത് നേടുന്നതിന്, ദൈവത്തിന്റെ വിശുദ്ധനാമങ്ങൾ ജപിക്കുക, ഗ്രന്ഥങ്ങൾ പഠിക്കുക എന്നിങ്ങനെയുള്ള ആത്മീയ പരിശീലനത്തിന്റെയോ സാധനയുടെയോ ദൈനംദിന പരിപാടി നാം പിന്തുടരേണ്ടതുണ്ട്. സാധന ദൈവിക ബോധത്തിന്റെ ഒരു അടിത്തറ സൃഷ്ടിക്കുന്നു, അതിലൂടെ നമുക്ക് ദിവസത്തിന്റെ ബാക്കിയുള്ള ജോലിയെ ആത്മീയമാക്കാം. രാവിലെ, നമ്മുടെ ബോധം നനഞ്ഞ സിമന്റ് പോലെയാണ്. ഈ സമയത്ത് എന്ത് സ്വാധീനങ്ങൾ ഉണ്ടായാലും ദിവസം മുഴുവൻ അതുണ്ടാകും. ഒരു ദൈവിക കുറിപ്പിൽ നമ്മുടെ ദിവസം ആരംഭിക്കേണ്ടത് പ്രധാനമാണ്, അതിലൂടെ ദിവസം മുഴുവൻ ദൈവിക ബോധം നിലനിർത്താൻ ഇത് നമ്മെ സഹായിക്കും : ഈ ലോകത്ത് ഒരു താമര പോലെ നിലനിൽക്കാൻ ഇത് നമ്മെ സഹായിക്കും : ഈ ലോകത്തിൽ ആയിരിക്കുക, പക്ഷേ ഈ ലോകത്തിലല്ല, ഒരു താമരയില പോലെ, വെള്ളത്താൽ ചുറ്റപ്പെട്ടിരിക്കുന്നു,

ഒരു തുള്ളി വെള്ളം പോലും അതിൽ തങ്ങിനിൽക്കാനാവില്ല. ഈ വിധത്തിൽ, നമ്മുടെ ജോലി കർമ്മരഹിതമായിത്തീരുന്നു അല്ലെങ്കിൽ യഥാർത്ഥത്തിൽ ഒരു ആരാധനയാണ്, ഭഗവാന്റെ വഴിപാട്.

സന്തുലിതാവസ്ഥയുള്ള ഒരു ജീവിതം നമുക്കുണ്ടാകണം. ഒരു യഥാർത്ഥ സമതുലിതമായ ജീവിതം അർത്ഥമാക്കുന്നത് ഭൗതികമായി മാത്രമല്ല, ആത്മീയമായും മുന്നേറുക എന്നതാണ്, അത് മനുഷ്യജീവിതത്തിന്റെ ആത്യന്തിക ലക്ഷ്യമാണ്. ഭൗതിക ലക്ഷ്യങ്ങൾ ഉണ്ടായിരിക്കുക, എന്നാൽ ആത്മീയ ലക്ഷ്യങ്ങളുമായി അവയെ സമന്വയിപ്പിക്കാൻ ഓർക്കുക.

ചോദ്യം 59

## കാണുന്നത് എല്ലാം വിശ്വസിക്കാമോ? ഇന്നത്തെ ശാസ്ത്രയുഗത്തിൽ, നാം എന്തിന് ആത്മീയതയിൽ വിശ്വസിക്കണം, പ്രത്യേകിച്ച് കാണാൻ കഴിയാത്ത ദൈവത്തിൽ?

ഇതിന് ഉത്തരം നൽകാൻ, നമുക്ക് രസകരമായ ഒരു കഥയിൽ നിന്ന് ആരംഭിക്കാം :

തത്ത്വചിന്തയിലെ നിരീശ്വരവാദിയായ ഒരു പ്രൊഫസർ സർവ്വശക്തനായ ദൈവവുമായി ശാസ്ത്രത്തിനുണ്ടായ പ്രശ്നത്തെക്കുറിച്ച് തന്റെ ക്ലാസ്സിൽ സംസാരിക്കുകയായിരുന്നു.

അയാൾ തന്റെ പുതിയ വിദ്യാർത്ഥികളിൽ ഒരാളോട് എഴുന്നേറ്റ് നിൽക്കാൻ ആവശ്യപ്പെടുകയും ചോദ്യങ്ങൾ ചോദിക്കുകയും ചെയ്യുന്നു :

പ്രൊഫസർ : നിങ്ങൾ ദൈവത്തിൽ വിശ്വസിക്കുന്നുണ്ടോ?

വിദ്യാർത്ഥി : തീർച്ചയായും, സർ.

പ്രൊഫസർ : നിങ്ങൾക്ക് ചുറ്റുമുള്ള ലോകത്തെ തിരിച്ചറിയാനും നിരീക്ഷിക്കാനും ഉപയോഗിക്കുന്ന അഞ്ച് ഇന്ദ്രിയങ്ങളുണ്ടെന്ന് ശാസ്ത്രം പറയുന്നു. പറയൂ, നീ എപ്പോഴെങ്കിലും ദൈവത്തെ കണ്ടിട്ടുണ്ടോ?

വിദ്യാർത്ഥി : ഇല്ല സർ.

പ്രൊഫസർ : നിങ്ങളുടെ ദൈവത്തെ നിങ്ങൾ എപ്പോഴെങ്കിലും കേട്ടിട്ടുണ്ടോ എന്ന് പറയുക?

വിദ്യാർത്ഥി : ഇല്ല സർ.

പ്രൊഫസർ:നിങ്ങൾഎപ്പോഴെങ്കിലുംനിങ്ങളുടെദൈവത്തെ അനുഭവിച്ചിട്ടുണ്ടോ, നിങ്ങളുടെ ദൈവത്തെ രുചിച്ചിട്ടുണ്ടോ, ? ഈ വിഷയത്തിൽ നിങ്ങൾക്ക് എപ്പോഴെങ്കിലും ദൈവത്തെക്കുറിച്ച് എന്തെങ്കിലും ഇന്ദ്രിയ ധാരണ ഉണ്ടായിട്ടുണ്ടോ?

വിദ്യാർത്ഥി : ഇല്ല സർ. ഇല്ലെന്നുള്ളത് ഞാൻ ഭയപ്പെടുന്നു.

പ്രൊഫസർ : എന്നിട്ടും നിങ്ങൾ അവനിൽ വിശ്വസിക്കു ന്നുണ്ടോ?

വിദ്യാർത്ഥി : ഉണ്ട്.

പ്രൊഫസർ : അനുഭവപരവും പരീക്ഷിക്കാവുന്നതും പ്രകട മാക്കാവുന്നതുമായ പെരുമാറ്റച്ചട്ടം അനുസരിച്ച്, നിങ്ങളുടെ ദൈവം ഇല്ലെന്ന് ശാസ്ത്രം പറയുന്നു.

വിദ്യാർത്ഥിക്ക് ഉത്തരം ഇല്ലായിരുന്നു. കുറച്ചു നേരം മിണ്ടാതെ നിന്നെങ്കിലും ഒടുവിൽ സംസാരിച്ചു.

വിദ്യാർത്ഥി : അധ്യാപകന്റെ മസ്തിഷ്കം കണ്ട ആരെങ്കിലും ക്ലാസ്സിലുണ്ടോ?

(ക്ലാസ്സിലെല്ലാവരും പൊട്ടിച്ചിരിച്ചു.)

വിദ്യാർത്ഥി : അധ്യാപകന്റെ മസ്തിഷ്കം കേൾക്കുകയോ അത് അനുഭവിക്കുകയോ സ്പർശിക്കുകയോ മണക്കുകയോ ചെയ്ത ആരെ ങ്കിലും ഇവിടെയുണ്ടോ? ആരും അങ്ങനെ ചെയ്തതായി കാണുന്നില്ല. അതിനാൽ, അനുഭവസിദ്ധിയുടെ, പരീക്ഷിക്കാൻ പറ്റുന്ന, പ്രകടി പ്പിക്കാവുന്ന പെരുമാറ്റച്ചട്ടത്തിന്റെ സ്ഥാപിത നിയമങ്ങൾ അനുസ രിച്ച്, നിങ്ങൾക്ക് തലച്ചോറില്ലെന്ന് ശാസ്ത്രം പറയുന്നു, സർ.

സർ, എല്ലാ ബഹുമാനത്തോടും കൂടി പറയുന്നു, നിങ്ങളുടെ പ്രഭാഷണങ്ങളെ ഞങ്ങൾ എങ്ങനെ വിശ്വസിക്കും?

(മുറി നിശബ്ദമായിരുന്നു. അധ്യാപകൻ വിദ്യാർത്ഥിയെ ഉറ്റുനോക്കി, അവന്റെ ഭാവം മനസ്സിലാക്കാൻ കഴിയുന്നുണ്ടാ യിരുന്നില്ല.)

അപ്പോൾ നമ്മൾ പ്രപഞ്ചത്തിന്റെ കേന്ദ്രമാണോ? നാം പരിപൂർണ്ണരാണോ? നമുക്ക് എന്തെങ്കിലും കാണാൻ കഴിയാത്തതു കൊണ്ട്, അത് നിലവിലില്ല എന്നാണോ? നമ്മൾ താമസിക്കുന്ന നഗരത്തിൽ ഇത്രയധികം ആളുകൾ താമസിക്കുന്നുണ്ട്, അവരെ യെല്ലാം നമ്മൾ കണ്ടിട്ടുണ്ടോ? നഗരത്തിലോ നമ്മുടെ നാട്ടിലോ

ലോകത്തിലോ ഉള്ള എല്ലാ സ്ഥലങ്ങളും നമ്മൾ കണ്ടിട്ടുണ്ടോ? 'ഇല്ല' എന്നായിരിക്കും വ്യക്തമായ ഉത്തരം. എന്നാൽ നമ്മൾ അവരെ കാണാത്തത് കൊണ്ട് അവർ ജീവിച്ചിരിപ്പില്ല എന്നാണോ? ഒരിക്കലുമല്ല! നമ്മൾ ഒരു പ്രക്രിയ പിന്തുടരുകയും അവരെ കാണാൻ പോകുകയും വേണം. നമ്മൾ ഒരു ശ്രമം നടത്തണം!

നമ്മൾ കാണുന്ന, എന്നാൽ വിശ്വസിക്കാത്ത ഒരുപാട് കാര്യങ്ങൾ ഉണ്ട്.

ഉദാഹരണത്തിന്, ഒരു അകവളവുള്ള കണ്ണാടിയിൽ നമ്മുടെ മുഖം കണ്ടാൽ, അത് വിചിത്രവും വികൃതവുമാണെന്ന് തോന്നുന്നു. എന്നാൽ ഇത് ശരിക്കും അങ്ങനെയാണോ?

ഒരു ഗ്ലാസ് വെള്ളത്തിനുള്ളിൽ ഒരു വടി വെച്ചാൽ, അത് വളഞ്ഞതായി തോന്നുന്നു. എന്നാൽ അത് യഥാർത്ഥത്തിൽ വളഞ്ഞതാണോ?

ഭൂമിയും ആകാശവും ചക്രവാളത്തിൽ കണ്ടുമുട്ടുന്നതായി തോന്നുന്നു. എന്നാൽ അവർ യഥാർത്ഥത്തിൽ കണ്ടുമുട്ടുന്നുണ്ടോ?

അതുപോലെ, നമുക്ക് കാണാൻ കഴിയാത്ത, എന്നാൽ ഇപ്പോഴും വിശ്വസിക്കുന്ന ഒരുപാട് കാര്യങ്ങളുണ്ട്.

ഉദാഹരണത്തിന്, ഓക്സിജൻ, ഗുരുത്വാകർഷണം, സൂക്ഷ്മാണുക്കൾ, റേഡിയോ തരംഗങ്ങൾ.

നമുക്ക് പരിമിതികളുണ്ടെന്ന് ഇത് തെളിയിക്കുന്നു. വാസ്തവത്തിൽ, എല്ലാ മനുഷ്യരും നാല് വൈകല്യങ്ങളോടെയാണ് ജനിച്ചതെന്ന് വേദഗ്രന്ഥങ്ങൾ വിശദീകരിക്കുന്നു.

അവ :

1. അപൂർണ്ണമായ ഇന്ദ്രിയങ്ങൾ *(കരണപടവ)*
2. മിഥ്യാബോധം *(ഭ്രമം)*
3. തെറ്റുകൾ ചെയ്യുന്നതിന്റെ തെറ്റിദ്ധാരണ *(പ്രമാദ)*
4. വഞ്ചിക്കാനുള്ള പ്രവണത *(വിപ്രലിപ്സ)*

അപൂർണ്ണമായ ഇന്ദ്രിയങ്ങളിൽ, നമുക്ക് കണ്ണുകളെ മാത്രം പരിഗണിക്കാം, കാരണം ചോദ്യം കാഴ്ചയെക്കുറിച്ചാണ്.

മനുഷ്യന്റെ കണ്ണുകൾക്ക് 390 മുതൽ 700 മില്ലിമൈക്രോൺ പരിധിയിലുള്ള വൈദ്യുതകാന്തിക തരംഗങ്ങൾ മാത്രമേ കാണാൻ കഴിയൂ. ഈ നേർത്ത ബന്ധനത്തിനു പുറത്തുള്ള ഒന്നും നമുക്ക് ദൃശ്യമല്ല. എക്സ്-റേ, റേഡിയോ തരംഗങ്ങൾ തുടങ്ങി നമുക്ക്

കാണാത്ത മറ്റ് നിരവധി തരംഗദൈർഘ്യങ്ങളുണ്ട്. ദൃശ്യമായ പരിധിക്കുള്ളിൽ പോലും, പ്രകാശം വളരെ തെളിച്ചമുള്ളതോ വളരെ മങ്ങിയതോ ആണെങ്കിൽ, വസ്തു വളരെ അകലെയോ വളരെ അടുത്തോ ആണെങ്കിൽ നമ്മുടെ കണ്ണുകൾക്ക് വ്യക്തമായി കാണാൻ കഴിയില്ല.

നമ്മുടെ കണ്ണുകൾക്ക് എല്ലാ ഭൗതിക വസ്തുക്കളെയും ശരിയായി കാണാനുള്ള കഴിവില്ല, അപ്പോൾ അവർക്ക് എങ്ങനെ ആത്മീയമായ എന്തെങ്കിലും കാണാൻ കഴിയും?

വിജ്ഞാനത്തിന്റെ ആദ്യഭാഗം വിനയമാണ്. നാം പൂർണ്ണരല്ലെന്ന് അംഗീകരിക്കാനുള്ള വിനയം, നമുക്ക് മാർഗ്ഗനിർദ്ദേശം ആവശ്യമാണ്. നമുക്ക് ഈ ബോധം ഉണ്ടായാലുടൻ, സത്യങ്ങൾ നമുക്ക് സ്വയം വെളിപ്പെടാൻ തുടങ്ങും.

നമുക്ക് ദൈവത്തെ നേരിട്ട് കാണാൻ കഴിയില്ലെങ്കിലും, പ്രകൃതിയിലെ അത്ഭുതകരമായ പല കാര്യങ്ങളിലൂടെയും അവന്റെ സാന്നിധ്യം അനുഭവിക്കാനും കാണാനും കഴിയും : ഋതുക്കൾ ചാക്രികമായി മാറുന്നു, സൂര്യൻ ഉദിക്കുകയും അസ്തമിക്കുകയും ചെയ്യുന്നു, ഗ്രഹങ്ങൾ തികഞ്ഞ ക്രമത്തിൽ നീങ്ങുന്നു, ഗുരുത്വാകർഷണ നിയമം പോലുള്ള അത്ഭുതകരമായ നിയമങ്ങൾ പ്രവർത്തിക്കുന്നു. വൈവിധ്യമാർന്ന ജീവജാലങ്ങൾ നിലവിലുണ്ട് തുടങ്ങിയവ. എല്ലാം വ്യവസ്ഥാപിതമായി നടക്കുന്നു. സൃഷ്ടിയുണ്ടെങ്കിൽ, ഒരു സ്രഷ്ടാവ് ഉണ്ടായിരിക്കണം. നിയമങ്ങളുണ്ടെങ്കിൽ, നിയമനിർമ്മാതാവ് ഉണ്ടായിരിക്കണം. പ്രപഞ്ചത്തിനുള്ളിൽ ക്രമവും രൂപകൽപ്പനയും ഉണ്ടെങ്കിൽ, ഒരു ബുദ്ധിമാനായ രൂപകല്പകൻ ഉണ്ടായിരിക്കണം.

നമ്മൾ ഒരു ഓഫീസ് കെട്ടിടത്തിൽ പ്രവേശിച്ചപ്പോൾ അവിടെയെല്ലാം പ്രവർത്തന രഹിതമാണെന്ന് കരുതുക. ആളുകൾ ആശയക്കുഴപ്പത്തിലായി, ചിലർ നിലവിളിക്കുന്നു, ചിലർ വഴക്കിടുന്നു, കാര്യങ്ങൾ അങ്ങോട്ടും ഇങ്ങോട്ടും ചിതറിക്കിടക്കുന്നു. 'ഇവിടെ ചുമതലക്കാരൻ ആരുമില്ലേ?' എന്ന് നമ്മൾ ഉടനെ ചോദിക്കും, എന്നിരുന്നാലും, എല്ലാം ചിട്ടയായും കൃത്യമായും നടക്കുന്നതായി കണ്ടാൽ, 'ഇതിന് പിന്നിൽ ശക്തരും ബുദ്ധിമാനും ആയ ഒരാളുണ്ട്'' എന്ന് നമ്മൾ നിഗമനം ചെയ്യുന്നു.

നമ്മൾ ജീവിക്കുന്ന സൃഷ്ടിയിൽ നിരവധി അത്ഭുതകരമായ പ്രതിഭാസങ്ങൾ സംഭവിക്കുന്നത് കാണുമ്പോൾ, എല്ലാം നിയന്ത്രിക്കുന്ന ശക്തമായ മസ്തിഷ്കമുള്ള ഒരു ശക്തനായ വ്യക്തി ഇതിന്

പിന്നിലുണ്ടെന്ന് നമുക്ക് സുരക്ഷിതമായി അനുമാനിക്കാം. അവൻ ദൈവമാണ്.

അതിശയകരമായ ഒരു മുത്ത് മാല കാണുമ്പോൾ, അതിന്റെ സൗന്ദര്യത്താൽ നാം അതിനെ മഹത്വപ്പെടുത്തുന്നു. എന്നാൽ മുത്തുകളെ ചേർത്തു പിടിക്കുന്ന നൂൽ, കാണുന്നില്ല. പിന്നെ നൂൽ പൊട്ടിയാൽ മുത്തുകൾ ചിതറിപ്പോകും, മാല ഇല്ലാതാകും. അതുപോലെ ഈ സുന്ദരമായ സൃഷ്ടി മനോഹരമായ ഒരു മാല പോലെയാണ്, അതിനെ ചേർത്തു പിടിക്കുന്നത് ദൈവമാണ്. കാണാത്തതിന്റെ സാന്നിദ്ധ്യം കാണുന്നതിനാൽ തെളിയിക്കാം. ഭഗവദ് ഗീതയിൽ (7.7) അദ്ദേഹം തന്നെ പറയുന്നു :

*മത്തഃ പരതാരം നാന്യത്*
*കിഞ്ചിദ് അസ്തി ധനഞ്ജയ*
*മയി സർവ്വം ഇദം പ്രോതം*
*സൂത്രേ മണി-ഗണ ഇവ*

ഹേ സമ്പത്ത് ജയിച്ചവനേ [അർജ്ജുനാ]
എന്നേക്കാൾ ശ്രേഷ്ഠമായ സത്യമില്ല.
ഒരു നൂലിൽ മുത്തുകൾ ഇട്ടിരിക്കുന്നതുപോലെ
എല്ലാം എന്നിൽ അധിവസിക്കുന്നു.

'കാണുന്നത് വിശ്വസിക്കുന്നു' എന്നത് കാലഹരണപ്പെട്ട ഒരു വിശ്വാസമാണ്, അത് ശാസ്ത്രം അതിന്റെ മുന്നോട്ടുള്ള യാത്രയിൽ വളരെക്കാലമായി നിരസിച്ചു. ശാസ്ത്രജ്ഞർ അവരുടെ നിഗമനം നൽകുന്നതിന് മുമ്പ് തങ്ങൾ കാണുന്നതെന്താണെന്ന് പരിശോധിക്കാനുള്ള പരീക്ഷണ പ്രക്രിയയും പിന്തുടരുന്നു. പിന്നെ എന്തിനാണ് ഈ തത്വത്തെ (കാണുന്നത് വിശ്വസിക്കുന്നത്) നമ്മുടെ മുന്നോട്ടുള്ള ആത്മീയ യാത്രയിൽ നമ്മെ തടയാൻ അനുവദിക്കണം?

ഒരു സൂക്ഷ്മജീവിയെ കാണാൻ, നമുക്ക് ഒരു സൂക്ഷ്മദർശിനി ആവശ്യമാണ്. ദൂരെയുള്ള ഒരു വസ്തുവിനെ കാണാൻ നമുക്ക് ഒരു ദൂരദർശിനി ആവശ്യമാണ്. നമുക്ക് ഈ ഉപകരണങ്ങൾ പരസ്പരം മാറ്റി ഉപയോഗിക്കാൻ കഴിയില്ല. അതുപോലെ, ഈശ്വരനെ ദർശിക്കുന്നതിന് ഭൗതിക ദർശനം പോരാ, നമുക്ക് മറ്റൊരു രീതിയും ഉപകരണവും ആവശ്യമാണ്. എന്നാൽ നമുക്ക് ചുറ്റുമുള്ള ലോകത്തെ സൂക്ഷ്മമായി നിരീക്ഷിക്കുകയും വിശകലനം

ചെയ്യുകയും ചെയ്താൽ, പരമോന്നതനായ ദൈവത്തിന്റെ അസ്തിത്വത്തിൽ വിശ്വസിക്കാൻ നാം നിർബന്ധിതരാകും.

റാൽഫ് വാൾഡോ എമേഴ്സൺ ഈ നിഗമനം നന്നായി നൽകുന്നു : 'ഞാൻ കണ്ടതെല്ലാം ഞാൻ കാണാത്ത എല്ലാത്തിന്റെയും സ്രഷ്ടാവിൽ വിശ്വസിക്കാൻ എന്നെ പഠിപ്പിക്കുന്നു.'

## ചോദ്യം 60

# മതമില്ലാതെ, നമുക്ക് ആത്മീയരായിരിക്കാൻ കഴിയുമോ?

അതെ എന്നാണെങ്കിൽ, 'ആത്മീയ'മെന്നാൽ തുറന്ന മനസ്സും 'മതം' അടഞ്ഞ മനസ്സും സൂചിപ്പിക്കുന്നു. അല്ല എന്നാണെങ്കിൽ, 'ആത്മീയ'മെന്നാൽ നാം ഒരു ബോധാവസ്ഥയെയും 'മതപരം' എന്നതുകൊണ്ട് ആ ബോധാവസ്ഥ കൈവരിക്കുന്നതിനുള്ള ഒരു പ്രക്രിയയായും പരാമർശിക്കുന്നു.

'ആത്മീയവും എന്നാൽ മതപരവുമല്ല' എന്ന ഉദ്ദേശ്യം പ്രശംസനീയമാണ്, എന്നാൽ അതിന്റെ പ്രയോഗം സംശയാസ്പദമാണ്. സാധാരണഗതിയിൽ, നാം വിശാലമനസ്കരാകണം, ഇടുങ്ങിയ ചിന്താഗതിയുള്ളവരായിരിക്കരുത്. ആ ഉദ്ദേശ്യം കൊള്ളാം, എന്നാൽ അടിസ്ഥാനപരമായ സൂചന ശരിയാണോ? ആത്മീയത നമ്മെ വിശാലമനസ്കരും മതം നമ്മെ സങ്കുചിതരുമാക്കുന്നു എന്നത് ശരിയാണോ?

'ആത്മീയവും' 'മതപരവും' എന്ന ഈ രണ്ട് പദങ്ങൾക്കും നിരവധി അർത്ഥങ്ങളുണ്ട്, അവയുടെ അർത്ഥം വ്യക്തമാക്കാതെ, നമുക്ക് ഫലപ്രദമായ ചർച്ച നടത്താൻ കഴിയില്ല. 'ആത്മീയ-മതപരമല്ലാത്ത' പ്രയോഗത്തിൽ ഈ വാക്കുകൾ സാധാരണയായി പരാമർശിക്കുന്ന കാര്യങ്ങളിൽ ശ്രദ്ധ കേന്ദ്രീകരിക്കാം : 'ആത്മീയത' സാധാരണയായി ജീവിതത്തിന്റെ ഉയർന്ന, ആഴത്തിലുള്ള വശങ്ങളുടെ അനുഭവത്തെ സ്പർശിക്കുന്നു, അതേസമയം 'മതം' എന്നത് ചില വിശ്വാസങ്ങളും ആചാരങ്ങളും പാലിക്കുന്നതിനെ സൂചിപ്പിക്കുന്ന ഒരു പ്രത്യേക പാരമ്പര്യത്തിൽ നൽകിയി

രിക്കുന്നു. ആത്മീയവാദികൾ തുറന്ന മനസ്സുള്ളവരാണ്, കാരണം അവർക്ക് ആ അനുഭവം ലഭിക്കുന്നത് എങ്ങനെയായാലും ഉയർന്ന അനുഭവത്തിനായി തുറന്നിരിക്കുന്നു എന്നതാണ്. എന്നാൽ മത വിശ്വാസികൾ അവരുടെ സ്വന്തം മതത്തിൽ പറഞ്ഞിരിക്കുന്ന വഴികളിൽ മാത്രം ഉറച്ചുനിൽക്കുകയും മറ്റ് മതങ്ങളിൽ നൽകിയിരിക്കുന്ന വഴികളെ പരിഹസിക്കുകയും ചെയ്യുന്നതിനാൽ വളരെ ഇടുങ്ങിയ മനസ്സാണ്.

വേദ ജ്ഞാനം-പാരമ്പര്യം ആത്മീയതയും മതവും തമ്മിലുള്ള കൗതുകകരമായ ബന്ധത്തിലേക്ക് വിരൽ ചൂണ്ടുന്നു. ആത്മീയത എന്നത് നമ്മളിലെ ഉയർന്ന വ്യക്തിയുമായി (ആത്മീയമായത്) വീണ്ടും ബന്ധപ്പെടാനും ആത്യന്തികമായി ദൈവവുമായി വീണ്ടും ബന്ധപ്പെടാനും സഹായിക്കുന്നതിന് വേണ്ടിയാണെന്ന് ഇത് വിശദീകരിക്കുന്നു. തത്ത്വചിന്തയുടെയും മതത്തിന്റെയും സമന്വയത്തിലൂടെയാണ് ഇത് ചെയ്യുന്നത്, അത് ആത്മീയത പ്രവർത്തിക്കുന്ന രണ്ട് പാളങ്ങൾ ഉൾക്കൊള്ളുന്നു. ആത്മീയതയുടെ തത്ത്വചിന്തയുടെ വശം വേദഗ്രന്ഥങ്ങളുടെ പഠനവും ധാരണയും ഉൾക്കൊള്ളുന്നു, കൂടാതെ ഉയർന്ന ആത്മീയ സത്യങ്ങൾ തിരിച്ചറിയാനും അനുഭവിക്കാനും സഹായിക്കുന്ന ചില നിയമങ്ങളും നിയന്ത്രണങ്ങളും പിന്തുടരുന്നത് മതത്തിന്റെ വശം ഉൾക്കൊള്ളുന്നു.

ആത്മീയതയുടെ ഈ രണ്ട് വശങ്ങളും ആധുനിക ശാസ്ത്രത്തിന്റെ രണ്ട് വശങ്ങളുമായി വളരെ സാമ്യമുള്ളതാണ് : സൈദ്ധാന്തികവും പരീക്ഷണാത്മകവും. ശാസ്ത്രത്തിന്റെ സൈദ്ധാന്തിക വശം പ്രപഞ്ചത്തിലെ നിരീക്ഷിക്കാവുന്ന പ്രതിഭാസങ്ങളെ വിശദീകരിക്കാൻ അനുമാനങ്ങൾ രൂപപ്പെടുത്തുന്നത് ഉൾപ്പെടുന്നു. അത് ആത്മീയതയുടെ തത്വശാസ്ത്ര വശത്തിന് സമാനമാണ്. സയൻസിന്റെ പരീക്ഷണാത്മക വശം അനുമാനങ്ങൾ പരിശോധിക്കുന്നതിന് ചില നിയമങ്ങൾ പിന്തുടരുന്നത് ഉൾപ്പെടുന്നു. അത് ആത്മീയതയുടെ മത വശത്തിന് സമാനമാണ്. നമ്മൾ കേൾക്കുന്ന കാര്യങ്ങൾ പ്രയോഗിക്കാതെ അല്ലെങ്കിൽ മറ്റൊരു വിധത്തിൽ പറഞ്ഞാൽ, ആരുടെയെങ്കിലും മാർഗ്ഗനിർദ്ദേശപ്രകാരം ചില നിയമങ്ങളും നിയന്ത്രണങ്ങളും ഉള്ള ഒരു പ്രക്രിയ പിന്തുടരാതെ, ആത്മീയതയുടെ ഒരു അനുഭവം നേടുക അസാധ്യമാണ്.

ശാസ്ത്രം പൂർണ്ണമാകാൻ ചിലതരം പരീക്ഷണങ്ങൾ ആവശ്യപ്പെടുന്നതുപോലെ, ആത്മീയതയ്ക്ക് പൂർണ്ണമാകാനായി ചില മതം ആവശ്യമാണ്. അതായത്, ഉയർന്ന അനുഭവങ്ങൾ ആഗ്രഹിക്കുന്ന

## ചോദ്യം 61

# ഇന്നത്തെ കാലത്ത് ആത്മീയ പരിശീലനത്തിന്റെ ഏറ്റവും മികച്ചതും എളുപ്പമുള്ളതും പ്രായോഗികവുമായ രൂപം ഏതാണ്?

നാം ചെയ്യുന്ന ഏതൊരു കാര്യത്തിനും, വേദഗ്രന്ഥങ്ങളുടെ പിന്തുണയുണ്ടെങ്കിൽ, അത് ശാശ്വതമായ സ്വാധീനം ചെലുത്തും, കാരണം വേദഗ്രന്ഥങ്ങൾ മനുഷ്യജീവിതത്തിന്റെ യഥാർത്ഥ സഹായ ഗ്രന്ഥങ്ങളാണ്.

ജലദോഷം ബാധിച്ചാൽ, അത് സുഖപ്പെടുത്താൻ നിരവധി മരുന്നുകൾ വിപണിയിൽ ലഭ്യമാണ്. എന്നാൽ നമ്മൾ ഔഷധ വ്യാപാരിയുടെ അടുത്ത് പോയി നമുക്ക് ഇഷ്ടമുള്ള മരുന്ന് എടുക്കുമോ? ഇല്ല! രോഗലക്ഷണങ്ങൾ കണ്ടതിനുശേഷം ഒരു പ്രത്യേക മരുന്ന് നിർദ്ദേശിക്കുന്ന ഒരു ഡോക്ടറുടെ കുറിപ്പടി നാം തേടണം. അതുപോലെ, ആത്മീയാഭ്യാസത്തിന്റെ കാര്യം വരുമ്പോൾ, നാം ജീവിക്കുന്ന ഈ പ്രത്യേക യുഗത്തിന് (കലിയുഗം) ഏറ്റവും മികച്ച ആത്മീയ പരിശീലന രൂപത്തെ വേദങ്ങളിൽ ശുപാർശ ചെയ്തിട്ടുള്ള പരമോന്നത വൈദ്യനായ ദൈവത്തെതന്നെ നാം പരാമർശിക്കേണ്ടതുണ്ട്, അതായത്, മന്ത്രം. അവന്റെ വിശുദ്ധ നാമങ്ങൾ. ശ്രീമദ് ഭാഗവതം (12.3.52) പറയുന്നു :

*കൃതേ യദ് ധ്യായതോ വിഷ്ണും*
*ത്രേതായാം യജതോ മഖൈഃ*
*ദ്വാപരേ പരിചാരായം*
*കലൗ തദ് ധാരി-കീർത്തനാത്*

'സത്യയുഗത്തിൽ വിഷ്ണുവിനെ ധ്യാനിച്ചും ത്രേതായുഗത്തിൽ യാഗങ്ങൾ ചെയ്തും ദ്വാപരയുഗത്തിൽ ഭഗവാന്റെ താമരയെ സേവിച്ചും എന്ത് ഫലം ലഭിച്ചാലും, കലി യുഗത്തിൽ ഹരിയുടെ നാമം ജപിച്ചാൽ മാത്രം ഫലം ലഭിക്കും.'

എന്നാൽ ഭഗവാന് പല പേരുകളുണ്ട്. ഏതൊക്കെയാണ് ജപിക്കേണ്ടത്?

നമുക്ക് കലി-സാന്തരനിൽ നിന്നുള്ള ഒരു ചർച്ചയെ പരാമർശിക്കാം – ഉപനിഷത്ത് (1-6, 8-9) :

1. 'ഹരി ഓം! ലോകമെമ്പാടും സഞ്ചരിച്ച ശേഷം, ദ്വാപരയുഗം അവസാനിക്കാൻ പോകുന്ന സമയത്ത് ശ്രീല നാരദ മുനി ബ്രഹ്മദേവനെ (സ്വന്തം പിതാവും ഗുരുവും) സമീപിച്ചു. അദ്ദേഹത്തോട് ചോദിച്ചു : "ഭഗവാനെ! ആരംഭിക്കാൻ പോകുന്ന ഏറ്റവും അധഃപതിച്ച കലിയുഗത്തിൽ നിന്ന് എല്ലാ ജീവജാലങ്ങൾക്കും എങ്ങനെ സ്വയം രക്ഷപ്പെടാൻ കഴിയും?"
2. ബ്രഹ്മദേവൻ മറുപടി പറഞ്ഞു, 'മനുഷ്യരാശിയുടെ പ്രയോജനത്തിനായി നിങ്ങൾ ഏറ്റവും പ്രസക്തമായ ചോദ്യം ചോദിച്ചു. വേദ സാഹിത്യങ്ങളുടെ ഏറ്റവും മറഞ്ഞിരിക്കുന്ന രഹസ്യം ഞാൻ ഇപ്പോൾ നിങ്ങളോട് പറയും, അതിന്റെ സഹായത്തോടെ എല്ലാവർക്കും ഈ ഏറ്റവും അപകടകരമായ കലിയുഗത്തെ എളുപ്പത്തിൽ മറികടക്കാൻ കഴിയും.'
3. 'യഥാർത്ഥ ആസ്വാദകന്റെയും പരമപുരുഷനായ നാരായണന്റെയും അതീന്ദ്രിയ നാമങ്ങൾ ജപിച്ചാൽ, കലിയുഗത്തിൽ എല്ലാ പാപങ്ങളും ശുദ്ധമാകും.'
4. നാരദമുനി വീണ്ടും ചോദിച്ചു : കലിയുഗത്തിൽ ഏറ്റവും ഫലപ്രദമായ ഭഗവാന്റെ പ്രത്യേക നാമങ്ങൾ ഏതാണ്?

*സ ഹോവാച ഹിരണ്യഗർഭഃ*
*ഹരേ കൃഷ്ണ ഹരേ കൃഷ്ണ, കൃഷ്ണ കൃഷ്ണ ഹരേ ഹരേ.*
*ഹരേ രാമ ഹരേ രാമ, രാമ രാമ ഹരേ ഹരേ;* [5]
*ഇതി ഷോദശകം നാംനം, കലി-കൽമഷ-നാശനം;*
*നതഃ പരതരോപയഃ, സർവ-വേദേഷു ദൃശ്യതേ* [6]

ബ്രഹ്മദേവൻ മറുപടി പറഞ്ഞു,
"പതിനാറ് വാക്കുകൾ

ഹരേ കൃഷ്ണ, ഹരേ കൃഷ്ണ, കൃഷ്ണ കൃഷ്ണ, ഹരേ ഹരേ;
ഹരേ രാമ, ഹരേ രാമ, രാമ രാമ, ഹരേ ഹരേ –
പ്രത്യേകിച്ചും കലിയുടെ എല്ലാ മലിനീകരണത്തെയും
പൂർണ്ണമായും നശിപ്പിക്കാൻ ഉദ്ദേശിച്ചുള്ളതാണ്.
കലിയുഗത്തിന്റെ മലിനീകരണത്തിൽ നിന്ന് സ്വയം
രക്ഷപ്പെടാൻ, ഈ പതിനാറ് പദങ്ങളുള്ള മന്ത്രം
ജപിക്കുകയല്ലാതെ എല്ലാ വേദങ്ങളിലും മറ്റൊരു ബദലില്ല.

8. ശ്രീല നാരദൻ വീണ്ടും ചോദിച്ചു, "ഈ മഹാമന്ത്രം ജപിക്കുന്നതിനുള്ള നടപടിക്രമങ്ങളും നിയമങ്ങളും എന്താണ്?"
9. ബ്രഹ്മാവ് മറുപടി പറഞ്ഞു, "ഈ മഹാമന്ത്രം ജപിക്കാൻ നിയമങ്ങളും ചട്ടങ്ങളും ഇല്ല. ഒരാൾ ശുദ്ധനാണോ അശുദ്ധനാണോ എന്ന വ്യത്യാസമില്ലാതെ ഇത് എപ്പോഴും ജപിക്കണം.

ഇരിക്കുമ്പോഴോ നടക്കുമ്പോഴോ കുളിക്കുന്നതിന് മുമ്പോ ശേഷമോ ജപിക്കാം. എന്നാൽ നാം ജപിക്കുമ്പോഴെല്ലാം, അതിന്റെ പ്രയോജനങ്ങൾ ലഭിക്കാൻ കഴിയുന്നത്ര ശ്രദ്ധയോടെ അത് കേൾക്കാൻ ശ്രമിക്കണം."

അതിനാൽ, ഗ്രന്ഥങ്ങളും മുൻ ആത്മീയ ആചാര്യന്മാരും അംഗീകരിച്ചിട്ടുള്ളതിനാൽ, ഭഗവാൻ ഹരിയുടെയോ കൃഷ്ണന്റെയോ നാമങ്ങൾ ജപിക്കുന്നത് ആത്മീയ പരിശീലനത്തിന്റെ ഏറ്റവും മികച്ച രൂപമാണ്. എന്നിരുന്നാലും, നമുക്ക് വേണമെങ്കിൽ മറ്റ് കാര്യങ്ങൾ പരീക്ഷിക്കാൻ സ്വാതന്ത്ര്യമുണ്ട്, പക്ഷേ അവ അത്ര ഫലപ്രദമാകില്ല.

നമ്മൾ ഹരേ കൃഷ്ണ മഹാമന്ത്രം ജപിക്കുകയും അതിന്റെ ശബ്ദത്തിൽ ധ്യാനിക്കുകയും ചെയ്യുമ്പോൾ, മനസ്സ് ക്രമേണ ശാന്തമാവുകയും നിഷേധാത്മകതയിൽ നിന്ന് ശുദ്ധീകരിക്കപ്പെടുകയും ചെയ്യുന്നു. വാസ്തവത്തിൽ, മനസ്സിനെ നിയന്ത്രിക്കാനുള്ള ഏറ്റവും ശക്തമായ ആയുധമാണിത്. കൂടാതെ, ഇത് ഒരു കവചം നിർമ്മിക്കുന്നു, അതിനാൽ കൂടുതൽ നിഷേധാത്മകതയ്ക്ക് മനസ്സിൽ പ്രവേശിക്കാൻ കഴിയില്ല. നാം ജപിക്കുമ്പോൾ മനസ്സ് അലയുന്നു. ഇത് തിരിച്ചറിഞ്ഞയുടനെ, നാം അതിനെ മന്ത്രത്തിന്റെ ശബ്ദത്തിലേക്ക് തിരികെ കൊണ്ടുവരുകയും പ്രകടമാകുന്ന മാന്ത്രികത കാണുന്നതിന് ഒരു സമയം ഒരു മന്ത്രത്തിൽ ശ്രദ്ധ കേന്ദ്രീകരിക്കുകയും വേണം.

ചോദ്യം 62

## രഥമില്ലാതിരുന്ന കർണ്ണനെ അർജ്ജുനൻ വധിച്ചത് അന്യായവും ക്ഷത്രിയ നിയമങ്ങൾക്ക് വിരുദ്ധവുമായിരുന്നോ?

ഒരിക്കലുമല്ല!

നമ്മൾ മഹാഭാരതം വായിച്ചാൽ, 'അന്യായം' എന്ന വാക്ക് കൗരവരുടെ പര്യായമാണെന്ന് കാണാം. പാണ്ഡവരുടെ ജനനം മുതൽ, അവരെ ഉന്മൂലനം ചെയ്യാൻ കൗരവ രാജകുമാരനായ ദുര്യോധനനും സഹോദരന്മാരും എല്ലാ ദിവസവും ഗൂഢാലോചന നടത്തിയെങ്കിലും വിജയിച്ചില്ല.

കുരുക്ഷേത്ര യുദ്ധം ആരംഭിക്കുന്നതിന് മുമ്പ്, ഇരുപക്ഷത്തു നിന്നുമുള്ള യോദ്ധാക്കൾ ഇരുപക്ഷവും പാലിക്കേണ്ട ചില നിയമങ്ങൾ അംഗീകരിച്ചിരുന്നു. പാണ്ഡവരുടെ സൈന്യാധിപനായ ധൃഷ്ടദ്യുമ്നൻ, തങ്ങളുടെ പക്ഷം ആദ്യം യുദ്ധനിയമങ്ങൾ ലംഘിക്കില്ലെന്ന് പ്രഖ്യാപിച്ചിരുന്നു, എന്നാൽ കൗരവർ അങ്ങനെ ചെയ്താൽ, പാണ്ഡവർ അത് പാലിക്കാൻ ബാധ്യസ്ഥരല്ല.

രഥമില്ലാത്ത യോദ്ധാവിനെ ആക്രമിക്കാൻ പാടില്ലെന്നായിരുന്നു നിയമങ്ങളിലൊന്ന്, എന്നാൽ കൗരവർ ആദ്യം അത് ലംഘിച്ചു. യുദ്ധത്തിന്റെ പതിമൂന്നാം ദിവസം, രഥമില്ലാത്ത യുവാവായ അഭിമന്യുവിനെ കൊല്ലാൻ കർണ്ണൻ ഉൾപ്പെടെയുള്ള അവരുടെ ആറ് പ്രമുഖ യോദ്ധാക്കൾ സംഘം ചേർന്നു. ലംഘനത്തിൽ പങ്കാളിയായതിനാൽ കർണ്ണന് അതുപോലെ തന്നെ തിരികെ നൽകി.

യുദ്ധത്തിന്റെ പതിനാലാം ദിവസം, സൂര്യാസ്തമയത്തോടെ ജയദ്രഥനെ കൊല്ലുമെന്ന പ്രതിജ്ഞ നിറവേറ്റാൻ അർജ്ജുനൻ

ശ്രമിക്കുമ്പോൾ, അവന്റെ കുതിരകൾക്ക് വിശ്രമവും വെള്ളവും ആവശ്യമായിരുന്നു. ഭഗവാൻ കൃഷ്ണൻ കുതിരകളെ നയിച്ചപ്പോൾ അർജ്ജുനന് തന്റെ രഥത്തിൽ നിന്ന് ഇറങ്ങേണ്ടി വന്നു. രഥമില്ലാത്ത അവനെ കണ്ടിട്ടും കൗരവ സൈന്യം അവനെ ആക്രമിക്കുന്നത് നിർത്തിയില്ല. വാസ്തവത്തിൽ, അവനെ കൊല്ലാമെന്ന പ്രതീക്ഷയിൽ അവർ അവനെ കൂടുതൽ ക്രൂരമായി ആക്രമിച്ചു. അപ്പോഴും അർജ്ജുനൻ തന്റെ വിദഗ്ധമായ അമ്പെയ്ത്ത് കൊണ്ട് അവരെ തടഞ്ഞുനിർത്തി, ഒരേസമയം തന്റെ കുതിരകൾക്ക് തണലും വെള്ളവും ഒരുക്കുന്നതിനായി നിഗൂഢ ആയുധങ്ങൾ ഉപയോഗിച്ചു. അർജ്ജുനൻ, അന്യായമായി ആക്രമിക്കപ്പെട്ടിട്ടും, പരാതിപ്പെട്ടില്ല – അതിനാൽ, കർണ്ണനും പരാതിപ്പെടേണ്ടതില്ല.

പതിനേഴാം ദിവസം അർജ്ജുനനുമായുള്ള ഏറ്റുമുട്ടലിൽ കർണ്ണൻ തന്നെ ആ പ്രത്യേക നിയമാവലി ലംഘിച്ചു. കർണ്ണൻ അർജ്ജുനന്റെ ശിരസ്സിൽ തടയാനാവാത്ത ഒരു നിഗൂഢ ആയുധം അയച്ചപ്പോൾ, ഭഗവാൻ കൃഷ്ണൻ രഥത്തെ ബലമായി നിലത്തേക്ക് താഴ്ത്തി, അമ്പ് അർജ്ജുനന്റെ തലയ്ക്ക് പകരം അവന്റെ കിരീടത്തിൽ പതിച്ചു. അർജ്ജുനന്റെ ജീവൻ രക്ഷിക്കപ്പെട്ടു, പക്ഷേ അവന്റെ രഥം നിലത്തു കുടുങ്ങി. രഥം മോചിപ്പിക്കാൻ ഭഗവാൻ കൃഷ്ണൻ അതിൽ നിന്ന് ചാടിയിറിങ്ങിയപ്പോൾ, അർജ്ജുനന് ചലനരഹിതമായ രഥം പ്രതികൂലമായി. കർണ്ണൻ അപ്പോഴും അവനെ ആക്രമിച്ചു, അർജ്ജുനൻ തന്നെ ഒഴിവാക്കാൻ ആവശ്യപ്പെട്ടില്ല, പക്ഷേ തിരിച്ചടിക്കുകയും സ്വയം പ്രതിരോധിക്കുകയും ചെയ്തു.

സൂര്യൻ അസ്തമിച്ച ശേഷം മറുവശത്തെ ആക്രമിക്കരുത് എന്നതായിരുന്നു നിയമങ്ങളിലൊന്ന്. തങ്ങളുടെ ആസന്നമായ പരാജയം മുൻകൂട്ടി കണ്ട കൗരവർ ഇരുട്ടിൽ പാണ്ഡവരെ ആക്രമിച്ചപ്പോൾ ഈ നിയമം പോലും ലംഘിക്കപ്പെട്ടു. എന്നാൽ പാണ്ഡവർ ഘടോൽകചന്റെ സഹായത്തോടെ കൗരവ സൈന്യത്തെ ചെറുത്തു തോൽപ്പിച്ചു.

അതിനാൽ അവസാന ഏറ്റുമുട്ടലിൽ, ക്ഷത്രിയ നിയമത്തെക്കുറിച്ചുള്ള കർണ്ണന്റെ ഓർമ്മപ്പെടുത്തൽ കാപട്യമായിരുന്നു. കർണ്ണൻ ഉയർന്ന ധാർമ്മികത ചൂണ്ടിക്കാട്ടാൻ ശ്രമിച്ചപ്പോൾ, കർണ്ണൻ ധാർമ്മികതയെ അവഗണിച്ച സമയങ്ങളെല്ലാം പട്ടികപ്പെടുത്തി ഭഗവാൻ കൃഷ്ണൻ അവനെ തുറന്നുകാട്ടി. ലജ്ജിച്ചു തല താഴ്ത്തിയ കർണ്ണനെ, ഭഗവാൻ കൃഷ്ണന്റെ ഉചിതമായ മറുപടിയിൽ നിശ്ശബ്ദനാക്കി.

കൃഷ്ണൻ തത്ത്വം പ്രകടമാക്കി : *ശതോ ഷത്യം* –കൗശലത്താൽ ഒരാൾക്ക് കൗശലക്കാരനാകാം – അർജ്ജുനനോട് കർണ്ണനെ എയ്തുവീഴ്ത്താൻ ആവശ്യപ്പെട്ടു. പതിനാലാം ദിവസം അർജ്ജുനനെപ്പോലെ കർണ്ണന് മണ്ണിൽ നിന്ന് തന്നെ പോരാടാമായിരുന്നു, പക്ഷേ അത് എങ്ങനെ അന്യായമാണെന്ന് പരാതിപ്പെടുന്നതിൽ അദ്ദേഹം ശ്രദ്ധ കേന്ദ്രീകരിച്ചു, ഈ മണ്ടത്തരം അവന്റെ ജീവൻ നഷ്ടപ്പെടുത്തി.

പാണ്ഡവർ പരസ്പരം അംഗീകരിക്കുന്ന നിയമങ്ങൾ പാലിച്ചു, കൗരവരായിരുന്നു വീണ്ടും വീണ്ടും അവരെ കൗശലത്താൽ ആക്രമിക്കാൻ ശ്രമിച്ചത്.

ചോദ്യം 63

## മഹാഭാരത യുദ്ധത്തിലെ അവരുടെ അവസാന പോരാട്ടത്തിൽ എന്തിനാണ് ഭീമൻ ദുര്യോധനനെ അന്യായമായി തുടയ്ക്ക് അടിച്ച് കൊന്നത്?

അമ്മ ഗാന്ധാരിയുടെ അനുഗ്രഹത്താൽ ദുര്യോധനന്റെ ശരീരം അജയ്യമായി. അതിനാൽ, ദുര്യോധനനും ഭീമനും തമ്മിലുള്ള പോരാട്ടം രണ്ട് യോദ്ധാക്കളും തുല്യമായി പൊരുത്തപ്പെടുന്ന ഒരു സാധാരണ ഗദ യുദ്ധമായിരുന്നില്ല. അമ്മയുടെ അനുഗ്രഹത്താൽ ദുര്യോധനൻ സംരക്ഷിക്കപ്പെട്ടതിനാൽ ഭീമൻ തന്റെ ഗദകൊണ്ട് എത്ര വിദഗ്ദ്ധമായി അല്ലെങ്കിൽ ബലപ്രയോഗത്തിലൂടെ അവനെ അടിച്ചാലും ഒരു ദോഷവും വരുത്താൻ കഴിയാത്തതിനാൽ അത് അന്യായമായ ഒരു മത്സരമായിരുന്നു. ഭീമനാകട്ടെ അത്തരം സംരക്ഷണം ഇല്ലായിരുന്നു.

അത്തരം സാഹചര്യങ്ങളിൽ, പ്രത്യേകിച്ച് ദുര്യോധനൻ ഭീമനെ ആക്രമിച്ച് മുറിവേൽപ്പിക്കുമ്പോൾ, ഭീമന് എത്രനാൾ യുദ്ധം ചെയ്യാൻ കഴിയും? ഭീമനെ പ്രഹരിച്ച ദുര്യോധനന്റെ പല പ്രഹരങ്ങളിൽ രണ്ടെണ്ണം വളരെ ക്രൂരമായിരുന്നു, അവ ഒരു ചെറിയ യോദ്ധാവിനെ തൽക്ഷണം കൊല്ലാൻ പാകത്തിനുള്ളതായിരുന്നു. ആ വിനാശകരമായ പ്രഹരങ്ങളിൽ ഭീമന് ഗുരുതരമായി പരിക്കേറ്റെങ്കിലും, തന്റെ അമാനുഷികമായ പോരാട്ട വീര്യത്താൽ, ബലഹീനതകളൊന്നും കാണിക്കാതെ, സമചിത്തതയോടെ നിലകൊണ്ടു. തുടർച്ചയായി രണ്ട് ഓവറിൽ ആറ് സിക്സറുകൾ വഴങ്ങിയ ഒരു ബൗളറുടെ അവസ്ഥയായിരുന്നു അദ്ദേഹത്തിന്റേത്. യഥാർത്ഥത്തിൽ ഭീമന്റെ അവസ്ഥ ദശലക്ഷക്കണക്കിന് മടങ്ങ് മോശമായിരുന്നു. എന്തുകൊണ്ട്?

കാരണം, ദുര്യോധനന്റെ പ്രഹരങ്ങൾ ഭീമന്റെ മനോവീര്യത്തെ മാത്രമല്ല, ശരീരത്തെയും മുറിവേൽപ്പിച്ചിരുന്നു. ബാറ്റ്സ്മാന്റെ ഷോട്ടുകൾ ബൗളറെ അടിക്കുന്നതിന് സമാനമാണ്, അങ്ങനെ അവന്റെ ബൗൾ ചെയ്യാനുള്ള കഴിവിനെ തളർത്തുന്നു, മരണം വരെ ബൗളിംഗ് തുടരേണ്ടി വരുമെന്ന് പ്രതീക്ഷിക്കുന്നു.

മർദ്ദനമേറ്റ ബൗളർ കൂട്ടക്കൊലയിൽ നിന്ന് കരകയറാനുള്ള ഒരേയൊരു വഴി സ്വീകരിച്ചാൽ നമുക്ക് അവനെ കുറ്റപ്പെടുത്താൻ കഴിയുമോ : ബോഡിലൈൻ ബൗൾ ചെയ്ത് ബാറ്റ്സ്മാനെ പുറത്താക്കുക, പുറത്തായവന്റെ പരിക്കുകളോ? നമുക്ക് അങ്ങനെ മുറിവേൽക്കുകയാണെങ്കിൽ, നമ്മളും സമാനമായ എന്തെങ്കിലും ചെയ്യില്ലെന്ന് ഉറപ്പ് പറയാൻ കഴിയുമോ?

കൂടാതെ, വിധി പരമോന്നതമാണെന്ന് നാം അറിഞ്ഞിരിക്കണം, അതിനാൽ ഈ യുദ്ധത്തിൽ സംഭവിച്ചതിന് താഴെപ്പറയുന്ന കാര്യങ്ങൾ കാരണമായി :

1. മൈത്രേയ ഋഷി ദുര്യോധനന്റെ തുട ഒടിഞ്ഞ് മരിക്കുമെന്ന് ശപിച്ചിരുന്നു, ഭീമൻ മുനിയുടെ ശാപം നിവർത്തിക്കാനുള്ള ഒരു ഉപകരണമായിരുന്നു.
2. ദ്രൗപതിയെ പരസ്യമായി അപമാനിക്കുന്നതിനായി ആ തുടകൾ അശ്ലീലമായി തുറന്നുകാട്ടിയതിന് ദുര്യോധനന്റെ തുടകൾ തകർക്കുമെന്ന് ഭീമൻ പ്രതിജ്ഞയെടുത്തു – തന്റെ പ്രതിജ്ഞ നിറവേറ്റാൻ അയാൾക്ക് എന്തും ചെയ്യേണ്ടിവന്നു.

ഭഗവാൻ കൃഷ്ണനും പിന്നീട് പറഞ്ഞതുപോലെ, ഭീമൻ ജയിക്കുവാൻ മറ്റൊരു മാർഗ്ഗവുമില്ല, അതിനാൽ ലഭ്യമായ ഒരേയൊരു വഴി അവന് സ്വീകരിക്കേണ്ടിവന്നു. ദുര്യോധനന് മരിക്കേണ്ടി വന്നു, മരിക്കാൻ വിധിക്കപ്പെട്ട മാർഗ്ഗമാണിത്.

## ചോദ്യം 64

# എല്ലാം സൃഷ്ടിച്ചത് ദൈവമാണെങ്കിൽ, ആരാണ് ദൈവത്തെ സൃഷ്ടിച്ചത്?

'ദൈവം' എന്ന വാക്ക് തന്നെ 'എല്ലാത്തിന്റെയും എല്ലാവരുടെയും ഉറവിടം' സൂചിപ്പിക്കുന്നു. അപ്പോൾ എല്ലാറ്റിന്റെയും ഉറവിടമായ ഒരാൾക്ക് എങ്ങനെ ഉറവിടമുണ്ടാകും? വേദ സാഹിത്യം നമുക്ക് ദൈവത്തിന്റെ നിർവ്വചനം നൽകുന്നു : 'സർവ്വ കാരണ കാരണം'. ('എല്ലാ കാരണങ്ങളുടെയും കാരണം അവനാണ്.') ഈ നിർവ്വചനം സൂചിപ്പിക്കുന്നത്, നമുക്ക് ചുറ്റുമുള്ള എല്ലാ വസ്തുക്കളുടെയും ഉത്ഭവം കണ്ടെത്തുമ്പോൾ, നാം എത്തിച്ചേരുന്നത് ദൈവമെന്ന ബിന്ദുവിലാണ്. ദൈവത്തിന് ഒരു ഉത്ഭവമുണ്ടെങ്കിൽ, ആ ഉത്ഭവം ദൈവം തന്നെയായിരിക്കും. കാരണം ശുദ്ധമായ യുക്തിയനുസരിച്ച് പോലും, എല്ലാറ്റിന്റെയും ഉറവിടത്തിന് ഒരു ഉറവിടം ഉണ്ടാകില്ല. അതിനാൽ ഈ ചോദ്യം തന്നെ യുക്തിരഹിതമാണ്, കാരണം ഇത് ദൈവം എന്ന പദത്തിന്റെ യുക്തിരഹിതമായ ധാരണയിൽ നിന്നാണ് ഉത്ഭവിക്കുന്നത്.

ഒരിക്കൽ ഒരാൾ ജീവിതത്തിൽ ആദ്യമായി ഒരു നോവൽ വായിച്ചു. നോവൽ എഴുതിയത് ഒരു എഴുത്തുകാരനാണെന്ന് അറിഞ്ഞപ്പോൾ അദ്ദേഹം ചോദിച്ചു, 'നോവലിലെ എഴുത്തുകാരൻ എവിടെ?' മുകളിൽ പറഞ്ഞ ചോദ്യവും സമാനമാണ്. നോവലിൽ രചയിതാവില്ല എന്നതാണ് ഉത്തരം. നോവലിലെ അനുയോജ്യ സമയവും കഥാസന്ദർഭവും കഥാപാത്രങ്ങളും അദ്ദേഹം സൃഷ്ടിച്ചു, പക്ഷേ അതിനപ്പുറത്ത് അവൻ നിലനിൽക്കുന്നു. അതുപോലെ, ദൈവം സമയവും സ്ഥലവും നമ്മളെല്ലാവരും ഉൾപ്പെടെ മറ്റെല്ലാം സൃഷ്ടിച്ചു, എന്നാൽ അവൻ തന്നെ സമയത്തിന്റെയും സ്ഥലത്തി

ന്റെയും ഘടനയ്ക്ക് പുറത്ത് നിലനിൽക്കുന്നു. അതിനാൽ കാലത്തിനും സ്ഥലത്തിനും ഉള്ളിൽ നിലനിൽക്കുന്ന എല്ലാത്തിനും ഒരു തുടക്കം, ഒരു കാരണം ആവശ്യമാണ്, എന്നാൽ അതിനുമപ്പുറത്ത് നിലനിൽക്കുന്ന ദൈവത്തിന് ഒരു കാരണവും ആവശ്യമില്ല, കാരണം അവനാണ് സമയത്തിനും സ്ഥലത്തിനും കാരണം; അവൻ സ്രഷ്ടാവിന്റെയും സൃഷ്ടിക്കപ്പെട്ടവന്റെയും ശൃംഖലയ്ക്ക് പുറത്ത് നിലനിൽക്കുന്നു.

## ചോദ്യം 65

# ആരാണ് ഗുരു?

# നമ്മൾ എങ്ങനെ അദ്ദേഹത്തെ കണ്ടെത്തും?

മനുഷ്യനായി ജനിച്ച ആർക്കും ഒരു ഗുരു ഉണ്ടായിരിക്കണം. എന്തുകൊണ്ട്? മനുഷ്യജീവിതത്തിന്റെ ലക്ഷ്യത്തിൽ പൂർണ്ണത കൈവരിക്കാൻ.

8.4 ദശലക്ഷം ജീവജാലങ്ങളിൽ, മനുഷ്യരൂപത്തിന് മാത്രമേ ആത്മാവിന്റെ പരിവർത്തനം അല്ലെങ്കിൽ ജനനമരണ ചക്രം അവസാനിപ്പിക്കാനുള്ള കഴിവ് നൽകപ്പെട്ടിട്ടുള്ളൂ അല്ലെങ്കിൽ അനുഗ്രഹിക്കപ്പെട്ടിട്ടുള്ളൂ. അത് ദൈവത്തെ സാക്ഷാത്കരിക്കാൻ പ്രത്യേകം ഉദ്ദേശിച്ചുള്ളതാണ്. ഇത് നേടാൻ നമ്മെ സഹായിക്കുന്നതിന്, ഒരു ഗുരു അനിവാര്യമാണ്.

ഏത് മേഖലയിലായാലും, നമുക്ക് ഡോക്ടറോ എഞ്ചിനീയറോ കായികതാരമോ ആകണമെങ്കിൽ, ആ മേഖലയിലെ ഒരു വിദഗ്ധന്റെ സഹായം ആവശ്യമാണ്. പരിശീലകൻ, വഴികാട്ടി, ഉപദേഷ്ടാവ് എന്നിങ്ങനെ നാം അദ്ദേഹത്തെ അഭിസംബോധന ചെയ്തേക്കാം. ആത്മീയതയുടെ കാര്യത്തിൽ നാം അദ്ദേഹത്തെ 'ഗുരു' എന്നാണ് സംബോധന ചെയ്യുന്നത്.

എന്നാൽ ആരാണ് യഥാർത്ഥ ഗുരു?

നല്ല പ്രാസംഗികനായ ഒരാളെ ഗുരുവായി പരിഗണിക്കേണ്ടതുണ്ടോ?

സ്വാധീനശക്തിയുള്ളൊരാളാണോ ഗുരു?

പ്രശസ്തനായ ഒരാളെ ഗുരു എന്ന് വിളിക്കാമോ?

ലോകമെമ്പാടും വലിയ അനുയായികളുള്ള ഒരാൾ ഗുരുവാണോ?

ഈ ചോദ്യങ്ങൾക്കെല്ലാം ഉത്തരം ഒരു 'അല്ല' എന്നാണ്!

നിർഭാഗ്യവശാൽ, ഇത് ഇപ്പോൾ മാനദണ്ഡമായി മാറിയിരിക്കുന്നു, തുടർന്ന് ആളുകൾ വഞ്ചിക്കപ്പെടുന്നുവെന്ന് പരാതിപ്പെടുന്നു. വഞ്ചിക്കപ്പെടാൻ ആഗ്രഹിക്കുന്നതിനാൽ നാം വഞ്ചിക്കപ്പെടും. നമ്മുടെ ഗ്രന്ഥങ്ങളിൽ നിന്ന് കേൾക്കുകയാണെങ്കിൽ, നാം വഞ്ചിക്കപ്പെടുകയില്ല.

പുരാതന ഗ്രന്ഥങ്ങളിൽ ഗുരുവിന്റെ സ്ഥാനം വ്യക്തമായി നിർവ്വചിക്കപ്പെട്ടിട്ടുണ്ട്.

**1. നമ്മെ ദൈവവുമായി ബന്ധിപ്പിക്കുന്ന ഒരാളാണ് ഗുരു.**

ഉദാഹരണത്തിന്, ഒരു കമ്പനിയിൽ ഒരു ഉയർന്ന സാമ്പത്തിക ഉദ്യോഗസ്ഥന്റെ സ്ഥാനം സൃഷ്ടിക്കുന്നത് സാമ്പത്തികം കൈകാര്യം ചെയ്യുന്നതിനാണ്. എന്നാൽ അദ്ദേഹം തന്റെ ചുമതല നിർവ്വഹിച്ചില്ലെങ്കിൽ, അദ്ദേഹത്തെ ഉയർന്ന സാമ്പത്തിക ഉദ്യോഗസ്ഥനായി പരിഗണിക്കില്ല. അയാളെ പുറത്താക്കും.

അതുപോലെ, ഗുരു എന്ന സ്ഥാനം നമ്മെ ദൈവത്തിലേക്ക് നയിക്കാൻ ദൈവം സൃഷ്ടിച്ചതാണ്. അങ്ങനെ ചെയ്യാത്തയാളെ ഗുരുവായി അംഗീകരിക്കേണ്ടതില്ല. വാസ്തവത്തിൽ, അയാളെ ഒരു വഞ്ചകനായി കണ്ട് പുറത്താക്കണം.

**2. ഒരു ഗുരു ദൈവഭക്തനായിരിക്കണം.**

ഉള്ളത് മാത്രമേ നമുക്ക് നൽകാൻ കഴിയൂ. ഒരു ഗുരുവിന് തന്നെ ദൈവത്തോടുള്ള ഭക്തിയും ബന്ധവും ഇല്ലെങ്കിൽ, അത് മറ്റുള്ളവർക്ക് നൽകുകയും അങ്ങനെ തന്റെ യഥാർത്ഥ കടമ നിർവ്വഹിക്കുകയും ചെയ്യുന്നതെങ്ങനെ?

ദൈവത്തെ അറിയുന്ന, ദൈവസേവനത്തിൽ അർപ്പണ ബോധമുള്ള, തന്റെ അനുയായികളെ അതിൽ ഉൾപ്പെടുത്തുന്ന ഒരാളാണ് യഥാർത്ഥ ഗുരു.

വാസ്തവത്തിൽ, ഗുരു ഭഗവാൻ കൃഷ്ണഭക്തനല്ലെങ്കിൽ, അയാൾക്ക് അതീന്ദ്രിയമായ അറിവ് മനസ്സിലാക്കാൻ കഴിയില്ല, മാത്രമല്ല അത് മറ്റുള്ളവർക്ക് പകർന്നുനൽകുമെന്ന് സ്വപ്നത്തിൽ പോലും ചിന്തിക്കാൻ കഴിയില്ല.

പലപ്പോഴും നമ്മൾ ഗുരുക്കന്മാരാണെന്ന് അവകാശപ്പെടുന്ന ആളുകളെ കണ്ടുമുട്ടാറുണ്ട്, പക്ഷേ അവർക്ക് ദൈവം ആരാണെന്ന്

പോലും അറിയില്ല. അപ്പോൾ അവർക്ക് എങ്ങനെ അദ്ദേഹവുമായി ബന്ധപ്പെടാൻ കഴിയും? അവർക്ക് എങ്ങനെ മറ്റുള്ളവരെ അദ്ദേഹവുമായി ബന്ധിപ്പിക്കാൻ കഴിയും? ദൈവം പ്രകൃതിയാണെന്നും ദൈവം സ്നേഹമാണെന്നും ദൈവം രൂപമില്ലാത്തവനാണെന്നും അല്ലെങ്കിൽ എല്ലാവരും ദൈവമാണെന്നും അവർ പറയും. ഒന്നും അറിയാത്തതുകൊണ്ടാണ് അവർ ഇത്തരം അവ്യക്തമായ ഉത്തരങ്ങൾ നൽകുന്നത്, അങ്ങനെ അവർ നിരപരാധികളെ കബളിപ്പിക്കുന്നു.

**3. ഒരു ഗുരു ഒരു ശിക്ഷണ രേഖയുടെ/പിന്തുടർച്ചയുടെ *(ഗുരു ശിഷ്യപരമ്പര)* ഭാഗമായിരിക്കണം.**

ഭഗവാൻ കൃഷ്ണനെക്കുറിച്ചുള്ള അറിവ് വിതരണം ചെയ്യാൻ അധികാരപ്പെടുത്തിയ നാല് അനുശാസകമായ വരികൾ പത്മപുരാണം വിവരിക്കുന്നു. അത് ഇപ്രകാരമാണ് :

(1) **ശ്രീ സമ്പ്രദായം :** ലക്ഷ്മി ദേവിയിൽ നിന്ന് ഉത്ഭവിച്ചത് ഭൂമിയിലെ ആചാര്യ അല്ലെങ്കിൽ ആത്മീയ ഗുരു : ശ്രീ രാമാനുജാചാര്യ

(2) **കുമാർ സമ്പ്രദായം :** ബ്രഹ്മാവിന്റെ നാല് പുത്രൻമാർ (സനക്, സനാതൻ, സാനന്ദൻ, സനത് കുമാർ)

ഭൗമിക ആചാര്യൻ : ശ്രീ നിംബാർകാചാര്യ

(3) **രുദ്ര സമ്പ്രദായം:** തലവൻ : പരമശിവൻ

ഭൗമ ആചാര്യൻ : ശ്രീ വിഷ്ണു സ്വാമി

ശ്രീ വല്ലഭാചാര്യ ആരംഭിച്ച പുഷ്ടി മാർഗവും രുദ്ര സമ്പ്രദായത്തിന്റെ ഭാഗമാണ്.

(4) **ബ്രഹ്മ സമ്പ്രദായം:** തലവൻ : ഭഗവാൻ ബ്രഹ്മ

ഭൗമ ആചാര്യൻ : ശ്രീ മാധവാചാര്യ

ഏതൊരു ഗുരുവും ഈ നാല് അനുശാസന വരികളിൽ ഒന്നുമായി ബന്ധിപ്പിച്ചിരിക്കണം.

ഈ വരികളിലൊന്നിൽ നിന്നല്ലാത്ത ഒരു വ്യക്തിയിൽ നിന്ന് നമുക്ക് അറിവുകൾ ലഭിക്കുകയാണെങ്കിൽ (അത് തികച്ചും തങ്ങളുടെ ഇഷ്ടമാണ്), നമുക്ക് തികഞ്ഞ അറിവുകൾ ലഭിക്കില്ല.

**4. യഥാർത്ഥ ഗുരു ഒരു വൈഷ്ണവനായിരിക്കണം.**

പദ്മപുരാണം പറയുന്നു :

*സത്-കർമ നിപുണോ വിപ്രോ മന്ത്ര-തന്ത്ര-വിശാരദഃ*
*അവൈഷ്ണവോ ഗുരു ന സ്യാദ് വൈഷ്ണവഃ സ്വ-പാകോ ഗുരുഃ*

ഒരു ബ്രാഹ്മണൻ മന്ത്രങ്ങളിലും അനുഷ്ഠാനങ്ങളിലും ആറ് തരത്തിലുള്ള ബ്രാഹ്മണ പ്രവർത്തനങ്ങളിലും (യാഗം അനുഷ്ഠിക്കുകയും പഠിപ്പിക്കുകയും ചെയ്യുക, വേദഗ്രന്ഥം പഠിക്കുകയും പഠിപ്പിക്കുകയും ചെയ്യുക, ദാനം നൽകുകയും സ്വീകരിക്കുകയും ചെയ്യുക) വൈഷ്ണവനല്ലെങ്കിൽ (ശ്രീകൃഷ്ണന്റെയോ വിഷ്ണുവിന്റെയോ ഭക്തൻ) വിദഗ്ധനായിരിക്കാം, അയാൾക്ക് ഗുരുവായിരിക്കാൻ കഴിയില്ല. മറുവശത്ത്, ഒരു വൈഷ്ണവൻ, തൊട്ടുകൂടാത്തവരുടെ കുടുംബത്തിൽ ജനിച്ചാലും, ഒരു ഗുരുവായിരിക്കാം.

**5. ഒരു യഥാർത്ഥ ഗുരുവിന് അവന്റെ എല്ലാ ഇന്ദ്രിയങ്ങളും നിയന്ത്രണത്തിലായിരിക്കണം.**

ഉപദേശാമൃതയിൽ (1.1), ശ്രീല രൂപ ഗോസ്വാമി പരാമർശിക്കുന്നു :

*വചോ വേഗം മനസഃ ക്രോധ വേഗം*
*ജിഹ്വ-വേഗം ഉദരോപസ്ഥ-വേഗം*
*ഏതൻ വെഗാൻ യോ വിഷഹേത ധീരഃ*
*സർവ്വം അപിമാം പൃഥിവീം സ ശിഷ്യാത്*

'സംസാരിക്കാനുള്ള ത്വര, മനസ്സിന്റെ ആവശ്യങ്ങൾ, കോപത്തിന്റെ പ്രവൃത്തികൾ, നാവിന്റെയും വയറിന്റെയും ജനനേന്ദ്രിയത്തിന്റെയും പ്രേരണകൾ എന്നിവ സഹിക്കാൻ കഴിയുന്ന ഒരു ശാന്തനായ വ്യക്തി ലോകമെമ്പാടും ശിഷ്യരെ സൃഷ്ടിക്കാൻ യോഗ്യനാണ്.

**6. ഒരു യഥാർത്ഥ ഗുരു എപ്പോഴും ഗ്രന്ഥങ്ങളിൽ നിന്ന് സംസാരിക്കുകയും പരാമർശിക്കുകയും വേണം.**

ഒരു വ്യക്തി താൻ പറയുന്നതിനെ ആധികാരികമാക്കുന്നതിനോ പിന്തുണയ്ക്കുന്നതിനോ ശാസ്ത്രം (ഗ്രന്ഥങ്ങൾ) ഉദ്ധരിക്കാതിരിക്കുകയും കാര്യങ്ങളിൽ സ്വന്തം അഭിപ്രായം പറയുകയും

ചെയ്യുന്നുവെങ്കിൽ, അവൻ ഒരു ഗുരുവല്ല, മറിച്ച് തന്റെ മനസ്സിൽ തോന്നുന്നത് ലളിതമായി പറയുന്ന ഏതൊരു സാധാരണ ക്കാരനെയും പോലെയാണ്.

ഒരു ഗുരു ദൈവത്തിന്റെ സന്ദേശവാഹകനാണ്, അതിനാൽ അവൻ വേദഗ്രന്ഥങ്ങളിൽ കാണുന്ന ദൈവത്തിന്റെ സന്ദേശം ആവർത്തിക്കണം.

ഒരു ഗുരു ഒരു ശിഷ്യനെ സ്വീകരിക്കുന്നതിന് മുമ്പ് അവനെ പരീക്ഷിക്കേണ്ടത് പോലെ, ഒരു ശിഷ്യനോ അനുയായിയോ ഗുരുവിനെ സ്വീകരിക്കുന്നതിനോ പിന്തുടരുന്നതിനോ മുമ്പ് മുകളിൽ സൂചിപ്പിച്ച പോയിന്റുകളുടെ ലിറ്റ്മസ് ടെസ്റ്റിലൂടെ അവനെ പരീക്ഷിക്കണം.

വിശ്വസ്തനായ ഒരു ഗുരുവിനെ നാം എങ്ങനെ കണ്ടെത്തും? നാം അവനെ (ദൈവത്തെ) അറിയാനോ ഒരു ഗുരുവിനെ അന്വേഷിക്കാനോ ആഗ്രഹിക്കുമ്പോൾ, പരമാത്മാവായി നമ്മുടെ ഹൃദയത്തിൽ ഇരിക്കുന്ന ഭഗവാൻ നമുക്കായി ഒരു ക്രമീകരണം ചെയ്യും. ഒരു ഗുരു എന്ന നിലയിൽ അവന്റെ പ്രതിനിധി നമ്മുടെ മുന്നിൽ വന്ന് നിൽക്കും അല്ലെങ്കിൽ നാം അവനിലേക്ക് നയിക്കപ്പെടും.

എന്നാൽ ഏതുതരം ഗുരു നമ്മുടെ ജീവിതത്തിലേക്ക് പ്രവേശിക്കും എന്നത് നമ്മുടെ ഹൃദയത്തിന്റെ ആത്മാർത്ഥതയെ ആശ്രയിച്ചിരിക്കും.

നമ്മുടെ ആഗ്രഹം 50 ശതമാനം ആത്മാർത്ഥമാണെങ്കിൽ, അത്തരത്തിലുള്ള ഒരാൾ നമ്മെ നയിക്കാൻ നമ്മുടെ ജീവിത ത്തിലേക്ക് കടന്നുവരും, കൂടാതെ മനുഷ്യജീവിതത്തിന്റെ ആത്യന്തിക ലക്ഷ്യത്തിലെത്താൻ, ദൈവത്തെ അറിയാൻ നാം അതീവ ഗൗരവമുള്ളവരാണെങ്കിൽ, അത്തരത്തിലുള്ള ഒരു ഗുരു ദൈവത്താൽ അയക്കപ്പെടും.

അതിനാൽ അടിസ്ഥാനപരമായി, ഒരു യഥാർത്ഥ ഗുരുവിനെ കണ്ടെത്തുന്നത് അല്ലെങ്കിൽ അവൻ നമ്മെ കണ്ടെത്തുന്നത് നമ്മുടെ സ്വന്തം ആഗ്രഹത്തെ ആശ്രയിച്ചിരിക്കുന്നു.

ചോദ്യം 66

## വിവിധ മതങ്ങളിലെ ദൈവങ്ങൾ വ്യത്യസ്തമാണോ?

അല്ല, എല്ലാ മതങ്ങളും ഒരേ ദൈവത്തിൽ എത്തിച്ചേരാനുള്ള വ്യത്യസ്ത വഴികളാണ്. ഈ ഒരു തത്വത്തിന്റെ തെറ്റിദ്ധാരണയാണ് മതത്തിന്റെ പേരിലുള്ള യുദ്ധങ്ങളിലേക്ക് നയിച്ചത്.

ഒരേ സർവ്വകലാശാലയിൽ സംയോജിപ്പിച്ചിട്ടുള്ള വ്യത്യസ്ത വിവിധ കലാലയങ്ങൾ ഒരേ വിഷയം പഠിപ്പിക്കുന്നതുപോലെ, വ്യത്യസ്ത മതങ്ങൾ ഒരേ ദൈവത്തെക്കുറിച്ച് നമ്മെ പഠിപ്പിക്കുന്നു, എന്നാൽ അവരുടെ അനുയായികളുടെ ബൗദ്ധിക നിലവാരം കണക്കിലെടുത്ത് അല്പം വ്യത്യസ്തമായ രീതിയിൽ. സമയം, സ്ഥലം, സാഹചര്യം എന്നിവയെ ആശ്രയിച്ച്, ആ ദൈവത്തെ വ്യത്യസ്ത മതങ്ങളിൽ വ്യത്യസ്തമായി പരാമർശിക്കുന്നു. ഉദാഹരണത്തിന്, സൂര്യനെ സൂര്യ, രവി, ഭാസ്കർ അല്ലെങ്കിൽ സൂരജ് എന്ന് വിളിക്കാം. വിവിധ ഭാഷകളിൽ പല പേരുകളിൽ ഇതിനെ വിളിക്കാം. അതുപോലെ, ഒരേ അസ്തിത്വത്തെ, പരമമായ സത്യം—ദൈവം—വിവിധ മതങ്ങളിൽ വ്യത്യസ്ത പേരുകളിൽ പരാമർശിക്കപ്പെടുന്നു.

അല്ലാഹുവിന് അവന്റെ എല്ലാ കാരുണ്യവും എല്ലാ ദയയുള്ള വശങ്ങളും പരാമർശിക്കാൻ കഴിയും. യഹോവയ്ക്ക് അവന്റെ സർവ്വശക്തമായ വശങ്ങളെ പരാമർശിക്കാൻ കഴിയും, ശ്രീരാമൻ അവന്റെ സന്തോഷകരമായ വശങ്ങളെ പരാമർശിക്കുന്നു, ഭഗവാൻ കൃഷ്ണൻ അവന്റെ എല്ലാ ആകർഷകമായ വശങ്ങളെയും പരാമർശിക്കുന്നു. മഹത്തായ മതങ്ങളുടെ വേദഗ്രന്ഥങ്ങൾ—ബൈബിൾ, ഖുറ്ആൻ, ഭഗവദ് ഗീത എന്നിവ ശ്രദ്ധാപൂർവ്വം പഠിക്കുകയാണെങ്കിൽ, സമാനമായ ഗുണങ്ങൾ ദൈവത്തിനായി വിവരിച്ചതായി നമുക്ക് കാണാം. ഉദാഹരണത്തിന്, 'ഞാൻ

എല്ലാറ്റിന്റെയും തുടക്കവും ഒടുക്കവുമാണ്'' എന്ന് ബൈബിൾ പറയുന്നു.

ഭഗവാൻ കൃഷ്ണൻ ഭഗവദ് ഗീതയിൽ പറയുന്നു (10.20) :

*അഹം ആത്മ ഗുഡകേശ*
*സർവ്വ-ഭൂതാശയ-സ്ഥിതഃ*
*അഹം ആദിസ് ചാ മധ്യം ചാ*
*ഭൂതാനം അന്ത ഏവ ചാ*

'അർജ്ജുനാ, എല്ലാ ജീവജാലങ്ങളുടെയും ഹൃദയങ്ങളിൽ
ഇരിക്കുന്ന പരമാത്മാവാണ് ഞാൻ.
എല്ലാ ജീവജാലങ്ങളുടെയും തുടക്കവും മധ്യവും
അവസാനവും ഞാനാണ്.'

അതുപോലെ, എല്ലാറ്റിന്റെയും ആരംഭവും മധ്യവും അവസാനവും എങ്ങനെയാണെന്ന് അല്ലാഹ് ഖുർആനിൽ പറയുന്നു. സൂര്യന്റെ പേരുകൾക്കപ്പുറത്തേക്ക് നോക്കുന്നതുപോലെ, വിശ്വാസങ്ങൾക്കപ്പുറത്തേക്ക് നോക്കിയാൽ, പേരുകൾ വ്യത്യസ്തമാണെങ്കിലും, വസ്തു ഒന്നുതന്നെയാണെന്ന് നമുക്ക് കാണാം.

ഒരു ദൈവമേ ഉള്ളൂ (പരമോന്നതൻ) എന്ന് എല്ലാവരും സമ്മതിക്കുന്നു. ധാരാളം പരമോന്നതങ്ങൾ ഉണ്ടാകില്ല. എന്നാൽ, ആളുകൾ പറയുന്നു, 'എന്റെ ദൈവം നിങ്ങളുടെ ദൈവത്തേക്കാൾ മികച്ചതാണ്'' അല്ലെങ്കിൽ 'എന്റെ ദൈവമാണ് ഏക വഴി'. അറിവില്ലായ്മയും പക്വതയില്ലായ്മയുമാണ് ഇതിന് കാരണം. നമുക്ക് ഒരു സാർവ്വത്രിക പിതാവ് ഉണ്ടെന്ന് തിരിച്ചറിഞ്ഞാൽ മാത്രമേ നമുക്ക് സാർവ്വത്രിക സാഹോദര്യത്തിൽ ജീവിക്കാൻ കഴിയൂ.

ചോദ്യം 67

## പാവപ്പെട്ടവരെ സഹായിക്കാനും ആശുപത്രികൾ തുറക്കാനും കഴിയുമെന്നിരിക്കെ എന്തിനാണ് നമ്മൾ ക്ഷേത്രങ്ങൾക്കായി പണം ചെലവഴിക്കുന്നത്?

നമുക്ക് തീർച്ചയായും ദരിദ്രരെ സേവിക്കാനോ ആശുപത്രികൾ തുറക്കുന്നതിൽ സംഭാവന നൽകാനോ കഴിയും, എന്നാൽ എന്തുകൊണ്ടാണ് നമ്മൾ രണ്ട് പ്രവർത്തനങ്ങളും പരസ്പരം മത്സരിപ്പിക്കുന്നത്? പാവപ്പെട്ടവരെ സേവിക്കുന്നതിനോ ആശുപത്രികൾ തുറക്കുന്നതിനോ ഉള്ള ഒരു എതിരാളിയായി ദൈവസേവനത്തെ എന്തിന് കാണണം?

അതിശയകരമെന്നുപറയട്ടെ, ആളുകൾ അത്തരം മനോഭാവം പ്രകടിപ്പിക്കുന്നത് ക്ഷേത്രങ്ങളുടെ കാര്യത്തിൽ മാത്രമാണ്, അല്ലാതെ അവരുടെ വ്യക്തിപരമായ ആസ്വാദനവുമായി ബന്ധപ്പെട്ട മറ്റ് പ്രവർത്തനങ്ങളുടെ കാര്യത്തിൽ അല്ല.

പണം ലാഭിക്കാനും പാവപ്പെട്ടവരെ സേവിക്കാനും നാം ആഗ്രഹിക്കുന്നുവെങ്കിൽ, ക്രിക്കറ്റ് മത്സരമോ സിനിമയോ പോലുള്ള മറ്റ് പ്രവർത്തനങ്ങളിലും ലാഭിക്കാൻ ശ്രമിക്കാത്തത് എന്താണ്. സിനിമ കാണാൻ ആളുകൾ ചിലവഴിക്കുന്ന പണം പാവപ്പെട്ടവനെ പോറ്റാൻ ഉപയോഗിച്ചിരുന്നെങ്കിൽ ഇരുപത് തലമുറയിലെ പാവപ്പെട്ടവർക്ക് അന്നം കിട്ടുമായിരുന്നു. അതാണ് വിനോദ വ്യവസായത്തിന്റെ വരുമാനം. വളരെ വലുത്, അല്ലേ?

പാർട്ടികളിലും വിവാഹങ്ങളിലും ധാരാളം ഭക്ഷണം പാഴാക്കുന്നു, ഈ പരിപാടികൾ സംഘടിപ്പിക്കുന്നതിന് വളരെ

യധികം ചെലവഴിക്കുന്നു, പക്ഷേ നമ്മൾ അവരെ ചോദ്യം ചെയ്യുന്നില്ല. എന്നിട്ടും ദൈവത്തെ സേവിക്കുമ്പോൾ, ദരിദ്രരോടുള്ള നമ്മുടെ സ്നേഹം പെട്ടെന്ന് ഉണരുന്നു. ഇത് കാപട്യമല്ലേ?

കല്യാണം പവിത്രമായതിനാൽ അതിനായി ചിലവഴിക്കരുത് എന്നതല്ല ഇവിടെ പ്രധാനം. നമ്മൾ ഇത്തരം വാദങ്ങൾ മുന്നോട്ട് വയ്ക്കുമ്പോൾ, നമ്മൾ എന്തിനാണ് ഇത്തരം കാര്യങ്ങൾ പറയുന്നതെന്ന് മനസ്സിലാക്കാൻ നമ്മുടെ സ്വന്തം ജീവിതത്തെ സത്യസന്ധമായി വിശകലനം ചെയ്യണം എന്നതാണ് കാര്യം. അത് ദരിദ്രരോടുള്ള ആത്മാർത്ഥമായ സ്നേഹം കൊണ്ടാണോ അതോ ദൈവത്തോടും അദ്ദേഹത്തിന്റെ സേവനത്തോടും ഉള്ള ആഴത്തിൽ വേരൂന്നിയ വിദ്വേഷം കൊണ്ടാണോ?

മുകളിൽ പറഞ്ഞിരിക്കുന്ന രണ്ട് തരം പ്രവർത്തനങ്ങളെ, ദൈവസേവനവും മനുഷ്യരാശിക്കുള്ള സേവനവുമായും താരതമ്യപ്പെടുത്താവുന്നതല്ല.

ഭക്തി അല്ലെങ്കിൽ ദൈവസേവനം നമ്മുടെ ജീവിതത്തിന്റെ ഒരു ഭാഗമാണ്, സാമൂഹിക സേവനം നമ്മുടെ ജീവിതത്തിന്റെ മറ്റൊരു ഭാഗമാണ്. രണ്ടും രണ്ട് വ്യത്യസ്ത തരത്തിലുള്ള പ്രവർത്തനങ്ങളാണ്. രണ്ടിനും നമ്മുടെ ജീവിതത്തിൽ അതിന്റേതായ സ്ഥാനമുണ്ട്. വിനോദത്തെ സാമൂഹിക സേവനവുമായി താരതമ്യം ചെയ്യാത്തതുപോലെ, സാമൂഹിക സേവനങ്ങളെ ഭക്തി സേവനങ്ങളുമായി താരതമ്യം ചെയ്യരുത്. അവയെല്ലാം നമ്മുടെ ജീവിതത്തിൽ അവയുടേതായ സ്ഥാനമുണ്ട്, അവയെല്ലാം മത്സരത്തിൽ ഉൾപ്പെടുത്താൻ കഴിയില്ല.

ഒന്ന് ശരീരത്തിന്റെ തലത്തിലുള്ള സേവനമാണെങ്കിൽ മറ്റൊന്ന് ആത്മാവിന്റെ തലത്തിലുള്ള സേവനമാണ്. ഭഗവദ് ഗീത പറയുന്നതുപോലെ, നാം നിത്യാത്മാക്കളാണ്. ഇതാണ് നമ്മുടെ യഥാർത്ഥ വ്യക്തിത്വം. നമ്മൾ ശരീരമല്ല. അതിനാൽ, ആത്മാവിന്റെ തലത്തിലുള്ള സേവനം യഥാർത്ഥ സേവനവും വാസ്തവത്തിൽ ഏറ്റവും പ്രധാനപ്പെട്ട സേവനമാണ്. ക്ഷേത്രങ്ങൾ ഈ സേവനം ചെയ്യുന്നു. വിശക്കുന്ന ആത്മാക്കൾക്ക് അവർ ഭക്ഷണം വാഗ്ദാനം ചെയ്യുന്നു.

വിദ്യാഭ്യാസ സ്ഥാപനങ്ങൾ ഒരു പ്രത്യേക രീതിയിലും ആശുപത്രികൾ ഒരു പ്രത്യേക വിധത്തിലും സമൂഹത്തെ സേവിക്കുന്നതുപോലെ, ക്ഷേത്രങ്ങളും ഒരു പ്രത്യേക രീതിയിൽ സേവനം ചെയ്യുന്നു. രോഗാതുരമായ മനസ്സിന്റെ ആശുപത്രികളായും

ബാഹ്യ ദാരിദ്ര്യത്തിന്റെ മൂലകാരണമായ ഹൃദയത്തിന്റെ ദാരിദ്ര്യം അകറ്റാനും അവ പ്രവർത്തിക്കുന്നു.

എന്തുകൊണ്ടാണ് ആളുകൾ ദരിദ്രരായത്? ഈ ലോകത്തിലെ ദാരിദ്ര്യം വിഭവങ്ങളുടെ കുറവുകൊണ്ടല്ല, വിഭവങ്ങളുടെ ദുരുപയോഗം കൊണ്ടാണ്. WHO സ്ഥിതിവിവരക്കണക്കുകൾ പ്രകാരം, 9 ജൂൺ 2021 തീയതി :

- ലോകമെമ്പാടുമുള്ള പൊണ്ണത്തടി 1975 മുതൽ ഏകദേശം മൂന്നിരട്ടിയായി.
- 2016-ൽ, 18 വയസ്സും അതിൽ കൂടുതലുമുള്ള 1.9 ബില്യണിലധികം മുതിർന്നവർ അമിതഭാരമുള്ളവരാണ്. ഇവരിൽ 690 ദശലക്ഷത്തിലധികം പേർ അമിതവണ്ണമുള്ളവരായിരുന്നു.
- 18 വയസ്സും അതിൽ കൂടുതലുമുള്ള മുതിർന്നവരിൽ 39 ശതമാനം പേർ 2016-ൽ അമിതഭാരമുള്ളവരും 13 ശതമാനം പൊണ്ണത്തടിയുള്ളവരുമാണ്.
- ലോകജനസംഖ്യയുടെ ഭൂരിഭാഗവും അമിതഭാരവും പൊണ്ണത്തടിയും ഭാരക്കുറവുമൂലമുള്ളതിനേക്കാൾ കൂടുതൽ ആളുകളെ കൊല്ലുന്ന രാജ്യങ്ങളിലാണ് താമസിക്കുന്നത്.
- 5 വയസ്സിന് താഴെയുള്ള 39 ദശലക്ഷം കുട്ടികൾ 2020-ൽ അമിതവണ്ണമോ പൊണ്ണത്തടിയോ ഉള്ളവരായിരുന്നു.
- 2016-ൽ 5-19 വയസ്സ് പ്രായമുള്ള 340 ദശലക്ഷത്തിലധികം കുട്ടികളും കൗമാരക്കാരും അമിതവണ്ണം ഉള്ളവരായിരുന്നു.

അതേ റിപ്പോർട്ടിൽ പറയുന്നുണ്ട് :

- 1.9 ബില്യൺ മുതിർന്നവർ അമിതവണ്ണമോ പൊണ്ണത്തടിയോ ഉള്ളവരാണെങ്കിലും, 462 ദശലക്ഷം പേർ ഭാരക്കുറവുള്ളവരാണ്.

അതായത് ഭക്ഷണത്തിന്റെ അഭാവം മൂലമുള്ളതിനേക്കാൾ കൂടുതൽ ആളുകൾ കൂടുതൽ ഭക്ഷണം കാരണം കഷ്ടപ്പെടുന്നു. ശരീരഭാരം കുറയ്ക്കാൻ അമേരിക്കക്കാർ മാത്രം ചെലവഴിക്കുന്ന പണം ലോകത്തിലെ എല്ലാ വിശക്കുന്നവർക്കും ഭക്ഷണം നൽകാൻ പര്യാപ്തമാണ്. അതിനാൽ, ഇവിടെ പ്രശ്നം കുറവല്ല, മറിച്ച് അനിയന്ത്രിതമായ മനസ്സും അത്യാഗ്രഹവുമാണ്. ഇവിടെയാണ് ആത്മീയതയിലൂടെ ക്ഷേത്രങ്ങൾ ഒരു പ്രധാന

പങ്ക് വഹിക്കുന്നത്. എല്ലാ സംശയങ്ങളിൽ നിന്നും നമ്മുടെ ഹൃദയങ്ങളെ ശുദ്ധീകരിക്കാനുള്ള ഒരു ചുറ്റുപാടും ഒരു പ്രക്രിയയും അവ പ്രദാനം ചെയ്യുന്നു.

ആത്മീയ അടിത്തറയില്ലാതെ, നിർഭാഗ്യവശാൽ, സാമൂഹിക സേവനത്തിന്റെ ഭൂരിഭാഗവും ചോർന്നൊലിക്കുന്ന പാത്രത്തിൽ വെള്ളം ഒഴിക്കുന്നതുപോലെയായി മാറുന്നു.

അമേരിക്കയിലെ പ്രമുഖ ചിന്തകരിലൊരാളായ ഹെൻറി ഡേവിഡ് തോറോ പറഞ്ഞു, തിന്മയുടെ വൃക്ഷത്തിന്റെ വേരിൽ ഒരാൾ പ്രഹരമേല്പിക്കുന്നത് ആ മരത്തിന്റെ ചില്ലികളെ ആയിരം തവണ വെട്ടിയതിനേക്കാൾ ശ്രേഷ്ഠമാണ്. നിങ്ങൾക്ക് ആയിരം ശാഖകൾ മുറിക്കാൻ കഴിയും, പക്ഷേ അവയെല്ലാം വീണ്ടും വളരും. പക്ഷേ, നിങ്ങൾ മരം പിഴുതെടുത്താൽ അത് നിലനിൽക്കില്ല. അതിനാൽ, ആർക്കെങ്കിലും വിശക്കുന്നുണ്ടെങ്കിൽ, നമ്മൾ അവർക്ക് ഭക്ഷണം നൽകുന്നു. ആർക്കെങ്കിലും അസുഖമുണ്ടെങ്കിൽ, നമ്മൾ അവർക്ക് മരുന്ന് നൽകുന്നു – ഇതെല്ലാം നല്ല പ്രവർത്തനങ്ങളാണെങ്കിലും, അസുഖം ആവർത്തിച്ചു കൊണ്ടേയിരിക്കും. ആത്മീയത പ്രശ്നത്തിന്റെ മൂലകാരണത്തിലേക്ക് പോകുന്നു : എന്തുകൊണ്ടാണ് ആവശ്യമുള്ള വ്യക്തി ആദ്യം? ഉത്തരം അവന്റെ മുൻകാല കർമ്മങ്ങളാണ്. ഭക്ഷണമോ മരുന്നോ നൽകുന്നത്, പ്രശ്നം ബാഹ്യമായി മാത്രമേ പരിഹരിക്കുകയുള്ളൂ, എന്നാൽ ഒരു വ്യക്തിയുടെ കർമ്മങ്ങളെ പരിപാലിക്കില്ല. ദൈവവുമായുള്ള അവരുടെ ബന്ധം മാത്രമേ ഉണ്ടാകൂ. അതുകൊണ്ട് ജനങ്ങളുടെ അവബോധത്തെ ദൈവ ബോധത്തിലേക്ക് ഉയർത്തുക എന്നതാണ് ഏറ്റവും വലിയ ക്ഷേമപ്രവർത്തനം. ഭൗതിക സഹായം നൽകിക്കൊണ്ട് നാം പാവങ്ങളെ സേവിക്കണം, എന്നാൽ അതോടൊപ്പം, അവർക്ക് ഒരു ദൈവിക ബന്ധം നൽകാനും ശ്രമിക്കണം, അങ്ങനെ അവരുടെ കർമ്മ ശേഖരം നശിപ്പിക്കപ്പെടും, ഭാവിയിൽ അവർക്ക് വീണ്ടും അതേ ദുരിതങ്ങൾ നേരിടേണ്ടിവരില്ല.

സമൂഹത്തിലെ മറ്റുള്ളവരെ സംബന്ധിച്ചിടത്തോളം, ക്ഷേത്രങ്ങൾ നൽകുന്ന ആത്മീയത അവരുടെ മെച്ചപ്പെട്ടവശം പുറത്തെടുക്കാൻ അവരെ പ്രാപ്തരാക്കും. കൂടുതൽ ആത്മനിയന്ത്രണമുള്ളവരാകാനും ജീവകാരുണ്യ പ്രവർത്തനങ്ങൾ നടത്താനും ഇത് അവരെ പ്രോത്സാഹിപ്പിക്കുന്നു. ഇത് മരത്തിന്റെ വേരിൽ വെട്ടുന്നത് പോലെയാണ്. ഇത് ഏറ്റവും സുസ്ഥിരമായ പരിഹാരമാണ്.

അങ്ങനെ തന്നെ! നാം പാവങ്ങളെ സേവിക്കുകയും ദൈവത്തെ സേവിക്കുകയും വേണം. ഈ സൃഷ്ടി മുഴുവൻ അവന്റെ ശരീരം പോലെയാണ്, അവന്റെ ആനന്ദം ചുറ്റുമുള്ള സന്തോഷം ഉറപ്പാക്കും. ശ്രീമദ് ഭാഗവതം (4.31.14) പ്രസ്താവിക്കുന്നു:

*യഥാ തരോർ മൂല-നിഷേചനേന*
*തൃപ്യന്തി തത്-സ്കന്ദ-ഭുജോപശാഖാഃ*
*പ്രാണോപഹാരാഃ ച യഥേന്ദ്രിയാനാം*
*തഥൈവ സർവ്വാർഹണം അച്യുതേജ്യ*

'മരത്തിന്റെ വേരിൽ വെള്ളം ഒഴിക്കുന്നത് തടിക്കും
ശിഖരങ്ങൾക്കും ചില്ലകൾക്കും മറ്റെല്ലാത്തിനും ഊർജ്ജം
പകരുന്നതുപോലെ, ആമാശയത്തിലേക്ക് ഭക്ഷണം
നൽകുന്നത് ശരീരത്തിന്റെ ഇന്ദ്രിയങ്ങൾക്കും അവയവങ്ങൾക്കും
ഉന്മേഷം നൽകുന്നതുപോലെ, ഭഗവാനെ ഭക്തിപൂർവ്വം
ആരാധിക്കുന്നത് ആരൊക്കെ ആ പരമേശ്വരന്റെ ഭാഗമാണോ
അവർക്ക് സ്വയം സംതൃപ്തി നൽകുന്നു.'

മേൽപ്പറഞ്ഞ തത്വത്തിലുള്ള വിശ്വാസം ഊട്ടിയുറപ്പിക്കാൻ ക്ഷേത്രങ്ങൾ സഹായിക്കുന്നു.

അതിനാൽ, ക്ഷേത്രങ്ങളിൽ ദൈവത്തെ സേവിക്കുന്നത് സാമൂഹിക സേവനത്തിൽ നിന്ന് വേറിട്ടതല്ല, മറിച്ച് അതിന്റെ പൂർണ്ണമായ ഒരു രൂപമാണ്.

## ചോദ്യം 68

# വേദങ്ങൾ സാധുവാണോ?

എന്തും അന്ധമായി സ്വീകരിക്കുന്നത് തീർച്ചയായും മോശമാണ്. എന്നാൽ അന്ധമായി എന്തെങ്കിലും നിരസിക്കുന്നതും മോശമാണ്.

നാം ശാസ്ത്ര വിദ്യാർത്ഥികളായി സ്വയം കരുതുന്നതിനാൽ നമുക്ക് വിശ്വാസമില്ലെങ്കിൽ, ശാസ്ത്രവും ഒരു സിദ്ധാന്തം തെളിയിക്കുകയോ നിരാകരിക്കുകയോ ചെയ്യുന്നത് ശരിയായ പരീക്ഷണത്തിന് ശേഷമാണെന്നും അതിനെ തള്ളിക്കളയുന്നി ല്ലെന്നും നാം ഓർക്കണം.

ഗ്രന്ഥങ്ങൾ കാലത്തിന്റെ പരീക്ഷണമായി നിലകൊള്ളുന്നു. നമ്മെ സംബന്ധിച്ചിടത്തോളം, അവയുടെ ആധികാരികത പരിശോധിക്കാൻ മൂന്ന് വഴികളുണ്ട് :

1. ലഘു ഗ്രന്ഥങ്ങൾ
2. സ്വതസ്സിദ്ധപ്രമാണ സത്യങ്ങൾ
3. അതിശയിപ്പിക്കുന്ന പ്രവചനങ്ങൾ

**1. ലഘു ഗ്രന്ഥങ്ങൾ :** നമ്മൾ ഒരു ഉപകരണം വാങ്ങുമ്പോഴെല്ലാം അതിനോടൊപ്പം ഒരു ലഘു ഗ്രന്ഥവും ലഭിക്കും. നിർദ്ദിഷ്ട കാര്യങ്ങൾ ചെയ്യാൻ ഏതൊക്കെ ബട്ടണുകൾ അമർത്തണമെന്ന് ലഘു ഗ്രന്ഥം നമ്മോട് പറയുന്നു. ലഘു ഗ്രന്ഥം നമ്മോട് പറയുന്ന രീതിയിൽ ഉപകരണം പ്രവർത്തിക്കുന്നുവെങ്കിൽ, ലഘു ഗ്രന്ഥം ശരിയായിരിക്കണം.

അതുപോലെ, നമുക്ക് വേദങ്ങളിൽ വിശ്വാസമില്ലെങ്കിൽ,

നാം അവയെ തള്ളിക്കളയരുത്. അവയിൽ പറഞ്ഞിരിക്കുന്ന തത്ത്വങ്ങൾ നമ്മുടെ ജീവിതത്തിൽ പ്രയോഗിക്കാൻ ശ്രമിക്കാം, അവ പ്രവർത്തിക്കുന്നുണ്ടോയെന്ന് നോക്കാം. ഇല്ലെങ്കിൽ, നമുക്ക് എല്ലായ്പ്പോഴും ഉപേക്ഷിക്കാം. എന്നാൽ നമുക്ക് ചുറ്റും നോക്കുകയാണെങ്കിൽ, ധ്യാനം, യോഗ, കീർത്തനം തുടങ്ങിയ പരിശീലനങ്ങൾ ലോകമെമ്പാടും അവ വാഗ്ദാനം ചെയ്യുന്ന ആനുകൂല്യങ്ങൾക്കായി കൂടുതൽ പ്രചാരത്തിലുണ്ടെന്നും ഈ സമ്പ്രദായങ്ങൾ നമ്മുടെ വേദങ്ങളിൽ നിന്നാണ് വരുന്നതെന്നും നമ്മൾ കണ്ടെത്തും. അത് നമ്മുടെ ജീവിതത്തിലും പ്രയോഗിക്കുകയും അവ ചെലുത്തുന്ന സ്വാധീനം സ്വയം കാണുകയും ചെയ്യാം.

2. **സ്വതസ്സിദ്ധപ്രമാണ സത്യങ്ങൾ :** ഒരു സ്ഥിരീകരണവും ആവശ്യമില്ലാത്ത ഒരു സത്യമാണ് സ്വതസ്സിദ്ധപ്രമാണ സത്യം.

നേരത്തെ നിരസിക്കപ്പെട്ടതും എന്നാൽ ഇപ്പോൾ ശാസ്ത്രം പരിശോധിച്ച് സ്വീകരിച്ചതുമായ നിരവധി സത്യങ്ങൾ വേദഗ്രന്ഥങ്ങളിൽ പരാമർശിക്കപ്പെടുന്നു.

അവയിൽ ചിലത് :

**ചാണകം ശുദ്ധമാണ്.** ഒരു മൃഗത്തിന്റെ ചാണകം ശുദ്ധമായിരിക്കുമെന്ന് ആർക്കും വിശ്വസിക്കാൻ കഴിഞ്ഞില്ല. ഗ്രന്ഥങ്ങളിൽ പശുവിന്റെ ചാണകത്തെ മാത്രമേ ശുദ്ധമായി കണക്കാക്കുന്നുള്ളൂ, മറ്റേതൊരു മൃഗത്തിന്റെയും ചാണകം അങ്ങനെയല്ല. ചിലപ്പോൾ ഒരു യജ്ഞം നടക്കാൻ പോകുമ്പോൾ, അവിടെ ചാണകപ്പൊടി പുരട്ടുന്നതും ചാണക പിണ്ണാക്ക് പോലും ആചാരത്തിന് ഉപയോഗിക്കുന്നതും നാം കാണാറുണ്ട്. മറ്റേതൊരു ജീവജാലത്തിനും ഇത് ബാധകമല്ല.

**ഭൂമി ഉരുണ്ടതാണ്.** പരന്നതാണെന്നാണ് നേരത്തെ എല്ലാവരും വിശ്വസിച്ചിരുന്നത്.

**സസ്യങ്ങൾക്ക് ജീവനുണ്ട് (ജീവികളാണ്).** 1950-കളിൽ ജഗദീഷ് ചന്ദ്രബോസ് ഇത് തെളിയിച്ചതിന് ശേഷമാണ് മറ്റെല്ലാവരും ഈ വസ്തുത അംഗീകരിക്കാൻ തുടങ്ങിയത്.

**ഗർഭപാത്രത്തിനുള്ളിലെ കുട്ടി.** അമ്മയുടെ ഗർഭപാത്രത്തിനുള്ളിലെ കുട്ടിയുടെ വളർച്ച കാണിക്കുന്ന സമീപകാല കണ്ടുപിടുത്തമാണ് സോണോഗ്രാഫി (ഏകദേശം 1970). എന്നാൽ അയ്യായിരം വർഷങ്ങൾക്ക് മുമ്പ് വ്യാസദേവൻ സമാഹരിച്ച

ഏറ്റവും മഹത്തായ ഗ്രന്ഥമായ ശ്രീമദ് ഭാഗവതം മൂന്നാമത്തെ കാണ്ഡത്തിൽ അത് വളരെ വിശദമായി ഗർഭപാത്രത്തിനുള്ളിലെ ശിശുവിനെക്കുറിച്ച് പരാമർശിക്കുന്നു.

**3. അതിശയിപ്പിക്കുന്ന പ്രവചനങ്ങൾ :** ഭാവിയിൽ പ്രത്യക്ഷപ്പെടുന്ന മഹത്തായ വ്യക്തികളുടെ അവതാരങ്ങളെക്കുറിച്ച് വേദഗ്രന്ഥങ്ങൾ കൃത്യമായ പ്രവചനങ്ങൾ നടത്തുന്നു. പുനർജനിക്കുമെന്ന് പ്രവചിക്കപ്പെട്ട ചില വ്യക്തിത്വങ്ങൾ, അവ പരാമർശിച്ചിരിക്കുന്ന വാചകത്തോടൊപ്പം താഴെ കൊടുത്തിരിക്കുന്നു:

- ബുദ്ധൻ (ശ്രീമദ് ഭാഗവതം 1.3.24)
- ചാണക്യൻ (ശ്രീമദ് ഭാഗവതം 12.1.11)
- ചൈതന്യ മഹാപ്രഭു (മഹാഭാരതം Ml 92.15, ശ്രീമദ് ഭാഗവതം 11.5.32)
- ചന്ദ്രഗുപ്തനും അശോക ചക്രവർത്തിയും (ശ്രീമദ് ഭാഗവതം 12.1.12)
- യേശുവും മുഹമ്മദും (ഭവിഷ്യപുരാണം, അഥർവവേദം, കാണ്ഡം 20, സൂക്തം 127, 1-3)

കലിയുഗത്തിൽ (ഇപ്പോഴത്തെ യുഗത്തിൽ) സംഭവിക്കുന്ന അപചയങ്ങളെക്കുറിച്ചും വ്യക്തമായ പ്രവചനങ്ങളുണ്ട്. അവയിൽ ചിലത് :

- ചന്തസ്ഥലങ്ങളിൽ ഭക്ഷണം പരസ്യമായി വിൽക്കും. (പണ്ട്, ഭക്ഷണം ഒരിക്കലും വിറ്റിട്ടില്ല; അത് ജീവകാരുണ്യത്തിൽ മാത്രമാണ് നൽകിയിരുന്നത്. എന്നാൽ ഇന്ന്, എല്ലാ മൂന്നാമത്തെ കടയിലും ഭക്ഷണ സാധനങ്ങൾ വിൽക്കുന്നു.)
- ശക്തമായത് ശരിയായിരിക്കും. (പണ്ട്, ഒരു വ്യക്തിയെ അവന്റെ പഠിത്തത്തിന്റെ പേരിലാണ് ബഹുമാനിച്ചിരുന്നത്. എന്നാൽ ഇക്കാലത്ത് ബഹുമാനം കൽപ്പിക്കുന്നത് സമ്പത്തോ മൃഗശക്തിയോ മാത്രമാണ്.)
- ഒരു ബ്രാഹ്മണനെ അവൻ ധരിക്കുന്ന നൂൽ കൊണ്ട് അറിയപ്പെടും. (സമാധാനം, ആത്മനിയന്ത്രണം, തപസ്സ് മുതലായ ബ്രാഹ്മണ ഗുണങ്ങൾ ഉള്ളവനാണ് യഥാർത്ഥ ബ്രാഹ്മണൻ.)

വേദഗ്രന്ഥങ്ങൾ ലൗകിക ഉത്ഭവമാണെങ്കിൽ, ആധുനിക ശാസ്ത്രം

ഈയിടെ കണ്ടുപിടിക്കാൻ തുടങ്ങിയ ഗഹനമായ സത്യങ്ങൾ എങ്ങനെ പ്രസ്താവിക്കാൻ കഴിയും?

ഭാവി സംഭവങ്ങളെക്കുറിച്ച് ഗ്രന്ഥങ്ങൾക്ക് എങ്ങനെ കൃത്യമായ പ്രവചനങ്ങൾ നടത്താൻ കഴിയും? ഉത്തരം വ്യക്തമാണ് : ഭൂതവും വർത്തമാനവും ഭാവിയും അറിയുന്ന, എല്ലാം അറിയുന്ന ഒരാളിൽ നിന്നാണ് ഗ്രന്ഥങ്ങൾ ഉണ്ടായത്. മറ്റൊരു വിധത്തിൽ പറഞ്ഞാൽ, ഗ്രന്ഥങ്ങൾ ദൈവത്തിന്റെ വാക്കുകളാണ്, അതിനാൽ എല്ലാം തികഞ്ഞതാണ്.

## ചോദ്യം 69

# എന്തുകൊണ്ടാണ് ഏകലവ്യനോട് ഇത്ര അനീതി കാണിച്ചത്?

ഏകലവ്യൻ നിഷാദ രാജവംശത്തിൽപ്പെട്ടവനായിരുന്നു, അക്കാരണത്താൽ അക്രമാസക്തനായിരുന്നു. അതുകൊണ്ടാണ് അവരെ മലകളിലും കാടുകളിലും താമസിപ്പിച്ചത്, കാരണം അവർ വിശാലമായ സമൂഹത്തിന്റെ നടുവിൽ ജീവിച്ചിരുന്നുവെങ്കിൽ, അവർ അവരുടെ സ്വഭാവമനുസരിച്ച് പ്രവർത്തിക്കുകയും ഐക്യം തകർക്കുകയും ചെയ്യുമായിരുന്നു. വേദ സംസ്കാരം എല്ലാവരെയും ഉൾക്കൊള്ളുന്നു, എന്നാൽ അതേ സമയം അത് അന്ധമല്ല.

ദ്രോണരുടെ പാഠശാല ഒരു ശിഷ്ടന്മാരെ പോലെയായിരുന്നു, കാരണം അത് അറിയപ്പെടുന്നതും മാന്യവുമായ കുടുംബങ്ങളിൽ നിന്നുള്ള ക്ഷത്രിയരെ ഉദ്ദേശിച്ചുള്ളതാണ്. ഏകലവ്യന്റെ ഗോത്രം പണ്ട് കുരുവംശത്തോട് ശത്രുതയോടെ പെരുമാറിയിരുന്നു. ദ്രോണർ കുരു രാജവംശത്തിലെ പുരോഹിതനായിരുന്നതിനാൽ, ഏകലവ്യനെ പാഠശാലയിൽ ചേരാൻ അനുവദിക്കരുതെന്ന് അദ്ദേഹം തീരുമാനിച്ചു, അത് ന്യായീകരിക്കപ്പെട്ടു.

ദ്രോണരിൽ നിന്ന് പഠിക്കുക എന്നതല്ലാതെ മറ്റൊന്നും ആഗ്രഹിക്കാത്ത ഏകലവ്യൻ പിന്നീട് ദ്രോണന്റെ ഒരു പ്രതിഷ്ഠയോ പ്രതിമയോ നിർമ്മിക്കാൻ തീരുമാനിച്ചു. ദ്രോണർ തന്റെ വിദ്യാർത്ഥികൾക്ക് അമ്പെയ്ത്ത് പാഠങ്ങൾ പഠിപ്പിക്കുമ്പോൾ അവൻ ഒരു മരത്തിന് പിന്നിൽ ഒളിക്കും, അങ്ങനെ രഹസ്യമായി പഠിക്കുകയും ചെയ്തു. ദ്രോണരുടെ പ്രതിമയിൽ നിന്ന് അനുഗ്രഹം വാങ്ങിയ ശേഷം അവൻ പരിശീലനത്തിൽ ഏർപ്പെട്ടു. അവൻ സമർത്ഥനായിരുന്നു, അങ്ങനെ ഒരു അസാധാരണ വില്ലാളിയായി.

അമ്പെയ്ത്ത് പഠിച്ച ശേഷം, സ്വാഭാവികമായും തന്റെ കഴിവ് പ്രകടിപ്പിക്കാൻ അവൻ ആഗ്രഹിച്ചു. ഒരിക്കൽ അവൻ വനത്തിൽ അഭ്യാസം ചെയ്തുകൊണ്ടിരുന്നപ്പോൾ, ആ പ്രദേശത്തുകൂടെ നടന്നുവന്ന ദ്രോണരും അർജ്ജുനനും ഒരു നായ കുരയ്ക്കുന്നത് കണ്ടു. നായയുടെ കുര ഏകലവ്യനും കേൾക്കുകയും അതൊരു ശല്യമായി തോന്നുകയും ചെയ്തു. അങ്ങനെ അയാൾ ഒരു കൂട്ടം അമ്പുകൾ എയ്ത് നായയുടെ വായ പൂർണ്ണമായും അടച്ചു. അർജ്ജുനനും ദ്രോണരും ഇത് കണ്ടപ്പോൾ, നായയുടെ വായിൽ അത് പോലെ മുദ്രയിടാൻ കഴിയുന്ന അമ്പെയ്ത്ത് വൈദഗ്ധ്യത്തിൽ അവർ അത്ഭുതപ്പെട്ടു.

എന്നിരുന്നാലും, നായ ഒരു അപകടകരമായ ജീവിയായിരുന്നില്ല, അതിന്റെ കുരയും സ്വാഭാവികമായിരുന്നു. ഒരു നായ കുരച്ചതിന്റെ പേരിൽ അതിന്റെ വായ അടയ്ക്കുക എന്നത് അനാവശ്യമായ ഒരു കാര്യമായി തോന്നി.

ദ്രോണർ നായയെ നിരീക്ഷിച്ചുകൊണ്ട് നിന്നപ്പോൾ ഏകലവ്യൻ അദ്ദേഹത്തിന്റെ അടുത്ത് വന്ന് ആദരവോടെ വണങ്ങി. അദ്ദഹം പറഞ്ഞു, 'ഞാൻ അങ്ങയുടെ വിദ്യാർത്ഥിയാണ്. അങ്ങിൽ നിന്നാണ് ഞാൻ ഇതഭ്യസിച്ചത്.' ദ്രോണൻ അവനെ തിരിച്ചറിഞ്ഞു എന്നിട്ട് പറഞ്ഞു, 'താങ്കൾ എന്റെ ശിഷ്യനാണെന്ന് സ്വയം കരുതുന്നുവെങ്കിൽ, എനിക്ക് ഗുരുദക്ഷിണ നൽകണം.' എന്നിട്ട്, ഏകലവ്യനോട് തന്റെ പെരുവിരൽ അദ്ദേഹം ആവശ്യപ്പെട്ടു. നിശ്ചയമായും, ഏകലവ്യൻ തന്റെ പെരുവിരൽ അർപ്പിക്കുന്നത് തന്റെ ഗുരുവിനോടുള്ള ഭക്തിയുടെ ശ്രദ്ധേയമായ പ്രവൃത്തിയാണ്.

എന്നിട്ടും എന്തിനാണ് ദ്രോണർ ഇങ്ങനെയൊരു ഗുരുദക്ഷിണ ആവശ്യപ്പെട്ടത്? ദ്രോണർ എന്തിനാണ് ഒരർത്ഥത്തിൽ, സ്വയം ഗുരുവായ ഒരുവനെ, അത്രയധികം കഠിനാധ്വാനം ചെയ്ത ഒരു വ്യക്തിയുടെ ഭാവി നശിപ്പിക്കാൻ ആഗ്രഹിച്ചത്?

കാരണം, ദ്രോണർ ഈ സാഹചര്യത്തെ ദീർഘകാല വീക്ഷണകോണിൽ നിന്ന് വീക്ഷിച്ചു. ഒരു വ്യക്തിക്ക് അവരുടെ ജീവിതത്തിൽ ക്രിയാത്മകമായി സംഭാവന നൽകുന്നതിന്, കഴിവും സ്വഭാവഗുണവും ആവശ്യമാണ്. സ്വഭാവഗുണമില്ലാത്ത കഴിവ് വിനാശകരമാണ്. ഉദാഹരണത്തിന്, ജീവൻ രക്ഷിക്കേണ്ട വിദഗ്ധനായ ഒരു ഡോക്ടർക്ക് യോഗ്യതയില്ലെങ്കിൽ, അയാൾ ജീവനെടുക്കാൻ ഇടയുണ്ട്.

ഏകലവ്യൻ ഒരു പ്രത്യേക സമുദായത്തിൽപ്പെട്ടവനായിരുന്നതിനാൽ, നമ്മുടെ ചുറ്റുപാടും കുടുംബവും മറ്റും ദൗർബല്യം

വളർത്തിയെടുക്കുന്നതിനാൽ അവന്റെ സ്വഭാവം നല്ലതാണോ അല്ലയോ എന്ന ചോദ്യങ്ങളുണ്ടായിരുന്നു ദ്രോണർക്ക്. ഏകലവ്യൻ തന്റെ അമ്പെയ്ത്ത് കഴിവുകൾ സമൂഹത്തിന് പ്രയോജനപ്പെടുത്താനോ ഉപദ്രവിക്കാനോ ഉപയോഗിക്കുമോ എന്ന ചോദ്യവും അദ്ദേഹത്തിനുണ്ടായിരുന്നു. ഏകലവ്യൻ തന്റെ അമ്പെയ്ത്ത് വൈദഗ്ധ്യം ഉപയോഗിച്ച് ഒരു നായയെ നിശബ്ദനാക്കുന്നത് കണ്ടപ്പോൾ, ഏകലവ്യൻ ഒരു സമർത്ഥനായ വില്ലാളിയായിരുന്നു, എന്നാൽ തന്റെ കഴിവുകൾ വിവേകത്തോടെയോ ചിന്താപൂർവ്വമോ ഉപയോഗിച്ച് ഉപയോഗിക്കാനുള്ള സ്വഭാവം അദ്ദേഹത്തിനില്ലെന്ന് ദ്രോണർക്ക് ഉറപ്പായി. അവൻ അവ വിവേചനരഹിതമായി ഉപയോഗിച്ചതിനാൽ, ഒരു കുറ്റവാളിയെപ്പോലെയല്ല, മറിച്ച് അവന്റെ അധികാരങ്ങൾ വെട്ടിക്കുറച്ചാണ് ശിക്ഷിക്കേണ്ടത്. അല്ലെങ്കിൽ, അവൻ മറ്റുള്ളവരെ ഉപദ്രവിക്കും.

അവന്റെ ശക്തി കുറയ്ക്കാനുള്ള ഏക മാർഗ്ഗം അവന്റെ തള്ളവിരൽ ചോദിക്കുക എന്നതായിരുന്നു. ദ്രോണർ ഏകലവ്യനോട് തള്ളവിരൽ ആവശ്യപ്പെട്ടതിന്റെ പ്രാഥമിക പരിഗണന, ധനുർ വിദ്യയിലെ തന്റെ ശക്തി ദുരുപയോഗം ചെയ്യുന്നത് ഒഴിവാക്കുക എന്നതായിരുന്നു, അല്ലാതെ അർജ്ജുനൻ മികച്ച വില്ലാളിയാകാൻ ആഗ്രഹിച്ചതുകൊണ്ടല്ല.

മഹാഭാരതം നമ്മോട് പറയുന്നത്, ഒടുവിൽ, കൃഷ്ണൻ യുദ്ധം ചെയ്ത രാക്ഷസരാജാവായ ജരാസന്ധന്റെ നിരയിൽ ഏകലവ്യൻ ചേർന്നു എന്നാണ്. ശ്രീകൃഷ്ണൻ ഏകലവ്യനെ വധിച്ചു. ജരാസന്ധനെപ്പോലെയുള്ള ഒരു രാക്ഷസരാജാവിന്റെ പക്ഷം ഏകലവ്യൻ തിരഞ്ഞെടുക്കുന്നത് മറ്റുള്ളവരെ സംരക്ഷിക്കാൻ അധികാരം ഉപയോഗിക്കുന്ന ആളല്ലെന്ന് സ്ഥിരീകരിക്കുന്നു. അധികാരം ദുഷിപ്പിക്കുന്നു, അത് അധാർമ്മികരുടെ കൈകളിലാണെങ്കിൽ അത് എല്ലാവർക്കും വിനാശകരമായിരിക്കും.

ദൗർഭാഗ്യവശാൽ, നല്ല ആളുകളെ അപൂർവ്വമായി വിലമതിക്കുന്ന ഒരു സമൂഹത്തിലാണ് നമ്മൾ ജീവിക്കുന്നത്, അവരെ ഇരകളാക്കാൻ ധർമ്മനീതിയല്ലാത്ത ആളുകൾക്ക് അനുവാദമുണ്ട്.

ഏകലവ്യൻ തന്റെ ഗുരുവിനോടുള്ള ഭക്തിയുടെ ഒരു പ്രവൃത്തി അവന്റെ ബാക്കിയുള്ള പ്രവർത്തനങ്ങളെ നിരാകരിക്കുന്നില്ല, അതിനാൽ നാം ഒരു വ്യക്തിയെ വിലയിരുത്തുമ്പോൾ, അവന്റെ മൊത്തത്തിലുള്ള സ്വഭാവം നാം വിശകലനം ചെയ്യണം, ഒരു സംഭവത്തെ മാത്രം അടിസ്ഥാനമാക്കി ഒരു നിഗമനത്തിലെത്തരുത്.

ചോദ്യം 70

## ഭിന്നശേഷിയോ ബുദ്ധി വൈകല്യമോ ഉള്ള, യാതൊരു കർമ്മവും ചെയ്യാൻ കഴിയാത്ത ഒരു കുട്ടിയുടെ ഭാവി തീരുമാനിക്കുന്നത് എന്താണ്?

നമുക്ക് എന്ത് സംഭവിച്ചാലും അത് നമ്മുടെ നിയന്ത്രണത്തിന് അപ്പുറമാണ്. എന്നാൽ എങ്ങനെ പ്രതികരിക്കണം എന്നത് നമ്മുടെ തിരഞ്ഞെടുപ്പാണ്. നമ്മൾ നമ്മുടെ ജീവിതം ആരംഭിക്കുന്നത് മുമ്പത്തേതിൽ നിന്ന് നമ്മൾ ഉപേക്ഷിച്ച സന്ദർഭത്തിൽ നിന്നാണ്.

ഏത് കർമ്മമാണ് ഒരു കുഞ്ഞിന് വൈകല്യത്തോടെ ജനിക്കാൻ കാരണമായത്, ആ പ്രത്യേക കർമ്മഫലം തീർന്നിരിക്കുന്നുവെന്ന് നാം അറിയണം. കുട്ടിക്ക് ആ കർമ്മഫലത്തിന്റെ കടം തീർന്നിരിക്കുന്നു.

കുട്ടിയുടെ ശേഷിക്കുന്ന കർമ്മഫലം നല്ലതോ മോശമോ ആയാലും, ആ കുട്ടിയുടെ അടുത്ത ജന്മത്തിൽ ആ കുട്ടിയുടെ ആരംഭ സ്ഥലം (അവൻ എവിടെ, എങ്ങനെ ജനിക്കുന്നു മുതലായവ) നിർണ്ണയിക്കും, കാരണം കർമ്മ ചക്രം നിരവധി ജീവിതകാലം തുടരാം.

എന്നാൽ നമ്മുടെ ഭാവി ശരീരവും ലക്ഷ്യസ്ഥാനവും നാം വളർത്തിയെടുക്കുന്ന ബോധത്തെ ആശ്രയിച്ചിരിക്കുന്നുവെന്നും നാം അറിഞ്ഞിരിക്കണം.

അത്തരമൊരു സാഹചര്യത്തിൽ, മാതാപിതാക്കൾക്ക് ഒരു പ്രധാന പങ്ക് വഹിക്കാൻ കഴിയും. ഭക്തി ഉത്തേജനം നൽകിക്കൊണ്ട് കുട്ടിയുടെ ആത്മീയ വളർച്ചയെ പ്രോത്സാഹിപ്പിക്കാൻ

അവർക്ക് കഴിയും. ഭക്തി ഉത്തേജനം കുട്ടിയുടെ ബോധത്തെ ആത്മീയമാക്കും. വിശുദ്ധ ഗ്രന്ഥങ്ങളിൽ നിന്നുള്ള ദൈവനാമങ്ങൾ, പ്രശസ്തി, ഗുണങ്ങൾ, വിനോദങ്ങൾ എന്നിവയുടെ ഭക്തിനിർഭരമായ ജപത്തിന്റെ ശബ്ദം കുട്ടിക്ക് വെളിപാടുണ്ടാക്കും. കൂടാതെ, മാതാപിതാക്കൾക്ക് കുട്ടികൾക്കുവേണ്ടി പ്രാർത്ഥിക്കാം. ഒരാളുടെ ക്ഷേമത്തിനായി ആത്മാർത്ഥമായ ഉദ്ദേശ്യത്തോടെ ചെയ്യുന്ന പ്രാർത്ഥനകൾക്ക് എപ്പോഴും ഫലം ലഭിക്കും.

ഈ ജീവിതത്തിലെ നമ്മുടെ പ്രവർത്തനങ്ങൾ നമ്മുടെ കർമ്മത്താൽ രൂപപ്പെടുമ്പോൾ, സംഭവിക്കുന്നതും നമ്മുടെ സാഹചര്യങ്ങളാൽ രൂപപ്പെട്ടതാണ്. കുട്ടിക്ക് ഒരു കർമ്മവും ചെയ്യാൻ കഴിയില്ല, എന്നാൽ ആ കുട്ടിക്ക് ആത്മീയ ഉത്തേജനം നൽകാൻ മാതാപിതാക്കൾക്ക് ഇവിടെ ഒരു പ്രത്യേക അവസരമുണ്ട്.

ഒന്നുകിൽ ജീവിതത്തിൽ, എല്ലാം യാദൃശ്ചികമായി സംഭവിക്കുന്നുവെന്നും നമ്മൾ നിർഭാഗ്യവാന്മാരാണെന്നും അംഗീകരിക്കാം, അല്ലെങ്കിൽ ഒരു ആസൂത്രണം ഉണ്ടെന്ന് നമുക്ക് അംഗീകരിക്കാം, പക്ഷേ അത് എന്താണെന്ന് നമുക്ക് എല്ലായ്പ്പോഴും മനസ്സിലാക്കാൻ കഴിയില്ല.

നിസ്വാർത്ഥ സ്നേഹം പഠിക്കാനുള്ള അവസരം നൽകാനാണ് ഈ കുട്ടി നമ്മുടെ ജീവിതത്തിലേക്ക് കടന്നുവന്നതെന്ന് നാം കാണണം. ഒരു രക്ഷിതാവ് ഒരു കുട്ടിയെ സ്നേഹിക്കുമ്പോൾ, ആ മാതാപിതാക്കളുടെ സ്നേഹം നിസ്വാർത്ഥമാണ്. എങ്കിലും, പ്രതീക്ഷയുണ്ട്; എന്റെ കുട്ടി വളരും, എന്റെ കുട്ടി എന്റെ പ്രശസ്തി പ്രചരിപ്പിക്കും. എന്നാൽ ഈ കുട്ടി നിങ്ങൾക്കായി അത് ചെയ്യില്ല. അതേ സമയം, ഈ കുട്ടി നമ്മുടെ ജീവിതത്തിലേക്ക് കടന്നുവന്നത് ദൈവത്തിന്റെ ക്രമീകരണത്താൽ ആണെന്നും നാം കാണുന്നു. ഈ കുട്ടിക്കുവേണ്ടി നാം ചെയ്യുന്ന ഓരോ കാര്യവും ഈ കുട്ടിയിലൂടെ ദൈവം സ്വീകരിക്കുന്നു.

കുട്ടിക്ക് ബോധവാന്മാരായിരിക്കേണ്ടതെന്താണെന്ന് തിരഞ്ഞെടുക്കാനുള്ള സ്വതന്ത്ര ഇച്ഛാശക്തിയില്ലായിരിക്കാം, എന്നാൽ ഒരു ആത്മീയ അന്തരീക്ഷം പ്രദാനം ചെയ്താൽ, കുട്ടിക്ക് ആത്മീയമായി ബോധമുള്ളവനായിത്തീരാൻ കഴിയും. കുട്ടി പൂർണ്ണമായും ആത്മീയമായി ബോധവാന്മാരാകുമ്പോൾ, അവൻ മോചിപ്പിക്കപ്പെടുന്നു.

അതുകൊണ്ട് ചിലപ്പോൾ മോശമായ കാര്യങ്ങൾ, വാസ്തവത്തിൽ ഭയങ്കരമായ കാര്യങ്ങൾ, നമ്മുടെ ജീവിതത്തിൽ

സംഭവിക്കാം. എന്നാൽ നമുക്ക് ആത്മീയ ബോധം ഉണ്ടെങ്കിൽ, വരുന്ന വേദനകളെ നമുക്ക് പരമാവധി കുറയ്ക്കാൻ കഴിയും. അത്തരം പ്രതികൂല സാഹചര്യങ്ങളിലും ആ വ്യക്തിയുടെ ആത്മീയ വളർച്ചയ്ക്കും നമ്മുടെ ആത്മീയ വളർച്ചയ്ക്കും നമുക്ക് അവസരം കണ്ടെത്താനാകും.

## ചോദ്യം 71

# സ്വപ്നങ്ങൾ യഥാർത്ഥമാണോ അല്ലയോ?

ആണ്, അല്ല!

പതിനെട്ടാം നൂറ്റാണ്ടിൽ ജീവിച്ചിരുന്ന ഒരു പ്രമുഖ വൈഷ്ണവ ആത്മീയ ആചാര്യൻ ശ്രീല ബാലദേവ് വിദ്യഭൂഷൺ പറഞ്ഞിട്ടുണ്ട്, 'നമ്മുടെ സ്വപ്നങ്ങളിൽ നമ്മൾ നിരീക്ഷകരോ പങ്കാളികളോ ആണ്, പക്ഷേ നമ്മൾ നിയന്ത്രണാധികാരികളല്ല.'

സ്വപ്നങ്ങൾ ചില അർത്ഥങ്ങളിൽ യാഥാർത്ഥ്യമാണ്. ചില ആളുകൾ രോഗം, പ്രിയപ്പെട്ടവരുടെ നഷ്ടം അല്ലെങ്കിൽ ജോലി തുടങ്ങിയവയാൽ നിരന്തരം വിഷമിക്കുന്നു. നാമെല്ലാവരും ദുരിതം അനുഭവിക്കുന്നു, എന്നാൽ ചില ആളുകൾ അവരുടെ ജീവിതത്തിന്റെ ചില ഘട്ടങ്ങളിൽ പല പ്രശ്നങ്ങളും അഭിമുഖീകരിക്കുന്നു. എന്തുകൊണ്ട്? കർമ്മ നിയമമുണ്ട്, അവിടെ ഓരോ പ്രവൃത്തിക്കും ഒരു പ്രതികരണമുണ്ട്. നാം ചെയ്യുന്ന പ്രധാന കർമ്മങ്ങൾക്ക്, പ്രതികരണങ്ങൾ ശാരീരിക തലത്തിലാണ് വരുന്നത്. നമുക്ക് ഒടിവുണ്ടാകാം, ജോലി നഷ്ടപ്പെടാം അല്ലെങ്കിൽ നമ്മുടെ പ്രിയപ്പെട്ടവർ നമ്മെ ഉപേക്ഷിച്ചേക്കാം. ഇവ പ്രധാന പ്രതികരണങ്ങളാണ്. എന്നാൽ നമ്മൾ ചെയ്ത ചെറിയ കർമ്മങ്ങൾക്ക് സ്വപ്നങ്ങളിൽ പ്രതികരണങ്ങൾ ലഭിക്കും. അതിനാൽ നമുക്ക് ഒരു മോശം സ്വപ്നം കാണുമ്പോൾ, അത് ഒരു പ്രത്യേക കർമ്മത്തിനോ അല്ലെങ്കിൽ ഒരു കൂട്ടം കർമ്മത്തിനോ ഉള്ള പ്രതികരണമാണ്. അങ്ങനെ, ചിലർക്ക് നല്ല സ്വപ്നങ്ങളും ചിലർക്ക് മോശമായ സ്വപ്നങ്ങളും ഉണ്ടാകും.

സ്വപ്നത്തിൽ വരുന്നതു നാം അനുഭവിക്കുന്നു എന്ന അർത്ഥത്തിൽ സ്വപ്നങ്ങളും യാഥാർത്ഥ്യമാണ്; നാം സുഖവും വേദനയും

അനുഭവിക്കുന്നു, അതും മുൻകാലങ്ങളിൽ നാം ചെയ്ത കാര്യങ്ങളുടെ കർമ്മപരമായ പ്രതികരണമാണ്.

എന്നിരുന്നാലും, സ്വപ്നങ്ങൾ ഒരിക്കലും ഭ്രാന്തമായ ജീവിതം നയിക്കാൻ നമ്മെ പ്രേരിപ്പിക്കരുത്. ചില സ്വപ്നങ്ങൾ ഒരു തരത്തിലുള്ള പ്രവചനങ്ങളായിരിക്കാം, അത് യാഥാർത്ഥ്യമാകാം. അവയിൽ ചിലത് വെറും ഭ്രമാത്മകതമായിരിക്കാം. ചിലപ്പോൾ നമ്മുടെ ബോധമോ ഉപബോധമനസ്സിലെ ഭയമോ പേടിസ്വപ്നങ്ങളിലേക്ക് നയിക്കുന്നു.

അസ്വസ്ഥതയുണ്ടാക്കുന്ന എന്തെങ്കിലും സ്വപ്നം കാണു മ്പോൾ നാം പരിഭ്രാന്തരാകേണ്ടതില്ല. പരമാത്മാവായ കൃഷ്ണനെ നാം അവന്റെ വിശുദ്ധനാമങ്ങൾ ജപിച്ചുകൊണ്ട് സ്മരിക്കുക :

ഹരേ കൃഷ്ണ ഹരേ കൃഷ്ണ കൃഷ്ണ കൃഷ്ണ ഹരേ ഹരേ
ഹരേ രാമ ഹരേ രാമ രാമ രാമ ഹരേ ഹരേ

ഇത് എല്ലാത്തരം അശുഭങ്ങളെയും അകറ്റും. വാസ്തവത്തിൽ, ഏറ്റവും വലിയ വിപത്തുകൾ ഭഗവാന്റെ സ്മരണയാൽ ഒഴിവാക്കാനാകും.

## ചോദ്യം 72

# തിരുപ്പതി ബാലാജി ക്ഷേത്രത്തിൽ നമ്മൾ എന്തിനാണ് തല മുണ്ഡനം ചെയ്യുന്നത്?

ലോകത്തിലെ ഏറ്റവും വിശുദ്ധമായ സ്ഥലങ്ങളിൽ ഒന്നാണ് തിരുപ്പതി. പുണ്യസ്ഥലങ്ങൾ സന്ദർശിക്കുന്നത് നമ്മുടെ സംസ്കാരത്തിന്റെ ഒരു പ്രധാന ഭാഗമാണ്, എണ്ണമറ്റ തീർത്ഥാടകർ എല്ലാ വർഷവും ഈ പുണ്യസ്ഥലം സന്ദർശിക്കുന്നു. അവർ മണിക്കൂറുകളോളം വരികളിൽ നിൽക്കുന്നു, ഏതാനും നിമിഷങ്ങൾക്കെങ്കിലും മഹാവിഷ്ണുവിന്റെ പുണ്യമൂർത്തിയെ കാണാൻ അവർ ആഗ്രഹിക്കുന്നു.

ഭഗവാന്റെ ദർശനം ലഭിക്കുന്നതിനു പുറമേ, അവർ തല മൊട്ടയടിക്കുകയും ചെയ്യുന്നു, ഇത് പണ്ടേയുള്ള ആചാരമാണ്.

ഒരു പുണ്യസ്ഥലത്തേക്ക് ഒരു തീർത്ഥാടനത്തിന് പോകുന്നതിന്റെ ഉദ്ദേശ്യം ദൈവീകമായ (ദൈവത്തോടുള്ള) നമ്മുടെ അടുപ്പം വർദ്ധിപ്പിക്കുകയും ലൗകികമായോ വസ്തുക്കളുമായോ ഉള്ള നമ്മുടെ ആസക്തി കുറയ്ക്കുകയും എന്നതാണ്. ഇത് രണ്ട് തരത്തിൽ നിർവ്വഹിക്കുന്നു :

1. പുണ്യസ്ഥലങ്ങൾ സന്ദർശിക്കുക, ഭഗവാനെ ദർശിക്കുക, ഭഗവാന്റെ മഹത്വം കേൾക്കുക, ജപിക്കുക, ആരാധന നടത്തുക, ദാനം ചെയ്യുക തുടങ്ങിയവ.
2. വ്യക്തിപരമായ ഇന്ദ്രിയ സംതൃപ്തി അല്ലെങ്കിൽ ചിലതരം ഭക്ഷണം, നമ്മുടെ മുടി മുതലായവ പോലുള്ള നമുക്ക് പ്രിയപ്പെട്ട കാര്യങ്ങൾ ഉപേക്ഷിക്കുന്നതിലൂടെ.

ശ്രീമദ് ഭാഗവതം, കലിയുഗത്തിലെ സംഭവങ്ങൾ പ്രവചിക്കുമ്പോൾ, ഈ യുഗത്തിലെ ആളുകൾ എങ്ങനെ വ്യത്യസ്ത രീതികളിൽ മുടി ക്രമീകരിക്കുന്നതിനും പുനഃക്രമീകരിക്കുന്നതിനും വളരെയധികം സമയവും ഊർജ്ജവും ചെലവഴിക്കുമെന്ന് പന്ത്രണ്ടാം കാണ്ഡത്തിൽ പരാമർശിക്കുന്നു. മുടി സൗന്ദര്യത്തിന്റെ പ്രതീകമായി കണക്കാക്കപ്പെടുന്നതിനാൽ ഇന്ന് ഇത് സംഭവിക്കുന്നത് നാം കാണുന്നു.

ആളുകൾ അവരുടെ മുടിയിൽ വളരെ അടുപ്പമുള്ളവരാകുന്നു. അതിനാൽ ആത്മീയ വീക്ഷണകോണിൽ നിന്ന്, നമ്മെത്തന്നെ വേർപെടുത്താനുള്ള ഒരു മാർഗ്ഗം, മുടി നീളത്തിൽ വളരാനും ജടകെട്ടാനും അനുവദിക്കുന്ന പല വിശുദ്ധരുടെയും രീതിയിൽ നമ്മുടെ മുടിയിൽ ശ്രദ്ധിക്കാതിരിക്കുക എന്നതാണ്.

പല സന്ന്യാസിമാരും ചെയ്യുന്നതുപോലെ മുടി മുറിക്കുക എന്നതാണ് മറ്റൊരു മാർഗ്ഗം.

അങ്ങനെ, തല മൊട്ടയടിക്കുന്നതിന്റെ പിന്നിലെ യഥാർത്ഥ ചൈതന്യം നമുക്ക് പ്രിയപ്പെട്ട എന്തെങ്കിലും ഉപേക്ഷിച്ച് ഭഗവാന്റെ മുന്നിൽ സാരാംശങ്ങളോടുള്ള അകൽച്ച പ്രകടിപ്പിക്കുക എന്നതാണ്.

മുടി സൗന്ദര്യത്തിന്റെ പ്രതീകമായതിനാൽ നമ്മുടെ അഹംഭാവത്തിലേക്ക് ചേർക്കപ്പെടുന്നു, അത് ഉപേക്ഷിക്കുന്നത് ഭഗവാന്റെ പാദകമലത്തിൽ നാം നമ്മുടെ അഹംഭാവത്തെ ബലിയർപ്പിക്കുകയാണെന്ന് സൂചിപ്പിക്കുന്നു. അത് താഴ്മയുടെ അടയാളമാണ് – ഭഗവാന്റെ ഹൃദയത്തെ സ്പർശിക്കുന്ന പ്രധാന ഗുണം.

കൂടാതെ, എല്ലാം ദൈവത്തിന്റേതാണ്, എല്ലാം അവന്റെ സേവനത്തിൽ ഉപയോഗിക്കാനുള്ളതാണ്. നാം ബന്ധപ്പെട്ടിരിക്കുന്ന ചില കാര്യങ്ങൾ ഭഗവാന്റെ സേവനത്തിൽ നേരിട്ട് ഉപയോഗിക്കാൻ കഴിയും. ഉദാഹരണത്തിന്, നേരിട്ടുള്ള സേവനം നൽകാൻ ഉപയോഗിക്കാവുന്ന നമ്മുടെ സമ്പത്ത്.

എന്നാൽ നാം ബന്ധപ്പെട്ടിരിക്കുന്ന ചില കാര്യങ്ങൾ അശുദ്ധമായി കണക്കാക്കപ്പെടുന്നു, അതിനാൽ ഭഗവാന്റെ സേവനത്തിൽ അർപ്പിക്കാൻ കഴിയില്ല. നമ്മുടെ മുടി അത്തരത്തിലുള്ള ഒന്നാണ്. അങ്ങനെ, അത്തരം കാര്യങ്ങൾ ഉപേക്ഷിച്ച് നാം ഭഗവാനെ സേവിക്കുന്നു. ഒരു കുട്ടി തന്റെ മാതാപിതാക്കളെ പ്രീതിപ്പെടുത്താൻ ആഗ്രഹിക്കുന്നതുപോലെ, ഒരു മാർഗ്ഗം

അവരെ സന്തോഷിപ്പിക്കുന്നത് അവർക്ക് വാഗ്ദാനം ചെയ്യുക എന്നതാണ്. എന്നാൽ മറ്റൊരു മാർഗ്ഗം മോശമായ എന്തെങ്കിലും ഉപേക്ഷിക്കുക എന്നതാണ്.

എന്നിരുന്നാലും, ഇന്ന്, ഭൂരിഭാഗം ആളുകളും തങ്ങളുടെ ഭൗതിക മോഹങ്ങൾ പ്രത്യുപകാരമായി നിറവേറ്റപ്പെടുമെന്ന് പ്രതീക്ഷിച്ച് തല മൊട്ടയടിക്കുന്നു. ഒരാളുടെ തല മൊട്ടയടിച്ചതിന് പിന്നിലെ യഥാർത്ഥ പൊരുൾ മറന്നുപോകുന്നു. ശരിയായ ചൈതന്യമില്ലാത്ത ഏതൊരു ആചാരവും ഒരു ശൂന്യമായ തിര പോലെയാണ് – ധാരാളം ശബ്ദം ഉണ്ടാകും, പക്ഷേ ഫലമില്ല.

നമ്മുടെ ശ്രദ്ധ ദൈവത്തിൽ നിന്ന് അകറ്റുന്നതിനെ ത്യാഗം ചെയ്തുകൊണ്ട് ലൗകികതയോടുള്ള നമ്മുടെ അടുപ്പം കുറയ്ക്കുക എന്നതാണ് ഈ പ്രവൃത്തിയുടെ പിന്നിലെ സാരം. നാം നമ്മുടെ സ്വന്തം ആത്മാഭിമാനത്തിൽ തുടരുകയാണെങ്കിൽ, നാം ഒരു വിശുദ്ധ സ്ഥലത്തേക്ക് പോകുന്നതിന്റെ ഏക ലക്ഷ്യമായ, ആകർഷകമായ ഭഗവാനിലേക്ക് നമ്മുടെ ഹൃദയം എങ്ങനെ ആകർഷിക്കപ്പെടും!

ചോദ്യം 73

## എന്തുകൊണ്ടാണ് ആത്മീയവാദികൾ ഉള്ളിയും വെളുത്തുള്ളിയും ഇല്ലാത്ത ഭക്ഷണം ശുപാർശ ചെയ്യുന്നത്?

'നമ്മൾ എന്ത് ഭക്ഷിക്കുന്നുവോ അതാണ് നാം.'

മനുഷ്യജീവിതം സവിശേഷവും ഉന്നതമായ അന്വേഷണത്തിന് വേണ്ടിയുള്ളതുമാണ്, അതായത്, 'ഞാൻ ആരാണ്', 'ജീവിതത്തിന്റെ ഉദ്ദേശ്യം എന്താണ്', 'ആരാണ് ദൈവം' തുടങ്ങിയ ചോദ്യങ്ങൾക്ക് ഉത്തരം തേടുന്നത്. ഇത് ആത്മീയവാദികൾക്ക് മാത്രമല്ല, എല്ലാവർക്കും ബാധകമാണ്.

ഉയർന്ന അന്വേഷണങ്ങൾ നടത്താൻ നാം നന്മയുടെ രീതിയിലായിരിക്കണം. മനസ്സിന്റെയും ഇന്ദ്രിയത്തിന്റെയും നിയന്ത്രണം, സഹിഷ്ണുത, വിവേചനം, ഒരുവന്റെ നിർദ്ദിഷ്ട കർത്തവ്യത്തിൽ ഉറച്ചുനിൽക്കൽ, സത്യസന്ധത, കാരുണ്യം, ഏത് അവസ്ഥയിലും സംതൃപ്തി, ഔദാര്യം, ഇന്ദ്രിയ സംതൃപ്തി ഉപേക്ഷിക്കൽ, ആത്മീയ ഗുരുവിലുള്ള വിശ്വാസം, അനുചിതമായ പ്രവൃത്തിയിൽ ലജ്ജിക്കൽ, ദാനധർമ്മം, ലാളിത്യം, വിനയം, സംതൃപ്തി. അവനവന്റെ ഉള്ളിൽ നന്മയുടെ ഗുണങ്ങളുണ്ട്. ഇത് നേടുന്നതിൽ നമ്മുടെ ഭക്ഷണത്തിന് നിർണ്ണായക പങ്കുണ്ട്.

ഭൗതികമായ ഒരു സദസ്സിൽപോലും നമ്മൾ ശാന്തരായിരിക്കുമ്പോൾ സാഹചര്യങ്ങളെ എങ്ങനെ നന്നായി കൈകാര്യം ചെയ്യാമെന്ന് നമുക്ക് അനുഭവപ്പെടും.

ഭഗവദ് ഗീത (17.7) വിവിധ രീതികളിലുള്ള ഭക്ഷണങ്ങളെ

ക്കുറിച്ചും അവയുമായി ബന്ധപ്പെട്ട ഗുണങ്ങളെക്കുറിച്ചും സംസാരിക്കുന്നു :

*ആഹാരസ്ത്വപി സർവസ്യ*
*ത്രിവിധോ ഭവതി പ്രിയ:*

'ഭൗതിക പ്രകൃതിയുടെ മൂന്ന് രീതികൾക്കനുസരിച്ച്
ഓരോ വ്യക്തിയും ഇഷ്ടപ്പെടുന്ന ഭക്ഷണം പോലും
മൂന്ന് തരത്തിലാണ്.'

സവാളയും വെളുത്തുള്ളിയും അജ്ഞതയുടെ രീതിയിൽ ഭക്ഷണങ്ങളുടെ വിഭാഗത്തിൽ പെടുന്നു. ഉള്ളിയും വെളുത്തുള്ളിയും ചേർത്ത് പാകം ചെയ്ത ഭക്ഷണം കഴിക്കുമ്പോൾ, അലസത, ഉറക്കം മുതലായ രീതിയുമായി ബന്ധപ്പെട്ട ഗുണങ്ങളും നമ്മളെ ബാധിക്കാറുണ്ട്. ഭഗവാൻ കൃഷ്ണ ഭഗവദ് ഗീതയിൽ (14.8) പരാമർശിക്കുന്നത് പോലെ :

*തമസ്ത്വജ്ഞാനം വിദ്ധി*
*മോഹനം സർവദേഹിനാം*
*പ്രമാദാലസ്യനിദ്രാഭിസ്*
*തന്നിബധ്നാതി ഭരത്*

'ഹേ ഭരതപുത്രാ, അജ്ഞാനത്തിന്റെ സമ്പ്രദായം
എല്ലാ ജീവജാലങ്ങളുടെയും ഭ്രമത്തിന് കാരണമാകുന്നു.
ഈ രീതിയുടെ ഫലം ഭ്രാന്ത്, അലസത, ഉറക്കം
എന്നിവയാണ്, അത് വ്യവസ്ഥാപിതമായ
ആത്മാവിനെ ബന്ധിപ്പിക്കുന്നു.

ഉള്ളിയും വെളുത്തുള്ളിയും കഴിക്കുന്നത് സസ്യേതര ഭക്ഷണം കഴിക്കുന്നതിന് തുല്യമല്ല, പക്ഷേ അത് തീർച്ചയായും നമ്മുടെ ബോധത്തെ പ്രതികൂലമായി ബാധിക്കുന്നു. അത് നമ്മുടെ ബുദ്ധിയെ ആവരണം ചെയ്യുന്നു, അങ്ങനെ നമ്മുടെ തീരുമാനമെടുക്കാനുള്ള കഴിവുകളെ ബാധിക്കുന്നു, പ്രത്യേകിച്ചും മനുഷ്യജീവിതത്തിന്റെ ഏറ്റവും നിർണ്ണായകമായ വശം വരുമ്പോൾ, അത് ആത്മസാക്ഷാത്കാരവും ദൈവസാക്ഷാത്കാരവുമാണ്. നാം നന്മയുടെ രീതിയിലായിരിക്കുമ്പോൾ മാത്രമേ നമുക്ക് യഥാർത്ഥ സമാധാനത്തെ ശരിക്കും അഭിനന്ദിക്കാനും അനുഭവിക്കാനും കഴിയൂ, ആത്മീയ

വേദിയിൽ നിന്ന് വരുന്ന യഥാർത്ഥവും ശാശ്വതവുമായ സന്തോഷത്തിനായി ആഗ്രഹിക്കുന്നു.

അതിനാൽ ഉള്ളി, വെളുത്തുള്ളി എന്നിങ്ങനെ ചില കാര്യങ്ങൾ ഒഴിവാക്കുന്നത് വെറുമൊരു തിരഞ്ഞെടുപ്പല്ല, മറിച്ച് അത്തരം ഒഴിവാക്കലിന്റെ പിന്നിലെ ഉദ്ദേശ്യം മനസ്സിലാക്കുമ്പോൾ അത് തികച്ചും അനിവാര്യമാണ്.

## ചോദ്യം 74

# ഭഗവാൻ ശിവൻ കഞ്ചാവ് പുകയ്ക്കുകയോ ഉപയോഗിക്കുകയോ ചെയ്തിരുന്നോ?

ശ്രീമദ് ഭാഗവതം (12.13.16) ശിവന്റെ സ്ഥാനം വിവരിക്കുന്നു :

*നിമ്ന-ഗാനം യഥാ ഗംഗാ*
*ദേവാനാം അച്യുതോ യഥാ*
*വൈഷ്ണവാനം യഥാ ശംഭുഃ*
*പുരാണാം ഇദം തഥാ*

**'ഗംഗ എല്ലാ നദികളിലും ശ്രേഷ്ഠമായിരിക്കുന്നതുപോലെ, ദേവതകളിൽ പരമോന്നതനായി ഭഗവാൻ അച്യുതനും (കൃഷ്ണൻ) വൈഷ്ണവരിൽ ഏറ്റവും ശ്രേഷ്ഠനായി ശംഭുവും [ശിവൻ], അതിനാൽ ശ്രീമദ്-ഭാഗവതം എല്ലാ പുരാണങ്ങളിലും ശ്രേഷ്ഠമാണ്.'**

അതിനാൽ അവൻ ഏറ്റവും വലിയ വൈഷ്ണവനും ആത്മാർത്ഥതയുള്ള വൈഷ്ണവനുമാണ്, ഒരു തത്വമെന്ന നിലയിൽ ഏതെങ്കിലും തരത്തിലുള്ള ലഹരിയും കർശനമായി ഒഴിവാക്കുന്നു. അതുകൊണ്ട് ശിവൻ പുകവലിക്കുകയില്ല.

കൂടാതെ, ഒരു ഗ്രന്ഥത്തിലും ഇതേക്കുറിച്ച് ഒരുതരത്തിലും പരാമർശിക്കുന്നതുമില്ല.

പുകവലിക്കാൻ ആഗ്രഹിക്കുന്നവരാണ് ഈ സംശയാസ്പദമായ ആശയം പ്രചരിപ്പിക്കുന്നത്, അവർ തങ്ങളുടെ ആസക്തിയെ സാധൂകരിക്കാൻ ശിവന്റെ പേര് ഉപയോഗിക്കുന്നു. ഇതിനെ 'അനുകരണം' എന്ന് വിളിക്കുന്നു.

ശിവൻ പുകവലിക്കുന്നതിനാൽ അവർക്കും പുകവലിക്കാം എന്നാണ് അവർ പറയുന്നത്.

ഈ ആളുകൾ പറയുന്നത് നമ്മൾ അംഗീകരിച്ചുവെന്ന് നമുക്ക് വിചാരിക്കാം. എന്നാൽ പിന്നെ എന്തിനാണ് അവർ ശിവനെ ഈ കാര്യത്തിൽ മാത്രം പകർത്താൻ ആഗ്രഹിക്കുന്നത്, അദ്ദേഹത്തിന് മറ്റ് വശങ്ങളില്ലേ? ശിവൻ വിഷത്തിന്റെ ഒരു മഹാസമുദ്രം മുഴുവൻ കുടിച്ചു, കഴുത്തിൽ പാമ്പുകളെ ചുറ്റി, ശ്മശാനങ്ങൾ ചുറ്റി, ദേഹമാസകലം ഭസ്മം പൂശി, വീടില്ലാതെ ഒരു പർവ്വതത്തിൽ വസിക്കുന്നു. എന്തുകൊണ്ടാണ് ഈ ആളുകൾ ശിവന്റെ പേര് നശിപ്പിക്കുന്നതിന് മുമ്പ് അത്തരം അസാധാരണമായ ശക്തികൾ പ്രകടിപ്പിക്കാമെന്ന് എല്ലാവരോടും ആദ്യം കാണിക്കാത്തത്? അവർക്ക് കഴിയില്ല എന്നതാണ് സത്യം. അവർ എന്തിനോ അമിതമായി ആസക്തിയുള്ളവരാണ്, 'അവൻ അത് ചെയ്യുന്നതിനാൽ നമുക്കും കഴിയും! എന്ന് പറഞ്ഞ് വളരെ സൗകര്യപ്രദമായി കുറ്റം ശിവന് കൈമാറുകയാണ്.'

ശിവൻ വലിക്കുന്നുവെന്ന ധാരണയിൽ ഇതിനെ ന്യായീകരിച്ച് കഞ്ചാവ് വലിക്കാൻ ആഗ്രഹിക്കുന്നവർ ആദ്യം ഒരു ദോഷവും കൂടാതെ വിഷക്കടൽ കുടിച്ച് തങ്ങളുടെ കഴിവ് തെളിയിക്കേണ്ടതുണ്ട്.

# അവസാന വാചകം

പകുതി അറിവ് അപകടകരമായ കാര്യമാണ്. ചില വിവരങ്ങൾ കാണുമ്പോഴെല്ലാം, ഒരു നിഗമനത്തിലെത്തുന്നതിന് മുമ്പ് നാം വസ്തുത പരിശോധിക്കണം.

തെറ്റായ വിവരങ്ങളുടെ പ്രചരണം മനുഷ്യന് ജന്മസിദ്ധമാണ്. സാമൂഹ്യ മാധ്യമങ്ങളുടെ ശൃംഖലയുടെ പ്രഭാവം വിവരങ്ങളുടെയും തെറ്റായ വിവരങ്ങളുടെയും ഉറവിടങ്ങളെ വിശാലമാക്കി.

നമ്മൾ കാണാത്തത് അന്വേഷിക്കാറില്ല. നമുക്ക് അറിയാത്ത കാര്യങ്ങളെക്കുറിച്ച് പൂർണ്ണമായി അറിയാതെ, നമുക്ക് നേരിട്ട് ലഭ്യമായ വിവരങ്ങളെയാണ് നമ്മൾ ആശ്രയിക്കുന്നത്. ഒരു കഥയുടെ ചില ഘടകങ്ങൾ നമ്മൾ കാണുകയാണെങ്കിൽ, ആ ഭാഗിക ഘടകങ്ങളിൽ നിന്ന് നമുക്ക് കഴിയുന്ന ഏറ്റവും മികച്ച കഥ നമ്മൾ നിർമ്മിക്കുന്നു. വസ്തുതാ പരിശോധനയുടെ സമീപനത്തിന്റെ ഭാഗമാണ് നമ്മിൽ ഓരോരുത്തർക്കും സഹജമായ വൈജ്ഞാനികപക്ഷപാതങ്ങളെക്കുറിച്ചുള്ള അവബോധം. ദൈനംദിന ജീവിതത്തെ നിയന്ത്രിക്കാൻ ഈ പക്ഷപാതങ്ങൾ നമ്മെ സഹായിക്കുമ്പോൾ, പ്രസക്തമായ വസ്തുതകൾ വ്യക്തമായി അവതരിപ്പിക്കുമ്പോൾ പോലും അവ അവഗണിക്കാൻ നമ്മെ പ്രേരിപ്പിക്കും.

നമുക്ക് മനസ്സിലാക്കാൻ കഴിയുന്ന വിവരങ്ങളേക്കാൾ മുകളിലാണ് യാഥാർത്ഥ്യം. ആധികാരിക സ്രോതസ്സുകളിൽ നിന്നുള്ള വിവരങ്ങളുടെ ലഭ്യത ഇതിൽ ഉൾപ്പെടുന്നു, അവയിൽ ഏറ്റവും ശക്തമായത് വേദഗ്രന്ഥങ്ങളും മനുഷ്യരാശിക്കുള്ള നിയമപുസ്തകങ്ങളുമാണ്, പ്രത്യേകിച്ചും ജീവിതത്തെയും അതിന്റെ വിവിധ വശങ്ങളെയും കുറിച്ചുള്ള ചോദ്യങ്ങൾ വരുമ്പോൾ.

ആശയക്കുഴപ്പത്തിൽ നിന്ന് വ്യക്തതയിലേക്കും ഇരുട്ടിൽ നിന്ന് വെളിച്ചത്തിലേക്കും അജ്ഞതയിൽ നിന്ന് ജ്ഞാനത്തി

ലേക്കുമുള്ള നമ്മുടെ യാത്രയെക്കുറിച്ചാണ് **സന്ന്യാസിയോട് ചോദിക്കൂ** എന്ന ഈ പുസ്തകം.

ബൃഹദാരണ്യക ഉപനിഷത്ത് പറയുന്നത് പോലെ :

*അസതോ മാ സദ് ഗമയ,*
*തമസോ മാ ജ്യോതിർ ഗമയ,*
*മൃത്യോർ മാ അമൃതം ഗമയ*

'നമ്മെ അജ്ഞതയിൽ നിന്ന് സത്യത്തിലേക്കും
ഇരുട്ടിൽ നിന്ന് വെളിച്ചത്തിലേക്കും മരണത്തിൽ നിന്ന്
അമർത്യതയിലേക്കും നയിക്കേണമേ.'

# കൃതജ്ഞത

പരമമായ സത്യത്തെക്കുറിച്ച് അന്വേഷിക്കാൻ തന്റെ അനുയായികളെ എപ്പോഴും പ്രചോദിപ്പിക്കുകയും പരിശീലിപ്പിക്കുകയും പ്രോത്സാഹിപ്പിക്കുകയും ചെയ്ത അദ്ദേഹത്തിന്റെ ദിവ്യകാരുണ്യ എ.സി. ഭക്തിവേദാന്ത സ്വാമി ശ്രീല പ്രഭുപാദയോട് (ഇസ്കോൺ സ്ഥാപക ആചാര്യൻ) നിത്യമായ കടപ്പാട് പ്രകടിപ്പിക്കാൻ ഞാൻ ആഗ്രഹിക്കുന്നു.

വർഷങ്ങളായി, ഈ പുസ്തകത്തിന്റെ താളുകളിൽ പ്രതിഫലിക്കുന്ന ധാരണയെ തന്റെ വാക്കുകളിലൂടെ ദൃഢമാക്കിയ എന്റെ ആത്മീയ ഗുരു, വിശുദ്ധ രാധാനാഥ് സ്വാമി മഹാരാജിന് എന്റെ ആത്മാർത്ഥമായ നന്ദി.

ചൈതന്യ ചരൺ പ്രഭുവിനോട് അദ്ദേഹത്തിന്റെ ചോദ്യോത്തര (thespiritualscientist.com) പരമ്പരയ്ക്ക് എനിക്ക് എത്ര നന്ദി പറഞ്ഞാലും മതിയാകില്ല,അദ്ദേഹത്തിന്റെ ഉത്തരങ്ങൾ സങ്കീർണ്ണമായ പല വിഷയങ്ങളിലും ഒരുപാട് വ്യക്തത നൽകുന്നു.

ഈ പുസ്തകത്തിന്റെ ഉള്ളടക്കം ഒരുമിച്ച് ചേർക്കുന്നതിൽ എന്നെ സഹായിച്ചതിന് രേഷം മേത്തയ്ക്കും സ്നേഹ മഖിജയ്ക്കും നന്ദി.

റെക്കോർഡ് സമയത്തിനുള്ളിൽ ഈ പുസ്തകം പ്രസിദ്ധീകരിക്കാൻ സമ്മതിച്ച മഞ്ജുൾ പബ്ലീഷിങ്ങിന് നന്ദി പറയാൻ എനിക്ക് വാക്കുകളില്ല. അവർ അങ്ങേയറ്റം നല്ല മനസ്സുള്ളവരാണ്, അതിനായി ഞാൻ അവരോട് എന്നേക്കും നന്ദിയുള്ളവനായിരിക്കും. ഭഗവാൻ കൃഷ്ണൻ അവർക്കെല്ലാം തന്റെ ഏറ്റവും നല്ല അനുഗ്രഹം വർഷിക്കട്ടെ.

തുടക്കം മുതലേ ശക്തമായ പിന്തുണയും എന്റെ എല്ലാ പ്രോജക്റ്റുകളിലും അത്യധികം ഉത്സാഹം കാണിക്കുന്ന ഒരാളാണ്

ദീപ്തി പട്ടേൽ (wordfamous.in). മഞ്ജുൾ-ലെ സംഘവുമായി എന്നെ ബന്ധിപ്പിച്ചതിന് ഞാൻ അവരോട് വളരെയധികം നന്ദി പറയുന്നു.

അവസാനമായി, വർഷങ്ങളായി നിരന്തരമായ അന്വേഷണങ്ങളിലൂടെയും ഇടപെടലുകളിലൂടെയും ഇതുപോലൊരു പുസ്തകം പുറത്തുവരേണ്ടതിന്റെ ആവശ്യകതയെ പ്രചോദിപ്പിച്ച എല്ലാ പ്രായത്തിലുമുള്ള എന്റെ എല്ലാ സുഹൃത്തുക്കൾക്കും നന്ദി പറയാൻ ഞാൻ ആഗ്രഹിക്കുന്നു.

ഈ വിശുദ്ധ യാത്രയുടെ ഭാഗമായതിന് നന്ദി.

സന്തോഷകരമായ വായന ആശംസിക്കുന്നു!

**ശിൽപ ബേബീന്ദ്രൻ**

കണ്ണൂർ ജില്ലയിൽ ജനനം. ബി കോമിൽ ബിരുദവും എം കോമിൽ ബിരുദാനന്തര ബിരുദവും, ജേർണലിസം ആൻഡ് മാസ്സ് കമ്മ്യൂണിക്കേഷനിൽ പി ജി ഡിപ്ലോമയും പൂർത്തിയാക്കി. രണ്ട് വർഷത്തോളം ഓൺലൈൻ മാധ്യമ രംഗത്ത് പ്രവർത്തിച്ചു. ഡോ. താരാ സ്വാർട്ടിന്റെ *ദി സോഴ്സ്* എന്ന പുസ്തകം മലയാളത്തിലേക്ക് വിവർത്തനം ചെയ്ത ആദ്യ പുസ്തകം.

shilpakbabeendran@gmail.com